प्रकाशाची सावली

दिनकर जोशी

अनुवाद

स्मिता भागवत

मेहता पब्लिशिंग हाऊस

Please contact us at **Mehta Publishing House Pvt. Ltd.**
✆ +91 020-24476924 / 24460313 / Mob. No. 9545000513
Email : production@mehtapublishinghouse.com
Website : www.mehtapublishinghouse.com

◆ *या पुस्तकातील लेखकाची मते, घटना, वर्णने ही त्या लेखकाची असून त्याच्याशी प्रकाशक सहमत असतीलच असे नाही.*

PRAKASHNO PADCHHAYO by DINKAR JOSHI

Originally Published in Gujrati
Translated into Marathi Language by Smita Bhagwat

प्रकाशाची सावली /अनुवादित कादंबरी

अनुवाद : स्मिता भागवत

author@mehtapublishinghouse.com

मराठी अनुवादाचे व प्रकाशनाचे हक्क : मेहता पब्लिशिंग हाऊस प्रा. लि.

संस्थापक : सुनील अनिल मेहता

प्रकाशक : मेहता पब्लिशिंग हाऊस प्रा. लि.
१९४१, सदाशिव पेठ, माडीवाले कॉलनी, पुणे – ४११०३०.

मुद्रक : ट्रिनिटी ॲकॅडमी फॉर कॉर्पोरेट ट्रेनिंग लिमिटेड

मुखपृष्ठ : चंद्रमोहन कुलकर्णी

प्रकाशनकाल : मे, १९९३ / जानेवारी, १९९६ / सप्टेंबर, २००७ /
मेहता पब्लिशिंग हाऊस प्रा. लि.ची चौथी आवृत्ती : जून, २०२२

किंमत : ₹ ३४०

P Book ISBN 9789394258495
E Book ISBN 9789394258518
E Books available on : amazonkindle Apple Books Google Play Books

ज्ञानपीठ पारितोषिक विजेते
गुजराती भाषाभगिनीचे लाडके सुपुत्र,
सिद्धहस्त लेखक, कवी आणि
गुरुवर्य स्व. श्री. उमाशंकर जोषींच्या
पुण्यस्मृतींस सविनय अर्पण

स्मिता भागवत

मनोगत

विसेक वर्षांपूर्वी हरिलाल गांधींच्या निकट व्यक्तींकडून त्यांच्याविषयी ऐकण्याचा योग आला. या व्यक्तीचं नाव होतं-केशवलाल गांधी. गांधीजी ज्यांचा उल्लेख आदरानं 'तपोधन' असा करीत त्या मगनलाल गांधींचे केशुभाई पुत्र! गांधीजी मगनलालचे सख्खे काका. त्यामुळे त्यांच्या चिरंजीवांना केशुभाईंना दक्षिण आफ्रिकेत बापूंच्या 'टॉलस्टॉय' तसेच 'फिनिक्स' आश्रमात राहण्याची संधी मिळाली. भारतातही ते 'साबरमती' आणि वर्ध्याच्या आश्रमात बापूंबरोबर राहिले होते. माझ्या मित्राची बहीण, केशुभाईंना दिलेली असल्यामुळे त्यांच्याशी ओळख झाली. एकदा गप्पांच्या ओघात त्यांनी माझा हरिलालशी परिचय करवला. कटनी स्टेशनवरचा प्रसंग सांगितला. हा परिचय मन क्षुब्ध करणारा होता. या क्षुब्धतेनं मनात वादळ उठलं. हरिलालविषयी अधिक जाणण्याची उत्कंठा निर्माण केली. त्यांच्याविषयी मी आवर्जून वाचत सुटलो. प्रयत्नपूर्वक जाणत गेलो.

संदर्भग्रंथांत मिळणारी हरिलालविषयीची माहिती फार त्रोटक आहे. त्यात सातत्याचा अभाव जाणवण्याइतका तीव्र आहे. श्री. चंदुलाल दलाल यांनी संपादित केलेल्या ग्रंथाचा अपवाद वगळता सारं विस्कळीत वाटावं असंच त्याचं स्वरूप आहे. काही ठिकाणी विरोधाभासही जाणवला. त्यासाठी मी हरिलालच्या विद्यमान सुहृदांना भेटण्याचा नेटानं प्रयत्न केला. सातत्याचा अभाव नष्ट व्हावा, यासाठी 'मधील जागा' भरून काढण्याचा 'असा' प्रयत्न केला. या साऱ्यांतून मनात अगम्य मानवी जीवन साकार होऊ लागलं. संघर्ष, व्यथा आणि प्रामाणिक निष्ठेनं जगण्याचा प्रयत्न असूनही मिळालेलं हृदयविदारक अपयश! या साऱ्यांतील कारुण्य मनाचा कब्जा घेत राहिलं. दरम्यानच्या काळातही हरिलालच्या

समकालीनांच्या गाठीभेटीही चालूच होत्या.

या साऱ्याचं फलित म्हणून जीवन कथनात्मक कादंबरी निर्माण करावी, असा विचार मनात जोर धरू लागला. निर्मिती सुरू झाली. प्रकरणं पुढे सरकू लागली आणि महात्माजींच्या जीवनातील कारुण्य काळजाला हात घालू लागलं. महात्माजींविषयी लिहिणं अत्यंत अवघड काम वाटत असलं तरी लिहिल्यावाचून राहवेना. पोरसवदा वयात महात्माजींच्या कार्यात भारावलेली, समर्पित भावनेनं चळवळीत भाग घेणारी मंडळी पिकल्या पानाच्या रूपात का होईना, पण आज अस्तित्वात आहेत. त्यांचा रोष ओढवून न घेता लिहायचं, तर लेखनातील सत्याचं अधिष्ठान खूप बळकट असणं आवश्यक होतं. म्हणूनच या कादंबरीचं लेखन करताना तलवारींच्या धारेवर तोल सावरत चालण्याचा अनुभव आला. काम अवघड वाटलं तरी लिहिल्याविना राहवेना. माहिती एकत्र करताना आलेल्या अनुभवांच्या शिदोरीचाही एक रसप्रद ग्रंथ तयार होण्याजोगे अनुभव आले.

ही कादंबरी 'एक्सप्रेस ग्रुप'च्या गुजराती दैनिकांतून (समकालीन-मुंबई, जनसत्ता-अहमदाबाद, राजकोट, लोकसत्ता-वडोदरा) धारावाहिक रूपानं रविवारच्या पुरवणीत प्रकाशित करायचा निर्णय घेतला. कादंबरी छापण्यापूर्वी मी 'पात्र आणि पार्श्वभूमी' या मथळ्याखाली माझं निवेदन प्रसिद्ध केलं. कादंबरी क्रमशः प्रसिद्ध होत असताना आणि ती संपल्यावर असंख्य पत्रं आली. यात चाहत्यांची पत्रं होती तशीच काही प्रश्न करणारी पत्रंही होती. साऱ्या पत्रांतून विचारल्या गेलेल्या प्रश्नांच्या उत्तरांचं संकलन मी कादंबरी संपल्यावर आवर्जून प्रसिद्ध केलं.

कै. राजगोपालाचारींनी श्री. किशोरीलाल, मशरुवालांना लिहिलेल्या पत्रात म्हटलं होतं... 'बापू तेजाचा-प्रकाशाचा पुंज होते. जगातील प्रत्येक स्थूल वस्तूप्रमाणे बापूंसारख्या तेजःपुंज पुरुषालाही सावली होती. मला वाटतं, हरिलालच्या रूपानं ही सावली मूर्त बनली.'

आज हरिलालला कुणी ओळखत नाहीच; पण राजाजी, किशोरलालच नव्हे तर महात्माजीही विस्मरणात गाडले गेलेत. वस्तुतः चाळीस-पन्नास वर्षांचा काळ काही इतिहास म्हणण्याइतका जुना काळ नव्हे. सत्तर वर्षांची एक पिढी या हिशेबानं विल्यम टॉफलरनं मानवजातीच्या इतिहासाच्या आठशे पिढ्या म्हणजे-५,६०० वर्षांचा इतिहास असं म्हटलं होतं; पण या आठशे पिढ्यांत ज्या गतीनं इतिहास बदलला नाही, त्या गतीनं गेल्या पन्नास वर्षांत बदलला. आज दहा वर्षांनी पिढी बदलतेय असं म्हटलं, तर ती अतिशयोक्ती होणार नाही. पिढ्या झपाट्यानं इतिहासजमा होतायत. रीचर्ड ॲटनबरोनं 'गांधी' चित्रपटाची निर्मिती केली नसती, तर आजच्या पिढीची त्यांच्याशी ओळख होणं कठीण होतं. भिंतीवरचं महात्माजींचं चित्र पाहून, "पप्पा, बेन किंग्जलेचा फोटो इथे का

लावलाय?'' असं मुलीनं निर्दोष स्वरात विचारणं, यातील विनोद वस्तुस्थिती बनायला फारसा वेळ लागणार नाही, हे कटू वाटलं तरी सत्य! बापूंनी देह ठेवला त्या वेळी आईन्स्टाईननं म्हटलं होतं, ''असा कुणी माणूस आपल्यात देह धारण करून वावरत होता, यावर कदाचित पुढच्या पिढ्या विश्वास ठेवणार नाहीत.''

आईनस्टाईननं ज्यांना 'पुढची पिढी' म्हटलं ती आता आजची पिढी आहे. आईनस्टाईनचं म्हणणं सर्वार्थानं अजून खरं ठरलेलं नसलं, तरी पूर्णतया खोटं ठरलेलंही नाही.

'प्रकाशनो पडछायो' या कादंबरीची दोनच प्रकरणं प्रसिद्ध झाली आणि एका ज्येष्ठ व्यक्तीनं पत्राद्वारे म्हटलं होतं...जिथे गांधींचीच रास्त ओळख उरलेली नाही, ज्यांना निर्घृणपणे विस्मरणात गाडून टाकण्यात आलंय, त्या गांधींच्या ज्येष्ठ पुत्राच्या जीवनावर कथा, कादंबरी लिहिण्यात अर्थ आहे का? महात्माजी दोन व्यक्तींसमोर सतत पराभव पत्करत आले. महंमद अली जीना आणि दुसरे हरिलाल...त्यांच्या म्हणण्यात तथ्य असलं तरी पिता-पुत्रांतील संघर्षाची ही करुण दास्तान मला शब्दबद्ध करावीशी वाटली.

गांधींसारखा तेजस्वी निश्चयी पुरुष! बाहेर सतत यश बघणारा महामानव! पण हे यश उंबरठ्याबाहेरचं असावं? १९२९ ची असहकाराची लढत असो वा १९३१ची सविनय कायदेभंगाची चळवळ असो, गोलमेज परिषदेचा प्रसंग असो, की चलेजाव चळवळीचा अटीतटीचा क्षण असो. चाळीस करोड लोकांच्या भविष्याविषयीच्या बैठका संपवून बापू मध्यरात्री घरी येत तेव्हा एखादं विषादपूर्ण पत्र त्यांची प्रतीक्षा करत असे. कधी लाडक्या मनुडीच्या पत्रात असे, 'आज बलिमासीनं बापूंना (हरिलालना) मुस्काटीत मारून घराबाहेर काढलं.' कधी वृत्तपत्रांच्या हेडलाइन्स वाचून मन अस्वस्थ होई...दारू पिऊन दंगा करणाऱ्या हरिलालना पोलिसांनी हमरस्त्यावर अटक केली. कधी खुद्द हरिलालनं स्वत: निवेदन दिलेलं असे. बापानं आपल्यावर कसा अन्याय केला, हे सांगणारं निवेदनच नव्हे, तर कधी धर्मांध मुसलमानांच्या सभेत हरिलालनं म्हटलेलं असे, 'मी दारू अवश्य सोडेन; पण बा आणि बापू जोवर मुस्लीम धर्माचा अंगीकार करणार नाहीत, तोवर मात्र दारू सोडणार नाही.'

अशा वेळी बापूंना काय वाटत होतं? कस्तुरबांची काय अवस्था होत होती? याविषयी त्याप्रसंगी हजर असणाऱ्यांपैकी कुणी काही म्हटलं तरी कुठेही लिखित नोंद नाही. गांधीतत्त्वाचं मूल्यांकनच होऊ शकत नाही, तेव्हा पुनर्मूल्यांकनाचा प्रपंच मांडणं ही स्वतःची फसवणूक ठरेल. न्यायाचा तराजू हाती घेऊन ह्या कादंबरीचं लिखाण केलेलं नाही. तत्कालीन परिस्थितीचं तटस्थ मनाने आलेखन

करावं, असं वाटलं म्हणून ते केलंय. कोण चुकलं? याचा निवाडा करायचा हा प्रयत्न नाही. शेवटपर्यंत हरिलालची उपासमार झाली नाही. त्यांना कुणी ना कुणी मदत करीत होतं. ही मदत हरिलाल या व्यक्तीसाठी नसून बापूंच्या चिरंजीवाला केलेली मदत होती, याचं विस्मरण मला झालेलं नाही. या ना त्या रीतीनं हरिलालना बापूंच्या नावाचा फायदा होत होता, याची जाणीव आहेच. फक्त उभयपक्षाचं वास्तव दर्शन करवण्याचा मी प्रामाणिक प्रयत्न केलाय. निर्णयाचं काम माझं नाही. कधी कधी ताणलेल्या दोरीवर तोल सावरण्याच्या सत्त्वपरीक्षेला सामोरं जावं लागलं. या कादंबरीतील काही पात्रं वा त्यांची मुलं आजच्या समाजाचा हिस्सा आहेत. ज्या कथनामुळे विद्यमान व्यक्तींचा वर्तमान नासण्याची शक्यता दिसली ते कथन मी टाळलं. क्रूर ठरणाऱ्या सत्याच्या कथनात मला रस नव्हता; नाही.

कादंबरीच्या निर्मितीपूर्वी, निर्मितीकाळात तसेच त्यानंतरही प्रत्यक्ष आणि अप्रत्यक्षपणे मला अनेकांचं साहाय्य लाभलं. मुख्यत्वे हरिलालचे जामात कुंवरजीभाई पारेख, गांधीजींची सून-रामदासच्या पत्नी निर्मलाबेन गांधी, हरिलालची मुलगी व जावई- मनू आणि सुरेंद्र मशरुवाला, हरिलालची सून सरस्वतीबेन आणि प्रभुदास गांधी, कनुभाई गांधी इत्यादींनी दिलेल्या सहकार्याला तोड नाही. त्यांच्या मदतीनंच मी पन्नासेक वर्षे जुन्या वृत्तपत्रांतील बातम्यांपर्यंत पोहोचू शकलो. त्यांच्याकडूनच मला दुर्लभ अशी माहितीही मिळत गेली. नवमालिकाबेन वजारी यांनी तर कादंबरी सुरू झाल्यानंतरही अनमोल माहिती उपलब्ध करून दिली. त्यांच्याच सहकार्यानं अमेरिकेस असणाऱ्या सरस्वतीबेन इथे आल्या असताना आमची भेट घडली. ती भेट घडली नसती तर शेवटची प्रकरणं कल्पनेचे बुडबुडे ठरली असती. त्या प्रकरणाला लाभलेलं सत्याचं अधिष्ठान हे त्यांचं श्रेय आहे, हे मी कसं विसरू? त्यांचं माझ्यावर सतत ऋण राहील. पुण्याचे सच्चे गांधीवादी कांतिभाई पारेख यांचीही या कादंबरीच्या निर्मितीत खूप मदत झाली. त्यांच्यामुळेच शेवटी शेवटी श्री. नारायणभाई देसाईंच्या चौकस नजरेचा मला लाभ झाला, हे मी माझं भाग्य समजतो. साऱ्यांचे आभार मानायला मला योग्य शब्द सापडत नाहीत.

राजाजींनी हरिलालना 'बापूंची सावली' म्हटलं असेल; पण हरिलालजवळ स्वत:चा प्रकाश होता, हे नाकारणं मला पटत नाही. मला वाटतं, आपआपल्या ठिकाणी योग्य असूनही परस्परविरुद्ध विचारसंघर्षातील पिता-पुत्राच्या या दोन पात्यांत माता कस्तुरबा भरडल्या गेल्या. त्यांच्याविषयी दोघांच्या मनात प्रेम होतं आणि त्यांनाही पिता-पुत्र दोघेही प्रिय होते. या प्रेमानंच त्यांना सतत व्यथा दिली. अशरण कारुण्याला सामोरं जाणं हे त्यांचं प्राक्तन ठरलं. कोण चुकलं?

कोण बरोबर? याचं उत्तर एकच-'करम की गती न्यारी...!' यापरतं दुसरं उत्तर सापडत नाही.

'प्रकाशाची सावली' ही कादंबरी आहे. इतिहासाच्या पुराव्याचा दस्तऐवज नाही. इतिहासकार व संशोधकांच्या चौकसपणात इथे कदाचित उणेपण आढळेल; पण मानवी मनोवृत्तीच्या अनेक पैलूंना स्पर्शण्याचा प्रयत्न करणाऱ्या कादंबरीकाराचा तरलपणा इथे निश्चितच आहे.

– दिनकर जोषी

अनुवादकाचे दोन शब्द

'प्रकाशनो पडछायो' (प्रकाशाची सावली) या गुजराती कादंबरीच्या अनुवादाचं प्रकाशन माझ्यासाठी अवर्णनीय आनंदाचा प्रसंग ठरतोय. गेली वीस वर्षं सातत्यानं गुजराती भाषेत लेखन करतेय. माझ्या प्रकाशित पुस्तकांची संख्या कधीच द्विअंकी झालेली आहे. अशा वेळी पुस्तकाचं प्रकाशन ही रोमांचक घटना वाटू नये. तरीही 'प्रकाशाची सावली' या पुस्तकाच्या प्रकाशनानं मला तिहेरी आनंद मिळवून दिलाय. या पुस्तकाच्या रूपानं मराठी साहित्यक्षेत्रात-माझ्या मातृभाषेत-माझा पुन्हा स्वीकार होतोय, याचा आनंद तर आहेच; पण त्याहीपेक्षा आनंदाची बाब म्हणजे माझ्यावर प्रेम करणाऱ्या, माझ्या क्षमतेविषयी विश्वास बाळगणाऱ्या बुजुर्ग व्यक्तींची इच्छा-अपेक्षा या पुस्तकाच्या रूपानं पूर्ण होतेय. त्याच वंदनीय व्यक्तीला हे पुस्तक मी अर्पण केलंय. स्व. उमाशंकर जोषींना जग 'ज्ञानपीठ ॲवॉर्ड' विजेते गुजराती लेखक, संवेदनशील कवी आणि ख्यातनाम शिक्षणशास्त्री म्हणून ओळखतं. माझ्यासाठी या सर्वांहून ते खूप अधिक होते. माझ्या स्मृतीत त्यांचं स्थान मार्गदर्शक म्हणून अढळ राहील. कारण...

गुजराती भाषेचा गंध नसलेली मी योगायोगानं स्वातंत्र्यसेनानी गोविंदराव भागवतांची सून म्हणून सरदार पटेलनगरमध्ये गेले. वाचनाची सवय श्वासाइतकी स्वभावात भिनलेली होती.मराठी साहित्यात लुडबुड करायची इच्छा आणि प्रयत्न सुरू झाल्यावर अशा घरी जाणं झालं-जिथे मराठीचा 'म' दिसणं दुर्लभ होतं. मन गोंधळत असताना सरदार पटेलनगरमध्ये राहणाऱ्या श्री. उमाशंकर जोषी, नगीनदास पारेख आणि रमणलाल सोनी या तीन बड्या गुजराती साहित्यिकांचा सहवास लाभला. सुदैवानं हे सारे स्वातंत्र्यसेनानी आणि माझे वडीलही त्यांतलेच एक! स्वातंत्र्यपूर्व काळात

सत्याग्रहाच्या निमित्तानं, तर कधी एकाच कारागृहात बंदी बनल्यामुळं एकमेकांना वारंवार भेटत. पुढे साऱ्यांनी राजकारण सोडून आवडीच्या कामात स्वत:ला झोकून दिलं. माझे वडील बडोद्याला असल्यामुळे गाठीभेटी मंदावल्या. पण एकाच सोसायटीत वास्तव्य असल्यामुळे भागवतांशी घनिष्ठ संबंध चालू राहिला. माझं लग्न झालं आणि नवी सून बघायला ही मंडळी घरी आली. औपचारिक नमस्कारानंतर उमाशंकरजींनी शुद्ध मराठीत विचारलं, "कप्तान कसेत?"

"बरेत!" औपचारिक प्रश्नाला द्यावं तसं मी उत्तर दिलं.

"प्रश्नाचा अर्थ कळला?" उमाशंकरजींच्या मृदू प्रश्नाचं उत्तर माझ्याजवळ नव्हतं. मला गप्प पाहून त्यांनीच खुलासा देत म्हटलं, "याचा अर्थ, जेव्हा मी इथे येईन, तेव्हा काकांना सामोरं यायचं. काकाजींना नव्हे. (गुजू समाज जोडीदाराच्या नातेवाइकांचा 'जी' उपाधी लावून उल्लेख करतो) भारावल्या नजरेनं मी या साऱ्या वडील मंडळींकडे बघितलं. त्यांच्या चेहऱ्यांवरचे मृदू भाव आणि जाड भिंगाआडूनही जाणवणारी वत्सल नजर मी कधीही विसरणार नाही. पहिल्याच भेटीत सर्वांनी माझा सून म्हणून नव्हे, तर पुतणी म्हणून स्वीकार केला. काकापण निभवायला कंबर कसल्यागत गुजरातीचा गंध नसलेल्या, पण साहित्याची आवड असणाऱ्या माझ्यासमोर गुजराती साहित्याचा अमोल खजिना मोकळा केला. वाचन आणि समज वाढतेयसं वाटताच लेखणी हातात देत म्हटलं, "एक भाषा चांगली असेल त्याला साऱ्या भाषांशी जुळवून घेणं जमतं. प्रयत्न कर. नक्की यशस्वी होशील." नुसतं सांगून न थांबता टुमणं लावलं. चौकस नजरेनं चुका दाखवत मार्गदर्शन देऊन मराठी शिकलेल्या मुलीला गुजराती लेखिकेच्या पदाला पोहोचवलं. कृतज्ञता व्यक्त करण्यासाठी मी सुरुवातीसच श्री. रमणलाल सोनी आणि श्री. नगीनदास पारेख यांना माझी पुस्तकं अर्पण केली. उमाशंकरजींना मात्र एकही पुस्तक अर्पण केलं नव्हतं. बेजबाबदार स्वभावामुळे ते राहून गेलं, असं मात्र नव्हतं. मनात एक वेडा हट्ट होता – त्यांना अर्पण केलेलं पुस्तक, गुजराती पुस्तकाचा मराठीत केलेला अनुवाद असेल.

या हट्टाला 'वेडा' म्हणायचं कारण असं, की मनात हा आग्रह निर्माण झाला तोवर मराठीचा सराव संपूर्णपणे सुटला होता. लेखन दूर, पण बोलतानाही विलक्षण चाचपडायला व्हायचं. तरीही उमाशंकरजी नेटानं मनातील व्यथा ओठी आणायचे. त्यांना मिळालेली 'ज्ञानपीठ ॲवॉर्ड'ची रक्कम त्यांनी अनुवादासाठी अर्पण केली होती. इतर भारतीय भाषांतील साहित्याशी गुजू समाज परिचित व्हावा म्हणून! आंतरभारतीय तत्त्व त्यांच्या धमन्यांत खेळत होतं म्हणूनही! बरंच मराठी साहित्य गुजरातीत आलंय. लोकप्रिय झालंय; पण गुजरातीतून काही मराठीत गेलेलं नाही. मराठी समाजात गैरसमज आहे की, गुजराती भाषेत सकस काही लिहिलं जात नाही. 'त्यांनी व्यापार करावा. त्यांच्या लेखनात काही अर्थ नाही...' अर्थात या अभिप्रायाला

अनुभवाचं अधिष्ठान नाही. जसे सारे दक्षिण भारतीय 'मद्रासी' नसतात नि सारे मराठी लोक 'घाटी' नसतात, तसे सारे गुजू लोक 'बनिये' नसतात. त्यांच्यातही विद्याप्रेमी वर्ग आहे. मला ज्यांच्या सहवासाचं अमाप सुख लाभलं, त्या बिल्वपत्राव्यतिरिक्त रघुवीर चौधरी, वर्षा अडाल्जा, धीरूबेन पटेल, भोलूभाई पटेल, प्रियकांत पारीख, हरींद्र दवे, मकरंद दवे, सुधीर देसाई वगैरे किती तरी नावं देता येतील. त्यांची संख्या बोटावर मोजण्याइतकी कमी नाही.

उमाशंकरजींच्या मनात शेवटपर्यंत ही बोच होती. कुणाच्याही साहित्याशी मराठी वाचक वर्गाचा परिचय का होऊ नये? गुणग्राही वृत्तीचा अभाव की पूर्वग्रहाचा हा परिणाम? जसा मराठी माणसाच्या गुणांचा गुजू समाजानं आदरानं स्वीकार केलाय तसा...हा नॉन अॅक्सेप्टन्स त्यांच्या कविमनाला घायाळ करायचा. कधी ते म्हणायचे, "तू मराठीत लिहितेस आणि गुजरातीही लिहिते-वाचतेस. हा प्रयत्न तुझ्याकडून का घडू नये? अनुवादकाला तूही दुय्यम स्थान देतेस? वस्तुतः अनुवादकाचं उभय भाषांवर प्रभुत्व असतं. तसं तुझं आहे."

"काहीतरीच काय?" त्यांचं म्हणणं न पटून मी म्हणे, "मी मराठीत लिहीत होते ती घटना माझा भूतकाळ बनलीय आणि गुजरातीतलं यश माझं किती आणि त्यावर वर्कशॉपवर्क किती ते मी सांगायला नको. दोन भाषांवर प्रभुत्व कुठचं? 'जॅक ऑफ ऑल अँड मास्टर ऑफ नन्' सारखी अवस्था माझी! त्रिशंकू बनलेय मी. मराठी विसरले नि धडपणे गुजराती आलं नाही मला."

"चल! दुसरी भाषा शिकली जाते तेव्हा पहिली कुणी विसरतं का? तीही मातृभाषा? रस्टींग झालं असेल तर थोडी साफसफाई करायची."

माझ्या मनात आशा उफाळत नसूनही प्रत्येक भेटीत ते हा विषय काढीत. पुढे गुजराती लेखनानं वेग घेतला.चौकस समीक्षकांच्या समीक्षणातही अॅक्सेप्टन्स दिसू लागला.'स्मृतिगान'च्या समीक्षणात 'काकासाहेब कालेलकरांचा आत्मा तृप्त झाला असेल,' असं वाक्य होतं. (काकासाहेबाला गांधीजी 'सवई गुजराती' म्हणत) त्यावर बोट ठेवत त्यांनी मिश्कील स्वरात विचारलं होतं, "वर्कशॉपवर्क संपलं नं?" लाजेनं मी गप्पच!

पुढे अहमदाबाद सुटलं. नवसारीचंही वास्तव्य संपलं. मुंबईला येणं झालं. मराठी माणसं, मराठी पुस्तकं नजरेस पडू लागली. मराठी साहित्याची तुटलेली नाळ जोडायची इच्छा जोर धरू लागली. पहिला लेख 'स्त्री', दुसरा 'महाराष्ट्र टाइम्स' आणि तिसरा 'मुंबई सकाळ'मध्ये छापून आला. त्यानंतर अहमदाबादला जाणं झालं तेव्हा ते काही म्हणण्यापूर्वीच मी म्हटलं,"मराठीत वर्कशॉपवर्क करावं लागतंय. ते संपलं की निदान एक तरी गुजराती पुस्तक मी मराठीत नेणार आहे." ते समाधानानं हसले होते. सुरुवात झाली की इतरही कुणी पुढे येतील. सकस गुजू कृतींचा मराठीत

स्वीकार होईल, अशी आशा त्यांनी व्यक्त केली; पण...

माझं वर्कशॉपवर्क संपेतो त्यांचा मृत्यू झाला. हे माझं दुर्दैव म्हणायचं, दिरंगाई की चाळिशी उलटल्याचा परिणाम ते मला कळत नाही. उशिरा का होईना त्यांची इच्छा माझ्या हातून पूर्ण होतेय, हेही नसे थोडके!

'प्रकाशाची सावली' ही चरित्रात्मक कादंबरी! ऐतिहासिक कादंबरी म्हणण्याइतका या कादंबरीचा नायक इतिहासजमा झालेला नाही.त्याच्याविषयी बोलणारे, त्याच्या व्यथा-वेदनांचे साक्षीदार असणारे लोक आज वृद्धावस्थेत का होईना, पण आहेत. मोठ्या मान्यवर लोकांच्या घरच्या व्यक्तींच्या वाट्याला खूपदा भोग येताना दिसतात. 'व्यक्ती तितक्या प्रकृती' हे विसरून एका व्यक्तीसारखीच त्या कुटुंबातील सारी माणसं असावीत, अशी खुळी अपेक्षा धरली जाते. अवास्तव तुलना आणि अकारण उपमर्द घरातील एखाद्या भावनाप्रधान व्यक्तीला जबरदस्त घायाळ करतो, आणि या घायाळ मनाचा चीत्कार कधी कधी विकृत आणि कल्पनातीत स्वरूप धारण करतो. राजगोपालाचारींनी हरिलाल गांधींना 'महात्माजींची सावली' म्हटलं. सावलीला स्वतःचं अस्तित्व नसतं. पन्नास-साठ वर्षांचं जीवन स्वतःचं अस्तित्वच नाकारलं जात असताना जगत राह्यचं, एखाद्या भावनाप्रधान व्यक्तीसाठी किती भयंकर ठरत असेल, याची कल्पना करणंच कठीण!

कधीतरी वाटतं, आपण जातीचे मूर्तिपूजक! एखाद्या व्यक्तीला "महात्मा म्हटलं, की ती व्यक्ती 'मानवात्मा' असल्याचं विसरून आपल्याकडे त्याची 'परमात्म्या'च्या ठिकाणी स्थापना करण्यात येते. 'मनुष्यमात्र चुकीस पात्र' ह्याचं विस्मरण होतं. महामानवाच्या जीवनात चुकांची संख्या सामान्य माणसांच्या चुकांपेक्षा कमी असेल; पण एखादी व्यक्ती कधीच चुकणार नाही, हे कसं शक्य आहे? चूक की बरोबर या सापेक्ष गोष्टी आहेत. पसंती-नापसंतीलाही महत्त्व असतंच. या बाबतीत माझे काका श्री. वसंतराव कप्तान फार छान सांगायचे. "चांगलं किंवा वाईट कशाला म्हणूच नये. कारण बरं-वाईट ठरवताना आपल्या नजरेसमोर चांगल्यासाठी कळत नकळत 'स्वतः' हेच परिमाण असतं. ज्याचं आकलन आपल्याला होत नाही, ते वाईट म्हणणं म्हणजे हत्ती आणि चार आंधळ्यांच्या कथेसारखं होईल."

गांधीजींच्या बाबतीत काही ठिकाणी असं वाटलं, अंधश्रद्धा देवाच्याच ठायी नव्हे; तर काहींनी गांधीजींच्या ठायीही ठेवली. सुदैवानं ज्या घरात मी मोठी झाले, वावरले आणि जिथे गेले ती मंडळी गांधीवादी असूनही डोळस मनानं जग पाहणारी होती. गांधीजी, सरदार पटेल वगैरेंचा प्रत्यक्ष सहवास लाभलेली होती. कधी त्यांच्या आपल्या-तुपल्या गप्पा आम्हा मुलांच्या कानी पडत. त्यावेळी गांधीजींच्या ब्रह्मचर्याच्या प्रयोगांविषयी, सत्याच्या प्रयोगांमुळे इतरांवर झालेल्या दुष्परिणामांच्या चित्तरकथाही आमच्या कानी पडत. ज्याप्रमाणे व्यक्तिमत्त्वाचा अस्वीकार असह्य ठरतो; तसा कधी

कधी स्वीकाराचा अतिरेक माणसाला असह्य जिद्दीपणा प्रदान करतो. माणसाची तडजोड करण्याची क्षमता संपवणारा ठरतो, हेही त्यांच्या संदर्भात ऐकून होते. फाळणीवेळी मातृत्व लाभलेल्या स्त्रियांची त्यांच्या एका अभिप्रायामुळे कशी परवड झाली, त्याविषयीही जाणलं होतं. अहमदाबादच्या वास्तव्यात मनू गांधींची (हरिलालच्या कन्या) औपचारिक भेट झाली होती. त्या भेटीनंतर हरिलाल गांधींचा विषय बराच वेळ चर्चेत होता. हे सारं संचित मनाच्या पेटीत असताना श्री. दिनकर जोषींचीं कादंबरी वाचनात आली.

श्री. दिनकरभाईंनी शक्य त्या साऱ्या मुद्द्यांना स्पर्श करून माहिती एकत्र करून आणि त्या माहितीची सत्यार्थता पडताळून पाहून मानसशास्त्रीय दृष्टिकोनातून कादंबरीची निर्मिती केली आहे, असं मला वाटलं तरीही माझ्या रीतीनं कादंबरीत सत्यार्थता किती हे जाणून घेण्याचा प्रयत्न केला. या प्रयत्नांत मला वारंवार एक गोष्ट जाणवली-स्वतंत्र व्यक्तिमत्त्वाचा अस्वीकार पुत्राच्या मनात गुदमर दाटवीत असणार. तरीही असामान्य पित्याविषयी निरतिशय प्रेम, आदर आणि पित्याच्या सहवासाची आस भावनाप्रधान मनाची कुतरओढ करीत असणार. त्यात क्षणाची इच्छा आणि 'इथे तिथे'मध्ये शिक्षणाचा झालेला चुराडा! पुढच्या वयात संधी सहज शक्य असूनही केवळ 'गांधीपुत्र' म्हणून संधी नाकारण्यात आली, तेव्हा हा सारा गुदमर उद्रेकाच्या रूपानं प्रकट झाला असावा. ही संधी न मिळण्याच्या रूपानं पिता-पुत्रात अशरण संघर्षाची ठिणगी पडली. पेट घेताच या ठिणगीनं कल्पनातीत विकृत स्वरूप धारण केलं. धारेला लागलेल्या हरिलालचं जीवन बापाविरुद्ध बंड, मोठ्या माणसाचा मुलगा म्हणून छोटं काम न मिळणं आणि औपचारिक शिक्षणाच्या अभावामुळे मोठं काम मिळवण्यात अपयश! अपयशाच्या निसरड्या वाटेवर व्यसनं, फसवाफसवी आणि वेश्यागमनाची अपरिहार्य वळणं आणि धर्मांतराचा खुळेपणाही घडला. भोळ्या मनानं अडचण निर्माण केली आणि हे सारे टप्पे हरिलालना कुटुंबापासून असंख्य योजनं दूर घेऊन गेले. महात्मा गांधींच्या कार्यक्षम गादीवारस पुत्राची ओळख अंतिम क्षणी फक्त 'सिफिलिस वगैरेचा रोगी', 'मुर्दा नंबर आठ' इतकीच उरावी, यासारखी करुण घटना दुसरी नसेल.

पिता-पुत्रांच्या संघर्षाचं आलेखन करताना दिनकरभाईंनी लेखणीकडून फार संयमानं काम घेतलंय. या कादंबरीची निर्मिती कुणाला बदनाम करण्यासाठी नसून दोन व्यक्तींच्या संवेदनक्षम मनातील सूक्ष्म संघर्ष चित्रित करण्यासाठी आहे. हरिलाल गांधींकडे सहानुभूतीचा झोत वळावा, या हेतूनं कुठेही महात्माजींवर आक्रस्ताळे आरोप करण्यात आलेले नाहीत, वा हरिलाल 'सूर्यापोटी शनैश्वर' वाटावेत, यासाठी गांधीजींची उंची वाढवून हरिलालचा पाणउतारा करण्याचा खटाटोप झालेला नाही. शक्य त्या तटस्थ मनानं लिहिलेली; तरीही नियतीच्या चक्रात पिळून निघालेल्या

हरिलालची करुण कथा वाचताना वारंवार 'गदिमां'चं 'गीतरामायण' आठवत राहिलं...
'पराधीन आहे जगती पुत्र मानवाचा दोष ना कुणाचा!'

वाचन संपल्यावरही मन त्यातच गुंतून राहणं, हा मी कादंबरीचा प्लस पॉईंट समजते. मन अस्वस्थ करून सोडणाऱ्या या करुण कथानकावर मी पसंतीची मोहोर उमटवली. अनुवादासाठी हेच पुस्तक हाती घ्यायचं, हा निर्णय घेतला. माझं काम मी संपवलं.

लेखनाचं काम संपलं तरी सखोल विचार करून तटस्थ मनानं हे कथानक वाचणारा प्रकाशक भेटेल का? की गांधीजींसारख्या लोकोत्तर व्यक्तीवर प्रत्यक्ष नव्हे, तरी अप्रत्यक्षरीतीनं टीका होतेय, म्हणून या कादंबरीला हात लावायला प्रकाशक धजावणार नाहीत? अनेक प्रश्न मनात होते. या साऱ्या प्रश्नांची सुखद उत्तरं म्हणजेच या पुस्तकाचं प्रकाशन! या उत्तरांसाठी 'मोरया प्रकाशन'च्या श्री. दिलीप महाजनांची मी सदैव ऋणी राहीन. कारण त्यांच्यामुळेच आदरणीय स्व. उमाशंकर जोषींना दिलेला शब्द मी पूर्णत्वास नेऊ शकलेय.

श्री. दिनकर जोषींनी किंचितही आढेवेढे न घेता अनुवादासाठी परवानगी दिली. काही प्रसंगांविषयी मी खुलासे मागितले. त्यावर त्यांनी सांगोपांग चर्चा करून उत्तरं दिली. जे प्रसंग त्यांनी कादंबरीत सामावण्याचं टाळलं तसेही काही रसप्रद प्रसंग आणि अनुभव त्यांनी आवर्जून सांगितले. त्यांचे आभार मानणं हा उपचार नसून माझा आनंद आहे. 'अनुदान' या गुजराती संस्थेनं दिलेलं सहकार्यही मला अनमोल वाटतंय. या पुस्तकाच्या निर्मितीत मला प्रत्यक्ष वा अप्रत्यक्ष रूपानं सहकार्य देणाऱ्या प्रत्येक 'हाताचे' मनापासून आभार.

– स्मिता भागवत

तिसऱ्या आवृत्तीच्या प्रकाशनानिमित्ताने

१९९३ मध्ये जेव्हा माझ्या मूळ गुजराती कादंबरीचा 'प्रकाशनो पडछायो'चा मराठी अनुवाद 'प्रकाशाची सावली' प्रकाशित झाला, तेव्हा माझा मराठी वाचकांशी पहिल्यांदा परिचय झाला. त्यानंतर एका पाठोपाठ एक अशा माझ्या अनेक कादंबऱ्या मराठीत अनुवादित झाल्या. मराठी वाचक आणि प्रकाशकांनी ज्या आपुलकीने माझ्या साहित्याचा स्वीकार केला, त्याबद्दल मी त्यांचा शतशः ऋणी आहे.

आज 'प्रकाशाची सावली'ची मराठीतील तिसरी आवृत्ती प्रकाशित होते आहे. त्या निमित्ताने मी माझे मनोगत सांगू इच्छितो. भारतातील बिगर-मराठी भाषिकांमध्ये एक समज म्हणा किंवा गैरसमज आहे, की मराठी वाचक सहसा अन्य भारतीय भाषांतील अनुवादित साहित्याचा स्वीकार करत नाहीत. काही साहित्याशी संबंधित अशा सभा-संमेलनांतून मला मराठी प्रकाशक,वाचक आणि संपादकांशी बोलण्याची संधी मिळाली. तेव्हा त्यांपैकी काहींनी या सत्यात तथ्य असल्याचे मान्य केले. मी असा निष्कर्ष काढला की आपण शेक्सपियर, बाल्झाक, सार्त्र, सोलझे नित्शीन, एलिझाबेथ ब्राऊनिंग इत्यादी आंतरराष्ट्रीय लेखकांशी अधिक परिचित असतो, त्या तुलनेत आपल्या इथल्या भाषाभगिनींशी -इथल्या राष्ट्रीय लेखकांशी तितके परिचित नसतो. हा काही शुभसंकेत मानता येणार नाही. एखादी उत्तम साहित्यकृती अमुक एखाद्या भाषेत सादर होते, तर तो एक योगायोग असतो किंवा त्या त्या भाषेतील लेखक आपल्या मातृभाषेत लिखाण करीत असतो. कारण ती भाषा ही साहित्याची वाहक आहे, माध्यम आहे. मात्र एका भाषेतील साहित्यकृती अन्य भाषेत अनुवादित होणं व इतरांना त्याचा रसास्वाद घेता येणं, हेही तितकंच महत्त्वाचं आहे. वि. स. खांडेकरांनी मराठीत 'ययाति' लिहिली, मी गुजरातीत 'प्रकाशनो पडछायो' लिहिली.

पण या साहित्यकृतींचा अन्य भाषांत अनुवाद झाला. असे झाल्याने एकमेकांना परस्परांच्या साहित्याचे महत्त्व कळेल म्हणून ही अनुवादाद्वारे आदान-प्रदान करण्याची प्रक्रिया भारतीय भाषांमध्ये सातत्याने घडायला हवी.

एक निरांजन जर का माझ्या घरातील देवघराला उजळवत असेल, तर तेच निरांजन दुसऱ्या कोणाच्याही देवघराला उजळवणार नाही का? तुपाच्या दिव्याचा धर्म तर कुठल्याही देवघराला उजळवण्याचा आहे. असा प्रकाशित करणारा दीप आपण आपल्या देवघरामध्ये ठेवलात, तर तुमचे देवघरही प्रकाशमय होईल. रवींद्रनाथ टागोर, प्रेमचंद, खांडेकर यांना जर कोणी फक्त बंगाली, हिंदी व मराठी साहित्यिक म्हटलं, तर त्यातून अज्ञानच प्रकट होईल. कारण ते एका भाषेचे... एका भाषेपुरते मर्यादित नाहीत.

भारतीय भाषांतील आदान-प्रदानाचा मराठी वाचकांनी स्वीकार केलेला आहे. याचा भरभक्कम पुरावा म्हणजे 'प्रकाशाची सावली'ची ही तिसरी आवृत्ती. ही कादंबरी आज गुजराती, हिंदी व मराठीपाठोपाठ इंग्रजीतही अनुवादित झालेली आहे आणि त्यावरचे नाट्यरूपांतरसुद्धा–गुजराती, मराठी, हिंदी व इंग्रजी भाषांमधून रंगमंचित झाले आहे आणि विदेशात ठिकठिकाणी प्रयोग झालेले आहेत.

तसेच 'महात्मा व्हर्सेस गांधी'च्या नाट्यरूपांतराचा खास प्रयोग न्यू यॉर्कच्या 'इंडो-अमेरिकन कल्चरल लीग'द्वारा कोलंबिया युनिव्हर्सिटीमध्ये 'गांधी जयंती'निमित्ताने केला गेला होता. तेव्हा या नाटकाला रिचर्ड ॲटनबरोंच्या 'गांधी' आणि श्याम बेनेगल दिग्दर्शित 'मेकिंग ऑफ महात्मा' या सिनेमांच्या बरोबरीने स्थान व मान मिळाला होता.

या तिसऱ्या आवृत्तीचे श्रेय 'मॅजेस्टिक प्रकाशना'च्या श्री. अशोक कोठावळेंचे आणि मराठी वाचकांचे आहे. त्याचप्रमाणे समर्थ अनुवाद करणाऱ्या सौ. स्मिता भागवतांचेसुद्धा यश आहे.

– दिनकर जोषी

१

जून महिना! वातावरणात पावसाळी दमटपणा! दिवसभर आग ओकून सूर्य थकला असावा. कपाळावरील घाम निपटायला तो पश्चिमेस झुकला वाटावं इतकीच किंचित सर आली. चार शिंतोडे पाऊस टपटपला. गेले पंधरा दिवस हेच असह्य वातावरण होतं. पावसानं जडावले मेघ आकाशात ठाण मांडून बसले होते; पण वरुणराजाचा हुकूम सुटत नव्हता. वेधशाळेत रोजच जोरदार पावसाची शक्यता व्यक्त होत होती; पण त्या तर्काला पाऊस मुसंडी देत होता.

संध्याकाळ झाली तरी वातावरण असह्य वाटत होतं. मे महिन्यातील प्रखर ताप पत्करला, पण हा दमट उष्म्याचा गुदमर नको असं वाटत होतं. मुंबईच्या हवेत दमटपणा असह्यच नव्हे तर कमालीचा थकवून टाकणारा भासत होता. शांत चित्तानं काम करणारे केशवलाल अस्वस्थ होते. या बेचैनीपाठचं कारण त्यांना स्वत:लाही उलगडत नव्हतं. रोज सूर्यास्त होऊन दिवेलागणी झाली तरीही काम करीत राहणाऱ्या केशवलाल यांचं मन प्रयत्न करूनही कामात लागत नव्हतं. शेवटी नाइलाज झाल्यागत ते उठलेच.

टकटक ऐकून पत्नीनं दार उघडलं. बाहेर घामाघूम केशवलाल उभे होते. तिनं आश्चर्यानं डोळे विस्फारले. "तुम्ही?" तिच्या चकित स्वरांतून काळजी टपकली. "इतक्या लवकर कसे? बरे आहात नं?"

"हो!" केशवलाल अस्वस्थ स्वरात म्हणाले. "फार थकल्यासारखं वाटत होतं. विनाकारण मन बेचैन होत होतं. कामात मुळी मनच लागेना. म्हटलं घरी जाऊन स्वस्थ वाचत पडावं!"

"कसली बेचैनी नि कसलं काय? ही मेली हवाच अशी पडलीय नं? पाऊस धड पडतही नाही आणि वादळी ढगाळ हवा नुसता गुदमर दाटवतेय. बाकी पस्तीस वर्षांचं वय म्हणजे का थकायची उमर?"

पत्नीचं म्हणणं पटत असल्यागत केशवलाल यांनी मान हलवली. थंडगार

पाण्यानं हात-पाय, तोंड धुवून त्यांनी कपडे बदलले. पांढऱ्या खादीच्या सैलसर कपड्यांत त्यांना थोडं बरं वाटलं. बैठकीच्या खोलीत असलेली आरामखुर्ची त्यांनी खिडकीजवळ सरकवली. सकाळी वरवर वाचलेलं वर्तमानपत्र घेऊन ते खुर्चीत विसावले. पण अस्वस्थ मन वाचनातही गुंतेना. वर्तमानपत्राची घडी करून ते वारा घेऊ लागले. बेचैन नजर निरर्थकपणे बैठकीच्या खोलीत भिरभिरत होती. पांढऱ्या स्वच्छ गादी-लोडाच्या बैठकीपलीकडे सूत कातण्याचा चरखा होता. दुसऱ्या टोकाला एक उतरतं मेज (डेस्क) होतं. या मेजाचे असंख्य उपयोग होते. कधी गादीवर बसून मेजावर कागद ठेवून केशवलाल लिहीत. कधी वाचनासाठी त्यावर पुस्तकं ठेवीत. पत्नीनं दिलेला चहासुद्धा याच मेजावर असे. फोनही याच मेजावर विसावला होता.

समोरच्या भिंतीवर गांधीजींचा फोटो लटकत होता. त्यावर केशवलालच्या पत्नीनं कातलेल्या सुताचा हार झुलत होता. "झुलतोय कुठे? वारं नाहीये!" केशवलाल स्थिर हारावर नजर टेकवत कुरकुरले. ती कुरकुरही त्यांना आवडली नाही. विनाकारण नजर भिरभिरतेय याचं वैषम्य मनात दाटलं. स्वत:च्या वृत्तीचा विरोध करायला त्यांनी डोळे मिटले. मिटल्या डोळ्यांनी ते आरामखुर्चीत पडून होते तरी मनाची सैरभैर अवस्था टाळता येत नव्हती. बेचैन मन:स्थितीमागचं कारण कळत नसताना फोन खणखणला. हा आवाजही नकोसा वाटत असल्यागत त्यांनी नाराज नजरेनं फोनकडं बघितलं. फोन घ्यावासा वाटत नव्हता. त्यांनी पुन्हा डोळे मिटले. फोन खणखणत होता. "त्यांचा डोळा लागलाय वाटतं?" म्हणत पत्नी फोनकडे धावली.

"हॅलो..."

"केशवलाल गांधींचं घर का?" फोन उचलला जाताच घाईनं प्रश्न उमटला. प्रश्नकर्ती व्यक्ती स्त्री होती. आवाज परिचित वाटला नाही म्हणून केशवलालच्या पत्नीनं होकार देत विचारलं,

"हो! त्यांचंच घर हे! आपण कोण?"

"ते घरी आहेत?" प्रश्न डावलून प्रतिप्रश्न आला.

"आहेत; पण जरा झोपलेत. आपण कोण? निरोप असला तर सांगा किंवा ते उठले की फोन करतील, नंबर द्या."

"फोन माझ्या घरून करीत नाहीये; शिवाय नाव सांगूनही उमज पडायची नाही. पटकन त्यांनाच फोन द्या."

"देते नं! पण नाव तरी सांगा? त्यांनी कुणाचा फोन विचारलं तर माझ्याजवळ उत्तर नको?" समोरच्या व्यक्तीचा स्वर आणि बोलण्याची पद्धत बुचकळ्यात पाडणारी होती. मनात नापसंती उमटावी अशी! तरी केशवलालची संस्कारी पत्नी संयमानं विचारत राहिली. ही चौकशी समोरच्या व्यक्तीलाही पसंत नसावी.

"मी फोरास रोडवरून बोलतेय!" तुसड्या कणखर स्वरात ती म्हणाली. त्याचं आकलन होण्यापूर्वीच तिनं विचित्र स्वरात प्रश्न टाकला,

"या पत्त्याशी परिचित आहात? कधी गेलात तिथे?"

फोरास रोडचं नाव ऐकताच केशवलालच्या पत्नीच्या अंगावर काटा आला. आपल्या नवऱ्याचं फोरास रोडवरील बाईला काय काम असावं? हा प्रश्न बुचकळ्यात पाडणारा नव्हे, तर थक्क करणारा ठरत होता. तिचा चेहरा पांढरा फटफटीत झाला. मुंबादेवीच्या मंदिरात जाताना ग्रँटरोड स्टेशनवर उतरून ती तेरा नंबरच्या ट्रॅममध्ये बसायची. पिला हाऊसच्या वळणावर ट्रॅम वळली, की कुतूहलमिश्रित भेदरल्या नजरेने ती 'तिकडे' बघायची. त्या क्षणार्धात 'त्या' जगाचं जे आणि जेवढं ओंगळ दर्शन घडलं होतं, त्याची यादही शिसारी दाटवणारी होती. अशा ठिकाणच्या स्त्रीचा नवऱ्याशी परिचय कसा असेल? ह्या प्रश्नावर मन ठेचकाळत असताना पलीकडून कुत्सित प्रश्न धडकला.

"ऐकलं ना तुम्ही?"

"फोरास रोड?" जेमतेम चाचरत प्रश्न निसटला.

केशवलालनं चमकून डोळे उघडले. भिंतीवर गांधींचा फोटो हसत होता. त्यावरची नजर सरकवून त्यांनी गोंधळलेल्या नजरेनं पत्नीकडे बघितलं.

"फोरास रोडवरची कुणी बाई तुमच्याशी बोलायचं म्हणतेय." माउथपीसवर हात ठेवत तिनं बेचैन स्वरात सांगितलं.

"काय?" केशवलाल ताडकन उठले.पत्नीनं त्यांच्या हाती फोन देऊन थंड नजरेनं पाहिलं. क्षणार्धात त्या नजरेत त्यांना आश्चर्य, भय आणि तिरस्काराचे टप्पे दिसले. काही न कळून त्यांनी नजर चुकवली. ओठ घट्ट मिटून पत्नी निघून गेली.

"हॅलो..." घाम टिपत बावरल्या स्वरात ते म्हणाले, "मी केशवलाल गांधी बोलतोय. आपण..."

"ऐका..." त्यांना तोडून समोरची व्यक्ती आदेश देत असल्यागत कणखर स्वरात म्हणाली, "एच. एम. गांधी म्हणजे हरिलाल गांधींना ओळखता नं? त्यांच्याविषयी बोलायचंय."

"कोण हरिलाल गांधी?" केशवलालच्या तोंडून प्रश्न निसटला आणि लगेच आठवण झाली. घाईनं ते प्रश्न विचारीत सुटले. तुम्ही हरिलालकाकांविषयी बोलताय का? ते कुठे आहेत ते मला ठाऊक नाही; पण त्यांच्याविषयी तुम्ही का विचारताय?"

"तुम्ही ऐका आधी" त्यांना पुन्हा थांबवत जरबेचा स्वर कानी आदळला. "हरिलाल गांधींविषयी मी विचारीत नसून तुम्हाला सांगू बघतेय; पण तुम्ही ती संधीच देत नाहीय. आत्ता ते सायन हॉस्पिटलमध्ये शेवटच्या घटका मोजताहेत. त्यांच्या खिशात तुमचं कार्ड सापडलं म्हणून फोन केला."

"पण...तुम्हाला कसं कळलं? तुम्ही कोण?"

"फोरास रोडवर 'रेशमाबाईची कोठी' जाणकारांना ठाऊक असते. तिथे 'चकलावाला माळा' विचाराल तर कुणीही सांगेल. तुमच्या हरिलालकाकांची माझ्या खोलीत शुद्ध हरपली. म्हणून त्यांना दवाखान्यात टाकलंय. ते केव्हाही मरतील. मी पब्लिक फोनवरून बोलतेय. याहून अधिक बोलू शकत नाही..."

"काय झालंय त्यांना? तुम्ही कोण? कधीपासून काकांना ओळखता हे तरी सांगा."

"मागे रांग आहे माझ्या. साऱ्या प्रश्नांची उत्तरं माझ्याकडे आलात तर मी नक्की सांगेन. माझा पत्ता... रेशमाबाईची कोठी, 'चकलावाला माळा', फोरास रोड." अत्यंत हीन गुजराती भाषेत ती बोलत होती. केशवलाल घामानं निथळत होते. फोरास रोडला कसं जायचं, हा प्रश्न छळत होता. शब्द सुधरेना. तरी ते पत्त्याविषयी अधिक विचारू लागले; पण फोन ठेवल्याचा आवाज आला. क्रॅडलवर बोटं दाबत ते "हॅलो..हॅलो," म्हणत राहिले. परिणाम शून्य! लाइन तुटलीच म्हणत त्यांनी रिसिव्हर ठेवला. उभ्या जागी ते धप्पकन बसले. बावरली नजर पुन्हा गांधीजींच्या फोटोकडे वळली. काय झालं ते बघायला पत्नीही बाहेर धावली. बसकण मारून विस्फारलेल्या नजरेनं फोटोकडे बघणाऱ्या नवऱ्याजवळ बसत तिनं केशवलाल यांच्या कपाळावर पदर दाबला. घाम टिपत हळुवार स्वरात विचारलं, "काय झालं? खूप घाबरलेले दिसता? कुणाचा फोन होता? हरिलालकाकांविषयी काही..."

बोलणं जमत नसल्यागत त्यांनी लाचार नजरेनं पत्नीकडे पाहिलं. जडभरी निःश्वास निसटला. तोंड उघडून छातीभर श्वास घेत त्यांनी बोलण्यासाठी तशी शक्ती गोळा केली. टेलिफोनवर मिळालेली माहिती सांगून ते पुन्हा गप्प बसले. क्षणभर कुणीच काही बोललं नाही. निःशब्द शांततेवर ओरखडा पाडत ते उदास स्वरात म्हणाले, "या बातमीची काळी सावली मनाला दिसत असावी म्हणून मन अशांत होतं; पण...हे खरंच कशावरून? देवदासकाकांकडे ते भेटले त्याला चार-पाच महिनेच झाले नं?"

"हो! त्या वेळीही ते बरे वाटले नव्हतेच."

"बरे नव्हतेच. जीवनाच्या लढाईत झालेल्या असंख्य जखमा चरत होत्या. ते स्पष्टपणे दिसत होतं तरीही.." केशवलालचा स्वर अगतिक झाला. पत्नीकडे बघत ते म्हणाले, "तरीही ही भेट शेवटची ठरेल, असं मात्र वाटलं नव्हतं गं!"

यावर काय बोलावं ते न सुचून ती गप्प राहिली. केशवलाल जुन्या आठवणींत रुतत होते. काहीतरी करणं आवश्यक होतं. परिस्थितीची जाणीव करून देत तिनं विचारलं, "आता?"

"तेच कळत नाही." केशवलाल बावरल्या स्वरात म्हणाले. "अधिक माहिती

फक्त 'ती' देऊ शकेल; पण तिच्याकडे कसं जायचं? हा यक्षप्रश्न आहे...'' क्षणभर थांबून ते म्हणाले, ''मला वाटतं, सुरेंद्रला फोन करावा. एक से दो भले! दोघांना मिळून तिचा शोध घेणं जमावं...''

''जमवायलाच हवं!'' पत्नीच्या उत्तरात संमती असल्यागत त्यांनी सुरेंद्रचा नंबर लावला.

''हॅलो...'' सुरेंद्रनंच फोन उचलला.

''सुरेंद्रभाई...मी केशवलाल!''

''नमस्कार केशुभाई...'' सुरेंद्रनं उत्साहानं स्वागत केलं. 'आजच तुमचा विषय निघाला होता. मनू आश्रमातील आठवणी सांगत होती. म्हणत होती... केशुभाईचं लग्न झालं. भाभींसाठी आश्रमातलं वातावरण अगदी नवं! आश्रमात साऱ्यांच्या पानात लिमड्याच्या (कडुनिंब) पानाची चटणी असे. पण बा हळूच नव्या लाडक्या सुनबाईच्या पानात कोथिंबिरीची चटणी वाढत...'' सुरेंद्रभाई चेष्टेच्या स्वरात अजून काही बोलणार असावेत; पण ही चेष्टा पचवण्याच्या मन:स्थितीत केशवलाल नव्हते. ते चेष्टेला प्रतिसाद कसा देणार?

''सुरेंद्रभाई...'' मनातील अस्वस्थता टिपेस पोहोचल्यागत त्यांचा स्वर थरथरला. ''फार महत्त्वाचं बोलायचंय...'' परिचित केशवलालचा हा अपरिचित स्वर सुरेंद्रभाईंच्या कानात गांभीर्य सांगणारा होता.चेष्टा आवरती घेत ते ऐकू लागले. फोनची हकिगत सांगून केशवलालनं अगतिक स्वरात विचारलं,''तुम्ही लगेच येता? दोघं मिळून बाईचा शोध घेऊ.हॉस्पिटलमध्ये जाऊ. योग्य वाटलं तर इतरांना कळवू, कसं?''

''मी निघतोच!'' कामाची निकड जाणवून सुरेंद्रनं फोन ठेवला.

सुरेंद्र मशरुवालांचं घर खारला आणि केशवलाल किंग्ज सर्कलला! लगेच निघालं तरी अर्धा तास तरी लागणारच. हा काळ केशवलालना युगायुगांसारखा वाटत राहिला. पाठीवर हात बांधून ते येरझारा घालीत राहिले. असह्य बेचैनीची ती खूण होती. त्यावर उपाय नव्हताच. त्यांच्या फेऱ्यांकडे अस्वस्थ नजरेनं पत्नी बघत राहिली. मन भूतकाळाच्या भोवऱ्यात भोवंडणं अटळ आहे, हे कळत होतं. त्याचं अपरिहार्यपण स्वीकारण्यापलीकडे काही करणं जमण्यातलं नव्हतंच.

केशवलालना आठवत होती मागची भेट! निपटल्या चेहऱ्याचे, हाडं वर आलेले नि डोळे खोल उतरलेले भकास काका! कळकट जीर्ण धोतर आणि कॉलरपाशी फाटलेला सदरा! चपलेची तुटकी पट्टी आणि झिजलेल्या टाचा...केसांना कित्येक दिवसांत पाण्याचा स्पर्श नसावा. लाल डोळ्यांत जिवंतपणाचा मागमूस नव्हता... अचानक केशवलालना आठवलं, स्मरणात गाडलं गेलेलं हरिलालकाकांचं दुसरं रूप...

''वीस वर्षांच्या मोटाभाईंना बघितलं असतंत, तर हेच 'ते', यावर विश्वास ठेवणं

कठीण झालं असतं...'' देवदासकाका म्हणाले होते,

''उंच बांध्याचे गोरेपान मोटाभाई विलक्षण रुबाबदार दिसत. घनदाट काळेभोर केस कितीही व्यवस्थित चापूनचोपून बसवले तरी चिक्कार बटा कपाळावर झेपावत. राहणी तरी किती नेटकी! बोलक्या तेजस्वी डोळ्यांमुळे समग्र व्यक्तिमत्त्वच जबरदस्त प्रभावी वाटायचं...''

''पण...आपल्या नशिबात त्यांच्या या रूपाच्या आठवणी कुठेत? असल्याच तरी अतिअंधूक.'' केशवलाल उदासवाणं पुटपुटले.

''आपण वारंवार बघितलं ते हरिलालकाकांचं उद्‌ध्वस्त स्वरूप! कंगाल कळकट काकांचं रूप प्रभावी कसं वाटणार आपल्याला? नेटकी राहणी दूर, चिरफळ्या उडालेले कपडे पाहिले आपण! आपल्या स्मरणात त्यांची थिजली नजर इतकी घर करून आहे, की हे डोळे कधी बोलके असतील, अशी कल्पना करू शकत नाही आपण...''

एकदा जबलपूर मेलनं प्रवास केला त्या वेळी कटनी स्टेशनवर एक अत्यंत आर्त सूर कानी पडला होता. त्याची याद उसळ्या मारू लागली. ''बा...बा...'' म्हणत कस्तुरबांना साद घालणारं हरिलालकाकांचं ते उद्‌ध्वस्त रूप आठवलं आणि त्यांच्या अंगावर सरसरून शहारा आला. मन निराश, उदास विचारांच्या गर्तेत गटांगळ्या खात गुदमरत असताना दारावर अनावर थाप पडली. केशवलाल झटकन उठले. उंबऱ्याबाहेर सुरेंद्र मशरुवाला उभे होते. एक शब्दही न बोलता केशवलालनी कफनी (झब्बा) घातली. डोक्यावर गांधी टोपी घालून ते निघाले.

''उशीर झाला तरी काळजी करू नकोस!'' पत्नीकडे न बघता ते म्हणाले. ''वेळेवर येणं जमण्यातलं नाहीच. जेवून झोप तू...'' यावर काही बोलण्याजोगं नव्हतंच.तरी राहवेना म्हणून ती कापऱ्या स्वरात म्हणाली, ''सांभाळून जा. रात्रीची वेळ आहे आणि जाताय अशा ठिकाणी की...'' फोरास रोडचा उच्चारही टाळावासा वाटत असल्यागत तिनं दाताखाली ओठ चिरडला.

''दोघं आहोत नं आम्ही? भाभी, तुम्ही काळजी करू नका.'' सुरेंद्र मशरुवाला आश्वासक स्वरात म्हणाले.

जिना उतरून दोघं रस्त्याला लागले तेव्हा रात्रीचा अंधकार मुंबईवर उतरला होता. स्ट्रीट लाइट्‌सच्या प्रकाशात दोघं चालू लागले.

२

ग्रँटरोड स्टेशनवर सुरेंद्र आणि केशवलाल उतरले तेव्हा साडेआठचा सुमार होता. एरवीची वेळ असती तर ते ट्रॅमच्या रांगेकडे वळले असते; पण प्रसंग घाईचा होता. थोडं स्वत:शी आणि थोडं केशवलालचं मत विचारल्यासारखं सुरेंद्र पुटपुटले, ''व्हिक्टोरियानं जावं झालं.''

होकारात मान हलवीत केशवलालनं काळ्या गोंड्याची तुर्की टोपी घातलेल्या गाडीवाल्याला इशारा केला. खिलापत आणि खलिफा इतिहासजमा झाले तरी गांधीजींच्या पुण्यप्रतापानं तुर्की टोपी मुंबईच्या व्हिक्टोरिया चालकांच्या मस्तकावर सरताज बनून राहिली होती.

''किधर जाना है बाबूजी?'' ठरावीक हेल काढत गाडीवानानं विचारलं. त्याचा प्रश्न आणि विचारण्याची रीत ठरावीक असली तरी उत्तर इतकं सहज नव्हतं. सुरेंद्र आणि केशवलाल ओठ शिवल्यागत एकमेकांकडे बघत राहिले. 'फोरास रोड' हे उत्तर कुणाच्याही ओठी येईना. नजर चुकवीत केशवलाल म्हणाले, ''नळ बजारकी ओर लेलो. आगे फिर दिखा देंगे.''

सुरेंद्रचे ओठ किंचित हसले. 'पिला हाऊस'जवळच्या वळणावर मागे वळून गाडीवानानं विचारलं, ''अब कहाँ लू साब?'' यक्षप्रश्नाहून भयंकर प्रश्न वाटला तो! फोरास रोडच्या दिशेला हात करून सुचवावं, की तोंडानं उत्तर द्यावं? दोन्ही अवघड होतं. जमण्यातलं नव्हतं. गाडीवान तिरस्कारानं हसला तर? मोठे खादी वापरतात आणि यांचा राबता मात्र फोरास रोडवर! अशा अर्थानं त्याची नजर हसली तर? मनात भय दाटलं. आत्ता सुद्धा त्यानं साधा आणि आवश्यक प्रश्न विचारला होता. चेहऱ्यावर वाजवी प्रश्नचिन्ह उमटलं होतं. तरी मनाच्या कोपऱ्यात संशयाची पाल चुकचुकत होती. त्याच्या नजरेत उपहासाचं स्मित आहेसं वाटून सुरेंद्रनं नजर चुकवली. उतरण्याचा पवित्रा घेत घाईनं म्हटलं,''बस्स! इथेच उतरतो आम्ही!...'' गाडी सोडून केशवलालकडे बघत तो दबल्या स्वरात म्हणाला, ''इथे अनायासे दिवा

उडालाय. अंधारात तोंड लपवणं सोयीचं वाटलं. कुणी ओळखीच्या व्यक्तीनं आपल्याला 'तिकडे' वळताना बघायला नको. पटकन् रेड लाइट एरियात शिरू.''

''सुरेंद्र...'' केशवलाल हळूच म्हणाले, ''या एरियात आपण विलक्षण वेगळे पडतोय. कुणी बघितलं तर महात्माजींच्या नावाला बट्टा लागायचा...''

''खरंय!'' सुरेंद्रांच्या स्वरात असीम व्यथा दाटली. ''पण या भयानं तपास करण्याचं काम टाळणं तरी कुठे जमण्यासारखं आहे? ते तुमचे काका आणि माझे सासरे...एका परीनं दोघांसाठी पित्याच्या स्थानी असणारी व्यक्ती...''

''घाबरून परतावं असं मला सुचवायचं नाहीय, सुरेंद्र.'' केशवलाल समजुतीच्या स्वरात म्हणाले, ''असा विचारही मनात आला तर बापूंजवळ निर्भयतेचे जे पाठ गिरवले ते फुकट गेले, असंच म्हणावं लागेल... मी म्हणत होतो, अजून या रस्त्यावर चांगल्या लोकांची रहदारी आहे. कुणी परिचित भेटायची शक्यता आहे. म्हणून सरळ 'तिकडे' न जाता थोडी वाकडी वाट करून पटकन् वळावं. अब्रूच्या बुर्झ्वा कल्पनांनी घाबरू नयेच. पण शक्य असेल तर बापूंच्या नावाला काळिमा न लागावा यासाठी प्रयत्न करावा.''

दोघं पटापट पावलं उचलू लागले. फोरास रोड सुरू झाला. दारं-खिडक्यांतून ओतू जाणारा रूपाचा गलिच्छ बाजार भरास येऊ लागला होता. कुठे बाजारभावासाठी खेचाखेच सुरू झाली होती. काही माड्यांतून तबल्याच्या ठेक्यावर हार्मोनियम, सारंगीवर लहेरा घुमू लागला होता. कुणाला तरी विचारायला हवं होतं. पण अजून रात्र चढली नव्हती. तुरळक रहदारी आहे तोवरच शोध घ्यायला हवा, हे कळत होतं. पानाच्या ठेल्यावर चार-पाच माणसं घोटाळताना दिसली म्हणून तिकडे मोहरा वळवला.

''आईये! पधारीये बाबूजी!'' पानवाल्यानं स्वागत केलं. ''फरमाईये साब! कैसा पान बनादूँ आपको?... नवरतन जर्दा'.. 'पलंगतोड'...साली वो रंडी भी याद करेगी आपको...'' केशवलालकडे बघत तो मुखरस पाघळू लागला. त्याच्या हास्यात, स्वरात जे भाव होते ते सहन होण्यातले नव्हते. केशवलालना स्वागताचा हा भडिमार स्तब्ध करणारा होता. ते गप्प पाहून सुरेंद्रनं धीरानं विचारलं, ''भाईसाब, आम्ही चकलावाला माळा शोधतोय. कसं जायचं तिथे ते ठाऊक नाहीये. जरा तुम्ही मार्गदर्शन कराल?''

पानवाल्यानं सातमजली हसत ठेला डोक्यावर घेतला. तिथे पान चघळत उभे असलेले इतरही हसले. पिचकारी टाकत त्यातला शीख तरुण म्हणाला, ''पहिलाच अनुभव दिसतोय. पहिलटकरणीसारखे नर्व्हस दिसता.'' बोलता बोलता त्यानं सुरेंद्रच्या पाठीवर दोस्तीचा हात ठेवला. सुरेंद्रचं ओढूनताणून आणलेलं अवसान गळालं. त्यानं कोरड्या पडणाऱ्या ओठांवर जीभ फिरवली.

"तुमचा अंदाज योग्य आहे!" केशवलाल प्रयत्नपूर्वक म्हणाले. "आम्ही या एरियाशी खरंच परिचित नाही. थोडी मदत कराल तर आपले आमच्यावर उपकार..." आपल्या सुसंस्कृत गांधीवादी भाषेचा इथे उपहास होतोय, हे जाणवून केशवलाल गप्प झाले. साऱ्यांच्या मिश्कील नजरांचं सावज ठरणं फार असह्य वाटत होतं. त्यांच्या भाषेवर कुरघोडी करणाऱ्या नाटकी स्वरात शीख तरुण बोलू लागला. "वा! वा! आपल्यासारख्या सज्जनांच्या (?) मदतीसाठीच तर आम्ही जगतोय? पण अहो..." डोळे बारीक करीत तो मूळ पदावर आला. 'चकलावाला माळा कशाला शोधताय? तिथल्या बाया विसराल असा कंडा माल आपल्या स्टॉकमधी आहे. अशा मारफाड बाया दाखवतो तुम्हाला, की तबियत खूश होणार बाबूजी..."

केशवलाल आणि सुरेंद्र हतबुद्ध झाले. हा शीख युवक वेश्यांचा दलाल आहे, याची जाणीव झाली. त्याच्या लेखी कुणा जाणकाराकडून चकलावाला माळ्यातील बायांच्या चित्तरकथा ऐकून आलेले अनभिज्ञ तरुण हीच त्यांची ओळख होती. इतक्या खालच्या स्तरावर आपली गणना होतेय, हे पाहून मनात वैषम्य दाटलं. आता इथे चौकशी करणं जमणार नव्हतं. आवेगानं सुरेंद्रचा हात खेचत केशवलाल चालू लागले. त्यांच्या हाताचा ओलसरपणा आणि थरथर सुरेंद्रला प्रकर्षानं जाणवली, पण संशोधन थांबवता येणार नव्हतं. दोघांनी पाठ फिरवताच दणकेबाज शब्द पाठीवर आदळले. "अरे, कहाँ चले बाबूजी? बिना पान इस खद्दरके धोतीमे ताकत कैसे आयेगी?" एकच हशा उसळला. काही ऐकू येत नसावं असे ते खाली मान घालून चालत राहिले. पटकन् जवळच्या गल्लीत वळले. अंधार दिसला म्हणून क्षणभर तिथेच उभे राहिले. शरीर घामानं निथळत होतं. धोतराच्या सोग्यानं घाम पुसत केशवलालनं भिरभिरत्या नजरेनं रंगीन बाजाराकडे बघितलं. गलितगात्र केशवलालकडे बघणाऱ्या सुरेंद्रला जाणवलं...आता आपणच धीरानं घ्यायला हवंय.

"केशुभाई..." त्याने स्नेहल स्वरात म्हटलं, "काम फार अवघड आहे नि केल्याविना चालणारही नाहीय. तातडीनं ते संपवायला हवं. कारण रात्र चढली, इथे राबता सुरू झाला, की आपल्याला काहीही जमणार नाही. इथे वर्दळ नाही तोवरच जमवायला हवंय."

"खरंय!" केशवलाल खेदानं म्हणाले. "सुरेंद्र, मला वाटतं, आपण टोपी काढून खिशात ठेवावी. आपल्याला आपादमस्तक न्याहाळणारे हे लोक टोपीकडे अशा नजरेनं बघतात, की मला उभ्या जागी जळत असल्यासारखं वाटतं. त्यांची हसणारी नजर माझ्या काळजावर करवत चालवते. ही टोपी हास्यास्पद ठरणं सहन होत नाहीय मला..."

खरंच गांधीटोपीकडे बघत बाया आणि पुरुषवर्ग अचकट विचकट बोलत होते. गलिच्छ हसत होते याची नोंद सुरेंद्रनंही घेतली होती. दोघांनी टोपी उतरवून तिची

घडी केली. तीवर हळुवार हातानं हात फिरवत तिला सांभाळून खिशात ठेवली. पुन्हा अशरण शोध सुरू झाला. बीभत्स ताशेरे ऐकत, अश्लील अंगविक्षेप नि मिश्कील नजरा पचवत ते प्रखर गांधीवादी सच्च्या दिलानं स्वतःच्या वाट्यास आलेलं कार्य करीत राहिले. हा पुरुषार्थ कारणी लागला. चकलावाला माळा समोर दिसला आणि त्यांना सुटका झाल्याचा आनंद झाला. पण...

इतक्या खटाटोपीनं दिसलेली ही जीर्ण इमारत तर पूर्व-पश्चिम भागात विभागलेली तीन माळ्यांची इमारत होती. प्रत्येक मजल्यावर अनेक कोठ्यांची रचना होती. कोठीतील खोल्यांची संख्या पडदे लटकवून वाढवलेली होती. झाडाच्या एकाच फांदीवर तीन-चार फुलं असावीत, अशा प्रत्येक पडद्यामागून दोन-तीन बायका आशाळभूत नजरेनं बघत होत्या. सावज पकडायला सिद्ध असलेल्या श्वापदाचं आपलेपण त्यांच्या नजरेतून टपटपत होतं. आता कसं आणि कुणाला विचारावं? या विचारात क्षणभर ते इमारतीच्या प्रवेशद्वाराशी थांबले. ते तसे थांबताच यौवनाच्या त्या उघड्या बाजारात त्यांना आकर्षित करण्यासाठी अहमहमिका लागली.

"या साहेब! घर तुमचंच आहे." म्हणत त्यांच्या बावरल्या मुद्रेवरचे भाव टिपत त्या निर्ढावलेल्या बाया हसत सुटल्या. कुणी त्यांना धीर देण्याचं नाटक करीत मिश्कीलपणे अश्लील हावभाव करू लागल्या. दिङ्मूढ अवस्थेत ते पुतळ्यासारखे उभे होते. थिजल्या नजरेनं बघत राहिले. एका वयस्क बाईनं केशवलालचा हात धरून स्वत:च्या कोठीकडे खेचलं.

"डरो मत बेटे!" ती छद्मी हसत म्हणाली, "मेरे पास अँग्लो इंडिया माल भी है! नजरेनं बघून घ्या साहेब. तराजूत तोलून घ्या साहेबआलम!..." अनेक भाषांचं गलिच्छ मिश्रण ती ओकत होती. सुरेंद्रनं केशवलालचा दुसरा हात खेचायचा प्रयत्न केला; पण ते सोपं नव्हतं.

"बहेनजी..." सर्व शक्ती पणाला लावत केशवलाल चिरकल्या आवाजात म्हणाले, "आम्हाला रेशमाबाईची कोठी दाखवा."

"बहेनजी..?" सात-आठ आवाजांत उपहासगर्भ कोरस उसळला. त्यात साऱ्यांचं हास्य मिसळलं. धरणी दुभंगून पोटात घेईल तर बरी, असं वाटून केशवलाल नि:शब्द झाले.

"वाह बहोत खुब!" हलक्या प्रतीची पावडर थापलेली एक प्रौढा तिरस्कारानं म्हणाली, इथे बहेनजींच्या भेटीसाठी कुणी भाईजीही येतात, हे इतक्या वर्षांत कळलं नव्हतं." पुन्हा हास्याचा धबधबा कोसळला. केशवभाई लाजेनं पाण्याहून पातळ झाले. आता आपण बोलायचा प्रयत्न करावासा वाटून सुरेंद्रनं जिवाच्या आकांतानं तोंड उघडलं, "आमचे एक स्नेही इथे रेशमाबाईच्या कोठीत आजारी झाल्याचं कळलं. म्हणून आम्ही रेशमाबाईची कोठी शोधतोय."

"अबे ओय उल्लू!..." एक सुंदर आणि भारदस्त बाई आक्रमक स्वरात ओरडली. सुरेंद्रसमोर छाती काढून उभी राहत तिरस्कारानं म्हणाली, "आलायस तर हिमतीनं बोल. बतलावण्या नकोयत इथे. माझ्याकडे बघ! त्या रेशमाबाईच्या कोठीत असं काय दाटलंय जे माझ्याजवळ नाही?" त्याच्याजवळ झुकत ती स्वरात मार्दव आणून म्हणाली, "एक बार देखकर आजमा ले! जोबनमें ऐसे डूब जाओगे की रेशमाबाई चप्पट हो जायेगी..."

पुन्हा हास्याचं कारंजं उसळलं. इतर खोल्यांतील बायाही हा बिनपैशाचा खेळ बघायला बाहेर आल्या. जवळ उभ्या असलेल्या बाईनं चोपडलेल्या हलक्या प्रसाधनाच्या तीव्र वासानं सुरेंद्रला गरगरायला लागलं. रस्त्यावरची काही माणसंही हा काय तमाशा आहे, ते बघायला आली. हलक्या प्रतीच्या प्रसाधनांच्या गंधात देशी दारूचा वास मिसळला. आता इथे अधिक थांबलो तर वेड लागेलसं वाटून अवाक् झालेल्या सुरेंद्रचं बकोटं पकडून केशवलाल तरातरा चालू लागले. निष्क्रिय पुरुषांशी हुज्जत घालण्यात बायांनाही स्वारस्य नव्हतं. तरी पळून जातायत वाटावं इतकी चटचट पावलं उचलणाऱ्या खादीधारी तरुणांकडे पाहून त्यांना हसू आवरेना. कितीतरी वेळ ते हास्य पाठपुरावा करतंयसं वाटून दोघं चालत राहिले. नि:शब्दपणे चालत असतानाही त्या हास्याचं कुबड पाठीवर बाळगलं असावं. त्या बोज्याखाली चिरडलं जात असण्याची भावना दोघांना पीडत होती. रेडलाइट एरियाचं दुसरं टोक नजरेच्या टप्प्यात आलं आणि सुरेंद्रला कंठ फुटला.

"केशुभाई, रेशमबाईची कोठी आपल्याला या जन्मी शोधता येणार नाही."

"मलाही वाटतं, इकडे येण्याचा निर्णय चुकीचा होता; पण इकडे सारं इतकं 'असं' असेल याची आपल्याला कल्पना नव्हती नं?" त्या आठवणीनं शहारा आला. क्षणभर सोग्यानं घाम पुसायला केशवलाल जागीच उभे राहिले.

"मला वाटतं, या आंधळ्या गल्लीत डोस्कंफोड करण्यापेक्षा सरळ हॉस्पिटलमध्ये जावं. हरिलालबापू खरंच आसन्नमरणावस्थेत असतील, तर ते इमर्जन्सी वॉर्डमध्ये असणार; तरीही आपण सगळीकडे तपास करू. तिथे ते नसले तर ही अफवा आहे, असं समजणं भाग आहे. भेट झाली तर उत्तमच!"

"असंच करायला हवं!" केशवलालच्या स्वरात पराजयाची व्यथा होती; पण अपयश पचवून तातडीनं शोध घ्यायलाच हवा होता. फक्त जागा बदलायचा निर्णय घेऊन त्यांनी मोहरा वळवला. नळबाजाराच्या वळणावर त्यांना ट्रॅम दिसली. धावत जाऊन त्यांनी ट्रॅम पकडली. हॉस्पिटलच्या दिशेने प्रवास सुरू झाला आणि पंधरा दिवसांपासून हुलकावणी देणाऱ्या पावसाचे टपोरे थेंब टपटपू लागले. पाहता पाहता वरुणराजाच्या कृपेनं जोर धरला. वातावरणात गारवा आला म्हणून वा रेडलाइट एरिया नजरेच्या टप्प्यातून दूर सरकला म्हणूनही असेल; पण दोघांच्या मनावरचा

बोजा घटला. ताठरलेली गात्रं सैलावत केशवलालनं खिशातून घड्याळ काढलं. अकरा वाजले होते.

दोघं हॉस्पिटलमध्ये शिरले तेव्हा सामसूम झाली होती. त्यांना आत जाऊ देण्यासाठी दारवान आढेवेढे घेत होता; पण जी भाषा फोरास रोडवर चेष्टेचं साधन ठरली होती, तीच भाषा इथे आदरानं ऐकण्यात आली. कुरकुरत का होईना दारवानानं त्यांना आत जाऊ दिलं.

तपासकक्ष (इन्क्वायरी काउंटर) मोकळा होता. दोन-चार नर्स इकडेतिकडे करत होत्या. त्यांनी वॉर्डबॉयला सूचना देऊन मेडिकल ऑफिसरला भेटायला त्यांना पाठवलं. दोघं वॉर्डबॉयमागे चालू लागले. सगळीकडे शांतता होती. नाइट लॅम्पच्या धूसर प्रकाशात ही शांतता उदास वाटत होती. अधूनमधून रोग्यांच्या कण्हण्याचा आवाज तेवढा येत होता. रोग्यांबरोबर आलेली माणसं इथे तिथे शरीराचं मुटकुळं घालून झोपली होती. साऱ्यांतून वाट काढत ते मेडिकल ऑफिसच्या कक्षापाशी पोहोचले. दारावर हलकेच टकटक करीत केशवलालनं दार किलकिलं करून आत बघितलं. मेडिकल ऑफिसरनं नजर उचलताच अदबीनं विचारलं, ''एक्सक्यूज मी! मे आय कम इन? प्लीज!''

३

जटिल केसचं झेंगट संपवून जरा कुठे खुर्चीत टेकताच मेडिकल ऑफिसरनं दारावर हळुवार टकटक ऐकली. रात्रपाळीसाठी आल्या आल्याच या रोग्यानं जसं उभं धरलं होतं. रोग्याला वाचवणं जमलं नव्हतं. रोगी वाचण्याची सुतराम शक्यता नव्हती; पण सरकारी दवाखान्याच्या नियमांत मरण तरी कुठे सहजपणे घडायला? इथले नियम आणि कायदे विलक्षण काचणारे. माणसाला सुखानं मरूही न देणारे! त्यात निदान मरणारा साऱ्या व्यथा-वेदनांतून सुटतो तरी. मरणोत्तर कारवाईत डॉक्टरची पुरती वाट लागते. त्यात ज्या रोग्याबरोबर कुणी नात्यातील व्यक्तीही नसते, अशा रोग्याचं मरण म्हणजे डॉक्टरसाठी निव्वळ डोकेदुखी!

अशाच मृताची मरणोत्तर कारवाई संपवण्यात डॉक्टर कावला होता. सारं संपवून जरा बसू म्हटलं तोच कोण टपकलं? नजर वर करून पाहिलं तर केशवलाल नजरेस पडले. वैताग वाढला तरी कर्तव्याचं भान सुटलं नव्हतं. अनिच्छेनं का होईना, आत येण्यासाठी परवानगी द्यावीच लागली. सुरेंद्र आणि केशवलाल आत आले.

"आपण कोण? कशासाठी येणं केलंत?" डॉक्टरनं थकल्या स्वरात औपचारिक प्रश्न विचारला.

"मी केशवलाल गांधी आणि हे सुरेंद्र मशरुवाला."

"बरं! पुढे..." निरस स्वरात डॉक्टरनं कारण विचारलं.

"आम्हाला अशी माहिती मिळाली की, आमचे एक नातेवाईक इथे ॲडमिट झालेत. त्यांची परिस्थिती गंभीर आहे. ही बातमी खरी आहे का, हे जाणून घेण्यासाठी आलो. रोग्याचं नाव आहे, मिस्टर एच. एम. गांधी-हरिलाल गांधी."

"काय? नाव काय म्हणालात?" डॉक्टरनं चमकून विचारलं.

"मिस्टर एच. एम. गांधी..." प्रत्येक अक्षरावर जोर देत सुरेंद्रनं नाव सांगितलं. खांदे झुकवून बसलेले थकले भागले डॉक्टर नाव ऐकून ताठ झाले. निरुत्साहानं

बोलणाऱ्या डॉक्टरच्या मनात रस निर्माण झाला.

"खरंच ॲडमिट झालेत का ते? की आम्ही उगीच तसदी देतोय तुम्हाला?" केशवलालनं दिलगीर स्वरात विचारलं.

"मिस्टर गांधी दोघांच्या नात्यातले आहेत?" डॉक्टर चकित!

"हो! ते माझे काका आणि हे त्यांचे जावई आहेत."

"कमाल आहे!" डॉक्टर वैतागून म्हणाले, "इतक्या निकटचं नातं सांगताय, पण इतकी वेळ येईतो झोपलात नं तुम्ही? त्यांना सांभाळायला हवं होतंत. आता तपास करताय?"

"म्हणजे?" केशवलालच्या तोंडाला कोरड पडली.

"आय ॲम सॉरी!" औपचारिक स्वरात डॉक्टर म्हणाले. "तुमच्या काकांना वाचवणं जमण्यातलंच नव्हतं. तासाभरापूर्वी त्यांनी देह ठेवला. त्यांच्या केसपेपरवर जे नाव आणि पत्ता आहे, ते विचारात घेता कुणाला कळवणं जमणार नव्हतं. नाइलाजानं आम्ही बेवारशी प्रेत म्हणून त्यांची बोळवणी प्रेतागारात केली."

केशवलालच्या काळजाचा ठोका चुकला. त्यांनी आधार हवासा वाटून सुरेंद्रचा हात धरला. त्यांची अवस्था पाहून डॉक्टरला वाटलं, कदाचित यांना काहीच ठाऊक नसेल. ही बातमी यांच्यासाठी नवी असावी. बोलणं आवरतं घेत त्यांनी खुर्चीकडे निर्देश करीत औपचारिक स्वरात म्हटलं, "तुम्ही बसा तरी! उभे का?"

बसणं ही गरज असावी, असे केशवलाल खुर्चीत कोसळले. डॉक्टर चकित नजरेनं पाहत होते. हळुवार स्वरात त्यांनी विचारलं, "मिस्टर गांधी कोणकोणच्या रोगाची शिकार होते, याची तुम्हाला जाण नाहीय का?" केशवलाल बधिर मनानं डॉक्टरांचे बोल ऐकत होते. सुरेंद्रनं मान हलवून नकार दिला.

"तुमच्यासारखे लोक गांधींच्या नात्यातच काय पण परिचयातही असतील, असं वाटलं नव्हतं. त्यांना इथे आणलं तेव्हाही ते शेवटच्या पायरीवरच होते. शिवाय ज्या माणसांनी यांना इथे आणलं ते पाहता त्या अवस्थेविषयी आश्चर्यही वाटलं नाही; पण..."

क्षणाक्षणाला त्या दोघांचे चेहरे विदीर्ण होत होते. रोग्याच्या पतनासाठी यांना जबाबदार समजणं गैरही असेल असं वाटून ते संयमित स्वरात म्हणाले, "जाऊ द्या. ही चर्चाच आता निरर्थक ठरणारी आहे. मला सांगा, तुम्ही प्रेताचा ताबा घेणार आहात, की नुसती चौकशीच करायला आला आहात?"

केशवलाल विस्फारल्या डोळ्यानं बघत होते. डॉक्टरच्या बोलण्यात कुठेही कृत्रिमता जाणवत नव्हती. त्यांच्या लेखी वाचवता न आलेल्या रुग्णाच्या बॉडीचा ताबा देता येण्याजोगे हे निकटचे नातेवाईक होते. मृत व्यक्तीविषयी तर्क करण्यात डॉक्टरला स्वारस्य नसावं. त्यांचे डोळे पाणावले. त्यांच्या पाठीवर आश्वासक हात

ठेवत सुरेंद्रनं डॉक्टरला होकार दिला. दबल्या स्वरात ते म्हणाले, "केशुभाई, हरिलालबापूंच्या अंतिम संस्कारांची व्यवस्था ही आता आपलीच जबाबदारी आहे. म्हणून..." केशवलालनं मान हलवून संमती दर्शवली.

ताबा आणि डेथ सर्टिफिकेट यासाठी सरकारी कार्यवाही सुरू झाली. केशवलालचं काळीज लकलकत होतं. पित्याच्या नावाशी डॉक्टरांची लेखणी अडखळली तर? मोहनदास गांधी म्हणताच त्यांच्या भुवया आश्चर्यानं उंचावल्या तर? रोगी कोण हे डॉक्टरांना कळल्याशिवाय राहणार नाही. त्यांच्या नजरेत दाटणाऱ्या आश्चर्यमिश्रित तिरस्काराच्या कल्पनेनंही केशवलालचा थरकाप झाला. तुमच्यासारखे लोक या रोग्याचे नातेवाईक? असं म्हणतानाही डॉक्टरांनी नवलानं खादीच्या कपड्यांकडे, गांधीटोपीकडे बघितलं होतं. मग गांधीटोपी नव्हे तर साक्षात गांधीच या रोग्याच्या नात्यात?...नव्हे पिता-पुत्राच्या निकटतम नात्याचा उलगडा होईल तेव्हा...राष्ट्रपित्याच्या ज्येष्ठ पुत्राचा समावेश बेवारशी प्रेतात करावा लागला, याची खंत डॉक्टरांच्या मनात दाटेल का? डॉक्टर कर्तव्यतत्पर वाटतात...केशवलाल विचारात गरगरत होते. डॉक्टर जलद गतीनं औपचारिक काम उरकत होते.

एच. एम. गांधींच्या पेपर्सची फाईल उघडून डॉक्टर कामाला लागले. डेथ सर्टिफिकेटवर आवश्यक ती माहिती उमटू लागली. मृताचं नाव-हरिलाल, पित्याचं नाव-मोहनदास, आडनाव-गांधी, वय- ६० वर्षे. मृत्यूचं कारण- सिफिलीस...वगैरे. केशवलालची नजर व्यथित होती. क्षणापूर्वी डॉक्टर मोहनदास गांधी या नावाशी थबकले तर...इनिशियल्स वाचून कळलं नाही, तरी नाव जाणल्यावर नक्की कळेल. निदान तेच की नावासारखं नाव, ही शक्यता तरी ओठी येईल, या भयानं त्यांची मान खाली होती. पण तसं काही घडलं नाही. डॉक्टर यांत्रिकपणे काम उरकणंच महत्त्वाचं समजत असावेत. त्यांचे हातच कामात असावे, मन नव्हे; हे सुद्धा केशवलालना टोचलं. तसं काही मोहनदास गांधी हे नाव अगदी इतिहासजमा झालेलं नाही. जेमतेम साडेचार महिने तर उलटलेत. सहा महिन्यांपूर्वी करोडो देशबांधवांचे महात्माजी बापू होते नं? राष्ट्रपिता होते. जग त्यांना महात्मा-फकीर, अवलिया म्हणून ओळखत होतं. त्यांचं नाव लिहिलं जात असताना ही यांत्रिकता? केशवलालचं मन मूकपणे रडत होतं. काही वेळापूर्वी अशा घाणेरड्या रोगानं मेलेला रोगी बापूजींचा मुलगा का? हा प्रश्न डॉक्टरांनी विचारला; तर तो पचवणं अवघड वाटेल, असं वाटत होतं. पण या प्रश्नाची उपेक्षा त्याहूनही अधिक दाहक होती.

राष्ट्रपिता मोहनदास करमचंद गांधींना स्वत:ची रक्ताची मुलंही आहेत. त्यांचा हा ज्येष्ठ पुत्र-लेकी, सुना, मुलं, नातवंडं असलेला, पण एकाकी उद्ध्वस्त अवस्थेत बेवारशी प्रेतांच्या रांगेत प्रेतागारात ठेवलेला हा देह! भरल्या घरात एकटा पडलेला कस्तुरबांच्या काळजाचा तुकडा! पहिला लाडाकोडाचा पुत्र! त्याच्याविषयी साधी

शक्यताही व्यक्त होऊ नये? याला दैवाचा दुर्विलास म्हणायचं, की काळाचा परिणाम म्हणायचं? काळ तरी इतका निष्ठुर! निर्दय!! अवघ्या साडेचार महिन्यांच्या अवधीत राष्ट्रपित्याची आठवण नष्ट करणारा...केशवलालच्या गळ्यात आवंढा दाटत होता. जो प्रश्न विचारला गेलो नाही त्या प्रश्नासाठी खंतावणाऱ्या मनाचं त्यांना नवल वाटलं. नकोसा वाटलेला हवासा प्रश्न! कर्तव्यतत्परतेचं दर्शन झालं होतं. कदाचित म्हणूनच अशा सुजाण व्यक्तीसाठीही मोहनदास गांधी नाव अनोळखी ठरावं, हे त्यांना सहन होईना. मन विचारांच्या भोवऱ्यात भोवंडत होतं. अगतिक होत त्यांनी खुर्चीवर मान टाकली.

त्यांची अवस्था सुरेंद्रला दिसत होती; पण काही करणं त्याच्या सामर्थ्यापलीकडचं होतं. डॉक्टरांनी दिलेली कागदपत्रं हाती घेऊन त्यांनी केशवलालच्या खांद्याला स्पर्श करीत उठायला सुचवलं.

“केशुभाई...” बाहेर लॉबीत येताच सुरेंद्र म्हणाले, “हरिलालबापूंच्या मृत्यूची खबर साऱ्यांना कळवायला हवी...”

“सुरेंद्र, थोडं माझं ऐकणार?” लॉबीतल्या रिकाम्या बाकावर बसत केशवलाल केविलवाण्या स्वरात म्हणाले.

“असं का विचारता?” सुरेंद्रचा गोंधळला प्रश्न.

“मला वाटतं... घसा खाकरत, बळ एकत्र करीत केशवलाल म्हणाले.

“अनायासे इथे हरिलालकाका कोण? हे जाणवलं नाहीय; पण सारे लोक इथे जमले, की ते कोण? हे कळेल. बापूंच्या नावाचा ऊहापोह आणि दाहक चर्चा टाळता यायची नाही. उथळपणे बापूंच्याविषयीही काहीबाही बोललं जाईल. उगीच बापूंच्या नावाला काळिमा...” क्षणभर केशवलाल अडखळले.

“तुम्ही म्हणता ते खरं असलं तरी त्याला इलाज आहे का? शिवाय हरिलालबापूंचा महात्माजींशी असणारा संघर्ष तरी कुठे लपून आहे? कारणपरत्वे संघर्षही जाहीर झालाच आहे नं? बरं झालं, आज महात्माजी जगात नाहीत.”

“मला काय म्हणायचंय ते तुम्हाला कळलं नाही, सुरेंद्र! अंत्यविधीसाठी हरिलालकाकांच्या निकटचे आणि पटकन् येऊ शकतील, अशाच नातेवाइकांना बोलवावं. अधिक वेळ गेला तर चिखलच चिवडला जाईल. त्याचे शिंतोडे बापूंवरही उडणार. ते टाळावं.”

दोघांनी चर्चा करून नावं नक्की केली. हॉस्पिटलच्या टेलिफोन बूथमधून फोन करून परत ते बाकावर वाट बघत बसले. शब्द मुके झाले होते. पाऊस थांबला होता. पाठ टेकून ते किंचित आरामशीर बसले. झोप येणार नव्हतीच आणि बोलावंसंही वाटत नव्हतं. घड्याळाची टिकटिकही सहन होत नव्हती. चुळबुळत ते गेलेल्यासाठी येणाऱ्यांची वाट बघत राहिले.

मनात विचारांचं चक्रीवादळ उसळलं. बेलगाम उधळलेल्या विचारांवर मनाचा ताबा नव्हता. सारं पटकन् उरकावं असं वाटत असलं, तरी सामानाची दुकानं उघडण्याची वाट बघणं भाग होतं. मुंबईच्या रात्रीचं आयुष्य सूर्यास्त ते सूर्योदय इतकं दीर्घ नसतं. निसर्गाचे नियम या महानगरानं नेहमीच खुंटीला टांगले होते. अल्पायुषी रात्रीचं अस्तित्वही धुडकावून आवश्यक ती मंडळी जमली. कुणीच काही बोलत नव्हतं. नि:शब्द व्यथा प्रत्येकाच्या मनात हेलकावत होती.

"सुरेंद्र!" आदेश देणारा सूर लावत केशवलाल म्हणाले, "आपण प्रेताचा ताबा घ्यायला जाऊ. यांना तिरडी वगैरेचं सामान आणायचं काम सोपवता येईल. शक्य तितक्या तातडीनं सारं करायचा प्रयत्न करू."

यावर काही बोलण्यासारखं नव्हतंच. सारी पांगली. सुरेंद्र आणि केशवलाल शवागाराशी आले. मेडिकल ऑफिसरनं आवश्यक त्या सूचना दिलेल्या होत्याच. त्यांची कागदपत्रं पाहून घेत दारवानानं त्यांना प्रवेश देत अलिप्त स्वरात म्हटलं, "आठ नंबरका मुर्दा आपका है साब!" हातानं दिशासूचना करणाऱ्या दारवानाकडे केशवलाल तांबारल्या डोळ्यानं बघत राहिले. पुढे पडणारं पाऊल लटपटलं. तोल जाणाऱ्या केशवलालना सुरेंद्रनं आधार दिला. त्यांच्या मनातील व्यथा सुरेंद्रनं अलगद टिपली. राष्ट्रपिता महात्मा गांधींच्या गादीवारस पुत्राची ओळख फक्त 'आठ नंबरका मुर्दा' इतकीच असावी, हे केशवलालना सहन होत नाहीये, हे कळलं तरी उपाय सुरेंद्रजवळ तरी कुठे होता?

आठ नंबरचा मुर्दा स्ट्रेचरवर ठेवण्यात आला. देहावरचं पांढरं वस्त्र दूर करून केशवलालनं हरिलालकाकांकडे पाहिलं. ओळखू न येण्याइतका देह क्षीण झाला होता.केशवलालना गलबलून आलं. प्रिझर्वेशनच्या प्रक्रियेला डावलून देहातून दुर्गंध येत होता. केशवलालची असहाय नजर सुरेंद्रकडे वळली. डोळे मिटून सुरेंद्र पुटपुटल्यागत काही स्तवन म्हणत होते. हात जोडून नतमस्तक झालेल्या सुरेंद्रकडे आणि हरिलालकाकांच्या पार्थिव देहाकडे केशवलालची नजर भिरभिरत होती. मन मोकाट सुटलं होतं.

"केशुभाई..." स्तवन संपवून सुरेंद्रनं विचारलं, "सामान येईतो आपण देह स्वच्छ करून घेऊ या का?"

"देह कमालीचा क्षीण झालाय पण..." सुरेंद्रचे शब्द कानीच पडले नसावेत, अशा स्वरात केशवलाल बरळले. "पण बघा, डोळ्यांतलं तेज जराही क्षीण झालं नाहीय. अगदी बापूंचे डोळे वाटतात नं? सुरेंद्र, हरिलालकाका पूर्वी खूप मोकळं हसायचे नं? तेव्हा त्या निष्पाप हास्यातून नेहमी बापू डोकवायचे."

"स्वाभाविक आहे. किती केलं तरी ते महात्माजींचेच पुत्र ना! शेवटी बापावर पडायचेच."

"शेवटी नव्हे सुरेंद्र. सर्वार्थानं बापूंचेच पुत्र ते!" नापसंतीमिश्रित आदरानं केशवलाल कळवळून म्हणाले, "बापूंसारखेच कृतनिश्चयी! स्वतःला जे सत्य वाटलं त्या सत्याला जिवाच्या करारानं जन्मभर चिकटून बसणारे!..." बघता बघता केशवलालचा स्वर जडावला. "सत्य पारखण्यात कोण चुकलं, सुरेंद्र? पण कुठेतरी काहीतरी भयंकर चुकलं. त्यांची नजर..."

"मला वाटतं, सत्य पारखण्यात कुणी चुकलं नसावं." सुरेंद्र समजुतीच्या स्वरात म्हणाले. "ज्याच्या त्याच्या परिस्थितीत सत्याला सामोरं जाण्याचा कदाचित तो मार्ग असावा. त्यांच्या परिस्थितीत स्वतःला ठेवता आलं तरच हे कळायचं. सत्य-असत्याचा फैसला करणारे आपण कोण?"

केशवलालच्या कंठातून जडभारी निःश्वास निसटला. दोघं पुन्हा निःशब्द कृतीत गुंतले. सामान आलं. आवश्यक ते सारं संपवून देह स्मशानाच्या दिशेनं जाऊ लागला. उगवत्या सूर्याची पहिली किरणं मुंबईला उजळण्यापूर्वीच अंतिम प्रवास सुरू झाला. मोजकी माणसं भराभर खांदेपालट करत धावत म्हणावं इतक्या उतावळ्या पावलानं जात होती. आसपासची माणसं या नगण्य प्रेतयात्रेकडे ढुंकूनही बघत नव्हती. केशवलालच्या मनात महात्माजींच्या अंत्ययात्रेच्या आठवणी धुमाकूळ घालीत होत्या. ओठ गप्प होते; पण मन असंख्य जिभांनी बोलत होतं...

हरीलालच्या प्रतापी जगविख्यात पित्याच्या अंत्ययात्रेसाठी देश-विदेशातून धुरंधर माणसं दिल्लीला आली होती. सामान्य आणि सन्मान्य माणसांचा प्रवाह अव्याहतपणे राजघाटाकडे वाहत होता. लाखो माणसांच्या उपस्थितीतही वातावरण निःशब्द होतं. सगळीकडे साम्राज्य होतं; दबल्या हुंदक्यांचं. डोळ्यांतील खाऱ्या पाण्याचं. त्या पार्श्वभूमीवर ही उपेक्षित प्रेतयात्रा फारच केविलवाणी वाटत होती. महात्माजींसाठी चंदनाची चिता निगुतीनं रचण्यात आली होती. हरीलालकाकांची चिता जेमतेम रचून त्यावर उरकाउरकी केल्यागत देह चढवण्यात आला होता. हा विरोध केशवलाल असहाय मनानं बघत होते. इतमामानं चंदनाच्या चितेवर विराजमान झालेला महात्माजींचा पुष्पखचित देह आठवत असताना मनात एक कटू याद उसळ्या मारू लागली.

...चरणस्पर्श करायला, फुलं अर्पण करायला जी गर्दी उसळली होती, त्यात अचानक त्यांना हरीलालकाका दिसले होते. अंतिम संस्कार करण्याचा ज्यांना धर्मानं अधिकार दिला होता, ते हरीलालकाका कुटुंबीयांसाठी बेपत्ता होते. देवदासकाका हरीलालचे धाकटे बंधू, सारं जबाबदारीनं पार पाडत होते. अशा वेळी दर्शन इच्छुकांच्या गर्दीत चेंगरणारे हरीलालकाका दिसले आणि केशवलाल दचकले होते. वाट काढत ते देवदासकाकांजवळ गेले. त्यांच्या कानी लागत म्हणाले, "देवदासकाका, आत्ता बापूंच्या पायांवर फुलं ठेवून नतमस्तक झालेल्या हरीलालकाकांना बघितलं... या गर्दीत चेंगरणारे काका भणंग भिकाऱ्यासारखे दिसत होते. पण ते नक्की काकाच

होते. माझी नजर धोका खाणार नाही. माझी खात्री आहे...''

"केशु..." देवदासकाकांनी दुःखावेगानं धोतराचा सोगा पाणावल्या डोळ्यांवर दाबून अगतिक स्वरात म्हटलं, "बेटा, बापूंच्या जीवनातलं ते दुःखद प्रकरण आठवणं म्हणजे आत्ता व्यथेला निमंत्रण ठरेल. आताही मोटाभाई पिऊन आले असतील तर? सारे जाणून असले तरी या प्रसंगी मोटाभाईंनी प्यायल्या अवस्थेत धिंगाणा घातला तर? या साऱ्या सन्मान्यांच्या उपस्थितीत राष्ट्रपित्याच्या गादीवारस पुत्राचं हिडीस स्वरूप उजेडात आलं, तर ते आपणच सहन करू शकणार नाही. काही विपरीत घडून या प्रसंगाच्या गांभीर्याला धक्का लागू नये, असं वाटतं नं तुला?..."

देवदासकाकांचं म्हणणं पटण्यातलंच होतं. उघड्या डोळ्यांनी जे दिसलं ते बोलायला केशवलालनं ओठ उघडले नाहीत. पण कशातरी रचलेल्या चितेवर घाईगर्दीनं हरिलालकाकांचा देह चढवण्यात आला आणि ही याद त्यांना कुरतडू लागली. अग्निज्वालेकडे उदास नजरेनं बघत त्यांनी हात जोडले.

"सुरेंद्र..." त्यांच्या तोंडून शब्द निसटले, "बापू कर्माला प्राधान्य देत... त्यांच्या पुत्रानंही कर्मालाच प्राधान्य दिलं. योग्य वाटलं ते कर्म करताना हरिलालकाकाही कचरले नाहीत. पित्याची कर्मं 'कर्मयोग' ठरली; पण दुर्दैवानं पुत्राच्या हाती दुसरं टोक आलं. त्यांची कर्मं 'कर्मभोग' ठरली. तरी वाटतं..." हुंदका गिळत केशवलाल म्हणाले, "खरं सांगतो सुरेंद्र, हरिलालकाका असे नव्हते. लहानपणापासून त्यांना बघत असताना विशेष जाणवलं नव्हतं; पण आज तीव्रतेनं वाटतंय, जग समजतंय ते हरिलालकाकांचं रूप नव्हतं. भयंकर चुका झाल्या त्यांच्या संदर्भात...पण हरिलालकाका असे नव्हते हो...खरंच असे नव्हते.."

"असे नव्हते म्हणजे? काय म्हणायचंय तुम्हाला?" सुरेंद्रनं गोंधळून विचारलं. ठीक काय म्हणायचंय तुम्हाला?"

"हेच की त्यांना समजून घेणं आपल्याला जमलं नाही. एकमेकांना समजून घेण्याचे त्यांचे आपले प्रयत्न परस्परांना भिडत एकाकार झाले नाहीत, असे म्हणू या हवं तर, पण..." पुढे बोलणं जमेना. दाताखाली ओठ चिरडत त्यांनी डोळे मिटले. मिटल्या डोळ्यांतून एक अगतिक अश्रू गालावर उतरला. तो दोर धरून केशवलालची नजर अतीत भेदून खोलवर उतरली. मन आठवणींच्या साखळीत अडकलं.

४

विसाव्या शतकाच्या उदयकाळाचा लालिमा अजून ओसरला नव्हता. १९०६ सालच्या पावसाळ्याचं पाणी पोटात रिचवून हिंदी महासागर रंगात आला होता. उसळ्या मारणाऱ्या त्या अफाट जलराशीवर प्रचंड आगबोट डुलत होती. डेकवर एक अठरा-एकोणीस वर्षांचा तरुण उभा होता. कोवळी मिशी बाळगलेला! तारुण्यात प्रवेश केला असूनही चेहऱ्यावर कुमार वयाची कोवळीक शिल्लक होती असा! पुरुषार्थाचा शोध घ्यायला उत्सुक असलेला! येऊ घातलेल्या पौरुषाच्या कणखरपणाची चाहूल आणि निरोप घेणाऱ्या शैशवाची रेंगाळणारी पावलं...काहीसं संमिश्र मोहक मिश्रण त्याच्या बोलक्या चेहऱ्यावर उमटलं होतं. दूर सरकणाऱ्या हिंदुस्थानच्या भूखंडाला नजरेत सामावण्याची धडपड त्याच्या टपोऱ्या डोळ्यांत चमकत होती. दक्षिण आफ्रिकेच्या किनाऱ्याला केव्हा लागू असंही झालं होतं. हिंदुस्थानचा किनारा सुटला होता आणि दक्षिण आफ्रिकेच्या किनाऱ्याला लागायला खूप अवकाश होता. हिंदुस्थानच्या आठवणी तनमन व्यापून होत्या. दक्षिण आफ्रिकेतील वास्तव्याची पुसट यादही मनात उसळ्या मारीत होती. त्या आठवणींना पुसट तरी का म्हणायचं? पाच वर्षांपूर्वी बा आणि बापूंच्या सहवासात जे जीवन जगता आलं होतं त्याच्या आठवणी त्याच्या स्मृतिमंजूषेत बंदिस्त झाल्या होत्या. मोती-पोवळ्याच्या तोलाच्या या आठवणींना विस्मृतीचा शाप कधीच नडणार नाही, असं त्याला वाटत होतं.

आफ्रिकेत असताना कधी मायदेशी जाता येईल? म्हणत मन खंतावत राही. पण या इच्छेत बालिशपणाच अधिक होता. बापूंचं काम लवकर संपावं आणि आपण आपल्या माणसांत जावं असं हरिलालला सतत वाटत राही. पण आता शैशवकाल संपला होता. मनातील इच्छांना आता फक्त भावनांचंच नव्हे तर विचारांचंही अधिष्ठान लाभलं होतं. मायदेशी राह्यला मिळालं, पण बा-बापू दूर होती. या काळात हिंदी महासागरात उसळल्या नसतील इतक्या लाटा हरिलालच्या मनात उसळल्या होत्या. आत्ताही मायभूमी नजरेच्या टप्प्यातून निसटली याचा खेद मनात

असला, तरी बा-बापूंना भेटायला मन आतुरलं होतं. बापूंची कर्मभूमी दिसायला अजून बराच अवधी जायला हवा होता. या संक्रमणकाळात मनात संमिश्र भावभावनांचं तांडव चालू होतं. अनेक आठवणींच्या लाटा हरिलाल अंगावर घेत होते. शहारत होते. कधी मनात आनंद दाटत होता तर कधी व्यथा! विचारांच्या भरतीच्या लाटांत एक लाट उत्तुंग होत भोगलेल्या यौवनाला साद घालीत होती. या अनुभवांत सहभाग होता सोळा वर्षांच्या गुलाबचा! तारुण्याच्या उंबरठ्यावर अडखळणारी गुलाब त्यांना आठवत होती.

गुलाबच्या आठवणीनं हरिलालच्या अंगावर शहारा फुलवला. त्यांच्या समग्र अस्तित्वाला हलवून सोडणाऱ्या गुलाबच्या आठवणींत ते रोमांचित होत होते. फुलाभोवती रुंजी घालणाऱ्या भ्रमरासारखं आकर्षण मनात दाटत होतं. खरंच! गुलाबला आफ्रिकेस नेणं जमलं असतं तर? बरोबर गुलाब नसल्याची जाण त्यांना उदास करीत होती. तरीही...तरीही बा-बापूंची भेट होणार म्हणून जीव आनंदात होता. कधीपासून बापूंच्या मार्गदर्शनासाठी मन खंतावत होतं. बाच्या मायेच्या स्पर्शासाठी गात्रं आसुसली होती. धाकट्या भावंडांच्या सहवासासाठी मन कासावीस होत होतं. ही प्रतीक्षा आता संपणार होती. किती वर्षांनंतर कुटुंबाचं कवच लाभणार होतं. रामदास, देवदास आणि मणिलाल भेटताच चौकडा पूर्ण होणार होता. या चौकड्याला कोंदण असणार होतं कर्तृत्ववान बापूंचं आणि प्रेमळ बाचं... या मीलनोत्सवाच्या कल्पनेत हरिलाल रमले. या मीलनोत्सवात गुलाबचाही सहभाग असता तर...आनंदानं उसळणाऱ्या मनात कुठेतरी कडवटपणा दाटला...

अनिमिष वेगानं सागराकडे बघणाऱ्या हरिलालचे डोळे प्रश्नचिन्हानं गढुळले. अवघ्या तीन महिन्यांपूर्वी त्यांचं गुलाबशी लग्न झालं होतं. बा-बापू लग्नासाठी आले नव्हते. बापूंच्या गुरुबंधूंनी-हरिलालच्या मोटाबापूंनीच सारं जबाबदारीनं पार पाडलं होतं. मोटाबापूंनी प्रेमानं कर्तेपण स्वीकारलं होतं तरी हरिलालचं मन उसासत होतं...पित्याच्या अनुपस्थितीत आपलं लग्न झालं; का? का असं घडलं?...

आठवणींची कडवट तुरट लाट तोंडाची चव घालवीत होती. पोटात ढवळून आल्यागत हरिलाल पाण्यात थुंकले. आकाशात दिसणाऱ्या काळ्या ढगात आगबोटीच्या धुराचा लोट भर घालीत असल्यासारखं वाटत होतं. संध्याकाळ सरत होती. डेकवरचा वावर कमी होत होता. हरिलालना खाली जावंसं वाटत नव्हतं. धूसर संधिकालात मनात उमटणारा प्रश्न कडवटपणात भर घालीत होता. त्याच त्या प्रश्नानं भिरभिरणारं मन उदास होत होतं. लग्नाच्या संदर्भात आलेल्या पत्रात बापूंनी जे लिहिलं होतं ते वाचून हरिलालच्या मनात अनेक प्रश्न उमटले होते. बापूंनी असं का लिहिलं? ते कळत नव्हतं. अनुत्तरित प्रश्नांच्या भोवऱ्यात भिरभिणारं मन उत्तर शोधू शकत नव्हतं. कदाचित म्हणूनच मन पुन:पुन्हा त्याच प्रश्नावर ठेचकाळत

होतं.

मोटाबापूंना लिहिलेल्या पत्रात बापू म्हणत होते... 'या लग्नासाठी माझ्या मनात उत्साह नाही. हरिलालचं लग्न होवो न होवो त्यामुळे काय फरक पडतोय? या लग्नात मला स्वारस्य नाही. हरिलालच्या लग्नाचा विचार मला राजी करणारा नाही. हे लग्न न झाल्यानं काही बिघडेलसं मला वाटत नाही. तरीही...आताशा स्वपुत्र म्हणून हरिलालच्या संदर्भात विचार करणं मी सोडलं आहे...'

पहिल्यावहिल्या कार्याचा आनंद, उत्साह बापूंच्या मनात का नसावा? आपल्या लग्नाच्या संदर्भात बापू इतके अलिप्त का असावे? हरिलालना कळेना, गुलाबसारख्या सुनेचं स्वागत करायला ते राजी का नाहीत? पुन:पुन्हा मन गुलाबच्या आठवणींची सम गाठत होतं.

लग्नापूर्वी दोन महिने सासरी राहणं झालं होतं. हौसेनं नव्हे तर आपद्धर्म म्हणून! काल हरिलालच्या मनात अढळ स्थान मिळवून होता. तोवर त्यांनी गुलाबला बघितली नव्हती. मोटाबापूंच्या सांगण्यावरून साक्षगंध झाला होता. गुलाब दिसली फार नंतर! तिचा परिचयही झाला तेव्हाच! राजकोटला ते शिकायला राहिले होते. गंभीर आजाराने ते बिछान्याला खिळले. उपचार करणाऱ्या डॉक्टरांनी आशा सोडली. गंभीर स्वरात ते म्हणाले, "गोकीबेन, हा तर टायफॉईड! म्हणजे ही मरणपथारीच हो! आयुष्याची दोरी बळकट असली तरच हा जगेल. आपल्या हातांत काही नाही. शेवटपर्यंत उपचार थांबवायचे नाहीत, इतकंच. बाकी..."

ऐकून गोकीफोईचा जीवच उडाला. काही झालं तरी हरिलाल परक्याचं पोर! परदेशी राहणाऱ्या भावानं विश्वासानं ज्येष्ठ पुत्राच्या शिक्षणाचं काम सोपवलं होतं. म्हणजे परक्याची ठेवच की. काही बरं वाईट झालं तर? या प्रश्नानं गोकीफोई सैरभैर झाली. तेव्हा तिला धीर द्यायला धावले होते- गुलाबचे बापू.

"गोकीबेन." ते आश्वासक स्वरात म्हणाले होते, "हरिलालची जबाबदारी फक्त तुमची नाहीय. माझीही आहे. पोरीचं कन्यादान मी अजून केलं नसलं, तरी मी हरिलालला माझा जावईच समजतो. माझ्या घरी नेऊन मी त्याला बरा करीन. माझ्या गुलाबच्या पुण्याईनं तो निश्चित बरा होईल."

"हे जमण्यातलं नाही." त्यांचा विचार न पटून आतेनं सांगितलं होतं. "जनरीतीत न बसणारं वर्तन केलं तर उद्या अनेकांच्या प्रश्नांना तोंड द्यावं लागेल. तारुण्यात पदार्पण करणारी पोर घरात वावरत असताना तरुण भावी जावयाला घरात कसं ठेवणार? आजारी असला तरी तरुण पोरवय आहे. उद्या काही विपरीत घडलं, तर बाहेर तोंड काढायला जागा उरायची नाही. तुम्हाला आणि मलाही..."

"समाजाची फिकीर तुम्ही करू नका. माझी सेवा परमेश्वराच्या चरणी रुजू होईल, अशी माझ्या मनात श्रद्धा आहे. प्रश्न करण्याचा अधिकार फक्त उपरवाल्याचा!

इतरांच्या प्रश्नांना मी गौण मानतो. माझ्या सेवेतून वाकडा अर्थ काढून प्रश्न टाकण्याचं कठोर काम कळिकाळालाही जमायचं नाही, या खात्रीनं मी काम करतो. हरिलालची शुश्रूषा मीच करणार आहे. माझ्या घरात तो नक्की बरा होणार आहे. विपरीत घडणं तर सोडाच; पण वोरा कुटुंबीयांनी केलेल्या सेवेचं मधुर फळ तुम्हीही नावाजणार आहात...'' गुलाबच्या बापूंचा कणखर स्वर आसन्नमरण अवस्थेतही कानाच्या पडद्यांना धडक देत होता.

डॉक्टरांनी मरणपथारी ठरवलेलं आजारपण घेऊन हरिलाल सासुरवाडीला पोहोचले. डॉक्टरांचे उपचार आणि वोरा कुटुंबीयांची चाकरी मरणपथारीशी झुंजत होती. अंगात तापाचा दाह उफाळला असताना गुलाब दिसली होती. किंचित ठेंगणी! लंबगोल चेहऱ्याची! बोलक्या डोळ्यांची गुलाब त्यांच्या तव्यागत तापल्या मस्तकावर थंड पाण्याच्या घड्या ठेवीत होती. जडावल्या पापण्या उचलून त्यांनी तिच्याकडं बघितलं. क्षणार्धात मनानं कौल दिला...ही गुलाबच! पुन्हा मिटू पाहणाऱ्या पापण्यांवर मात करीत ते अस्पष्ट कण्हले... ''गुलाब...''

तिनं चमकून आजूबाजूला बघितलं. आसपास कुणाचा वावर नव्हता. तिनं मायेनं हरिलालचा चेहरा कुरवाळला. फार मोठं साहस करावं तसं ती पुटपुटली, ''तुम्ही लवकर बरे व्हा!'' इतकं बोलण्यातही तिचा श्वास जलद चालू लागला. लाज तिला खाऊन टाकीत होती. पटकन् नजर वळवून तिनं पाण्याची घडी बदलली.

हरिलालच्या पापण्यांवरही तापाचा भार होता. इच्छा नसतानाही डोळे बंद झाले. तरीही हरिलालना तेव्हा वाटलं होतं...आता डोळ्यांची जळजळ कमी झालीय. आपल्या माणसाची सोबत लाभल्याची जाण तापाविषयीचं भय दूर पळवीत होती.

आत्ताही बंद डोळ्यांच्या हरिलालना पैलतीर दूर जात असून गुलाब समीप आल्याची स्वप्नं चाळवत होती. त्या स्वप्नात ते आजारपणातील एकाकीपणावर कुरघोडी करणाऱ्या गुलाबच्या निसटत्या सहवासाचं सुख भोगत होते. पुनःप्रत्ययाचा आनंद रवंथ केल्यागत भोगत होते.

खरंच आजारपणात फार एकाकी वाटायचं. बा आणि बापू दूर असल्याची जाण ग्लानीतही जागत राह्यची. मरणाची भीती अधिक विक्राळ बनायची. आजारपणातच का? बा आणि बापूंच्या पत्रानं तब्येत चांगली असतानाही कधी समाधान लाभायचं नाही. मनात सतत सहवासाची भूक छळत राह्यची. बा-बापूंच्या सहवासात जे मोजके क्षण जगता आले होते, ते आठवत मन झुरणीस लागायचं. बापूंचा सहवास फारसा घडला नव्हता. स्मरणात विशेष होतं ते बाचं प्रेम! तिची प्रेमळ नजर! तिनंच तर बापूंविषयी, त्यांच्या सुदूर चालणाऱ्या कामांविषयी खूप सारं सांगितलं होतं. बापूंच्या कर्तृत्वाविषयी मनात आदर निर्माण केला होता. अशा कर्तृत्ववान पित्याच्या भेटीची ओढ बानंच लावली होती. त्या पोरवयात सहज प्रश्न जायचा ''बा! बापू आपल्या

घरी कधी येतील गं?''

या प्रश्नाचं उत्तर कुणाजवळही नव्हतं. कधी मोटाबापू अभिमानानं सांगायचे, ''तुझा बापू फार हुशार आहे बेटा! फार मोठ्या कामात गुंतलाय तो! आपल्या कुळाचं नाव अमर करणार तो! पण आपल्याला मात्र त्याचा सहवास...'' मोटाबापूंचा कंठ भरून येई. हरिलालच्या घनदाट जावळात ते हात फिरवीत राहत. त्यांच्या या नि:शब्द कृतीनं काही कळत नसूनही हरिलालच्या गळ्यात आवंढा अडके. इवलीशी छाती अभिमानानं फुगे. 'माझे बापू!' ह्या एकाच विचाराचे मनात पडसाद उठत.

पुढे बापूंची भेट झाली तेव्हा हरिलालचं वय होतं आठ वर्षांचं! आठ वर्षांत प्रथमच बापूंच्या बोटाला धरून झोके खायचा आनंद लाभला. हरिलालच्या अंगावर सुखानं अक्षरश: काटा फुलवला. कधी राजकोट तर कधी पोरंबदर हेच चाललं होतं तोवर! मनात जन्मदात्याला बघायची इच्छा दाटायची. बापू म्हणे विलायतला जाऊन खूप शिकलेत. त्यांच्या हुशारीचं कौतुक म्हणे इंग्रजांनाही आहे. म्हणून तर आफ्रिकेसारख्या अनोळखी देशातही इंग्रज त्यांना वचकून असतात. बापूंच्या हजेरीतच काय, पण बापूंचं नाव ऐकलं तरी म्हणे कापरं भरतं इंग्रजाला!...

बापूंविषयी ऐकताना छोट्या हरिलालला वाटे, आपणही शिकून खूप मोठं व्हायचं. बापूंसारखं मोठ्ठ व्हायचं. गोऱ्या साहेबाला नजरेच्या धाकात ठेवायचं. बापूंसारखी कामं करायची. भल्याभल्यांना थक्क करायचं...मनात स्वप्नांची रांग फुलायची.

आगबोटीच्या डेकवर उभ्या असलेल्या हरिलालच्या मनात आठवणी चौखूर उधळल्या होत्या. डोक्यावरून टोपी काढून त्यांनी उगीचच केसांतून हात फिरवला. मन मागच्या आठवणींतच भिरभिरत होतं.

वयाच्या आठव्या वर्षी बापू भेटले; पण आफ्रिकेचं वास्तव्य काही सुखद भासलं नव्हतं. बापूंचा सहवास लाभत होता इतकंच! पण हरिलालना फक्त बापूंचा सहवास नको होता. त्याच्या मनात त्यांच्यासारखं शिकण्याची आस होती. पण बापू काही वेगळंच शिकवत होते. शाळा नव्हती, वर्ग नव्हते की शिक्षक नव्हते. पाठ्यपुस्तकंही नव्हती. तेव्हा गृहपाठ किंवा अभ्यास कसा असणार? बापू जे शिकवायचे ते शिकत असताना हरिलालच्या मनात प्रश्न दाटायचा...हे असलं शिकून आपण 'मोठे' कसे होणार?

सकाळपासून रात्रीपर्यंत बापू कामात असत. अधेमधे कधी थोडा वेळ असला तर ते खोलीत बसून हरिलाल आणि मणिलाल यांना काहीबाही शिकवीत. त्यातही नियमिततेचा संपूर्ण अभावच होता. म्हणून तर...

म्हणूनच आफ्रिका सोडून राजकोटला येताना मनात शीगोशीग विषाद होता. राजकोटला असताना जे येत होतं तेही विस्मरणात गाडलं गेलं होतं. पुन्हा नव्यानं

सारं शिकायची वेळ आली. पुन्हा शिक्षण चालू केलं, त्याची याद हरिलालच्या तोंडाची चव मारणारी होती. दिवस जेमतेम उरकाउरकी केल्यागत संपायचा. पण रात्री तेही जमायचं नाही. बा आणि बापूंच्या सहवासासाठी मन झुरायचं. शिक्षण सोडून बाच्या कुशीत शिरायची इच्छा व्हायची. जवळ मोठे काका-मोटाबापू होते. आत्याही होती. सारे जीव लावणारे प्रेमळ होते. तरीही...तरीही उपऱ्यासारखं वाटायचं. बा-बापूंवाचून काही खरं नाही, असंच वाटत राहायचं...

आगबोट वेगानं पश्चिमेस धावत होती. पाण्याचे करवत फिरवून दोन तुकडे केले असावेत, असं वाटत होतं. जलराशीवर लांबच लांब चिरा पडत होता. दुभंगल्यासारखा वाटणारा प्रवाह पुन्हा एकाकार होत होता. अस्वस्थ हरिलालनं पुन्हा पूर्वेकडे तोंड वळवलं.

सासुरवाडीला मिळालेली सेवाशुश्रूषा कारणी लागली होती. प्रकृती सुधारू लागली. आफ्रिकेहून बा आणि बापूंचं पत्रही आलं. बा काळजी करतेय, हे सांगणारं पत्र वाचताना हरिलालचे डोळे पाणावले होते. थोडी शक्ती आली, की मोटाबापू हरिलालना पुन्हा गोकीफोईकडे नेणार होते. मुळात सासरी येऊन राहणंच उचित नव्हतं. त्यात तब्येत सुधारल्यानंतरही तिथेच राहणं म्हणजे लोकनिंदेला आमंत्रण ठरलं असतं. रोज कुणी नाहीसं पाहून गुलाब दबल्या पावलानं भेटायला यायची. भेट कसली ती? दिवसातून एक-दोनदा नजरभेट व्हायची इतकीच. लगेच कुणाची तरी चाहूल लागायची आणि भेदरल्या खारोटीसारखी गुलाब पळ काढायची. पण या नजरभेटीही हुरहुर दाटवायची. मृतप्राय शरीरात प्राण भरायचा. वाटायचं, थोडा एकांत मिळावा, दोन वाक्यांची देवाणघेवाण व्हावी.

खरंच एकदा अशी संधी मिळाली. अर्धवट झोपेत असताना दाराशी दबती पावलं वाजली. पाठोपाठ थरथरत्या आवाजात प्रश्न आला, "ऐकता का?" त्यांनी चमकून डोळे उघडले. दारात गुलाब उभी होती. कुशीवर वळून त्यांनी चाचरत, विचारलं, "तुम्ही..आत्ता..इथे?" त्यांची नजर भिरभिरली. "कुणी बघितलं तर?" हा प्रश्न त्यांच्या नजरेत तरळला ते पाहून गुलाबचे ओठ हसले.

"असं पाहा..." ती हळूच म्हणाली, "कुणी नाहीय इथं; पण तुम्ही मला अहोजाहो करू नका. मी पापात पडेन ते आवडेल तुम्हाला?" दरवाजाला टेकून बोलणारी गुलाब एखाद्या चौकटीत बसवलेल्या आकर्षक चित्रासारखी दिसत होती. डोळे विस्फारून हरिलाल कौतुकानं बघत होते...इतक्या माणसांच्या गर्दीतही एकांताच्या संधीसाठी आतुरलेल्या तिचं साहस पाहून ते हरखले होते. गुलाब नुसतं बघत राहिली तरी आपला आजार दूर पळेल, असं वाटत होतं. तिचं ते लाजरं रूप ते नजरेत साठवत होते. गुलाब बोलतच होती.

"माझे बापू म्हणत होते, आता तुम्ही तुमच्या आतेकडे जाणार. नियतीनंच

आपली भेट घडवून आणली.'' यावर छानसं उत्तर द्यावंसं वाटत होतं. ''तुझ्या स्पर्शानं संजीवनीचं काम केलं,'' असं म्हणावंसं वाटत होतं. पण संकोच असं बोलू देत नव्हता. अशी संधी पुन्हा लाभणार नव्हती. तिनं एवढं साहस केलंय पण आपल्याला शब्द सुधरत नाही, याचीही लाज दाटली. मोठ्या प्रयासानं बोलायचा प्रयत्न करीत हरिलालनं म्हटलं, ''जायला हवं आता! ऊस गोड आहे म्हणून कोपरानं खणायचं का? तुम्हाला किती त्रास...''

''भलतंच काय बोलता?'' गुलाब कळवळून म्हणाली. तिच्या टपोऱ्या डोळ्यांत सागर हिंदकळला. ''तुमची सेवा म्हणजे का त्रास? माझ्या सेवेत उणीव राहिली म्हणून असं बोलताय?''

''उणीव?'' जिभेला रेटा देत हरिलालनं अजून थोडं बोलायचं साहस करण्यात यश मिळवलं. ''तुझ्या सेवेनं प्रेतात प्राण भरला.'' हरिलालची नजर, त्याचा स्वर सुखावीत असूनही सहन होत नसल्यागत ती लीन स्वरात म्हणाली, ''माझं भाग्य थोर म्हणून तुम्हाला असं वाटतंय! बाकी तुमची सेवा हाच माझा स्वर्ग! चकोरी चंद्रोदयाची वाट पाहते त्या आतुरतेनं मी तुमची वाट पाहीन. तुम्ही लवकर 'वरघोडा' घेऊन यावं म्हणून रोज प्रार्थना करते मी!''

कुणी आपल्या सहवासासाठी झुरतंय, याची जाण विलक्षण सुखद होती. अनिमिष नेत्रानं ते गुलाबकडे बघत होते. तसंच गोड उत्तर द्यायला ओठ फुरफुरले. इतक्यात कुणाची तरी चाहूल लागली. दबत्या पावलानं गुलाब पाठच्या दरवाजानं सटकली. तरीही ही भेट हरिलालना खूप काही देऊन गेली. म्हणूनच...लग्नाच्या संदर्भात बापूंनी जे लिहिलं होतं ते वाचून हरिलालना वाईट वाटलं. आपल्या लग्नाविषयी बापूंच्या मनात काहीच भावना का नाहीत? ते इतके अलिप्त का? का असं लिहिलं त्यांनी? स्वतःच्या ज्येष्ठ पुत्राच्या संदर्भात ते असं लिहूच कसं शकले? स्वपुत्र म्हणून हरिलालचा विचार करणं त्यांनी सोडलंय, म्हणजे ठीक काय केलं त्यांनी? मन त्याच त्या विचारात घोटाळत होतं.

गुलाबसारखी पोर जी आपली चकोरीच्या आतुरतेनं वाट बघते तिच्याविषयी बापूंचे विचार अलिप्त का? हे कोडं हरिलालला उकलता येत नव्हतं. क्षणाक्षणाला शरीर गुलाबपासून दूर दूर जातंय, याची जाण त्यांना घायाळ करीत होती.

५

हरिलालचं मन चौखूर उधळलं होतं. मनात भावंडांच्या आठवणी दाटत होत्या. देवदास तर किती लहान होता तेव्हा? आता तो मोठा झाला असेल. मणिलाल आणि रामदासला नेहमीच बापूंचा सहवास लाभला होता. त्यांना तरी बापू स्वत: शिकले तसं शिकवीत असतील की... हरिलालच्या काळजाचा ठोका चुकला.

आठ वर्षांच्या वयात ते आफ्रिकेस गेले होते. त्यावेळी तिथे शाळा नव्हती. शिकवण्यासाठी खासगी शिक्षकाची सोयही होऊ शकली नव्हती. आफ्रिकेस जाण्यापूर्वी त्यांना उजळणी, पाढे, मुळाक्षरं, जोडाक्षरं येत होती. छोट्यामोठ्या कविताही म्हणता येत. सौराष्ट्राचा इतिहासही ठाऊक होता. पण हे सारं पाच वर्षांच्या वास्तव्यात विसरायला झालं होतं. खरं म्हणजे, आफ्रिकेस जाताना बापूंच्या भेटीच्या, सहवासाच्या कल्पनेनं ते कोण हुलारले होते. धाकट्या मणिलालला काही समजत नव्हतं. पण हरिलाल स्वप्नात रंगण्याइतके मोठे झाले होते. बापूंनी फार महान कार्याची धुरा शिरावर घेतली आहे, असं ते ऐकून होते. त्या नकळत्या वयातही बापूंचा विषय निघाला, की त्यांची इवलीशी छाती अभिमानानं भरून येई. ज्येष्ठ पुत्र या नात्यानं त्यांच्या कामातून आपला हिस्सा उचलून त्यांच्या मस्तकावरच्या जबाबदारीचा भार कमी करणं, हेच आपलं काम असं वाटे. समजूत आली नसूनही आणि मोटेबापू सारं जबाबदारीनं पार पाडीत असूनही वाटायचं, बापूंच्या गैरहजेरीत बा आणि भावंडांची जबाबदारी आपली आहे. छोट्यांचीच कशाला? इंग्रजांना धाकात ठेवणाऱ्या बापूंच्या काळजीनंही त्यांचा इवला जीव कासावीस होई. कामाच्या बोज्याखाली माझे बापू चिरडले जातायतसं वाटून त्याचं बालमन उद्विग्न व्हायचं.

बापूंचा बांधा अगदी किरकोळ! सहा फूट उंच बलदंड इंग्रजासमोर तर ते भलतेच रोड दिसायचे. म्हणून हरिलाल अधिकच चिंतित व्हायचे. ही काळजी त्यांच्या छोट्याशा काळजात लकलकायची. सकाळी लवकर उठून कामाला लागणारे बापू रात्र झाली तरी मोकळे व्हायचे नाहीत. काम संपवून बापू मोकळे झाले तरीही

बाचं सेवाकार्य चालूच राही. पतीच्या सेवेत रात्रीचा दिवस करणाऱ्या बाच्या आठवणीनं हरिलालना भरून आलं.

आफ्रिकेचा निरोप घेऊन मायदेशी परतायचं नक्की झालं. तेव्हा वाटलं होतं, आता मायदेशी सुखानं राहता येईल. इथे अप्राप्य ठरणारा बापूंचा सहवास तिथे नक्की लाभेल. बा सुद्धा फार अधीर मनानं तयारी करीत होती. बापूंचं काम आणि कामाचा उद्देश तिलाही निश्चित असा कळला नव्हताच. तरीही ते जे काही करतायत ते भव्यदिव्य आहे, हे ती जाणून होती. त्यांच्या कामाला पाठिंबा देणं हेच कर्तव्य समजत होती. बाची कर्तव्यतत्परता आणि कठोर परिश्रम कळण्याइतकी कुमार हरिलालला समजूत आली होती.

ज्या दिवशी आफ्रिकेचा निरोप घेतला, त्याच्या आदल्या रात्री घडलेला प्रसंग हरिलालच्या संवेदनशील मनात कोरला गेला होता. विसरू म्हटलं तरी तो प्रसंग विसरता येत नव्हता. दादा अब्दुल्ला, रुस्तमजीकाका आणि बापूंच्या कार्यालयात काम करणाऱ्या साऱ्यांनीच निरोपाचे क्षण भावनेच्या ओलाव्यानं समृद्ध केले होते. रोज कुणाकडे जेवायला जायचं असे. लोक प्रेमानं जेवायला बोलावून भेट देत. मनातील आदर व्यक्त करणाऱ्या शब्दांची उधळण होई. हारतुरे आणि भाषणांच्या फैरी झडत. किती विविध प्रकारच्या उंची भेटवस्तू जमल्या होत्या. फक्त बापूंनाच नव्हे, तर बालाही लोकांनी खूप भेटी दिल्या होत्या. मुलांनाही कुणी काही देऊ करायचं. घरात घरचं असं उंची सामान काही नव्हतंच. या भेटींमुळे घर कसं भरलेलं वाटायचं.

हरिलालना आठवलं, साऱ्या भेटीत त्यांना सोन्याच्या झळझळीत चकत्यांचा लक्ष्मीहार फार आवडला होता. बाच्या गळ्यात तो हार शोभून दिसतोय, असंही त्या पोरवयात वाटलं होतं. बा काही वगेळीच दिसत होती. खूश आणि तृप्त! मनीची भावना तेव्हा कुमार हरिलालनं ओठी आणली होती. तेव्हा त्यांना कुरवाळत बा प्रेमानं म्हणाली होती, "तुझ्या बापूंना दागिने घालणं पसंत नाही. म्हणून मी शृंगार सोडलाय दीकरा."

निघायच्या आदल्या रात्री बापूंनी स्वतःचं सामान आणि भेटवस्तू यांचं वर्गीकरण केलं. बंदरावर पाठवायचं सामान बांधताना भेटवस्तू वगळण्यात आल्या. सामान बांधून झालं तरी तो हार बाच्या गळ्यातच होता. शेवटी बापूंनी तो हार मागितला. भेटवस्तूंत त्याचाही भरणा करायचा बापूंचा मानस कळला असूनही बानं नापसंती न लपवता विचारलं, "हार कशासाठी हवाय तुम्हाला?"

"हे पाहा!" बापू कणखर स्वरात म्हणाले, "भेटी मिळाल्या आहेत त्या लोकसेवेसाठी. व्यक्तिशः या भेटी मला पटण्यातल्या नाहीत. या भेटींचा विनियोगही सेवाकार्यासाठीच व्हायला हवा. म्हणूनच मी साऱ्या भेटवस्तू एकत्रित आणून त्या

ट्रस्टमध्ये जमा करणार आहे. हे काम विश्वस्तांकडे सोपविण्याचा माझा निश्चय आहे.''

''त्यासाठी मी कधी विरोध केलाय का?'' कधी नव्हे ते बा त्रासून म्हणाली, ''पण हरिलाल आता मोठा झालाय. उद्या सून घरात येईल. माझं सोडा. तुमच्यासाठी मी लंकेची पार्वती झालेय. निदान माझ्या सुनेच्या अंगाला सासरच्या सोन्याचा स्पर्श होऊ द्या. ही भेट मला मिळाली आहे. मी म्हणते..''

''मी म्हणतो हा फैसला आपण हरिलालवर सोडू.'' बाचं वाक्य तोडत बापू निर्णायक स्वरात म्हणाले, ''या तेरा वर्षांच्या निष्पाप न्यायाधीशाचं मन पाण्यासारखं निष्पाप असेल. सत्य आणि सत्त्वाच्या जाणिवांवर हे निर्दोष मन स्वार्थाला कुरघोडी करू देणार नाही, या श्रद्धेनं मी हरिलालच्या मनाचा कौल मागतोय...बोल बेटा, आपल्या सेवेनं प्रभावित होऊन सेवाकार्याला अधिक चालना मिळावी, यासाठी जनतेनं जे दिलं ते जनतेच्या हितासाठी वापरलं जायला हवं ना! काय वाटतं तुला? तुझं मत मी शिरोधार्य समजेन...''

कुमार हरिलालचे उत्सुक डोळे भेटवस्तूंवर भिरभिरत होते. या ढिगात त्यांना आवडलेलं, चांदीच्या साखळीतलं घड्याळ होतं. काहीतरी निमित्त काढून त्यांनी खूपदा त्या घड्याळाच्या मुलायम सपाटीवरून हात फिरवला होता. बापू प्रश्न विचारीत होते तेव्हाही त्यांचा हात त्या घड्याळावरच स्थिरावला होता. विस्तवावर हात असावा असे ते बापूंच्या प्रश्नानं दचकले होते. झटक्यात त्यांनी घड्याळावरचा हात दूर केला होता. चटका बसल्यागत ते चमकले होते. बापूंनी केवढ्या विश्वासानं न्यायाधीशाची सन्मानाची जागा दिलीय. या विश्वासाची ओज ठेवायला हवी, याची जाण त्यांच्या बालमनाला पटकन् झाली. हार घातलेल्या बाला बघणं फार सुखाचं वाटत होतं आणि....बा आसावल्या नजरेनं बघतेय, याची जाणीवही काळजाला हात घालणारी होती. तरीही प्रयत्नपूर्वक बाची नजर चुकवत वयाला न शोभणाऱ्या समजूतदार स्वरात ते म्हणाले होते, ''बा, मला बापूंचं म्हणणं पटतं. आपल्याला दागिने नकोत. पुढे हवेसे वाटले तर आपण स्वतःच करवून घेऊ की. सेवेचा मोबदला नकोच आपल्याला.''

हरिलालचे शब्द बाला थक्क करणारे होते. क्षणभर अवाक् झालेल्या बानं हरिलालच्या मस्तकावर हात फिरवत म्हटलं, ''तुला काही कळत नाही रे! बेटा मला दागिने नकोयत रे! पण तुमची काळजी रात्रंदिवस माझं काळीज जाळते. तेरा वर्षांचा झालास तू, पण अजून तुमच्या शिक्षणाचीही व्यवस्था झालेली नाही. हा दागिना तुम्हा भावंडांसाठीच हवासा वाटला नं?''

''पण बा!'' बाला बिलगून समजूतदारपणाचा मुखवटा सांभाळत हरिलाल म्हणाले, ''बापूंच्या सेवेसाठी जे मिळालंय...''

“आणि माझ्या सेवेचं काहीच का मोल नाही?” बानं धारदार प्रश्न टाकला. “ह्या घरात येणाऱ्या प्रत्येकासाठी मी रात्रंदिवस खपलेय. ज्या ज्या अनोळखी लोकांना तुमचे बापू घेऊन आले, त्या प्रत्येकाची मी मनापासून सेवा केली.”

“ती सेवा नव्हती.” बापू खर्जात पण कणखरपणे म्हणाले. “पाहुण्यांच्या स्वागताला गृहिणी कर्तव्यात अग्रस्थान आहे. तुम्ही जे केलंत त्याला घर चालवलं...संसार सांभाळला असं म्हणतात; सेवा नव्हे. माझ्या सेवेचा मोबदला मी घेणार नाहीच आणि इतर कुणाला घेऊही देणार नाही....”

शेवटी बाचं काही चाललं नाही. तिनं चार टिपं गाळली. पण बापूंच्या इच्छेसमोर तिनं मान तुकवली. गळ्यातला हार काढून तिनं बापूंच्या पायाशी ठेवला. त्यावेळी बापूंच्या चेहऱ्यावर जे समाधान दिसलं होतं, ते पाहून हरिलाललाही कोण आनंद झाला होता. या समाधानासाठी आपला निर्णय कामास आलाय, याची जाण सुखवणारी होती. त्या सुखात बाच्या चेहऱ्यावर पसरलेली हार आणि उदासी यांच्याकडे त्यांनी पाहून न पाहिल्यासारखं केलं होतं. त्यावेळी बापूंसारखा त्याग आपणही करू शकलो, याचा आनंद असीम वाटला होता. बापूंसारखा त्याग जमला म्हणजे त्यांच्यासारख्या शिक्षणाची व्यवस्था झाली, की तीन ताड उंच इंग्रजाला धाकात ठेवणंही आपल्याला जमेल, या अपेक्षेनं ते हुलारले होते. पण...पुढे मात्र बाची घायाळ मुद्राच त्यांच्या मनात ठाण मांडून बसली. इंग्रजांपुढे दंड थोपटून उभं राहण्याचं स्वप्न दूरदूर पळत होतं म्हणून की काय कुणास ठाऊक. पण बापूंची तृप्त मुद्रा आठवण्याऐवजी बाची घायाळ मुद्राच काळजाला हात घालायची.

हिंदुस्थानात परतून शिक्षणाची घडी नीट बसवायची होती. तेव्हा बापूंच्या हातांत दोन विद्यार्थी होते. ते आणि गोकीफोईचा गोकळदास! हरिलालच्या वयाच्या गोकळदासवर बापूंचं पुत्रवत प्रेम होतं. त्यावेळी शिक्षणासाठी बनारसचं नाव घेतलं जाई. सौराष्ट्रात गोंडलचं नावही आदरानं घेतलं जाई. एकदा बापूंनी या दोघांना साद घातली.

“हरिलाल...गोकळदास इकडे या बघू.” बापूंच्या दोन्ही हातांच्या मुठी मिटलेल्या होत्या. दोघांना समोर बसवीत ते म्हणाले, “तुम्हा दोघांपैकी एकाला मी काशीला पाठवावं म्हणतोय. दुसऱ्यानं गोंडलला राहून शिकावं. तुम्हीच सांगा, कोण जाईल गोंडलला?” दोघं एकमेकांकडे पाहू लागले. गोंडलविषयी थोडी तरी माहिती होती; पण काशी कुठच्या दिशेला तेही ठाऊक नव्हतं.

“आपण असं करू...” दोघांना गप्प पाहून बापूच म्हणाले, “माझ्या दोन्ही मुठी बंद आहेत. एका मुठीत चांदीचा राणीछाप रुपया आहे. दुसऱ्या मुठीत तांब्याचा ढब्बू पैसा आहे. ज्याच्या हातात रुपया पडेल, त्यानं काशीला शिक्षण घ्यायचं. तांब्याचा पैसा ज्याला मिळेल त्यानं गोंडलला जायचं. मंजूर?”

दोन्ही मुलांना बापूंची ही रीत गमतीची वाटली होती. उत्सुक नजरेनं बापूंच्या

दोन्ही हातांकडे बघत त्यांनी निवड केली. चांदीचा रुपया गोकळदासला मिळाला. हरिलालच्या हाती ढब्बू पैसा आला. त्याप्रमाणे हरिलाल गोंडलला पोहोचले; पण गोंडलचं शिक्षणही त्यांच्या नशिबात नव्हतं. गोंडलचं वसतिगृह पाहून बापू नाराज झाले. त्यांना वाटलं, अशा ठिकाणी राहून पोराचा विकास होणं दूरच; पण मूळचे संस्कारही बिघडतील. काही दिवसांतच त्यांनी हरिलालला राजकोटला बोलवून घेतलं...

....हिंदी महासागराचं पाणी आता काहीसं गढूळ वाटत होतं. इतस्तत: विखुरलेल्या काळ्या मेघांवर वारा जणू आसूड फटकारून त्यांना जवळ आणत होता. हे असंच चालू राहिलं तर पाऊस कोसळेल. मग डेकवर उभं राहता येणार नाही, या विचारानं हरिलाल अस्वस्थ झाले. पण...पण मेघ बरसतही नव्हते.

....गोंडलपेक्षा हरिलालना राजकोटला राहणं आवडलं. तसं गोंडलही आवडलं होतं, पण तिथे विलक्षण एकाकी वाटायचं. बापूंच्या सहवासाची आस मनात होती. ती पूर्ण व्हायची संधी गोंडलला कुठची मिळायला? राजकोटला कुटुंबात राहणं व्हायचं; पण हरिलालच्या प्राक्तनात कुटुंबसुख नव्हतंच. राजकोटला शिक्षणाची गाडी नीट बसली न बसली तोच बापूंना आफ्रिकेचं बोलावणं आलं. या वेळी बापू एकटेच गेले. बा आणि भावंडं यांची सोबत होती. तरी हरिलालना वाटायचं, बाचं काय? ती बाईमाणूस! बापूंच्या अनुपस्थितीत धाकटी भावंडं आणि बा यांची जबाबदारी आपल्यावरच! मोटाबापू कर्ते पुरुष असले तरी काय? या विचारानं हरिलाल बालपणाकडे पाठ फिरवून एकदम प्रौढ झाले. गंभीर झाले. बापूंच्या कामाचा आवाका आणि रीत त्यांनी आफ्रिकेला असताना पाहिलीच होती. डोंगराएवढीही कामं उपसायची आणि थकून घरी यायचं- रिकाम्या घरात! म्हणजे परतल्यावर कुणी सेवा करणारं नाही. कसं व्हायचं बापूंचं? या काळजीने ते विलक्षण हैराण होत. पटकन् शिकून बापूंना मदतरूप व्हायची तीव्र इच्छा छळत राह्यची.

बा आणि भावंडांचा सहवासही त्यांच्या नशिबात नव्हता. बापूंनी बा आणि मुलांना आफ्रिकेस बोलावून घेतलं. फक्त हरिलालना लिहिलं, 'तू मुंबईस राहून शिक.' झालं! हरिलालची रवानगी मुंबईच्या 'एस्प्लेनेड हायस्कूल' मध्ये झाली. जीवनातील ते दुःखद पर्व आठवून हरिलालना गलबलून आलं. कधी पोरबंदर तर कधी राजकोट! मध्येच आफ्रिका तर मध्येच गोंडल! शिक्षणाची नुसती फरपट चालू होती. प्रत्येक ठिकाणची पद्धत वेगळी! नवं घेताना जुनं विसरावं लागत होतं. नवं आत्मसात करीतो पुन्हा स्थानबदल होत होता. केव्हा आधी विसरावं लागलं ते पुन्हा आठवायची वेळ येत होती. ही सारी खटपट मनात मोठा गोंधळ निर्माण करणारी होती. संस्कारक्षम वयाची वाट लागत होती. स्थानबदल होताच आधीचं विसरायचं, नवं आत्मसात करायचं आणि पुन्हा ते विसरून अगदी नवं किंवा आधी विसरायला

भाग पाडलेलं काहीबाही आठवायचं या चक्रात हरिलाल पिळून निघत होते. तन मन आत्मग्लानीत थकत होते. वर्गातील इतर मुलं त्यांच्याहून वयानं बरीच लहान होती. हरिलालना न जमणाऱ्या गोष्टीही छोटी पोरं पटापट करीत. वर्गात सर्वांत मोठ्या असलेल्या हरिलालना अतिशय शरमल्यासारखं वाटे. ते हताश होत. छोट्या मुलांबरोबर बाकावर बसायची त्यांना विलक्षण लाज वाटे. हे कमी होतं तर शिक्षक वर्गात मानसशास्त्राचा गंधही नव्हता-बालमानसशास्त्राच्या अस्तित्वाची जाण नसलेलाच काळ तो! हरिलालची चूक होताच त्याला झापण्याची संधी उपटायला शिक्षकवर्ग टपलेलाच असे. तोच प्रश्न कुणा छोट्याला विचारून खरं उत्तर मिळवून ते ओरडायचे, "हा छोटा ना रे तुझ्यापेक्षा शुंभा, नुसता खाऊन माजलास रे तू? डोक्यात अक्कल कधी यायची तुझ्या?" कधी, 'उभा वाढला एरंड' म्हणत त्याची संभावना करायचे. विलक्षण एकाकी वाटायचं तेव्हा. शिक्षकांचं पाहून विद्यार्थीही तोच कित्ता गिरवीत. दिवसेंदिवस मन हताशेच्या खोल दरीकडे खेचलं जात होतं. शिक्षणाविषयीचं प्रेम आटत होतं.

वर्गातील सारीच मुलं काही विघ्नसंतोषी नव्हती. सारीच त्याला हिणवत असं नव्हे. न हिणवणारी पोरं अलिप्त नजरेनं हरिलालच्या पोसलेल्या शरीराकडे पाहत. या विद्यार्थ्यांत किशोरलाल नावाचा एक चुणचुणीत मुलगा होता. हरिलालची उद्ध्वस्त अवस्था नीटशी कळली नाही, तरी त्याला ती निश्चित उमगायची. त्याचं हताश होणं स्पर्शत असल्यागत तो हळुवार स्वरात म्हणायचा, "हरिलाल, तुम्ही थोडा अधिक अभ्यास केलात तर आम्हा सर्वांना मागे पाडाल. पहिला नंबर घ्याल."

"मला पहिला नंबर नकोय!" आंबट द्राक्षाचा न्याय लावत हरिलाल बेफिकीर स्वरात म्हणायचे. "मी तर बापूंचं बोलावणं येईल, त्याची वाट बघतोय. त्यांच्याकडे जायचंय मला!"

किशोरलालला या बोलण्यातली मेख कळली तरी तो सहानुभूतीनं वागायचा. हरिलालजवळ बसायचा. कधी हरिलाल व्यथित उदास वाटले तर त्यांना सावरायचा प्रयत्न करायचा. ते दुखावले जाणार नाहीत, याची काळजी घेत म्हणायचा, "बापूंसारखी लढत पेलून सारं जबाबदारीनं पार पाडायचंय तुम्हाला, त्यासाठी अभ्यास हवाच. कुठे अडलं तर मी आहे की मदतीला. विलायतेला जाऊन तुम्ही बॅरिस्टर व्हा."

"माझ्याही मनात बॅरिस्टर व्हायचं आहे." सुहृदाजवळ मन मोकळं केल्यागत ते म्हणायचे, "खरंच, बापूंना मदत करण्यासाठी खूप शिकायचंय मला..."

जोहान्सबर्गहून एकदा मणिलालचं पत्र आलं. ते वाचून त्यांच्या निराश मनात आशेचा कोंब तरारला. पत्रात मणिलाल लिहीत होता...मोटाभाई, बापूंच्या कार्यालयात कारकुनी करणारा तो रिच आठवतो तुम्हाला? तो आता विलायतेत जाऊन बॅरिस्टर

होऊन परतला आहे. त्याला अचानक बघितलंत तर तुम्ही ओळखू शकणार नाही, इतका फरक पडलाय त्याच्यात. मोठा साहेबच वाटतो तो...

हरिलालला आठवत होता मेंगळट रिच! नाकावरून माशी न उडणारा! काही अंशी ओशाळे भाव चेहऱ्यावर बाळगणारा! अशा रिचला म्हणजे खुद्द बापूंनी बॅरिस्टर होण्यासाठी प्रोत्साहन दिलं होतं. फक्त प्रेरणा देऊनच ते थांबले नव्हते, तर त्यासाठी आवश्यक ती व्यवस्थाही त्यांनीच करून दिली होती. कारण रिचचं बावळेपण त्याच्या अगतिकतेमुळे आलंय, हे बापूंनी ओळखलं होतं. त्याच्यासारख्या प्रामाणिक आणि मेहनती माणसानं कारकुनीत खितपत राहावं, हे त्यांना पटत नव्हतं. त्याची हुशारी आणि प्रेमळपणा बापूंनी चौकस नजरेनं टिपला आणि...

हरिलालना आठवत होता, हसतमुख कामसू रिच! बापूंच्या कार्यालयात खाली मान घालून कामं निपटणारा! अशा सज्जनाच्या नशिबात खर्डेघाशी नको, असं वाटलं बापूंना. मी तर त्यांचा पुत्र! माझ्या मनाजोगी व्यवस्था ते अवश्य करून देतील... हरिलालच्या मनात आशेचे लाखो दीप उजळले. निराश मनानं उभारी धरली म्हणून तर...

म्हणून तर 'हरिलाल, शिक्षणात मन रमत नसेल तर इकडे निघून या,' असं बापूंचं पत्र येताच ते आनंदले. बापू पत्रात म्हणत होते... 'इथे खूप कामं तुमची वाट पाहतायत...' बापूंची कामं आपली वाट बघतायत ही कल्पनाच विलक्षण सुखद वाटली. मनात स्वप्नांची बाग फुलली. विलायतेस जायचं, बॅरिस्टर व्हायचं! बापूंच्या खांद्याला खांदा लावून चळवळीत भाग घ्यायचा. गोऱ्या साहेबाला तर नुसतं नजरेच्या धाकात ठेवायचं... ही सारी स्वप्नं सत्यात उतरतील तेव्हा...मनात जागा झालेला शेखचिल्ली अंगावर रोमांचाची फौज खडी करीत होता. पण...

पण वेगळ्या अर्थानं रोमांचक वाटणारी स्वप्नंही मनाचा हळवा कोपरा व्यापून होती. आफ्रिकेच्या आकर्षणावर कुरघोडी करायचं सामर्थ्य या स्वप्नांत नक्कीच होतं. आफ्रिकेला जाऊन बॅरिस्टर होण्यासाठी विलायतला प्रयाण करायचं, तर हे मधुर गुलाबी स्वप्न निदान चार-पाच वर्षं तरी नजरेपासून दूर ठेवणं भाग होतं. या गुलाबी स्वप्नांची स्वामिनी होती, अर्थातच गुलाब! त्यांची भावी पत्नी!

६

सोळाव्या वर्षी हरिलालनं भावी पत्नीला बघताच ओळखलं. थोडी नवलाची बाब! कारण गुलाब दृष्टीस पडली तेव्हा ते जीवन-मरणाच्या उंबरठ्यावर अडखळत होते. ग्लानीत अर्धबेभान अवस्थेत तळमळत असताना अचानक गुलाब दिसली होती. ती गुलाबच आहे, अशी खात्री वाटण्याजोगी परिस्थिती नव्हती. तेराव्या वर्षी त्यांचं 'वेविशाळ' (साक्षगंध) झालं होतं. एकमेकांनाच काय पण फोटोही न बघता लग्न ठरवलं होतं. ती घटना आठवताना हरिलालच्या ओठांवर स्मित उमटलं....

बा, बापू आणि इतर भावंडं परत आफ्रिकेस गेली होती. हरिलाल मोटाबापूंकडे राहत होता. मोटाबापूंचा तो खूप लाडका होता; पण मोटाबापूंची आदब खुद्द बापूही पाळत. त्यामुळे हरिलालला मोकळ्या मनानं बोलणं जमत नसे. एके दिवशी हरिलालच्या डोक्यावर जरीची टोपी ठेवण्यात आली. रेशमी अंगरखा आणि लाल काठाचं धोतर नेसवण्यात आलं. कपाळावर ओल्या लाल कुंकवावर अक्षतांचे दाणे चिकटवले गेले. मोटाबापूंच्या इच्छेनुसार गोकीफोई आणि इतर नातेवाइकांच्या उपस्थितीत गुलाबच्या बापूंनी त्यांच्या हातांत श्रीफळ आणि शुद्ध चांदीचा राणीछाप रुपया दिला. खांद्यावर रेशमी उपरणं पांघरलं...आपली सगाई होतेय, याची जाण हरिलालना रोमांचित करणारी होती. भावी पत्नीचं नाव गुलाब आहे, इतकंच त्यांच्या कानावर आलं होतं.

गुलाबला बघावंसं वाटत होतं; पण मनातील इच्छा वडिलांजवळ ओठी आणणार कशी? बा असती तर तिला सांगणं कदाचित जमलंही असतं. शिवाय साक्षगंधावरून मोटाबापू आणि गोकीफोईत झालेली कुरबुर-कदाचित चर्चाही असेल, पण ती आठवून ओठ गप्पच राहत होते. मन अस्वस्थ होतं. सगाईच्या संदर्भात गोकीफोईनं म्हटल होतं, "सगाईची तारीख नक्की करण्यापूर्वी मोहनभाईंना पत्र लिहून विचारायचं होतंत!"

"गोकी!" मोटाबापू नापसंती दर्शवीत म्हणाले होते, "मोहनदास इतक्यातच

इथून गेलाय. तो इथे असताना मी या विषयावर थोडंफार बोललो होतो. बोरा बेवाई (व्याही)सारखं सत्‌शील खानदान उभ्या सौराष्ट्रात सापडायचं नाही. अशा ठिकाणची पोर घरात येत असेल, तर मुलाच्या बापाला का हरकत असेल?''

''तरी मला वाटतं..'' गोकीफोईनं चाचरत म्हटलं होतं, ''विधी होण्यापूर्वी कस्तुरभाभींचाही विचार घ्यायला हवा होता. त्यांनाही त्यामुळे बरं वाटलं असतं...''

''काहीतरीच असतं तुझं!'' त्यांना तोडून मोटाबापू निर्णायक स्वरात म्हणाले,

''गोकी, तुलाही नव्या जमान्याचं वारं लागलं वाटतं? घरात इतके कर्ते पुरुष असताना मी बायकांच्या ओंजळीनं पाणी प्यावं, असं वाटतं तुला? मी तर म्हणेन, हरिलाल भाग्याचा! म्हणून गुलाबसारखी पत्नी त्याला मिळतेय. बरं, कस्तुरबहुनं (मोठ्या दिरानं धाकट्या भावाच्या पत्नीला सुनेसारखं वागवायची सौराष्ट्रची रीत आहे) गुलाबला बघितली नाहीय, असंही नाही.''

बस्स! मोटाबापूंच्या मते, यावर चर्चा करण्याचं कारणच नव्हतं. त्यांनी म्हटलं होतं, अशी पत्नी भाग्यवंतालाच मिळते; म्हणूनही गुलाब कशी आहे ते जाणायला, बघायला हरिलाल फार उत्सुक होते. काहीतरी कारण काढून ते मुद्दाम सासऱ्याच्या घरावरून जात. महादरवाजाशी त्यांचा पाय रेंगाळे. वाड्याच्या आत आणि बाहेर इतक्या मुली दिसत, की त्यात गुलाब असली तरी 'ही गुलाब' हे कळावं कसं? हा प्रश्न यक्षप्रश्नाहून अवघड होता. गोकीफोईचा गोकळदास आणि हरिलाल एकाच वयाचे. दोघांत गाढ मैत्रिभाव! म्हणून संवादांतून समस्या गोकळदासपर्यंत पोहोचली नाही, तरी साक्षगंध झाल्यापासून हरिलालची चेष्टा करणं हे त्याचं आवडीचं काम बनलं होतं. हरिलालच्या प्रश्नाच्या उत्तरात त्यानं मोठी मजाच उडवून दिली. हरिलालच्या सासऱ्याच्या समग्र परिवाराचा कुठल्याशा कार्यात एक ग्रुप फोटो काढला होता. हा फोटो त्यांच्या भिंतीवर लटकत होता. त्यात छोटी गुलाब हातांत फूल घेऊन मातापित्याच्या मध्ये खुर्चीवर ताठ बसली होती. तिच्या गळ्यात सोन्याचा हार होता. ती तसबीर एके दिवशी गोकळदासनं हरिलालसमोर धरली. गुलाबच्या फोटोवर बोट ठेवून 'आता ओळखता येईल नं?' हा प्रश्न विचारणाऱ्या गोकळदासची मिश्कील मुद्रा आठवणाऱ्या हरिलालना डेकवरही हसू आलं. ती समग्र घटना आठवण्यात त्यांना अनुपम सुख मिळत होतं...

मुग्ध आतुरतेनं तो फोटो पाहिला होता तेव्हा! फोटोत इतक्या माणसांची गर्दी असूनही पक्ष्याचा फक्त डोळाच बघणाऱ्या अर्जुनाप्रमाणे त्यांना फक्त गुलाबच दिसत होती. 'त्या' मुलीकडे टक लावून बघताना ही सुद्धा आपल्याकडेच बघतेयसं वाटून त्यांनी आगळा थरार अनुभवला होता. तिला नजरेत साठवताना तंद्री लागली होती; पण ती तंद्रावस्था दीर्घकाळ टिकू देता येणार नव्हती. गुलाबला बघताना हरिलालचं भान हरपलं तरी गोकळदासचे पाय जमिनीवरच होते. सर्वांच्या नकळत

त्यानं ती तसबीर भिंतीवरून उतरवली होती. अंगरख्याखाली दडवून ते तसबीर पळवून घेऊन आले होते. ही चोरी उघडकीस येण्यापूर्वी पुन्हा फोटो जागच्या जागी जाणं आवश्यक होतं. नाहीतर या तसबीरहरणामुळे द्वारकेत अनिरुद्धहरणामुळे उत्पात झाला नव्हता तितका उत्पात इथे होईल, याची जाण दोघांच्याही मनात होती. हरिलालची समाधी लागली होती तरी गोकळदासनं फोटो परत मागितला. त्याच्या हातांतून फोटो हिसकावून घेत गोकळदासनं हरिलालची भरपूर फिरकी घेतली होती. पुन्हा त्यानं फोटो अंगरख्याखाली दडवला. पाठ फिरवून धूम पळत सुटलेल्या गोकळदासचं हरिलाललाही खूप हसू आलं होतं.

त्यानंतर कधी गुलाबला बघण्याचा योग आला नाही; पण मनात ती तसबीर ठाण मांडून बसली होती. म्हणून तर ग्लानीभरल्या अवस्थेत मिटू मिटू करणाऱ्या डोळ्यांनीही लगेच तिला ओळखली होती. तिला ओळखण्याचा हा पराक्रम गुलाबच्या नजरेत आश्चर्य उमटवून गेला होता. दुसऱ्याच क्षणी तिचे टपोरे डोळे लाजेनं झुकले होते. आजारपणात गुलाबच्या शुश्रूषेनंच त्यांना बरं केलं होतं. चंद्रोदयाची वाट पाहणाऱ्या चकोरीसारखी ती वाट बघणार होती, ही जाण हरिलालच्या मृतवत गात्रांत प्राण भरणारी ठरली होती.

म्हणून बापूंचं पत्र आलं तेव्हा मनात असीम आनंद उमटला नव्हता. बापूंनी लिहिलं होतं-हरिलाल, तुमचं मन तिथल्या अभ्यासात रमत नसावं असं वाटतं. तुम्ही आता इकडे यावं हे उत्तम! इथे खूप कामं तुमची वाट बघतायत...बापूंना मदतरूप व्हावं ही इच्छा पूर्ण होणार याचा आनंद नक्की होता. पण ह्या आनंदाचं स्वरूप निखळ, निर्भेळ नव्हतं. गुलाबविषयी मनात तीव्र आकर्षण निर्माण झालं होतं. म्हणूनच बापूंच्या भेटीच्या आनंदाला, गुलाबच्या विरहाच्या व्यथेची किनार होती. आफ्रिकेला जायचं म्हणजे गुलाबचा अक्षय विरह! मिलन होण्यापूर्वीच वियोगाचा योग! मी तुमची वाट पाहीन म्हणताना तिच्या डोळ्यांत उमटलेले आर्त भाव बापूंच्या भेटीच्या इच्छापूर्तीचा आनंद भोगू देत नव्हते. त्यांना बापू आणि गुलाब दोन्ही हवे होते, पण हे जमावं कसं?

हरिलालना आफ्रिकेहून बोलावणं आलंय, हे कळताच गुलाबचे बापू मोटाबापूंच्या भेटीला आले होते. "लक्ष्मीदासभाई," ते नम्र स्वरात म्हणाले होते, "मुलगी फार मोठी होण्यापूर्वी पिवळी करावी हे बरं! हरिलाल परततील त्याची वाट बघायची म्हणजे वय फार वाढतं. ते आफ्रिकेला जाण्यापूर्वी लग्न झालं तर दुधात साखर! आपल्याला काय वाटतं?"

"पटतंय मला बेवाई!" मोटाबापू उत्साहानं म्हणाले, "आपल्या लेखी आफ्रिका म्हणजे दुसरं जगच की हो! हरिलाल एकदा गेला, की कधी परत येईल, कसं सांगणार? सारं ईश्वरेच्छेवरच की!"

"हो नं! आणि आता जमानाही बदलतोय. त्या परक्या परदेशातील रीतिरिवाज आपल्याला ठाऊक नाहीत.... हरिलालचं पोरवय आहे. शिवाय दोघांची मनंही जुळली आहेत, हे आपण जाणताय."

"जाणतो तर! मला कळलं बेवाई! तुम्ही निश्चिंत असा. मुहूर्त काढा. मूळ घेऊन कधी येता ते सांगा. तसं मी मोहनदासला पत्रानं कळवीन; येण्याचं जमण्यातलं असलं तर तेही विचारू."

लग्न करून जायचं ठरलं आणि उदास हरिलाल रंगात आले. डेकवर उभं राहून हरिलाल आफ्रिकेच्या दिशेला बघत होते. हिंदी महासागराच्या अफाट जलराशीवर नजर ठरत नव्हती. हवेत गारवा दाटत होता. तरी खाली जावंसं वाटत नव्हतं. आठवणी बेलगाम उधळल्या होत्या. काही काम नव्हतं, की गप्पा मारता येण्याजोगा निकट व्यक्तीचा सहवास नव्हता. आठवणींचं रवंथ हेच वेळ घालवण्याचं साधन असल्यागत हरिलालचं मन आठवणींत मनसोक्त डुंबत होतं. कुठेकुठे फेरफटका करून बापूंनी लग्नासंबंधी लिहिलेल्या पत्राची सम गाठत होतं.

लग्नासाठी बापू स्वत: तर आले नव्हतेच; पण त्यांनी बालासुद्धा पाठवलं नव्हतं. वरमाय म्हणून वावरताना बा कशी दिसेल, या कल्पनेत ते कितीदा तरी हरवले होते. मस्तकी मोडियं आणि हातांत रांदल दिवडी (वरमाईचा खास शृंगार) घेऊन मिरवणाऱ्या बाचं स्वप्नात दिसणारं रूप सत्यात उतरलं नव्हतं. वरमाईचा मानपान घेताना बा नक्की सुखावली असती. बाच्या सुखाच्या कल्पनेचं हरिलालना नेहमीच अप्रूप वाटत आलं होतं. त्यांना कळत होतं...बापूंनी जो संघर्ष सुरू केलाय, त्यात त्यांना व्यक्तिगत हौसेला प्राधान्य देता येणार नाही. आपल्या लग्नासाठी बापूंनी रणमैदान सोडून यावं, अशी अवास्तव अपेक्षा नव्हती; पण निदान बा तरी यायला हवी होती. पण... पुन्हा गळ्यात कडूशार आवंढा दाटला. स्वत: येणं तर दूर पण बापूंनी 'तसं' पत्रं पाठवलं. स्वपुत्र म्हणून ते आपल्याविषयी विचार करीत नसतील, तर बाला लग्नासाठी पाठवायचा विचार त्यांच्या मनात येणारच कसा? पण बापूंनी स्वपुत्राच्या यादीतून आपलं नाव का वगळलं? या लग्नात अनुचित काय होतं? मोटाबापू की गोकीफोई आपलं अहित करतील का? गुलाबला सून म्हणून नव्हे तरी बा आणि बापूंनी तिला बघितली होती. तरीही...' दुखरी नस त्याच त्या प्रश्नाच्या गुंत्यानं ठणकत होती. 'तो' विचार मनातून जात नव्हता. बापू इतके अलिप्त का? हे अनाकलनीय कोडं वाटत असूनही ते स्वतःची समजूत काढू पाहत होते. स्वतःच्या जखमेवर स्वतःच मलमपट्टी करायचा प्रयत्न करीत होते.

बापूंच्या अनेक गोष्टी मोटाबापूंनाही अनाकलनीय वाटतात. त्यांचं सारंच अनोखं असतं! सामान्य माणसांहून फार वेगळे आहेत आपले बापू! सामान्य माणसं नोकरी वा धंद्याला लागतात. नेटका संसार करतात. पत्नीवर, मुलांवर समृद्धीची उधळण

करतात; पण बापूंनी नोकरी स्वीकारली नाही. धंद्यात लक्ष घातलं नाही. ते जे करतायत त्यात बरकत (कमाई) नाही. इतर बॅरिस्टर्सच्या घरी लक्ष्मी पाणी भरतेय, पण बापूंच्या गृहलक्ष्मीला स्वत:ला पाणी भरावं लागतंय...बाला पडणारे कष्ट हरिलालना दुखवीत होते. अत्यंत कनिष्ठ वर्गाचं जीवन जगणं भाग पाडीत होते. ते स्वत: तर भेटी स्वीकारत नव्हतेच; पण बालाही काही स्वीकारू देत नव्हते. मागे एकदा मोटाबापूंच्या पत्रात त्यांनी स्पष्ट लिहिलं होतं... 'कुटुंब म्हणजे आपण भावंडं, आपले जातवाले इतकंच मी समजत नाही. कुटुंब या संज्ञेचा अर्थ माझ्या लेखी सीमित नाही. मी अमर्याद कुटुंब मानतो. जीवमात्राचा माझ्या कुटुंबात समावेश होतो. म्हणूनच एका भावानं दुसऱ्या भावाला केवळ कातडीच्या रंगाच्या जोरावर कमी लेखलेलं मला पटण्यातलं नाही. दुःखी माणसाचे अश्रू पुसण्यात मला आनंद आहे. ऐहिक सुखात मला स्वारस्य नाही...'

बापूंना काय हवंय ते मोटाबापूंनाही व्यवस्थित उमगलं नाही. फक्त ते जे कार्य करतायत ते भव्यदिव्य आहे, याची जाण झाली होती. मोहनदास आपल्या घराण्याचं नाव त्रिभुवनात गाजवणार, याची जाण त्यांना सुखवायची. 'एनुं तो बधुं ज न्यारूं' (त्याचं सारंच वेगळं) म्हणत ते कौतुकानं हसायचे. अशा बापूंचं आपण नाव लावतोय, याचा सार्थ अभिमान हरिलालच्याही मनात दाटायचा. हाच अभिमान त्यांच्या दुखावल्या काळजावर फुंकर घालू लागला...

खरंच बापूंच्या मनाचा थांग मोटाबापूंनाही लागत नाही. त्यांच्या मनाची खोली उमजण्याइतकी पोक्त उमर वा नजर आपली कशी असणार? ते जे काही करतात ते निष्ठेनं करतात. स्वत:शी प्रामाणिक राहून करतात. त्यांनी जे लिहिलं त्यात वरवर दिसणाऱ्या अर्थाहून वेगळा काही गूढार्थ असेल. ज्याचं आकलन होत नाहीय, त्याविषयी पूर्वग्रह करून घेणं बापूंच्या पुत्राला शोभणार नाही...

बापूंविषयीचा नितांत आदर मनात उसळ्या मारू लागला. उदास विचारांना दूर ढकलून उत्साहप्रद विचारांची प्रतिष्ठापना करू लागला. जोहान्सबर्गचं बापूंचं कार्यालय कसं असेल, याविषयी कल्पना करण्यात ते दंग झाले. डरबन शहराजवळ बापूंनी म्हणे विशाल आश्रमाची स्थापना केली होती. त्याविषयी मणिलालनं लिहून कळवलं होतं.

'...इथं आंबे, नारंगी आणि प्लम्स भरपूर होतात. या बागांत झुळझुळ वाहणारा मोठा झराही आहे. आम्ही तिथेच अंघोळीसाठी जातो. गंमत म्हणजे इथे चिमण्या, कावळे की साळुंक्या अजिबात दिसत नाहीत. चंडोल मात्र खूप असतात. चंडोलाचं गाणं ऐकायला खूप मजा येते; पण इथे रानावनात सापही साडतात बरं का! वाढलेल्या गवतातून सापाची चाहूल घेत काळजीपूर्वक पुढे जावं लागतं...'

कधी न पाहिलेला आश्रम मनात आकार घेऊ लागला. चिमण्या, साळुंक्या नसलेल्या वाडीची (बागेची) ते कल्पनाच करू शकत नव्हते. चंडोल पक्ष्यांचंही आजवर फक्त चित्रच पाहिलं होतं. त्यांना आठवत होतं मणिलालनं केलेलं आश्रमाचं वर्णन...मणिलाल लिहीत होते...

'मोटाभाई, आपल्या आश्रमाचं नाव 'फिनिक्स आश्रम' ठेवलंय. बापूंनी हे नाव का ठेवलंय ठाऊकाय? ते म्हणतात आपल्या पुराणात जसं गरुड पक्ष्याला महत्त्व आहे तसं ग्रीक पुराणात 'फिनिक्स' पक्ष्याला महत्त्व आहे. हा पक्षी म्हणे स्वत:चं आयुष्य संपलं, की स्वतःच आत्मदहन स्वीकारतो. त्याच्या शरीराची जी राख होते त्या राखेतून नवा पक्षी जन्माला येतो. बापूंना वाटतं, त्यांनी जो संघर्ष स्वीकारलाय, त्या लढाईत आवश्यकता भासली तर स्वत:ला जाळून घेण्याची तयारी प्रत्येक सैनिकानं ठेवायला हवी. आपल्या राखेतून आपलं पुनरुत्थान व्हायला हवं. यासाठी आपल्यासमोर 'फिनिक्स' पक्ष्याचा आदर्श ठेवायला हवा, म्हणून आपल्या आश्रमासाठी त्यांनी 'फिनिक्स' नाव पसंत केलंय...'

आश्रमाचं वर्णन वाचून हरिलालना कधी आश्रम पाहतोय, असं झालं होतं. आश्रमाचं नाव आणि त्यापाठचं कार्यकारण त्यांना प्रभावित करीत होतं. बापूंची विचारप्रणाली किती उच्च आहे, हे कळण्याइतकी विचारांची खोली अजून आपण प्राप्त केलेली नाही. हे काम त्यांच्या सहवासात, त्यांच्या पावलावर पाऊल टाकून मार्गक्रमण करतानाच होणार आहे. मोटाबापू म्हणाले तसं बापू खरंच आपल्या कुळाचं नाव रोशन करणार. त्यांनी जे लिहिलंय ते आपल्या कळण्यापलीकडचं असेल... पुन:पुन्हा घायाळ विचारांकडे वळणाऱ्या मनाला हरिलाल पटवीत राहिले.

वीस दिवसांचा कंटाळवाणा प्रवास संपवून आगबोट दक्षिण आफ्रिकेच्या किनाऱ्यास लागली. एकट्यानं हा प्रवास फारच कंटाळवाणा वाटला होता. मनात उठणारी विचारांची चक्रीवादळं आणि घायाळ मनाची घालावी लागणारी समजूत थकवून टाकणारी होती. याआधी हाच प्रवास कंटाळवाणा वाटला नव्हता. त्या वेळी बा, बापू आणि छोट्या भावंडांची सोबत होती. शिवाय पोरवयात विचारांचा भुंगाही भुणभुणत नव्हता. या वेळच्या प्रवासात एकाकीपणा आणि विचारांचं संक्रमण- 'स्व'शी सतत चालणारा संवाद-विसंवाद; या दोन पात्यांत भरडलं जाणं अटळ ठरलं होतं. डरबनचा किनारा दिसला आणि वाटलं, हाश! भरडलं जाणं संपलं अखेर! म्हणत त्यांनी सुटकेचा नि:श्वास टाकला. थकल्या अनिमिष नेत्रानं ते डरबनच्या किनाऱ्याकडे पाहू लागले.

बंदरावर पाऊल ठेवले, आणि वीस दिवसांच्या प्रवासाचा अंगात मुरलेला शीण जसा सात कोस दूर पळाला. बा, बापू आणि धाकट्या भावंडांना भेटायच्या कल्पनेनं गात्रांत उत्साह भरला. नव्या जीवनाची नवी स्वप्नं तरुण नजरेत आकार घेऊ लागली.

७

डरबनच्या किनाऱ्यावर हरिलाल उतरले तेव्हा सकाळच्या उन्हाचं कोवळेपण सरलं होतं. वातावरण चांगलंच गरम होतं. बंदरात काळ्या हमालांची धावपळ चालू होती. मध्यम बांध्याचे सावळे हिंदी लोकही दिसत होते. मध्येच एखादा इंग्रजही दिसत होता. त्याच्या गौरवर्णानं आणि दणकट शरीरानं साऱ्या गर्दीत तो उठून दिसत होता. त्याच्या चालीत अधिकाराचा रुबाब होता. हिंदी आणि हबशी पटकन दूर होत त्याला जागा करून देत होते. इंग्रज दिसताच हबशांच्या नजरेत भय थरथरत होतं. हिंदी माणसं इंग्रजाला भीत नव्हती; तरीही त्यांच्या नजरेत शंका आणि नापसंतीचं अजब रसायन तयार होताना दिसत होतं.

भिरभिरत्या नजरेनं हरिलाल सारं टिपत होते. एका बाजूस उभं राहून बापू कुठे दिसतायत, हे बघत होते. पायाशी त्यांचं सामान होतं. बापूंना घेण्याविषयीची इत्थंभूत माहिती दिली होती. वेळ जाऊ लागला तसतशी हरिलालची नजर अधिकाधिक शोधक झाली. घरचं कुणीच नजरेस पडत नव्हतं. हरिलाल थोडे बावरले. बापूंनी स्वप्रयत्नांचा आग्रह धरला असेल का? मनात प्रश्न उमटला. जाणत्या वयात प्रथम येणं होतं होतं. आत्मविश्वास आणि अनोळखी वातावरणामुळे वाटलेलं भेदरलेपण या अडकित्त्यातील सुपारीसारखी स्थिती झाली हाती. तोच-

"हरिलालभाई..." सागराच्या लाटांच्या आवाजाला भेदून बुलंद हाक कानावर आदळली. उत्सुक मनानं त्यांनी आवाजाच्या दिशेला नजर वळवली. दूरवर गर्दीत परागजी हात वर करून त्यांना खुणावत होते. त्यांना बघताच मनातील गोंधळ संपला. परागजी असले, की काळजीच नाही. ते स्वतःशीच पुटपुटले. दोन्ही हात हलवून त्यांनी परागजींना बापूंबरोबर काम करताना खूपदा बघितलं होतं. इतक्या वर्षांनंतरही त्यांनी हरिलालना पटकन ओळखलं होतं. उतावळ्या पावलानं हरिलाल परागजींकडे धावले.

"बापू कसेत परागजी? मणिलाल, रामदास आणि देवदास मजेत? आणि

माझी बा? बरी आहे नं ती?'' वीस दिवस प्रवासात सक्तीच्या मौनाची संगत होती. त्याची सांगता उत्सुक प्रश्नांच्या धबधब्यानं झाली.

''सारी मजेत आहेत. तुमची वाट बघतायत!'' परागजी हसत म्हणाले.

''काल रात्री बा माझ्याजवळ तुम्ही येणार असल्याचं बोलल्या.''

पहिल्याच घासात माशी यावी, तसे हरिलाल चमकले. यांना बानं सांगितलं. बापूंनी का नाही? का असं झालं असावं? का? जी कावकाव सुरू झाली आणि त्यांनी ओठ घट्ट आवळले. मनात उमटलेले प्रश्न परागजींना विचारण्यासारखे नाहीत इतकं कळण्याइतपत पोक्तपण आलं होतं. परागजी बोलतच होते....

''बरं झालं बानी सांगितलं ते? बापूंना तर हे सारं लक्षात ठेवण्याइतकी सवड कुठली? चळवळीत ते आकंठ बुडले आहेत. दोन दिवसांपासून ते प्रिटोरीयालाच आहेत. म्हणून रात्री बा म्हणाल्या, ''पोर उद्या यायचा आहे परागजीभाई! खूप वर्षांनंतर येतोय. तोही एकटा! इथे सारं बदललं आहे. कुणी बंदरावर गेलं नाही तर तो बावरून जाईल. प्रवासाचा शीणही असेल. तुम्ही जाल?''

''बांचा प्रश्न माझ्या लेखी हुकूमाहून अधिक वजनाचा! खरं की नाही?'' म्हणत परागजी खळखळून हसले, पण हरिलाल हसू शकले नाहीत. सामानाकडे बघायचं निमित्त करीत त्यांनी नजर चुकवली. पत्र्याच्या दोन ट्रंका, लाल सतरंजीत गुंडाळलेली वळकटी आणि मोठा डबा; हे सामान दोघांनी स्वतःच उचललं. गर्दीतून वाट काढीत ते बाहेर आले.

घर नजरेच्या टप्प्यात आलं. बा दारातच उभी होती. देवदास आणि रामदास तिला बिलगून वाट बघत होते. वाट बघत खोळंबून उभ्या असलेल्या बाला पाहून हरिलालचे ओठ मनापासून हसले. पाणावल्या डोळ्यांकडे परागजींचं लक्ष जाऊ नये म्हणून, ''फार घाम येतोय!'' म्हणत त्यांनी डोळ्यांवरून रुमाल फिरवला. धावत जाऊन बाच्या पायांवर त्यांनी स्वतःला झोकून दिलं.

''उठो बेटा!'' भरल्या कंठातून जेमतेम शब्द बाहेर आले. पुत्राच्या घनदाट केसांत फिरणाऱ्या मातेच्या बोटांत अनावर थरथर दाटली. हरिलालना भरून आलं. क्षणभर वाटलं, हिच्या कुशीत शिरून मनसोक्त रडावं; पण पोरपण संपल्याची जाण तसं करू देत नव्हती. भावनांवर बांध घालण्यासाठी त्यांनी हसून देवदास, रामदासकडे बघितलं. अश्रूंना 'चले जाव'चा हुकूम देत त्यांनी दोघांचे गाल खेचले. ''मणिलाल दिसत नाही.'' त्यांनी हसायचा प्रयत्न जारी ठेवत विचारलं.

''ते सार्वजनिक दवाखान्यात रुग्णांची सेवा करायला जातात.'' परागजींनी परस्पर उत्तर दिलं. ''बापूंनी हे काम त्यांना सोपवलंय. दुपारी जेवायची वेळ होईतो येतील.''

''रुग्णांची सेवा? हरिलालनी चकित स्वरात विचारलं, ''म्हणजे मणिलाल

डॉक्टरी शिकतोय की काय?''

''छे! रुग्णांच्या सेवेसाठी डॉक्टर व्हायची का गरज असते?'' बाच्या प्रश्नात हरिलालना बापू बोलल्याचा भास झाला. त्यांनी गोंधळून बाकडे पाहिलं. ''स्पंजिंग करणं, रोग्यांना औषधं देणं, त्यांची वस्त्रं बदलणं यांसारखी कामं मणिलाल करतो. त्यासाठी मनात सेवाभाव असणं महत्त्वाचं. पदवी निरर्थक आहे.''

बाच्या उत्तरानं हरिलाल अधिकच बुचकळ्यात पडले. आल्या आल्या नको असं वाटून त्यांनी पटकन छोट्या देवदासला कडेवर घेतलं. रामदासच्या पाठीवर थाप मारीत ते म्हणाले, ''आणि बाबा लोक तुमचं काय? शाळेत जाता की घरीच कुणी शिकवायला येतं?''

''मोटाभाई, आम्हाला तर बापू नसतील तेव्हा सुट्टीच.'' त्यांचं तोंड स्वतःकडे वळवून घेत चुणचुणीत देवदास म्हणाला. मोठ्या भावाला गंमत सांगत असल्यागत डोळे बारीक करीत रंगात येत बोलू लागला, ''आणि बापू इथे असतील तेव्हा सुद्धा त्यांना वेळ असतो कुठे? कधी वेळ मिळाला तर पंधरा-वीस मिनिटं, फार तर कधी तासभर बापू शिकवतात. बाकी आपल्याला लीला लहर! (मजाच मजा) आश्रम खुंदळत भटकायचं, नारंगी प्लम्सवर हात मारायचा. काम नाही, अभ्यास नाही. नुसती दंगामस्ती! बस्स्!''

''वा रे! आपण टपाल आणण्याचं काम करतो की...'' आपण शिकत नाही की आपल्याला कामही नसतं हे कबूल करणं रुचत नसल्यागत रामदास बोलू लागला. देवदासला डोळ्यांनी जरब देत म्हणाला, ''मोटाभाई, शिवाय आम्ही बागेत पंप चालवतो. जमीन सारखी करतो, सुतारकाम करतो आणि...आणि...'' या यादीत भर घालण्याजोगं काम आठवेना. विषयाची गाडी दुसरीकडे वळवीत रामदास म्हणाला, ''इथल्या बागांत फळं खरंच छान होतात बरं का मोटाभाई...''

''आता मोटाभाईंना आराम करू द्यायचा बरं का...'' दोघांना गप्प करीत बा हरिलालकडे वळत प्रेमानं म्हणाल्या, ''आपल्या माणसांना भेटलं, की प्रवासाचा शीण दूर पळाला असं वाटलं, तरी ते खरं नसतं दीकरा! वीस दिवसांचा समुद्रावरचा प्रवास आराम मागून घेणाराच असतो. स्नान करून, जेवून थोडी झोप घे. तुझे बापू संध्याकाळपर्यंत येतील. खरं म्हणजे कालच यायचे होते; पण काम लांबलं त्यांचं! तू आराम कर! तोवर येतील ते!''

संध्याकाळपर्यंत रामदास-देवदासच्या चिमणबोलांतून आणि मणिलालकडून खूप काही कळलं. बापूंचं कार्यक्षेत्र फार वाढलं होतं. त्यांचं साहस, इतरांहून वेगळी वाटणारी विचारशैली आणि कार्यक्षमता चहूबाजूनं वाखाणली जात होती. हिंदी आणि इंग्रज सारीच बापूंकडे आदरानं पाहत. अशा पित्याचं आपण नाव लावतोय, या विचारानं तरुण हरिलालची छाती अभिमानानं तरतरली. मणिलालनं 'फिनिक्स'

आश्रमाविषयी लिहिलं होतं. त्यानंतर तर बापूंच्या कामाचा आवाका खूपच वाढला होता. 'इंडियन ओपिनियन' नावाच्या साप्ताहिकाचं काम जवळजवळ बापू एकटेच सांभाळत होते. मणिलालनं हे अंक हरिलालना आवर्जून दाखवले तेव्हा त्यांना वाटलं, बापूंनी हे काम आपल्याला शिकवावं.

संध्याकाळी बापू परतले. एकेरी बांध्याचे बापू थकव्यामुळे अधिकच रोड दिसत होते. थकव्याचं कारण दिसत असूनही ते हरिलालची विचारपूस करायला बसले याचं त्यांना कोण अप्रूप वाटलं. मोटाबापू आणि गोकीफोईचीच नव्हे तर गुलाबचीही खुशाली विचारली. लग्नाविषयी मात्र त्यांनी काही विचारलं नाही. हरिलालना अभ्यासात यश मिळालं नव्हतं, त्याविषयी बापूंनी खेद व्यक्त केला. यावर खुलासा द्यायला ते प्रयत्नशील होते; पण या विषयात स्वारस्य नसल्याचं सुचवीत बापू निर्णायक स्वरात म्हणाले, "जाऊ द्या. या शिक्षणप्रणालीत अर्थ नाहीच. त्या मोहात पडण्यासारखं नाही हरिलाल! चारित्र्यघडण (व्यक्तिविकास) हेच खरं शिक्षण!"

व्यक्तिमत्त्वाचा विकास म्हणजे निश्चित काय, याचा उलगडा हरिलालना होत नव्हता. या प्रकारच्या शिक्षणात कसला समावेश होतो, हेही कळत नव्हतं; पण बापू म्हणतायत ते काहीतरी खूप चांगलं असणार. त्यांचं काम सर्वांहून निराळं आणि उच्च कक्षेचं असतं. सामान्यांना न जमणारं अवघड काम असतं, अशी त्यांच्या मनात श्रद्धा होती. असं काम बापू आपल्याला शिकवणार, या कल्पनेनं हरिलाल कोण हुलारले. बापू बोलतच होते.

"उद्यापासून माझ्या कार्यालयाच्या कामात मला मदत सुरू करा. खुल्या नजरेनं कामाचा वेध घ्या.जसजसे प्रश्नात खोलवर उतरत जाल तसतशी आपोआपच समज येऊ लागेल. समस्या कळू लागतील आणि त्यासाठी काय करायला हवं, तेही कळू लागेल. कुणी सांगून, शिकवून, करवून घेतलेल्या कामापेक्षा प्रगट झालेल्या समजुतीवर मी अधिक भर देतो. असं केल्यामुळे प्रत्येकाची स्वत:ची स्वतंत्र विचारप्रणाली तयार होते. माझ्या लेखी हे फार महत्त्वाचं."

खरंच दुसऱ्या दिवसापासून हरिलालनं काम सुरू केलं. बापू दोन प्रकारची कामं करीत. धंद्याचं काम आणि त्या अनुषंगानं असणारी कागदपत्रं कार्यालयात जमली होती; शिवाय चळवळ आणि सत्याग्रहाच्या संदर्भात होणारा पत्रव्यवहारही होता. सकाळपासून रात्रीपर्यंत सतत भेटायला येणाऱ्यांचा राबता असे. त्यामुळे कार्यालयाची व्यवस्था ही अव्यवस्था नाव द्यावं, अशीच होती. हरिलाल बापूंच्या सूचना तंतोतंत अमलात आणण्याच्या इच्छेनं कामाला लागले. सारं चौकस नजरेनं टिपू लागले. त्यांना सुचलं त्याप्रमाणे कार्यालयाच्या अस्ताव्यस्त कामाची नीट घडी बसवायला त्यांनी कंबर कसली. ढिगानं जमलेल्या कागदपत्रांचं वर्गीकरण करून त्यांनी धंदाविषयक कागदपत्रांची फाईल तयार केली. चळवळीच्या संदर्भातील कागद प्रतवारीनं व्यवस्थित

लावले. इंग्रजी भाषा नीट कळावी, यासाठी ते चौकस नजरेनं प्रयत्न करू लागले. नुकताच बापूंनी छोटा टाईपरायटर घेतला होता. हरिलाल त्यावर बोटं अजमावू लागले. 'इंडियन ओपिनियन'च्या अंकाविषयी त्यांच्या मनात मृदू भाव होताच. हे अंक ते अभ्यासपूर्ण नजरेनं पाहू लागले. 'फिनिक्स' आश्रमातला छापखाना ही जशी त्यांची कर्मभूमी झाली.

या छापखान्यात 'फिनिक्स' आश्रमात राहणारे आश्रमनिवासीच सारी कामं करीत. आश्रमातील नव्या वातावरणाशी ताल जुळवायला हरिलाल प्रयत्नशील होते. सौराष्ट्रातील समृद्ध वणिक घरात जे जीवन जगले होते ते जीवन आणि इथे जगावं लागणारं जीवन, यांत जमीन-अस्मानाचा फरक होता. त्यांच्या घरी षड्रसांचं महत्त्व सुचवणारा सात्त्विक, पण चवदार स्वयंपाक असे. आश्रमातील स्वयंपाकात स्वादाला स्थान नव्हतं. कधी बिनमिठाचा स्वयंपाक असे तर कधी बिनगोडाचा! मसाले आणि तिखटाचं तर अस्तित्वच नाकारण्यात आल्यागत स्वयंपाकात त्यांची अनुपस्थिती जाणवे. कधी चुलीला आराम देऊन आश्रमनिवासी फक्त फलाहार करीत. बापूंच्या मनात जो प्रयोग येईल, त्याला आकार देण्याचं काम आश्रमवासी आसुसून करीत. बापू स्वत: अळणी पदार्थ अत्यंत सहजतेनं खात. बिनदुधाच्या काळ्या चहात डबलरोटी बुडवून खाताना ते इतके तृप्त दिसत, की कुणाला वाटावं त्यांचं आवडतं मिष्टान्नच ते खातायत. हे सारं हरिलाल चकित नजरेनं पाहत. चौकस नजरेनं साऱ्याचा वेध घेण्याची बापूंची सूचना त्यांनी मनापासून आत्मसात केली होती. म्हणूनच त्यांच्या ध्यानी आलं...

बापूंइतक्या सहजतेनं हे सारे आश्रमवासी हे प्रयोग करू शकत नाहीयेत. बापूंचं वास्तव्य आश्रमात असताना जे नियम कसोशीनं पाळले जातात ते नियम प्रत्येक आश्रमवासी या ना त्या रीतीनं बापूंच्या गैरहजेरीत धाब्यावर बसवतो. खऱ्या अर्थानं सत्य आणि निर्भयतेची उपासना इथे होत नाहीय. स्वत:ला जे जमत नाहीय त्याचा निर्भयपणे स्वीकार करणं व निखालस मनानं बापूंजवळ ते कबूल करण्याचं साहस या आश्रमवासी लोकांत नाही. त्यातच एक साधा म्हणावा असा प्रसंग घडला; पण आश्रमातील लोकांनी आणि बापूंनी त्याचा जो चावून चोथा केला ते पाहून हरिलाल अवाक् झाले. काळजावर करवत फिरली असावी असे घायाळ झाले. त्याचं काय झालं की...

आश्रमात बापूंचा साखर आणि गुळाशिवायच्या आहाराचा प्रयोग सुरू होता. देवदासला अगोड जेवण आवडत नसे. नेहमी बा समजावत आणि देवदासचीही समजूत पटे; पण या वेळी छोटा देवदास हट्टाला पेटला. त्यानं जेवणाकडे पाठ फिरवली. दोन दिवस पोर उपाशीच राहिलं. देवदासची म्लान मुद्रा बाच्यानं बघवेना. देवदासनं दंगा केला नाही, रडारडही केली नाही, पण जेवणासाठीही त्याचे ओठ

खुलेनात. समजवण्याचे सारे प्रयत्न संपले. पोराची उपासमार पाहून कधी नव्हे ते बांच्याकडून पतिआज्ञेवर कुरघोडी घडली. त्यांनी छोट्या देवदासच्या पानात थोडी साखर वाढली. देवदासला राज्य मिळाल्याचा आनंद झाला. चवीनं जेवणाऱ्या देवदासकडे बघणाऱ्या कस्तुरबांचे डोळे पाणावले. त्याच्या पानात रोजच चिमूटभर साखर वाढायचा गुन्हा (?) त्यांचं मातृहृदय करवीत राहिलं. बापूंना अर्थातच हे ठाऊक नव्हतं. पण...

आश्रमाच्या हिशेबाच्या दिवशी आश्रमातील लोकांनी तक्रार केली, ''देवदासला रोज साखर वाढली जाते. मिसेस गांधींमुळे आश्रमाचा खर्च वाढतो.'' बापू खिन्न झाले पण त्यांचे मौन तुटले नाही. याचा विस्फोट सायंप्रार्थनेवेळी अत्यंत शांत शब्दांत झाला...सायंप्रार्थनेसाठी सारे आश्रमवासी एकत्र आलेले असताना बापूंनी जाहीरपणे बांच्या अपराधाचा उल्लेख केला. 'आश्रमात वापरली जाणारी रक्कम कुणाची व्यक्तिगत संपत्ती नाही. लोकोपयोगी कामासाठी मिळालेली रक्कम कुणाच्या जिभेचे चोचले पुरवण्यासाठी वापरली जाणं हा गुन्हा आहे. आज देवदासला बांनी पोर समजून साखर दिली. उद्या इतरांनी मागितली तर नकार देता येणार नाही. आश्रमाचा खर्च आभाळाला भिडला तर यासाठी मिसेस गांधी जबाबदार ठरतील. नियम तोडण्यात आले तर कुणालाही शिक्षेला सामोरं जावं लागेल. कुणाचाही मुलाहिजा न ठेवता याचं पालन होईल. या नियमाला अपवाद नाही...''

खर्जात बोलले जाणारे बापूंचे बोल बांना लज्जित करणारे होते. त्यांच्या डोळ्यांना अश्रूंची धार लागली. धरणी दुभंगून पोटात घेईल तर बरं असं वाटत असताना शरीर जड पुतळ्यासारखं प्रार्थनागृहात अचेतन होऊन बसलं होतं. प्रार्थनागृहात हरिलाल होतेच. बापूंचे नियम नेहमीच धाब्यावर बसवणाऱ्या आश्रमवासींकडे त्यांनी भेदक नजरेनं पाहिलं. स्वतःला जे आवडलं नाही, ते दर्शविण्याची निर्भयता त्यांच्यात होती. बाच्या घायाळ मुद्रेकडे बघणं... 'अपराधी मिसेस गांधी' म्हणून अलिप्तपणे त्यांचा उल्लेख झाला होता, हे त्यांना आवडणारं नव्हतं. थंड नजरेनं बापूंकडे बघून त्यांनी प्रार्थनागृहाकडे पाठ फिरवली. ते आत निघून गेले.

पण छापखान्याचं काम मात्र त्यांना मनापासून आवडत होतं. 'इंडियन ओपिनियन'चं काम चालू असेल तेव्हा ते उशिरापर्यंत छापखान्यात थांबत. पानं बांधली जात असतानाही थकव्याचा विचार न करता ते काम करीत. अंक तयार झाल्यावर पार्सलसाठी त्यांचे गठ्ठे बांधले जात तेव्हा रोमांचित होत. सारं जाणून घ्यायला ते प्रयत्नशील होते. प्रत्येक ठिकाणी त्यांची उत्सुक नजर भिरभिरत राही.

पण नव्याची नवलाई संपली. त्यातील करार संपला अणि रुटीनचा विरसपणा त्यात प्रवेशला. मनात शिक्षणाची जी आस होती ती पुन्हा उसळ्या मारू लागली. हे कमी होतं, तर रिच बापूंच्या भेटीसाठी आला. हरिलालना आठवत होता, बापूंच्या

कार्यालयात छोट्या मेजाशी मान मोडून कारकुनी करणारा ओशाळ्या चेहऱ्याचा रिच! तोच रिच ऐटबाज पोशाखात बापूंच्या मांडीला मांडी लावून बसला होता. बौद्धिक चर्चेत हिरिरीनं स्वतःची मतं मांडीत होता. हरिलालशी हस्तांदोलन करीत त्यानं म्हटलं, "बरं झालं हरिलाल तुम्ही आलात ते! बापूंना कार्यालयात कुणाची मदत नव्हतीच." हरिलाल नीट लक्ष देऊन ऐकत होते. म्हणून रिच काय म्हणतोय, हे त्यांना कळलं. बाकी रिचचे उच्चार अगदी गोऱ्या साहेबासारखे झाले होते. त्याच्याशी बोलताना हरिलालच्या मनात न्यूनगंडानं प्रवेश केला. तरीही सहजपणाचा आव आणीत ते बोलत राहिले.

"तुम्ही ओळखूही न येण्याइतके बदललात मिस्टर रिच!"

"सारी तुमच्या बापूंची कृपा! आज मी जे बनलोय, त्यासाठी बापूंचं प्रोत्साहन नव्हे तर सहकार्यही आहे. त्यांनीच मला विलायतेस पाठवलं. नाहीतर आजही मी चळवळीत काम करणारा फालतू कारकूनच असतो." स्वतःचा भूतकाळ आठवत रिच खळखळून हसला. "हरिलाल तुमचा काय विचार आहे? हिंदुस्थानातून पदवी घेऊन इथे आलात नं?"

हरिलाल लज्जित झाले. त्यांनी दुसरीकडे नजर वळवली, पण रिचनं याची नोंद घेतली नाही. प्रश्नाच्या उत्तराची अपेक्षाही मनात नसण्याइतकं त्यानं हरिलालचं शिक्षण गृहीत धरलं होतं. स्वतःच्या शिक्षणाची ससेहोलपट क्षणार्धात हरिलालच्या नजरेपुढे तरळली. धाकट्या भावंडांच्या बाबतीतही सारं विचित्रच होतं. मन उदास होणं टाळता येण्याजोगं नव्हतं. रिच बापूंचा निरोप घेऊन निघून गेला तरी हरिलाल अस्वस्थच होते.

त्या रात्री बापूंजवळ या विषयावर चर्चा करायचा त्यांनी प्रयत्न केला. "बापू, मला वाटतं, आमच्या शिक्षणाविषयी आता गंभीरपणे विचार करायला हवाय. कदाचित माझं सोडा; पण हे छोटे लोकही काही शिकत नाहीयत!"

"कोण म्हणतं ते शिकत नाहीत?" बापूंनी चकित स्वरात विचारलं.

"आश्रमात कार्यानुभवांतून जे शिक्षण ते मिळवतायत त्याला तोड नाही. गोऱ्यांच्या पाठ्यपुस्तकातून मिळणाऱ्या शिक्षणाहून ते कैकपटीनं वरचढ आहे. चारित्र्य आणि सेवेचं शिक्षण..."

"ते शिक्षण मुलांना आपण घरीही देऊ शकतो. शालेय शिक्षण देता देता हे धडे ते गिरवू शकतील. चारित्र्य आणि सेवाभावाच्या विकासासाठी अडाणी राहण्याची गरज आहे का?" कधी नव्हे ते कस्तुरबांनी स्वतःचे विचार मांडण्याचं साहस केलं.

"कोण म्हणतं तुमची मुलं अडाणी आहेत?" त्यांचं मध्येच बोलणं न आवडून बापूंनी म्हटलं, "नसेल त्यांच्याजवळ पदवीचा कागद? पण त्याविना काय अडलं आहे? माणुसकीच्या संदर्भात त्यांच्याजवळ जे आहे, त्याचं मोल फार मोठं आहे."

''कबूल! पण हे मोल जगात किती जणांना कळतं? सामान्यांच्या लेखी पदवीच्या कागदाला महत्त्व आहे.'' बापूंची नापसंती कळत असूनही मुलांच्या उज्ज्वल भवितव्यासाठी कस्तुरबा जिवाच्या आकांतानं म्हणाल्या.

''तुमच्या मित्रांनीही तुम्हाला हेच सांगितलं होतं. मिस्टर पोलाक आणि कॅलनबॅकनंही तुम्हाला 'मुलांना शिकवा' असं कळकळून सांगितलं होतं. ते तुमचे आणि मुलांचे हितचिंतक आहेत, हे पटतं नं तुम्हाला?'' बोलायला घेतलंच आहे तर धीरानं पोटातील मळमळ काढावी या विचारानं त्या नेटानं म्हणाल्या, ''तुमच्या तत्त्वांना मान देऊन मी साधेपण स्वीकारलं. मुलांनाही दोन मुलायम वस्त्रं वा एखादं आभूषण देत नाही आपण; त्यांना शिक्षणही नाकारता तुम्ही? कसं व्हायचं त्यांचं? हातांत भिकेची करवंटी घेऊन का फिरायचं त्यांनी?'' बोलता बोलता कस्तुरबांचे डोळे पाणावले व स्वर जडावला.

बानं धाडस केलंय तर आपणही ही संधी दवडता कामा नये, असं भिडस्त मणिलालना वाटलं; तरी ते बापू काय म्हणतात ते ऐकू लागले.

''तुमच्या मनात मोह जन्माला आला आहे.'' कस्तुरबांकडे करुणेनं बघत बापू म्हणाले, ''हा मोहच माणसाला विनाशाकडे नेतो. मुलांच्यात पाणी असेल तर त्यांच्यावर भीक मागायची वेळ येणार नाही.''

''पण मी म्हणतो...'' भिडस्त मणिलालनं प्रयत्नपूर्वक म्हटलं, ''तुम्ही म्हणता ते खरं असलं तरी बापू, कुणी आम्हाला 'काय शिकता? कितवीत आहात?' असं विचारतं तेव्हा 'शिकत नाही?' हे सांगायची फार लाज वाटते हो! देण्याजोगं उत्तर नसतं आमच्याजवळ....''

''खरं सांगायला तुम्ही का लाजावं?'' मणिलालला तोडत बापूंनी निर्णायक स्वर लावला. ''खरं बोलण्यात कमीपणा नाहीच. कुणी विचारलं तर यापुढे ताठ मानेनं सांगत चला.. आम्ही बापूंच्या शाळेत शिकतो. बापूंच्या वर्गात कार्यानुभवाचे पाठ गिरवतो...''

विषय संपलाय, हे सुचवल्यागत बापू उठलेच. केली ही चर्चा साऱ्यांनी फार प्रयत्नांनी घडवून आणली होती. बापूंनी निर्णायक स्वर लावताच साऱ्यांचं ओढून ताणून आणलेलं अवसान सरलं. त्यावर काही बोलणं हरिलालना सुचलं नाही. कस्तुरबा व मणिलालजवळ तर साहस नव्हतंच. हरिलालच्या निमित्तानं त्यांनी इतका तरी प्रयत्न केला होता. हरिलाल गप्प होताच मणिलाल आणि कस्तुरबांची नजर झुकली. बापू केव्हाच झोपायला निघून गेले होते; पण हरिलालचं मन मात्र कमालीचं अस्वस्थ होतं. स्वतःचा शोध...स्वतःची विचारप्रणाली... यांसारख्या बापूंच्या सूचनेत आणि आत्ता बापूंनी ठामपणे सांगितलेल्या बापूंच्या मतांच्या भोवऱ्यात ते अशरण मनानं भिरभरत होते.

८

रात्रीचा पहिला प्रहर उलटला होता. 'फिनिक्स' आश्रम गाढ झोपेत होता. मधूनच कुठेतरी पानांची सळसळ वा पक्ष्यांच्या पंखांची फडफड ऐकू येत होती; पण बाकी सारं कसं शांत शांत होतं. दूरवर वाहणाऱ्या झऱ्याची मंजूळ खळखळ या शांततेत भलतीच मोहक वाटत होती. ही खळखळ यापूर्वी कधी ऐकली नव्हती. कारण 'फिनिक्स' आश्रमाचा दिवस फार लवकर सुरू होई. उजाडू लागण्यापूर्वीच आश्रम आळस झटकून कामाला लागे. लवकर निजे, लवकर उठे या नियमाचं कटाक्षानं पालन होई. शिवाय दिवसभर श्रमाची कामं करून शरीर थकलेलं असे. आडवं होण्याचाच अवकाश की गात्रं निद्राधीन होत. अगदी भुकेला कोंडा नि निजायला धोंडा सारखा बराच घाट असे तरीही!

सुखवस्तू घरातून आलेल्या हरिलालना हे सारं थक्क करणारं होतं. मोटाबापूंच्या की गोकीफोईच्या घरात जे जीवन होतं त्याहून अगदी भिन्न जीवन बापूंच्या आश्रमात होतं. इथे प्रत्येकाला दोन कांबळी देण्यात आली होती. एका कांबळ्यावर झोपायचं आणि दुसऱ्याचा पांघरायला उपयोग करायचा. लंब चौरस आकाराचा लाकडाचा तुकडा उशी म्हणून वापरायचा. आश्रमातील खोल्यांत स्वावलंबनाला फार महत्त्व असे. सुतारकामाचा खटाटोपही आपला आपणच करायचा असे. बैठ्या घाटाच्या खोलीत नवशिक्या हातानं तयार केलेल्या वस्तूचं ओबडधोबडपण पटकन नजरेत भरे. स्वाबलंबनाचं महत्त्व हरिलाल समजू शकत; पण उश्याला लाकडी ओंडका घेतल्यानं सेवा कशी होते, हे त्यांना कळत नसे. मनातील प्रश्न कुणाजवळ ओठीही आणता येत नसे.

हळूहळू साऱ्याची सवय झाली होती. दिवसभराचा थकवा अंगावर असताना रात्री उश्याला वा पांघरायला काय आहे, याला महत्त्व उरत नसे. पाठ टेकताच ते झोपी जात. याला अपवाद असे गुलाबचे पत्र आले असेल तो दिवस! गुलाबच्या सहवासातील मादक क्षणांच्या आठवणी, उशिरापर्यंत छळत राहत. कांबळं खरबरीत वाटे आणि

उश्याच्या ओंडक्यानं मानेला रग लागल्यासारखं वाटे. त्यात आजची रात्र तर या विरही रात्रीहून अधिकच गहिरी होती. आत्ताही लाकडी ओंडक्यानं मान अवघडली होती. असुख बिछान्यावर हरिलाल तळमळत होते. डोळ्यांत झोप नव्हती. झोप येण्याची शक्यताही दिसत नव्हती. खरं सांगायचं तर बिछान्यावर तळमळणारे हरिलाल मुळी निद्रादेवीची आराधनाच करीत नव्हते. गुलाबचं पत्र आलं की अस्वस्थ होणं, काही काळ झोप उडणं नवं नव्हतं. पण...पण आजच्या पत्रात जे होतं ते नक्कीच नवलाचं होतं. झोप उडवून लावणारं गोड गुपित गुलाबच्या पत्रानं त्यांना सांगितलं होतं. म्हणूनच आजच्या जागरणाची जातच मुळी वेगळी होती. मनात गुलाबबरोबरच्या शय्येच्या गुलाबी आठवणी होत्याच. पण त्यात एक झुळूक वत्सल भावनेचीही होती. आजवर स्वत:चं अस्तित्व बा-बापूंचा पुत्र, मणिलाल इत्यादींचा ज्येष्ठ बंधू, गुलाबचा पती वा फार तर आश्रमवासी इतपत मर्यादित होतं. स्वअस्तित्वाच्या कक्षा रुंदावतायत याची जाणीव त्यांना सुखद गुदगुल्या करीत होती. या यादीत आता 'पिता' ही पदवीही असणार होती. आजच्या पत्रात गुलाब लिहीत होती...

'...नाथ, माझ्या अस्तित्वात आता तुम्ही सर्वार्थानं मिसळला आहात. माझ्या श्वासात आता तुमचा श्वासही मिसळला आहे. तुमच्या प्रेमाची ही भेट कधी तुमच्यासमोर धरता येईल, हा प्रश्न जीव कासावीस करणारा आहे. चैत्र महिन्यात मला मातृत्व आणि तुम्हाला पितृत्व प्राप्त होणार आहे, हे मला ठाऊक आहे; पण आपल्या बाळावर पित्याच्या नजरेचा अमृतवर्षाव कधी होणार, हे मात्र मला कळत नाही. जी गोड बातमी तुमच्या कुशीत शिरून फक्त स्पर्शानं कळवायला आवडलं असतं, ती बातमी कागदावर उतरवावी लागतेय, याची खंत मनात आहे. या पत्राचाही मला हेवा वाटतो नाथ, जी बातमी सांगायचं भाग्य मला लाभलं नाही, ते भाग्य या कागदाला मिळणार... भेट कधी? या प्रश्नाचं उत्तर तुमच्या वा माझ्याजवळ नाही. माझ्या बापूंनी शुभसमाचार मोठ्या बापूंना कळवलाय. तुमच्या बापूंनाही आजच पत्रानं कळवलंय...'

आज आलेल्या पत्रांत 'ते' पत्र दिसलं नव्हतं. गुलाबच्या बापूंनी पत्र डरबनच्या वा जोहान्सबर्गच्या कार्यालयाच्या पत्त्यावर पाठवलं असावं. 'फिनिक्स'चं टपाल आणण्याचं काम देवदास, रामदास आणि प्रभुदासचं होतं. सुरुवातीस जंगल तुडवून टपाल आणायला जाणाऱ्या या सात-आठ वर्षांच्या पोरांना पाहून हरिलाल भयभीत होत. जीव-जीवाणू वा एखाद्या श्वापदानं हल्ला केला तर? हा प्रश्न त्यांना छळत राही. थेट मुलं परतेतो त्यांचा जीव खाली-वर होत असे; पण मुलं मात्र मजेत काठीच्या टोकाला टपाल बांधून टुणटुण उड्या मारीत टपाल घेऊन येत. ती मैलाची वाट तुडवणं हा जसा खेळच होता त्यांचा! याच टपालात आज गुलाबचं पत्र होतं; पण त्यात तिच्या बापूंचं पत्र मात्र नव्हतं. त्या पत्राविषयी बापू परतलेकीच कळणार

होतं. ही बातमी वाचून बापूंना काय वाटेल, याविषयी ते कल्पना करू शकत नव्हते.

अस्वस्थ हरिलाल बिछान्यावर तळमळत होते. आसपास जंगलातून तोडून आणलेली लाकडं पडली होती. मातीचे ढीगही होते. त्यांची अस्वस्थ नजर निरर्थकपणे या साऱ्यावर फिरत होती. ही गोड बातमीही ते निश्चिंत मनानं भोगू शकत नव्हते. बापूंच्या काळजीनंही मनाचा ठाव सुटत होता. बापूंची कामं फारच वाढली होती. एका पाठोपाठ एक पर्वतप्राय जबाबदाऱ्या बापूंच्या खांद्यावर पडत होत्या. सारी कामं निपटताना बापूंना दिवस अपुरा पडे. समग्र हिंदी जनतेवर गोऱ्या सरकारनं निष्ठुर कायद्यांचा बडगा उगारला होता. नित्य नवे जाचक कायदे हिंदी जनतेला भरडून काढीत होते. पाळलेल्या पशूंनासुद्धा याहून अधिक चांगली वागणूक गोरा साहेब देत होता; पण हिंदी माणसाचा विचार करताना त्याचं मन दगड बनत होतं. वैयक्तिक मालमत्तेचा अधिकार नव्या कायद्यानंच हिरावून घेतला होता. माणशी पंचवीस पौंडाचा कर म्हणजे औरंगजेबाच्या राज्यातील जिझिया करासारखा कंबर मोडणारा ठरत होता. प्रत्येक हिंदी माणसाला ओळखपत्र (आयडेंटिटी कार्ड) बाळगण्याची सक्ती झाली. गोऱ्यांच्या कचेरीत ज्याच्या लग्नाची नोंद करण्यात येणार नाही, त्याचं लग्न सरकारनं बेकायदेशीर ठरवलं...असे अनेक नवे कायदे हिंदी जनतेला जगणं नकोसं करू लागले. या जुलमी कायद्यांसमोर बापू दंड थोपटून उभे राहिले होते. अग्निपरीक्षेचा सामना देत शांत चित्तानं स्वतःची बाजू गोऱ्या साहेबासमोर ते मांडत होते. स्वतः जुलमासमोर झुकत नव्हतेच, पण इतरांनाही न झुकण्याचा सल्ला देत होते. बापूंचे श्रम, बापूंची निष्ठा आणि कामाचा उरक पाहून हरिलाल थक्क होत होते. मनात स्वतःच्या पित्याविषयी सार्थ अभिमान फुलत होताच; पण त्याबरोबर बापूंची काळजी वाटत होती. या काळजीला शब्दरूप देणं लहान तोंडी मोठा घास ठरणारं होतं. तरीही काळजी पाठ सोडत नव्हती. बापूंची सतत भटकंती चालली होती. 'फिनिक्स' आश्रमात त्यांचा पाय ठरत नव्हता. आत्ताही बापू आश्रमात नव्हतेच. या चळवळीत आपणही सामील व्हावं, बापूंच्या बरोबरीनं गोऱ्या साहेबासमोर उभं राहावं ही इच्छा हरिलालच्या मनात जोर धरीत होती. त्यातच...

त्यातच गुलाबचं 'असं' पत्र आलं.

रात्रभर हरिलालच्या डोळ्याला डोळा लागला नाही.

"ऐकता का?" दोन-तीन दिवसांनी बापू आश्रमात परतले. आश्रमात पाय ठेवता ठेवताच त्यांनी कस्तुरबांना साद घातली. प्रश्न अगदी अनपेक्षित होता. आजवर असं कधी घडलं नव्हतं. फक्त प्रश्नच का? बापूंचं समग्र वर्तनच अनपेक्षित होतं.

वस्तुतः बापू डरबन, जोहान्सबर्ग अथवा प्रिटोरियाहून जेव्हा आश्रमात परत येत तेव्हा आश्रमात फेरफटका मारून आधी सर्वांची खुशाली विचारीत. आश्रमाच्या

संचालकांना भेटून स्वत:च्या गैरहजेरीत काय नवं-जुनं घडलं ते जाणून घेत. टाय आणि कॉलर मोकळी करून कुणाच्या तरी हाती देत. डोक्यावरची पगडी उतरवून ठेवीत. सारी कामं संपवून घरात येत. हात-पाय धुऊन कपडे बदलीत. पांढऱ्या पायजम्यावर अर्ध्या बाहीचा सैल अंगरखा घालून ते आरामात बसत. मोकळ्या कपड्यांत जरा मोकळं वाटलं की पुन्हा कामाला लागत; पण आज या नित्यक्रमाला फाटा देऊन ते सरळ आत शिरले. डोक्यावरची पगडी न उतरवता की टाय आणि कॉलरपासून मुक्त न होता! नाही त्यांनी कुणाची खुशाली विचारली, की नाही संचालकांचीही भेट घेतली. सारं सोडून कस्तुरबांना साद घालणाऱ्या बापूंच्या चेहऱ्यावर आनंद दिसत होता. गंभीर असणाऱ्या ओठांवर स्मित होतं. बापूंचं हे रूप हरिलालनं कधी पाहिलं नव्हतं. चळवळीला यश मिळालं असेल? अघटित अनपेक्षित यश? त्यांच्या मनात प्रश्न उमटला.

"अहो, ऐकताय ना?" त्यांनी पुन्हा प्रश्न विचारला. त्यांच्या वर्तनानं बाही गोंधळल्या होत्या. पुन्हा प्रश्न येताच त्या भानावर आल्या.

"ऐकतेय आणि बघतेय सुद्धा!" कस्तुरबा कौतुकानं म्हणाल्या, "फार खुशीत दिसतेय स्वारी! अगदी भानभुली अवस्था झालीय तुमची. गोऱ्या सरकारनं तुमच्या साऱ्या मागण्या मान्य केल्या की काय? बिनशर्त मंजुरी?"

"अरे, गोऱ्या सरकारचं काय घेऊन बसलीस?" रंगात येत बापू म्हणाले,

"आपण मागू त्यातल्या दशव्या हिश्शानं सरकार आपल्याला देणार. आत्ता जे मिळाल्याची खुशी आहे ते न मागता मिळतंय म्हणून..." हरिलालकडे बघत ते मिशीत हसत म्हणाले, "ही भेट आपल्याला हरिलाल देणार आहे. बघा राजकोटहून बेवाईचं पत्र आलंय." खिशातून पत्र काढून बापूंनी कस्तुरबांसमोर धरत आनंदानं म्हटलं, "सुनबाईंचे दिवस पालटलेत म्हणतात." हरिलालकडे वळून ते म्हणाले, "आता तुमची जबाबदारी वाढणार आहे दीकरा..."

आनंदाच्या बातमीनं कस्तुरबाही खूश झाल्या. हरिलालच्या केसांत हात फिरवत त्यांनी नजरेनंच प्रश्न विचारला. हरिलालना जसा संकोच खाऊन टाकत होता. 'आपण त्या गावचेच नाही. आपल्याला काही ठाऊकच नाही,' असा आव आणत त्यांनी नजर चुकवली आणि बापू कधी नव्हे ते खळखळून हसले.

"मी म्हणत होतो..." हसण्याला आवर घालून बापू म्हणाले, "सुनबाईचं सीमंत (डोहाळजेवण, ओटी भरणं...) आणि बाळाचा जन्म आपल्या 'फिनिक्स' आश्रमात केला तर कसं? तुम्ही आजी होणार नि आम्ही आजोबा! आपला पौत्र आश्रमवासी असणं आवडेल नं तुम्हाला?"

"नको बाई!" कस्तुरबा लटका विरोध करीत म्हणाल्या, "मला पौत्र नकोय. सुनबाईला मुलगी व्हावी." स्वप्नील स्वरात बोलणाऱ्या बांकडे बघताना हरिलालना

अनुपम सुख मिळत होतं. बा बापूंशी बोलण्यात गढल्या होत्या. "आपल्या घरात सर्वार्थानं लक्ष्मी नाही. लक्ष्मीची साधना तुम्ही कधी करणार नाही. निदान अशी तरी... पहिली बेटी धनाची. बेटीच्या अर्थानं तरी घरात लक्ष्मीचं आगमन व्हावं, असं वाटतं."

"बरं! बरं! तुमच्या मनासारखं होऊ द्या." बापूही रंगात येत म्हणाले.

"मी आत्ताच मोटाभाईंना आणि बेवाईंना पत्र लिहितो. चांगली सोबत पाहून सुनबाईला पाठवून द्यायला सांगतो. कसं?"

बापूंचा विचार पटल्यागत बांनी आनंदानं होकारात मान हालवली. हा आनंद संवाद ऐकणाऱ्या हरिलालचा आनंद गगनात मावेना. बापूंचा निर्णय ऐकून त्यांना भर ग्रीष्मात वाऱ्याची शीतल झुळूक आल्याचा आनंद झाला. बापूंचं कपडे बदलणं, हात-पाय, तोंड धुणं सारंच बाकी होतं. फार काय? डोक्यावरची पगडीही त्यांनी उतरवली नव्हती. उत्साहानं लगेच ते पत्र लिहू लागले. त्यांच्या चेहऱ्यावर विलसणारा आनंद, हसणारे ओठ सारं हरिलालच्या मनात सुखद गुदमर दाटविणारं होतं. आता गुलाब इथे येणार...तिचा अक्षत सहवास लाभणार...नवजात अपत्याला बघण्याचं भाग्य लाभणार...एका पाठोपाठ एक सुखाच्या लाटा अंगावर रोमांच फुलवणार! ही जाण...हा आनंद लपवणं त्यांना जमेना. खुशी चेहऱ्यावर उमटली आणि बा-बापूंचं तिकडे लक्ष गेलं तर? मर्यादशील हरिलालना हे पटणारं नव्हतं. आपला आनंद वडील माणसांच्या नजरेस पडू नये, या इच्छेनं ते उतावळ्या पावलांनी बाहेर पळाले.

आश्रमातील नीरस जीवनानं आज अनोखं परिवर्तन आणण्याचं नक्की केलं. रोज कामाच्या रामरगाड्यात कर्तव्यभावनेनं गुंतणारे आश्रमवासी उत्साहानं काम करीत होते. मुलंही बागेत नारंगी, प्लम्सच्या झाडांवर दंगा करण्याऐवजी वा झऱ्याच्या पाण्यात डुंबायचं सोडून जमेल ते काम करायला उत्सुक होती. जोहान्सबर्गहून आलेलं खेपियानं (खेप घालून निरोप वा चिठ्ठी पोहोचविणारा) सांगितलं होतं. या प्रसंगी बापू निश्चितपणे आश्रमात हजर असतील.

बापू अजून आले नव्हते. आदल्या रात्रीच त्यांचं येणं अपेक्षित होतं. काही काम निघालं तरी जेवायच्या वेळेपर्यंत ते नक्की येऊन पोहोचतील, हा विश्वास प्रत्येकाच्या मनात होता. दुपारच्या गाडीनं ते येतील अशी खात्री होती; पण आश्रमातील उत्साह काही बापूंच्या आगमनाच्या खुशीच्या संदर्भात नव्हता. उलट काम निघालं तरी बापू आजचा प्रसंग निभावतील. वाटलं तर फिरून जोहान्सबर्गला जातील, पण हा अवसर (प्रसंग) ते चुकू देणार नाहीत, असं प्रत्येकाला वाटत होतं. प्रसंगच तसा आनंदाचा होता. आजवर असा प्रसंग कधी आश्रमानं पाहिला नव्हता, की उपभोगला नव्हता. गुलाब बहूचं आज सीमंत होतं.

बापूंच्या पत्राबरहुकूम गुलाब कधीच आफ्रिकेस आली होती. परंपरागत रीतीनं सीमंतचा प्रसंग करायचा, ही बाची इच्छा बापूंनीही स्वीकारली होती. नुसता होकार देऊनच ते थांबले नव्हते, तर भोजनाचा मेनूही त्यांनीच सुचवला होता. आनंदप्रमोदाच्या मोहाला वश न होण्याचा सल्ला देणारे बापू उत्साहानं काही सुचवत असल्यावर इतरांना उत्साहाचं उधाण लपवण्याचं कारण उरलं नाही. बापू आले नसले तरी उत्साहानं विधी सुरू करण्यात आले. समारंभपूर्वक गुलाबच्या हातावर राखी बांधण्यात आली. माथ्यावर मोडियं (सीमंत प्रसंगाच्या खास विधीत वापरत असलेला शृंगार) ठेवून रांदलमाची (देवी) स्थापना झाली. चकचकीत घड्यात पाणी भरून सुनबाईंच्या पायांवर ओतताना मंत्रोच्चार रंगात आले. प्रत्येक पावलागत ठेवण्यासाठी सुपारीची फळं घेऊन एक आश्रमवासी स्त्री उभी होती.

आश्रमातील स्वयंपाकघरात रोज बिनमसाल्याचं फिक्कं जेवण रांधलं जाई. त्याऐवजी स्वयंपाकघरातून येणारा सुगंध साऱ्यांच्या तोंडाला पाणी आणत होता. बापूंच्या सांगण्याप्रमाणे पुरणपोळ्या तयार होत होत्या. त्याबरोबर मेथीचे गोटे तळले जात होते. तिसऱ्या भल्या मोठ्या चुल्ह्यावर भगोण्यात वाफवल्या जाणाऱ्या ढोकळ्यांचा आंबट दर्प भूक जागृत करत होता. आनंदीआनंद होता.

या आनंदाची अधिष्ठात्री होती गुलाब! या अपरिचित आश्रमात ती आल्याला काही खूप काळ लोटला नव्हता. तरी ती साऱ्यांच्यात छान मिसळली होती. राजकोटला असताना तिनं बापू किती महान आहेत याविषयी खूप काही ऐकलं होतं. बळजोरी करणाऱ्या इंग्रजांना आपल्या सासऱ्याचा धाक वाटतो, या गोष्टीचं तिला नवल वाटायचं. मनात भयही दाटायचं. नवऱ्याच्या पत्रातून त्यांच्या कामाचा झपाटा कळायचा. अशा कर्तृत्ववान सासऱ्यानं जेव्हा तिच्या बापूंना 'गुलाबला इकडे पाठवा,' असं लिहिलं, तेव्हा ती फार बावरली. घाबरूनच गेली. इतकं दूर, अत्यंत भिन्न वातावरणात इंग्रजांना घाबरवणाऱ्या सासऱ्याच्या हजेरीत वावरणं कसं जमायचं आपल्याला? या भयानं तिला जेरीस आणलं.

आफ्रिका देश कसा असेल? गुलाबच्या बापूंनी तिला शाळेत घातली होती. तिथे ती गुजरातचा, सौराष्ट्रचा इतिहास, भूगोल शिकली होती. सतत लढाया करून आपसात भांडाभांडी करणाऱ्या छोट्या राजांना शांत करायचं अवघड काम म्हणे इंग्रजांनी केलं होतं. त्यासाठी म्हणे ते हजारो मैल दुरून हिंदुस्थानमध्ये आले होते, शांती प्रस्थापित करायला! असे हे शांतताप्रिय गोरे लोक बापूंसारख्या दुबळ्या माणसाशी का लढत देत असतील? त्यांना का घाबरत असतील, हे गुलाबला कळत नसे. बापूंनाही म्हणे शांतता हवी होती आणि इंग्रजांना तर थेट हिंदुस्थानमध्येही शांतता प्रस्थापित करण्याइतकं शांततेचं आकर्षण होतं. मग त्यांच्यात लढाई का?

मोठ्या माणसांचं भूगोलाचं पुस्तक बघून तिनं आफ्रिका कुठे आहे, हे जाणण्याचा

प्रयत्न केला होता. तिच्या बापूंनी सांगितलं होतं...मुंबई बंदरातून निघालेली आगबोट रात्रंदिवस वीस दिवसांचा प्रवास करते, तेव्हा आफ्रिकेचा किनारा भेटतो. गुलाबला तर मुंबई कुठे? तेही ठाऊक नव्हतं. बा आणि बापूंना फार पूर्वी बघितल्याची अंधूक आठवण होती; पण मणिलाल, रामदास वा देवदासला कधीच पाहिलं नव्हतं.

मनात पतीला भेटायची उत्कंठा होती. तरी सासरी कसं जमणार? हा विचारही भेडसावीत होता. सासरी जाताना प्रत्येकीला या अस्वस्थतेचा सामना करावाच लागतो; पण गुलाबचं सासर फार दूर अगदी अपरिचित देशात होतं. म्हणून असुरक्षिततेची भावनाही मनात दाटत हाती. राजकोटचा निरोप घेताना फार अवघड वाटलं होतं. परत कधी हे सारं नजरेस पडेल, या विचारानं मन कासावीस झालं होतं. वाड्याबाहेरच्या लिंबोणीच्या झाडाखाली खाट टाकून सुहृदांशी कधी गप्पा मारण्याचा योग येईल, या प्रश्नानं ती घायाळ होत होती.

पण ही बेचैनी फार पटकन संपली होती. पत्नीला भेटायची ओढ हरिलालच्या मनात आहे, हे ती जाणून होती. त्यांनी मनापासून स्वागत करणं, आसुसून भेटणं अपेक्षित होतंच. इतक्या दिवसांच्या विरहाची भरपाई मागण्याचा त्यांचा आग्रही पवित्रा तिला भावणारा होताच; पण विशेष स्पर्शणारं होतं बांचं आश्वासक वागणं. त्या आसपास असल्या, की गुलाबला वाटे...निरोप देताना हळव्या झालेल्या आपल्या राजकोटच्या बाहून ही माऊली वेगळी नाही. आणि बापू...

आल्या आल्या गुलाबनं सासऱ्यांच्या पायांवर डोकं ठेवून चरणरज मस्तकी लावली होती.गुलाबच्या चेहऱ्यावर थेट नाकापर्यंत पोहोचणारा घुंगट होता. तरीही तिच्या मस्तकावर हात ठेवत बापू कापऱ्या स्वरात म्हणाले होते...

''चंची दीकरा, या घरात तुम्ही सून म्हणून नव्हे; तर कन्या म्हणून वावरणार आहात, याची खात्री ठेवा.''

गुलाबनं डबडबल्या नेत्रांनी सासऱ्यांकडे बघितलं होतं. तिच्या माहेरी तिला सारी या लाडक्या नावानं हाक मारीत. लग्नानंतर ती सासरी म्हणजे मोटाबापूंकडे गेली होती. त्या घरातील सारी प्रेमळ होती; पण तिला गुलाब वा सूनबाई म्हणूनच बोलावलं जाई, पण बापूंनी तिच्यासाठी 'चंची' संबोधन वापरलं होतं. मनातलं हेलावणारं सारं भय आनंदाश्रूंत वाहून गेलं होतं. वाटलं, छे! हे सासर कुठेय? लिंबोणीऐवजी इथे वेगळं झाड असेल, पण त्या घरात जी मायेची पखरण होती तीच इथे असणार आहे. नव्हे त्या घरात ती परक्याची ठेव म्हणून वाढली होती. ती माया तर अळवावरचं पाणी आहे, याची जाण सतत दिली जायची; पण ही पखरण तशी हंगामी नाही...

तिची मन:स्थिती बा-बापूंनी अलगद टिपली होती. ''तुम्ही माहेरी नाही असं कधी वाटू देऊ नका,'' बापू आश्वासक स्वरात म्हणाले, फक्त लक्षात घ्यायचं, या

घरात तुम्ही कन्या असलात तरी पोरपण संपलेलं आहे तुमचं. या भावंडांचं ज्येष्ठत्व स्वीकारून धाकट्यांशी प्रेमानं वागायचं, चंची. जमेल नं?''

अशा मृदू वक्तव्यावर विरोध कसा असणार? बस! क्षणार्धात परकेपणाची भावना नष्ट झाली. खोडकर देवदासच्या खोड्या, समज येऊ घातलेल्या रामदासचं बावरलेपण आणि वयात येऊ घातलेल्या गंभीर मणिलालच्या मनातील आंदोलनं तिला परकी वाटली नाहीत. अत्यंत सहजपणे गुलाबनं साऱ्यांना आपलंसं केलं.

....सूर्य माथ्यावर आला आणि 'फिनिक्स' आश्रमाचे डोळे रस्ता निरखू लागले. दुपारच्या गाडीनं बापूंचं येणं अपेक्षित होतं. मुलांची जेवणं उरकली होती. मोठ्यांची पंगत बाकी होती. बापूंच्या प्रतीक्षेत सारी रस्त्याला डोळे लावून होती. पुरणपोळीची खुशी डोक्यात भिनल्यागत पोरं झाडावर चढून वाट पाहत होती. उंच असलो तर दूरवरून येणारे बापू आधी नजरेत भरतील म्हणून! ते आले हे मोठ्यांना कळण्यापूर्वी आपल्याला कळण्यात त्यांना अनोखा आनंद लाभणार होता म्हणून!

''ए... ते आले...ते..आले...'' उंच वृक्षाच्या फांदीवर सिंहासनावर बसल्यागत बसलेला देवदास ओरडला.

''बापू आले!'' म्हणत सारी स्वागताला धावली.

''नाही...बापू दिसत नाहीत.'' हिरमुसल्या स्वरात देवदास म्हणाला, ''कुणी दुसरं कुणी...त्यांच्याबरोबर कुणी येत असावं. ती व्यक्ती दिसतेय.''

देवदासचं बोलणं न कळल्यागत सारी गोंधळली. उंच पोरांनी झाडावर चढायचा प्रयत्न केला. कुणी स्टेशनच्या दिशेनं धावत सुटलं. हरिलाल चमकले. बापूंबरोबर कुणी येतंय की बापूंऐवजी? आजच्या समारंभात पाहुणा खपणार नव्हता; पण बापूंऐवजी कुणी असलं तर? का? का बापू नसावे? त्यांच्या मनात काळजी दाटली.

थोडा वेळ अस्वस्थतेचं वातावरण निर्माण झालं, पण आगंतुक येताच सारा उलगडा झाला. बापू आले नव्हते. ते येऊ शकले नव्हते. आला होता त्यांचा साहाय्यक! बापूंबरोबर काम करणारा दक्षिण भारतीय तरुण-नायडू! सारी मोठी माणसं त्याला ओळखत होती. नायडूनं सरळ कस्तुरबांना गाठलं. साऱ्यांच्या नजरेचं आपण केंद्र झाल्याची जाण त्याला झाली होती. आनंदाच्या प्रसंगी आपलं आगमन-आगमनाचं कारण सुखद नाही, याची जाण त्याला घायाळ करीत होती; पण बातमी देण्याला पर्याय नव्हता. कस्तुरबांची नजर चुकवत तो चाचरत म्हणाला.

''बापूंना सरकारनं पकडलंय. अटक करून तुरुंगात डांबलंय!''

९

चळवळीत संघर्ष भरास आला होता. सरकार कुठेही सत्याग्रह्यांना झुकतं माप द्यायला तयार नव्हतं. गेले दोन महिने विरोध करणाऱ्यांना अटक करायचं तंत्र सरकारनं सुरू केलं होतंच. बापूंनाही कुठच्याही क्षणी पकडतील अशी अटकळ होतीच. त्यांचं पकडलं जाणं अनपेक्षित नव्हतं; पण आश्रमात कधी नव्हे तो चांगला प्रसंग होता. अशा वेळी बापूंची धरपकड झाली, ते तुरुंगात गेले म्हणून सारे चुकचुकत होते. क्षणापूर्वी जो उत्साह आश्रमातील वातावरणात भरून राहिला होता त्या उत्साहाचं नामनिशाण उरलं नाही. नायडूच्या आगमनानं साऱ्या आनंदाला ग्रहण लावलं. स्वयंपाकघरातील पुरणपोळीतून गोडी नाहीशी झाली. ढोकळे आणि गोटे अळणी झाल्यागत साऱ्यांच्या तोंडाची चवच गेली. एकच वाक्य! नायडूच्या तोंडची बातमी सारं वातावरण उदास करायला समर्थ होती.

क्षणभर सारी अवाक् झाली. स्तब्ध अवस्थेत फक्त नायडूकडे बघत राहिली. साऱ्यांच्या मनात काळजी दाटली. 'बापूंना अटक झाली. आता चळवळीचं काय? सत्याग्रहाचं काय?'

"नायडूभाई!" स्तब्ध वातावरणावर ओरखडा पडल्यागत बांनी कापऱ्या स्वरात विचारलं, "बापू एकटेच तुरुंगात गेले, की त्यांच्या इतर सहकाऱ्यांना अटक झाली आहे? कुठे आहेत ते?"

"आपण काळजी करू नका बा!" नायडू प्रयत्नपूर्वक हिंदी शब्द शोधत बोलू लागले. "बापूंबरोबर त्यांचे काही सहकारी आहेत. सर्वांना जोहान्सबर्गच्या तुरुंगात डांबलं आहे. दोन महिन्यांची शिक्षा झाली आहे, पण सारी एकत्रच आहेत."

"तुरुंगात त्यांच्या जेवणाची काय व्यवस्था?" कुणीतरी विचारलं.

नायडू किंचित हसले. विचारणाऱ्याकडे बघत ते म्हणाले, "तुरुंगातील सत्याग्रही काही गोऱ्या सरकाराचे पाहुणे नाहीत. त्यांचं आदरातिथ्य करण्यासाठी सरकारनं त्यांना अटकेत ठेवलेलं नाही. तुरुंगात जाऊन आलेली मंडळी सांगतात, तिथे

सकाळच्या जेवणात बिनमिठाची मक्याची कांजी आणि पावशेर भात देतात. रात्री जेवणात डबल रोटी आणि कांजी असते.''

''च..च...च..'' सारे चुकचुकले.

''खरी काळजी ती नाही.'' नायडू म्हणाला. ''बापूंनी कधीपासून स्वतःला अळणी अन्नाची सवय लावली आहे. प्रश्न हा आहार त्यांना कसा जमेल हा नाहीच. त्यांच्या अनुपस्थितीत ही लढत चालू कशी ठेवायची, ही बिकट समस्या आणि बापू तुरुंगात तर सत्याग्रहाचं नेतृत्व कुणी करायचं, हा प्रश्न आहे.''

''त्याची काळजी करू नका नायडू...'' केव्हापासून शांत मनानं सारं ऐकत हरिलाल प्रश्नाला भिडायच्या प्रयत्नात होते. ते उत्स्फूर्तपणे म्हणाले.

''बापूंचं काम बंद होता कामा नये. ते चालू ठेवण्याची जबाबदारी माझी आहे, नायडू! कर्तव्याला मी चुकणार नाही. यापुढे सत्याग्रहींना एकत्र करून गोऱ्या सरकारच्या जुलमासमोर मी दंड थोपटून उभा राहीन.''

हरिलालच्या स्वरात कणखर निश्चयाचा उद्रेक होता. नेत्र झुकवून उभ्या असलेल्या गुलाबनं क्षणभर पतीच्या निर्भय मुद्रेकडे बघितलं. तिच्याही डोळ्यांत चमक डोकावली. सीमंतविधीसाठी हिरव्या शालूत सजलेल्या गोऱ्या गुलाबच्या चेहऱ्यावर ही चमक फार मोहक भासली. अजाणताच कस्तुरबांनी सुनेच्या खांद्यावर हात ठेवला. त्या गुलाबजवळ सरकल्या.

''तुम्ही...तुम्ही तुरुंगात जाणार मोटाभाई?'' छोट्या देवदासनं विचारलं.

''हो बेटा!'' देवदासला उचलून घेत हरिलाल प्रेमळ स्वरात म्हणाले, ''इथली व्यवस्था तू आणि रामदासनं बघायची.''

''पण बा म्हणत होती, थोड्या दिवसांत भाभी लक्ष्मी आणणार आहे. लक्ष्मीजीचं आगमन होईल, तेव्हा तुम्ही घरी असायला हवं नं?''

छोट्या देवदासच्या तोंडून आलेला गंभीर प्रश्न ऐकून साऱ्यांना हसू आलं. हरिलालनं कौतुकानं त्याचा गालगुच्चा घेतला.

''आपण असं करू मोटाभाई...'' देवदासचं शहाणपण पाहून रामदासला मागे राहणं रुचेना. विचारी मुद्रा करीत तो हरिलालना म्हणाला,

''देवदास म्हणतो ते खरंय. तुम्ही मोठे आम्ही लहान. म्हणून मला वाटतं, लक्ष्मीची पधरामणी (आगमन) होईल तेव्हा तुम्ही आश्रमात असावं. आम्ही दोघं तुरुंगात जाऊ. आमच्या वयाची बेरीज...''

देवदास-रामदासच्या चिमणबोलांनी साऱ्यांना भरपूर हसवलं. नायडू आल्यावर वातावरण तंग झालं होतं. ते हास्यामुळे सैलावलं. सारे हसत असताना हरिलालनं पत्नीकडे बघायची संधी साधली. गुलाब नजर झुकवून उभी होती.

रात्री निजानीज झाली तेव्हा त्यांनी गुलाबला मिठीत घेत विचारलं,''मला

तुरुंगात जावं लागलं तर तुला काय वाटेल?''

''मला यात काय कळतंय, नाथ?'' ती भावभरल्या स्वरात म्हणाली. तुम्ही जे कराल ते योग्यच असेल, इतकंच मला कळतं.''

''पण खूप वेळ जेलमध्ये राहावं लागलं तर पुन्हा विरह! तो निभेल तुझ्यानं? चालेल तुला? आवडेल?''

''माझ्या संदर्भात एकच सांगते,'' निश्चयानं गुलाब म्हणाली. ''जे तुम्हाला आवडेल ते मला आवडेल याविषयी मनात खात्री असू द्या. बापूंचा, बांचा पाठिंबा असेल नं? त्यांच्याकडून मीही आत्मसमर्पणाचे पाठ गिरवेन. तुम्ही माझी किं... किं...'' गुलाबची नजर झुकली.

''किं...काय गुलाब?'' हरिलालनं उत्सुक स्वरात विचारलं. ''अडखळतेस का? मनात असेल ते सांग नं...''

''माझी किं...किंवा आपल्या बाळाची काळजी करू नका, असं म्हणायचं होतं मला!'' गुलाबनं लाजून हरिलालच्या कुशीत तोंड लपवलं.

''गुलाब...'' हरिलाल रंगात येत म्हणाले. ''बस! माझी हीच अपेक्षा आहे तुझ्याकडून. तुझा विश्वासच मला ताठ उभं राह्यला मदत करणार आहे. जोवर हा विश्वास अतूट आहे, तोपर्यंत मी कळीकाळाचं आव्हान स्वीकारीन.''

''विश्वास सदैव असेल स्वामी...'' हळव्या होणाऱ्या पतीचा हात हाती घेत गुलाब वचन दिल्यागत म्हणाली. ''तुम्हाला मी म्हटलंय नं? तुम्ही माझे चंद्र आहात; मी आपली वसुधा...''

''पण अमावास्येचं अस्तित्व मला भेडसावतंय. गुलाब, चंद्राला ग्रहणानं ग्रासलं तर...कधी आपण वेगळे पडलो तर...'' हरिलालचा स्वर कापला.

''हे काय बोलता स्वामी?'' गुलाबनं त्यांच्या तोंडावर मऊसूत बोट ठेवत त्यांना झापलं.

''खरं सांगतो गुलाब...मनात उभारी आहे, तरी शंकेची पाल चुकचुकते. वाटतं, गुलाबची सोबत नसली तर मोडून पडू आपण! मी भावुक दुबळा माणूस आहे. तुझ्याकडे बघताच शक्ती येते; पण तू नसलीस तर...तर...''

''असे हळवे होऊ नका स्वामी! आपल्या बाळाची शपथ आहे तुम्हाला.'' गुलाबनं हरिलालना गप्प केलं.

हरिलालनं सत्याग्रहात भाग घ्यायची तयारी केली. बापूंना दोन महिन्यांची शिक्षा झाली होती; पण त्यांना लवकर सोडण्यात आले. हरिलाल जोहान्सबर्गला जाऊन बापूंना भेटले. बापूंना अटक झाली त्या दिवशी हरिलालनं जो कणखरपणा दाखवला, इतरांना उभारी धरण्यासाठी जे केलं ते बापूंच्या कानावर आलंच होतं. खुद्द

नायडूंनी बापूंना सारं सांगितलं होतं. 'फिनिक्स' आश्रमावर निराशेची वादळं घोंगावत आली. ती हरिलालनं हाकून दिली हे बापूंना फार आवडलं.

"बापू!" हरिलाल बापूंना म्हणाले, "सरकारनं तुम्हाला कैद केलं तर आमच्यानं सत्याग्रहाचं काम निभेल यासाठी आशीर्वाद द्या. सत्याग्रही म्हणून मला तुरुंगवास घडावा, असा आशीर्वाद द्या."

"वेळ आली की तेही घडेल, हरिलाल!" बापू स्नेहल स्वरात म्हणाले. "तुम्ही ज्या दिवशी पकडले जाल तो दिवस माझ्या जीवनातील अत्यंत आनंदाचा दिवस असेल. तुम्हाला जे शिक्षण देण्याचा मी प्रयत्न करतोय, त्याची ती कसोटी असेल; पण मला वाटतं, सध्या तुम्ही 'इंडियन ओपिनियन'चं काम बघावं. पुढे ईश्वरेच्छेप्रमाणे घडेल. आज ना उद्या चळवळीत तुमचा सहभाग अवश्य असणार आहे."

हरिलाल जोहान्सबर्गहून 'फिनिक्स' आश्रमात परतले. पुन्हा निर्वेधपणे काम सुरू झालं; पण हे काम निर्वेधपणे होणं नियतीला मंजूर नव्हतं. काही दिवसांत सरकारनं समझोता करायला बापूंना पाचारण केलं. बापूंनी सरकारशी समझोता केला आणि चळवळीत संतापाचा लोळ उठला. काही जणांना सरकारशी कुठच्याही संदर्भात तडजोड करू नये, असं वाटत होतं. त्यांचा अभिप्राय डावलून बापूंनी समझोता स्वीकारला म्हणून बापूंवर खुनी हल्ला करण्याचा अविचार त्यांच्याच माणसानं केल्याची बातमी आश्रमात आली. वातावरणात भयप्रद खळबळ माजली. ही बातमी अत्यंत अनपेक्षित होती. सरकारच्या अटी काहींना न पटणाऱ्या आहेत, हे ठाऊक होतं तरीही या समझोत्याचा असा परिणाम अभिप्रेत नव्हता.

बहुतांशी सत्याग्रहींचं मत होतं, सरकारनं जे कबूल केलंय त्यावर विश्वास ठेवण्यात अर्थ नाही; पण बापू प्रवाहाविरुद्ध पोहोण्याचं आव्हान पेलणारे होते. त्यांच्या मते, विश्वासानं विश्वास मिळवायचा असतो. सहकारी सरकारनं भूतकाळात केलेल्या विश्वासघाताची आठवण करून देत होते, तरीही बापूंनी सरकारला एक संधी देणं योग्य ठरवलं. हिंदी लोकांची समजूत पटवल्यावरच बापूंनी समझोता केला होता, पण समजूत पटवण्याचा त्यांचा प्रयत्न निष्फळ ठरला होता, हेच या खुनी हल्ल्यानं सिद्ध केलं. बापूंच्या चळवळीत काम करणाऱ्या एका पठाणानं हा खुनाचा प्रयत्न केला होता. बापूंच्या कार्यालयातून त्यांना खेचून काढून अतोनात मार-मारून रक्तबंबाळ बेशुद्ध अवस्थेत बापूंना रस्त्यावर टाकून तो बेगुमानपणे निघून गेला.

बातमी ऐकून 'फिनिक्स' आश्रम काळजीत बुडाला. एका आश्रमवासीबरोबर हरिलाल जोहान्सबर्गला धावले. तिथल्या कार्यालयात तपास करता कळलं, बापू एका गोऱ्या पाद्र्याकडे उपचार घेत आहेत. ऐकून हरिलाल थक्क झाले. ज्या हिंदी लोकांच्या हितासाठी बापूंनी चळवळीची सुरुवात केली होती, त्या हिंदी माणसानंच त्यांच्या खुनाचा प्रयत्न केला आणि ज्यांच्याविरुद्ध बापूंनी संघर्षाचं वादळ उठवलं

होतं, त्या गोऱ्या माणसानं बापूंना उपचारांसाठी घरी ठेवलं होतं. हरिलाल आभारवश नजरेनं त्या इंग्रजाकडे बघत राहिले.

"बापू!" ते चिंतित स्वरात म्हणाले, "आता बरं वाटतंय नं?"

"ईश्वराचे उपकार की गांधी वाचले!" इंग्रज पाद्री म्हणाला. "पण आता तुम्ही तुमच्या पित्याला समजवा. खुन्याला शिक्षा करायची नाही, असं म्हणतायत ते! हे योग्य नाही."

"खरंच बापू! ज्यांनी तुमच्यावर हल्ला केला त्यांना सजा फर्मावण्याचं काम सरकारचं आहे," हरिलाल समजुतीच्या स्वरात म्हणाले.

"पण सरकारला काम करू न देण्याचा निर्णय घेतलाय मिस्टर गांधींनी," पाद्री हसून म्हणाला. "पोलीस येऊन वारंवार गांधींना पटवायचा प्रयत्न करतायत. तुम्ही तक्रार नोंदलीत की लगेच गुन्हेगाराला शिक्षा करता येईल, हे पटवू बघतायत. कायद्याचा बडगा दाखवून गुन्हेगाराला कैचीत पकडायला हवं, पण ते यांना पटत नाहीय."

"बापू, हे काय ऐकतोय मी?" हरिलाल चकित स्वरात म्हणाले. "ज्यानं तुमचं रक्त सांडलं तो गुन्हेगार..."

"छे! गुन्हेगार नव्हे! समजूत नसणारा भाबडा पोर तो!" बापू सहज स्वरात म्हणाले. "समजूत नसलेल्यांच्या हातून घडते ती 'चूक' म्हणतात. 'अपराध' नव्हे. चूक सुधरवायची संधी चुकणाऱ्याला द्यायची असते. दीकरा, समजूत असणाऱ्यांनी ही संधी नाकारली तर मात्र तो गुन्हा ठरतो. ज्यानं हल्ला केला त्याला शिक्षा करायची नाहीय बेटा! ईश्वरानं त्याला सद्बुद्धी द्यावी, यासाठी मी प्रार्थना करावी म्हणतो...त्यामुळे चळवळीत एकजूट होईल."

बापू शांत चित्तानं बोलत होते. हरिलाल थक्क होऊन त्यांचं हे शांत रूप डोळ्यांत साठवत होते. घरातील लोकांशी बोलताना बापू कधी रागावून म्हणत, "तुमच्यानं धीर निघत नाही. मोहवश झाला आहात तुम्ही." बापू असं बोलत ते घरात कुणाला आवडत नसे. मन धुमसत राही; पण...पण बापूंचं हे रूप पाहिलं आणि हरिलालना भरून आलं. वाटलं,

बापू खरंच अनोखं व्यक्तिमत्त्वं आहेत. स्वतःच्या कुटंबीयांना छोट्या चुकीसाठी धारेवर धरणारे बापू परक्यांच्या मोठ्या अपराधांना सहजपणे क्षमा करीत होते... करू शकत होते. खरंच, आपल्या असामान्य पित्याला ओळखण्याची कुवत आपल्यात नाही, याची जाण सुखद वाटत होती की दुःखद, हेच त्यांना कळेना.

बापूंच्या जखमा भरून येऊ लागल्या, पण अशक्तपणा खूप होता. रक्तस्राव बराच झाला होता. हरिलाल बापूंजवळ दोन-तीन दिवस राहिले; पण बा आणि इतर

सारी 'फिनिक्स'आश्रमात होती. त्यांनी जोहान्सबर्गला येऊ नये, यासाठी बापूंनी तार देऊन खुशाली कळवली. साऱ्यांनी गाडीभाडं खर्च करून परक्यांकडे बोजारूप होत राहू नये. कुणी येऊ नये, असं स्पष्ट कळवलं होतं. हरिलालनाही त्यांनी परत पाठवलं. अशक्तपणा कमी होताच मी फिनिक्सला येतो, असं वारंवार सांगितलं.

बापू आश्रमात परतले आणि 'फिनिक्स' आश्रमाला प्राण परत आल्याचा आनंद झाला. जखमा भरत आल्या होत्या तरी अजून ड्रेसिंग करावं लागत होतं. उपचाराच्या सोयीच्या दृष्टीनं डोक्यावरच्या काही भागाचे केस काढावे लागले होते. डोक्यावरच्या जखमेवरचं बँडेज सुटलं नव्हतं. तरीही आश्रमात येताच बापूंनी डॉक्टरी उपचारांना तिलांजली देऊन देशी उपाय सुरू केले. सकाळ-संध्याकाळ थंड पाण्यानं जखम साफ करून ते ताज्या काळ्या मातीचा लेप लावत. ते संपताच ते लिहिण्याची कामं करायला बसत. किती वेळ लिखापढी करीत. त्यानंतर हातोडी, करवत, खिळे घेऊन सुतारकाम करीत. या कामात ते आश्रमातील वानरसेनेची-छोट्या पोरांची मदत घेत. कधी पुस्तकं ठेवण्यासाठी लाकडी स्टँड बनवायचं काम असे, तर कधी कपाटाचं काम असे. कधी खेळण्यासाठी घसरगुंडी बनवायचं काम असे. 'इंडियन ओपिनियन'च्या अंकासाठी छापखान्यातही बापू कामासाठी येत. दिवसभराच्या कामानंतर रात्री भजनं म्हणायलाही बापू प्रार्थनागृहात हजेरी देत. वाऱ्याच्या वेगानं दिवस सरत होते.

बापूंच्या मनात रुखरुख होती, त्यांना अटक झाल्यामुळे सीमंतच्या प्रसंगाचा विरस झाला होता. त्याची भरपाई करायला हवी होती. त्यासाठी 'रामनवमी'चा दिवस मुक्रर केला. पुन्हा ढोकळे, गोटे आणि पुरणपोळीचा बेत नक्की झाला. बापूंसह आश्रमात बऱ्याच जणांचा उपास असे.

"तुमच्या आवडीचे पदार्थ तुमचा उपास असताना कशाला करायचे? त्यापेक्षा..." बांनी सांगायचा प्रयत्न केला.

"डोळ्यांसमोर आवडीचे पदार्थ असूनही न खाण्याचा संयम करणं, यालाच खरा उपास म्हणायचं," बांची सूचना मनावर न घेता बापू म्हणाले. "शिवाय, उशीर झाला तर आमच्या सुनबाईंचे डोहाळे पुरवायचे राहून जातील. सुनबाईंना वाटेल, सासऱ्यानं इथे बोलावून घेतलं पण काळजी मात्र घेतली नाही. काय?" म्हणत ते खळखळून हसले. जेवतानाही त्यांनी आवर्जून सांगितलं, "पुरणपोळीवर तुपाची धार धरा हं, बरं का...!"

गुलाब लाजेनं चूर झाली. तिची नजर जमिनीशी नातं जडल्यागत झुकलेली राहिली. पंगत उठली आणि बापू तृप्त स्वरात म्हणाले, " आता पुन्हा सरकारकडून आवताण आलं तरी हरकत नाही."

सरकारकडून बोलावणं आलं नाही तरी पण गुलाबची तब्येत नरम झाली. सरत्या दुपारी गुलाबला कसंसंच होऊ लागलं. पुन्हा आश्रमात गोड धांदल माजली.

हरिलाल आणि बापू 'इंडियन ओपिनियन'च्या कामासाठी छापखान्यात गेले, तरी त्यांचं लक्ष गुलाबकडून काय बातमी येतेय इकडेच होतं. आपलं मन कामात नाही, हे बापूंना कळू न देण्यासाठी हरिलाल अधिक कामं उकरून काढीत होते.

''बापू, बधाई आपो...'' म्हणत एक आश्रमकन्या धावत आली.

''बांची इच्छा पूर्ण झाली. लक्ष्मीचं आगमन झालंय.'' त्या बातमीनं वृक्षावरची पानंही हसल्याचा हरिलालना भास झाला. थंड वाऱ्याची झुळूक आल्यागत ते शहारले.

''लक्ष्मीजी?'' बापूंनी हातांतलं काम ठेवत म्हटलं, ''वा! कसा शुभमुहूर्त साधून पोर जन्माला आलीय. 'रामनवमी'च्या दिवशी लक्ष्मीचं आगमन झालंय. भगवान रामाचीच भेट ही! आपण तिचं नाव 'रामी' ठेवू या. कसं?...'' बापूंनी हरिलालकडे बघत पुन्हा विचारलं, ''चालेल नं हरिलाल?''

हरवल्या हरिलालच्या तोंडातून शब्द सुधरेना. त्यांना वाटलं, 'खरंच! 'रामी' नाव सुरेख आहे. रामाचीच देणगी...' बापूंच्या नजरेला नजर न भिडवता त्यांनी संकोचभरल्या स्वरात एकाक्षरी होकार भरला.

१०

आजोबा झाल्याचं सुख बापूंनी जेमतेम एक दिवस उपभोगलं. गोऱ्या सरकारशी समझोता करताना सरकारविषयी जी कुशंका हिंदी लोकांच्या मनात होती, ती खरी ठरली. सरकारचं एकूण वळण वचन तोडण्याकडे झुकणारं होतं. तरी निश्चित 'विश्वासघात' नाव देण्याजोगं काही घडलं नव्हतं; पण शेवटी त्यांनी बापूंना फसवलं. हिंदी समाजात खळबळ माजली. पुन्हा सत्याग्रहासाठी बापू जोहान्सबर्गला धावले. या वेळी चळवळीचं रूप थोडं वेगळ्या ढंगानं आयोजित केलं. विभिन्न आघाड्यांवर विविध सत्याग्रही चळवळीला वेग देतील,असं ठरवण्यात आलं. ही लढाई आता लवकर संपणार नव्हती. या लढाईचं स्वरूप आता निर्णायक ठरणार, याविषयी उभयपक्षी खात्री निर्माण होण्याइतकी कडक स्वरूपात योजना घडवली.

समग्र हिंदी रयत जीवन-मरणाच्या झुल्यावर झुलत असताना चळवळीपासून स्वत:ला दूर ठेवणं हरिलालना रुचण्यातलं नव्हतं. गुलाबनं तिची संमती व्यक्त केली होती. बाच्या होकार-नकाराचा प्रश्नच उपस्थित होत नव्हता. बापू स्वत: म्हणाले होते-ज्या दिवशी हरिलालना सत्याग्रही म्हणून अटक होईल, तो दिवस त्यांच्या जीवनातील अत्यंत आनंदाचा दिवस असेल. आता अधिक विचार करण्यात वेळेचा अपव्ययच आहे, असं वाटून हरिलालनं आपणही सत्याग्रही असल्याचं वृत्त कळवणारं पत्र गोऱ्या सरकारकडे रवाना केलं. ते कधी, कुठे आणि कशाच्या संदर्भात कायदेभंग करणार आहेत याविषयी सविस्तर नोंद त्या पत्रात होती. कायदेभंग करताना कुणाची साथ असेल, सहकारी कोण असतील, तेही व्यवस्थित कळवण्यात आलं होतं. सत्याग्रहींच्या या तुकडीचं नेतृत्व करण्याचा निश्चय हरिलालनं सरकारला कळवला आणि त्यांच्या अंगात उत्साह संचारला. बापूंनी जोहान्सबर्गहून या तरुण तुकडीला आशीर्वादाचं पत्र पाठवलं. हरिलालचा उत्साह वाढला.

निश्चित केलेल्या दिवशी हरिलालनं आश्रमाचा निरोप घेतला. निघताना त्यांनी 'रामी'वर आसुसून चुंबनांचा वर्षाव केला. पित्याचा स्पर्श अनुभवत असल्यागत तीन

महिन्यांची 'रामी' खदखदून हसली. गुलाबचा चेहरा चिंतित होता. 'रामी' हसताच तो सैलावला म्हणून हरिलालनाही बरं वाटलं. गुलाबला नजरेनं आश्वासन देऊन त्यांनी बाचे पाय शिवले.

"विजय घेऊन परत या दीकरा." बानं भरल्या कंठानं म्हटलं, "आणि कदाचित विजय मिळाला नाही तरी निराश होऊ नका. ही लढाई शेवटची नाही. अपयश यशाची पहिली पायरी असते, हे ध्यानी ठेवा. घरी तुमची वाट बघितली जाईल, याचं स्मरण प्रत्येक वळणावर मनात ताजं ठेवा."

आश्रमात राहणाऱ्या कुमारिकेनं कपाळी तिलक करून साऱ्या सत्याग्रहींना ओवाळून निरोप दिला. तिनं घातलेले आश्रमातील फुलांचे हार साऱ्यांच्या गळ्यात झुलत होते. सारे निघाले. हरिलालच्या चेहऱ्यावर प्रसन्न भाव होते. निर्भय नजर भिरभिरत होती. घनदाट काळेभोर केस वाऱ्याबरोबर कपाळावर आक्रमण करीत होते. लढाईचा तणाव कुणाच्याही चेहऱ्यावर नव्हता. गोऱ्या सरकारच्या तुरुंगात जसे सहलीसाठी निघाले असावेत, इतक्या सहजपणे गप्पा मारीत ते पुढे सरकत होते.

'ट्रान्सवाल'च्या सरहद्दीवर सरकारनं हिंदी लोकांना प्रवेश नाकारला होता. तिथे जाण्यासाठी विशेष अधिकाराचा परवाना क्वचित कुणा हिंदी आसामीला देण्यात येई. त्या ठिकाणी हरिलाल आणि त्याचे साथीदार नियमभंग करून या कायद्याचा निषेध नोंदवणार होते. बुलंद आवाजात भजनं म्हणत त्यांनी या प्रदेशात प्रवेश केला. परेडसारखं तीनच्या रांगेत वगैरे नव्हे तर फेरीवाल्याच्या तोऱ्यात वेगवेगळ्या चीजवस्तू घेऊन सारे आत शिरले. गोऱ्यांच्या कायद्याची उपेक्षा करीत ते विविध वस्तू विकू लागले. कायद्याचा अवमान इंग्रज सरकार सहन करणार नाही, याची प्रत्येकाला जाणीव होती. दुसऱ्या दिवशी हरिलाल आणि त्यांच्या साथीदारांना अटक झाली. बचावासाठी कुणी प्रयत्न करण्याचा प्रश्नच नव्हता. भजनं गात गातच साऱ्यांनी अटकेचा स्वीकार केला. 'ट्रान्सवाल' सरहद्दीवर भरपूर हिंदी लोक हजर होते. सत्याग्रहींना पकडण्यात येताच साऱ्यांनी, "छोटे गांधीकी जय"च्या घोषणांनी वातावरण हादरवून सोडलं. हरिलालना आश्चर्य वाटलं. आपण मोहनदास गांधींचे पुत्र आहोत, याचा त्यांनी कुठेच उल्लेख केला नव्हता. तरीही लोकांनी त्यांच्या चेहऱ्यावरचं 'गांधीपण'अचूक टिपलं होतं. सरकारी गाडीत साऱ्यांना कोंबण्यात येत असताना इतर जनता आदरानं त्यांच्याकडे बघत होती. धूळ उडवत सरकारी मोटार दूरवर गेली तरी हरिलाल नवलानं मागे वळून पाहत होते. 'छोटे गांधीकी जय'च्या घोषणा आणि लोकांचे वर होणारे हात त्यांना कितीतरी वेळ दिसत होते. अचानक आपली ओळख हरिलाल गांधीऐवजी आता 'छोटे गांधी' झालीय, याची त्यांना जाणीव झाली. मोठ्या गांधींचे ज्येष्ठ पुत्र छोटे गांधी! त्यांचे अनुयायी! मोठ्या गांधींच्या पावलावर पाऊल टाकून सत्याग्रह-सत्यासाठी आग्रह धरणारे छोटे गांधी! कृतार्थतेच्या भावनेनं त्यांच्या

अंगावर काटा फुलला. तृप्तीचा दीर्घ श्वास घेत त्यांनी डोळे मिटले.

पोलिसांच्या कब्जात राहण्याचा हा पहिला प्रसंग होता. रात्रभर साऱ्यांना पोलीस चौकीवरच ठेवण्यात आलं. दुसऱ्या दिवशी सकाळी सर्वांना कोर्टात हजर करण्यात आलं. हरिलालना वाटलं, गोऱ्या सरकारचा व्यवहार काही अगदी अपमानजनक नाही. उलट विरोधकाला पूर्वसूचना देऊन कायदेभंग करायचा आणि शासनानं अटक केली तर विनाविरोध अटकेचा स्वीकार करायचा. पुन्हा शांतपणे आपलं मत मांडायचं, ही गांधींची रीत त्यांना आणि त्यांच्या कायद्याच्या रक्षकांना चकित करणारी होती. त्यांचं चकित होणं किती तीव्र आहे, याची हरिलालना कल्पना आली.

पण आरोपीच्या पिंजऱ्यात उभं राहिल्यावर मात्र चकित होण्याची वेळ खुद्द हरिलालवर आली. 'सुनावणी' ऐकण्यासाठी चिक्कार गर्दी झाली होती. बचावपक्षाचं वकीलपत्र घेऊन काळा डगला घालून साक्षात बापू कोर्टात हजर होते. त्यांच्या खुशीची पावती त्यांच्या हसऱ्या नजरेत हरिलालना दिसली. तरीही बचावासाठी वकीलपत्र? हरिलाल गोंधळले. कायदेभंग करायचा. केला गुन्हा कबूल करायचा. फर्मावण्यात येईल, ती सजा भोगायची आणि पुन्हा नव्या जोमानं सत्याचा आग्रह धरून कायदेभंग करायचा, ही खुद्द बापूंनी तयार केलेली कार्यप्रणाली! त्यात बचाव करण्याच्या प्रयत्नांचाच निषेध; तिथे बचावपक्षाचा वकील असण्याचा प्रश्नच संभवत नव्हता. असं असूनही बापू बचावासाठी का आलेत? पुत्रप्रेमानं त्यांना विचलित केलंय? मनात पूर्णपणे प्रश्न उमलण्यापूर्वीच हरिलालनं या शक्यतेचा निषेध केला. बापूंसारख्या व्यक्तीविषयी असा विचार मनात येणंच गैर आहे, असं वाटून ते आता या प्रश्नाच्या उत्तराची प्रतीक्षा करू लागले. स्वपुत्र म्हणून ज्यांनी देवदासच्या पानातील चिमूटभर साखरेकडे कानाडोळा केला नाही, ते बापू तरुण पुत्रासाठी काही करणार नाहीत अशी खात्री मनात होतीच. तरी वाटलं, यदाकदाचित अपवादरूपानं बापू हळवे झाले, तरी आपण कणखरपणा सोडायचा नाही. जी शिक्षा इतरांना होईल, ती आपणही भोगायचीच. सत्याचा आग्रह धरायचा...

शंका-कुशंकांचं चक्रीवादळ उठत होतं. बचावासाठी उभे असणारे बापू समोर दिसत असूनही ते बचाव करणं शक्यच नाही, हा विचार जोर धरत होता. फक्त बापूंच्या मनातील विचारांची दिशा जाणून घ्यायला मन प्रयत्नशील होत होतं. फार वेळ प्रतीक्षा करावी लागली नाहीच. कोर्टाचं कामकाज सुरू झालं. बचाव पक्षाचं वकीलपत्र घेऊन मिस्टर एम. के. गांधी उभे राहिले. अत्यंत थोडक्यात त्यांनी कोर्टासमक्ष विनंतीपत्र सादर केलं...

"बचावपक्षाचा वकील म्हणून माझी कोर्टाला विनंती आहे की...कायद्याप्रमाणे जी शिक्षा यांच्यासाठी असेल ती न देता त्यांना बेमुदत कैदेत डांबावं..."

हरिलालच नव्हे तर कोर्टातील प्रत्येक व्यक्ती...काळे-गोरे आणि हिंदी समस्त

श्रोतृवर्ग बुचकळ्यात पडला. बचावपक्षाचे वकील बॅरिस्टर गांधी बोलत होते ते सारे जिवाचा कान करून ऐकू लागले...

"या विनंतीसाठी सरकारच्या वेळेचा आणि शक्तीचा अपव्यय होऊ नये, हीच इच्छा आहे. कारण यांना काही दिवसांसाठी कैद कराल तर बाहेर येताच ते पुन्हा सत्याग्रह करणारच आहेत. परत अटक, केस, सजा आणि सुटका हे चक्र सातत्यानं फिरणार आहे. वारंवार सरकारचा वेळ बरबाद होणार, त्यापेक्षा..."

टाळ्यांच्या कडकडाटात बॅरिस्टर गांधींच्या वाक्याचा उत्तरार्ध गोऱ्या अधिकाऱ्यांच्या कानी तरी पडला की नाही,ते तेच जाणे. या प्रकारचं निवेदन आणि त्या निवेदनाला सत्याग्रही आणि उपस्थित हिंदी जनतेकडून मिळणारी दाद सारंच गोऱ्यांसाठी इतकं अनपेक्षित होतं की, क्षणभर काय करावं हे त्यांना सुचेना. टाळ्यांच्या कडकडाटानं छत हादरलं आणि मग मात्र टाचणी पडावी तशी शांतता प्रस्थापित झाली. शिक्षा जाहीर होणं शिल्लक असल्याची जाण हरपल्यागत क्षणभर सारा अधिकारीवर्ग नि:शब्द झाला.

कोर्टानं सत्याग्रहींना सक्तमजुरी आणि कारावासाची सजा फर्मावली. हरिलालचा हा पहिला कारावास त्यांच्या वकिलानं-बॅरिस्टर गांधींनी सुचवला होता तसा बेमुदत वा दीर्घकाळासाठी नव्हता. काही दिवसांतच साऱ्यांची सुटका झाली. मक्याची कांजी आणि डबलरोटीनं हरिलालच्या निश्चयात फेरफार करवला नव्हता. उलट मजुरी करून शरीर कसलंय असंच त्यांना वाटलं. बापूंनी कोर्टात म्हटलं होतं तसेच सारे पुन्हा पकडले जाण्यासाठी योजना घडवू लागले. अर्थात त्यासाठी त्यांच्या मनात बापूंचा विचार जाणण्याची उत्सुकता होती. सुटका होताच बापूंना भेटायला जायचं होतं. बापूंच्या भेटीसाठी त्यांनी सरकारजवळ रीतसर मागणीपत्र दिलं; पण झालं उलटंच!

हरिलाल आणि त्याच्या तुकडीसाठी ज्या विभागात प्रवेशबंदी जाहीर केली होती, त्या ठिकाणी बापू काम करीत होते. म्हणजे पुन्हा कायदेभंग करण्यापूर्वी बापूंचा सल्ला घेता येणार नव्हता. उलट बापूंचा सल्ला मिळवण्यासाठी कायदेभंग करणं आवश्यक होतं. कदाचित बापूंची भेट होण्यापूर्वीच अटक व्हायची शक्यता होती. काय करावं ते सुचत नव्हतं. द्विधा मन:स्थितीत हरिलालनं काही दिवस चार्ल्स टाऊनमध्ये काढले. इतक्यात सरकारनं बापूंना अटक केली. त्यांना जोहान्सबर्गच्या तुरुंगात ठेवण्यात आलं. तिथली प्रजा या अटकेमुळे संतप्त झाली. जोहान्सबर्गच्या हिंदी जनतेनं सरकारचा निषेध म्हणून प्रचंड सभेचं आयोजन केलं. हरिलालना हे कळताच ते सभास्थानी धावले. या सभेत त्यांची उपस्थिती अपेक्षित नव्हती. अचानक हरिलाल आलेले पाहून हिंदी जनतेत जशी उत्साहाची वीज लखलखली. कुणाची तरी त्यांच्यावर नजर पडली आणि कुजबुज वाढून सभेत साऱ्यांना कळलं.

लोकांनी उत्स्फूर्तपणे 'छोटे गांधीकी जय' या घोषणांना सुरुवात केली. काही उत्साही मंडळींनी हरिलालना उचलून हातांच्या पालखीत थेट व्यासपीठावर पोहोचवलं. या प्रसंगी छोट्या गांधींनी आपले विचार मांडावेत, अशी इच्छा व्यक्त झाली. हरिलालचं नेतृत्व जनतेनं स्वीकारलं असल्याचंच यातून ध्वनित होत होतं. हरिलालना आनंद झाला.

पण अशा विराट सभेत ते कधी बोलले नव्हते; अशा रीतीनं आपल्यावर प्रेमवर्षाव होईल, याची त्यांना कल्पना नव्हती. बोलण्याच्या तयारीनं ते आले नव्हते; पण त्यांनी बोलावं अशी श्रोत्यांची इच्छा होती. असंख्य डोळ्यांत त्यांना ऐकण्याची उत्सुकता दिसली. जनता जनार्दनाची इच्छा शिरोधार्य समजून ते बोलायला उठले. त्यांच्या स्वरात गांधींची नम्रता आणि कणखरपणा यांचं सुभग मिश्रण होतं. शब्दबंबाळाचा फापटपसारा नसलेलं त्यांचं मनोगत लोकांना खूप आवडलं. भरल्या कंठानं ते म्हणाले... ''माझ्या पित्याच्या विचारप्रणालीविषयी माझ्या मनात असीम आदर आहे. त्यांना अटक झाली, हा मी त्यांचा गौरव समजतो. म्हणून या अटकेनं मला दु:ख नव्हे तर आनंद दिलाय, असं मी म्हणेन. त्यांनी आपल्याला सत्याच्या मार्गावर निर्भय मनानं चालायला शिकवलं आहे. त्या मार्गावर चालताना कुठच्याही कारणानं मनात किंतू प्रवेश होऊ न देता आपण ध्येयप्राप्तीपर्यंत चालत राहणार आहोत...''

टाळ्यांच्या गडगडाटात जनतेनं छोट्या गांधींचे विचार नावाजले. आता त्यांना निष्क्रिय राहणं जमणार नव्हतं. काय करावं? हा प्रश्न उरला नव्हता. त्यांनी केलेलं छोटं कार्य पाहून जनतेनं त्यांना गांधींचं उत्तरदायित्व बहाल केलं होतं. बापूंच्या गैरहजेरीत त्यांचं काम पुढे चालवण्याची इच्छा त्यांच्या मनात होतीच. जनतेनं त्यांना नेतृत्व दिलं.सत्याग्रहाची योजना तयार करायला हवी होती; पण त्याच वेळी 'फिनिक्स' आश्रमातून जी बातमी आली ती ऐकून हरिलाल अस्वस्थ झाले. कस्तुरबा फार आजारी असल्याचं कळलं. बापू तर तुरुंगात होते. आपणही कारावास स्वीकारला तर बाची सेवा कुणी करायची? या प्रश्नानं ते घायाळ झाले. बाच्या काळजीनं त्यांना हैराण केलं. वाटलं, बाकडे धाव घ्यावी, पण...सत्याग्रहाचं काम टाकून जाणं त्यांना योग्य वाटत नव्हतं. बापूंच्या अनुपस्थितीत सैरभैर झालेल्या जनतेत आपल्या येण्यामुळे उत्साह संचारलाय, याची जाण त्यांना 'फिनिक्स' आश्रमात जाऊ देत नव्हती. बापू जेलमध्ये असताना आपणही सत्याग्रहाकडे पाठ फिरवली, तर आजवर बापूंनी जे मिळवलंय त्यावर पाणी फिरेल...हे बरोबर नाही...हे बरोबर नाही. सदसद्‌विवेकबुद्धी जागृत होती...

बाजवळ मणिलाल आहे. गुलाबही आहेच की...शिवाय आश्रमवासी सारे कुटुंबीयजनच आहेत, असं बापू म्हणतात नं? त्यांच्यावर अविश्वास असल्यासारखं

बाकडे धावायचं? कर्तव्यचलित व्हायचं आणि इतरांच्या भावनेचा, अपमान करायचा? छे! ते होणे नाही. त्यांच्या सद्‌भावनेवर, कार्यक्षमतेवर विश्वास ठेवून आपण आपलं कर्तव्य करायचं.

निश्चयानं हरिलालनं सत्याग्रहाची सूत्रं हाती घेतली. संपूर्ण योजना तयार केली. गांधीनीतिप्रमाणे स्वत: ते जे करणार आहेत, त्याची जाण देणारं आवेदनपत्र गोऱ्या सरकारकडे रवाना केलं. त्या कार्यक्रमाप्रमाणे जे अपेक्षित होतं तेच झालं. हरिलालना अटक झाली. पुन्हा कारावासासाठी ते सरकारी गाडीत चढले; पण हा कारावास कमालीचा सुखद ठरला. कारण...

तुरुंगात प्रवेश करताच त्यांना बापूंचं दर्शन घडलं. न कळत्या वयापासून हरिलालसाठी पित्याचा सहवास 'उंबराचं फूल' ठरला होता. इथे आल्यावरही बापूंच्या कामाचा व्याप कधी सहवासाचं सुख मिळू देत नव्हता. या निमित्तानं आता अक्षत सहवास लाभेल, या विचारांनं हरिलाल हर्षित झाले. अशा विचित्र योगायोगानं आपली सहवासाची भूक भागणार, याचं त्यांना नवलही वाटत होतं आणि मनात आनंदाच्या लहरीही उठत होत्या. बापूंनाही पुत्राला पाहून आनंद झाला.

"हरिलाल..." मनातील आनंदाला वाचारूप देत बापू प्रसन्न स्वरात म्हणाले. "हेच खरं शिक्षण! बाची सेवा करण्यात काही गैर नव्हतं; पण एकदा चळवळीत उडी घेतल्यानंतर तुम्ही चळवळीकडे पाठ फिरवून बासाठी आश्रमात परतला असतात, तर मला वाईट वाटलं असतं. तुम्हाला परम कृपाळू परमेश्वरानं योग्य मार्ग दाखवावा, यासाठी मी प्रार्थना करीत होतो. ज्या मार्गावर माझ्या पुत्रानं चालावं असं मला वाटतं, तो हाच मार्ग आहे बेटा..."

"बापू..." भारावल्या हरिलालच्या तोंडून मात्र एकच शब्द निसटला. बापूंनी त्याची पाठ थोपटली. आवंढा गिळत ते प्रयत्नपूर्वक म्हणाले,

"तुमची इच्छा आणि अपेक्षा दोन्ही मला कळतात बापू! पण..पण.." क्षणार्धात त्यांचे बोलके डोळे गढुळले.

"पण काय दीकरा?" बापूंनी स्नेहल स्वरात विचारलं, " अजूनही त्या निरर्थक शिळ्या नासक्या शिक्षणपद्धतीचा मोह मनात आहे?"

"त्याच शिक्षणपद्धतीनं आज दक्षिण आफ्रिकेच्या हिंदी जनतेला समर्थ नेता दिलाय बापू! ज्या नेत्यानं त्यांच्या हातांत 'सत्याग्रह' नावाचे अनुपम शस्त्र दिलंय. या शस्त्राचा जन्मदाता याच शिक्षणपद्धतीनं घडवलाय, हे जोवर सत्य आहे तोवर मोह मनातून कसा जाईल?" हरिलालनं व्यथित स्वरात मन मोकळं केलं.

बापूंनी वाद टाळला, पण त्यांच्याही स्वच्छ नजरेत शंकेचं वादळ डोकावलं. दुसऱ्याच क्षणी सारे विचार डावलून ते खळखळून हसले. काही घडलंच नसावं, अशा थाटात त्यांनी गुलाबची खुशाली विचारली. 'रामी'च्या प्रगतीविषयी चौकशी

केली. पुन्हा हरिलाल एकटे पडले. या एकटेपणात सतत विचारांच्या भुंग्याची असह्य सोबत लाभली. रात्री गुलाबच्या आठवणी मनात धुमाकूळ घालीत. तिच्या सहवासासाठी गात्रं आसुसत. छोट्या 'रामी'ला बघायची इच्छा अनावर होई. बाच्या काळजीनं मन सैरभैर होई. बापू जेलमध्ये होते तोवर त्यांना भेटायला येणाऱ्यांकडून बाहेरची माहिती कळे. बाहेरचा संपर्क तुटल्याची जाण होत नसे. बापूंशी अनेक विषयांवर चर्चा होई. ते सारं बंद झालं. हरिलालना वाटलं, कारावास वाटतो तितका सोपा नाही. अर्थात सत्याग्रहाकडे पाठ फिरवावी, असं मात्र त्यांना वाटलं नव्हतं. जोहान्सबर्गच्या सभेत जनता जनार्दननानं ज्या उत्स्फूर्तपणे त्यांचं नेतृत्व स्वीकारलं होतं, त्याची याद अजूनही त्यांना रोमांचित करीत होती.

कारावास संपवून ते सरळ बाकडे धावले. त्यांना पाहून कस्तुरबांचे डोळे पाणावले. हरिलालही अशक्त बाच्या दर्शनानं हेलावले. 'रामी' आता धरून धरून पावलं टाकू लागली होती. सुरवंटाचं सुरेख फुलपाखरू व्हावं, तशी गुलाबही आता मुलगी न वाटता स्त्री वाटू लागली होती. भरल्या अंगाच्या गुलाबला पाहून हरिलालना आनंद झाला. साऱ्यांच्या भेटीनं अस्वस्थ मन शांत झालं.

त्याच दिवशी संध्याकाळी मणिलालनं जी बातमी दिली, ती ऐकून हरिलालना वाटलं, स्वर्ग आता नजरेच्या टप्प्यात आलाय. स्वप्न वाटत होतं ते वास्तव ठरण्याची वेळ आली आहे.

११

हरिलाल कारावासात असतानाच बापू सुटले. बाहेर येताच त्यांनी सत्याग्रहाची सूत्रं हाती घेतली. बापू तुरुंगात असताना त्यांना भेटायला येणाऱ्यांची सतत वर्दळ असे. बापूंना लेखन आणि वाचन सामग्रीही देण्यात येई. त्यामुळे जेलमध्येही खेळीमेळीचं वातावरण असे; पण बापू सुटले आणि सारं कंटाळवाणं वाटू लागलं. बाहेरचा सारा संपर्कच तुटला. बाहेरच्या हालचाली त्यांना कळेनात.

म्हणूनच जेलमधून सुटून हरिलालनं सरळ 'फिनिक्स' आश्रम गाठला, तेव्हा बापूंच्या हालचालींविषयी त्यांना काही कल्पना नव्हती. हरिलाल आश्रमात पोहोचले तेव्हा बापू विलायतेस गेले होते. गोऱ्या सरकारच्या जुलमांविषयी ते सरळ राणीजवळ तक्रार करणार होते. सर्वांत प्रथम मणिलालनं हीच खबर हरिलालना दिली.

पण म्हणून काही हरिलाल खुशीत आले नव्हते. विलायत बापूंसाठी नवलाचं नव्हतं. बरीच वर्षं बापू तिथेच तर होते. बापूंचं विलायतेला जाणं काही गमतीखातर झालं नव्हतं.ती बाब आनंदाची नक्कीच नव्हती. उलट सारा काळजीचाच मामला होता. कारण बापूंनी खुल्या मनानं केलेली शासनाविषयीची तक्रार तिथे कितपत मोकळ्या मनानं घेण्यात येईल, हे कळण्याजोगं नव्हतं. अनिश्चिततेचं भय बापूंच्या सुरक्षिततेसाठी चिंता निर्माण करीत होतं. बापूंनी हे साहस करू नये, असंच प्रत्येकाला वाटत होतं; पण यानंतर मणिलालनं जे सांगितलं, ते ऐकून हरिलालच्या अस्वस्थ मनात आशेचे असंख्य दीप प्रज्वलित झाले. कारण त्यांनी नुकत्याच झालेल्या मिस्टर पोलाकच्या भेटीविषयी सविस्तर माहिती दिली.

हरिलाल मिस्टर पोलाकच्या परिचयात आले होते. 'इंडियन ओपिनियन'च्या कामात पोलाकची खूप मदत असे. त्यांच्याबरोबर काम करायची संधी खूपदा हरिलालना मिळाली होती. बापूंशी त्यांचे मैत्रीचे संबंध होते. बापू विलायतेस गेल्यापासून सत्याग्रहाची सूत्रं पोलाकच्या हातांत होती. हरिलाल तुरुंगात होते त्या वेळी पोलाक 'इंडियन ओपिनियन'च्या कामासाठी 'फिनिक्स' आश्रमात आले होते.

ताज्या बातम्या ऐकायला सारा आश्रम पोलाककडे धावला होता. साऱ्यांशी जुजबी बोलून ते आवर्जून कस्तुरबांच्या भेटीस आले होते.

"मिसेस गांधी, तुमच्यासाठी माझ्या पोतडीत छान बातमी आहे." कस्तुरबांच्या चेहऱ्यावरची काळजी पाहून ते गमतीनं म्हणाले,"तुमच्या मुलांचं शिक्षण धडपणे होत नाहीसं वाटतं तुम्हाला."

"माझं वाटणं अस्थानी नाही, हे तुम्हीही जाणता. मुलांच्या शिक्षणाचं ठिकाणी पडत नाहीय."

"आता ही काळजी सोडा तुम्ही. हे सारे प्रश्न चुटकीसारखे संपणारे आहेत. मुलं विद्याविभूषित होणार आहेत."

"ती कशी काय?" कस्तुरबांच्या स्वरात उत्सुकता होती. "नीट कळेल असं बोला, पोलाकभाई..."

"मिस्टर गांधींच्या पत्रात आहे....की विलायतेत डॉक्टर प्राणजीवन मेहतांची गाठ पडली. त्यांनी मिस्टर गांधींना म्हटलंय, की त्यांच्या एका मुलाला बॅरिस्टर करायची जबाबदारी ते घेतील. विलायतेचा सारा खर्च डॉक्टर करतील.मग बोला, कुणाला बॅरिस्टर करणार तुम्ही? हरिलालना पाठवता की मणिलालला? की या देवदास दांडगोबाला विलायतेत पाठवता?"

कस्तुरबांचा चेहरा आनंदानं फुलला. मुलांच्या शिक्षणाविषयी चिंतित असलेल्या मातेच्या तोंडून शब्द निसटले, "देव डॉक्टरांचं भलं करो. मला ठाऊक आहे पोलाकभाई, डॉक्टरांना फार वाटतं आमच्याविषयी! त्यांनी मनावर घेतलं तर नक्की एक मुलगा बॅरिस्टर होऊ शकेल; पण मला वाटतं..." मणिलालच्या मस्तकावरून हात फिरवीत त्या म्हणाल्या, "माझा मणिलाल अगदी पित्यासारखा सेवाभावी आहे. फार नम्र पोर आहे माझं! आजवर कधी त्यानं यांचा शब्द खाली पडू दिला नाहीय. माझ्या हरिलालला मात्र बॅरिस्टर होण्याची भारी हौस आहे. त्याची शिक्षणाची हौस भागली तर तो धाकट्यांनाही शिकवील. खरंच असं घडलं तर देवच पावला म्हणेन मी!"

"याचा निर्णय मिस्टर गांधी परतल्यावरच व्हायचा. तुम्ही जाणता, मिसेस गांधी, की मुलांच्या शिक्षणाच्या प्रश्नावरून मिस्टर गांधींशी माझी खूपदा तीव्र चर्चा झाली आहे."

"सारं ठाऊक आहे मला पोलाकभाई!" कस्तुरबा भरल्या कंठानं म्हणाल्या. "माझ्या हातांत काही नाही तरी खरं सांगते, मुलांच्या शिक्षणाच्या काळजीनं माझी झोप उडवली आहे हो..."

मणिलालनं कस्तुरबा आणि मिस्टर पोलाक जे बोलले त्याची इत्थंभूत माहिती हरिलालना दिली. क्षणभर हरिलाल काही उमज न पडल्यागत ऐकत राहिले. शिक्षण

अर्धवट टाकून इथे आल्याला आता दोन-तीन वर्षं झाली होती. इथे येताना बॅरिस्टर व्हायची तीव्र इच्छा होती. ती नष्ट झाली नव्हतीच; पण आता हे जमण्यातलं नाही, हे कळून त्यांनी मनाची समजूत घातली होती. स्वत:चं मन बापूंच्या कामात गुंतवलं होतं. चळवळीच्या कामात त्यांना रसही वाटू लागला होता. तरीही...मनाच्या कोपऱ्यात विझल्या राखेच्या ढिगाऱ्याखाली शिक्षणाची हौस धगधगत होती. तुरुंगात बापूंची भेट घडली असताना त्यांनी ही रुखरुख ओठीही आणली होती. म्हणजे मनातील इच्छेची जाण बापूंनाही होतीच. अचानक स्वप्नवत वाटणारं शिक्षण सत्यात अवतरण्याची शक्यता दिसू लागली आणि स्वप्नील हरिलाल स्वप्न रंगवण्यात गर्क झाले. त्यांच्या नजरेसमोर आकर्षक अक्षरं चमकू लागली. बॅरिस्टर एच. एम. गांधी-बार-ॲट-लॉ.

बॅरिस्टर व्हायला विलायतेस जायचं म्हणजे पुन्हा तीन वर्षं गुलाबपासून फारकत स्वीकारायची. इथे आले तेव्हा गुलाबचा विरह खूप जाणवला नव्हता. कारण अवघ्या तीन महिन्यांच्या लग्नजीवनात विशेष सहवास घडला नव्हता. परिचय नव्हताच. आता तसं नव्हतं. लग्नजीवन छान मुरलं होतं; शिवाय छोट्या 'रामी'चाही लळा लागला होता. जेलमध्ये असतानाही विरह किती असह्य वाटायचा, याची त्यांना याद आली. तरी कारावास काही तीन वर्षांसाठी नव्हता. त्या रात्री त्यांनी पत्नीजवळ मोकळ्या मनानं सारी चर्चा करायचं ठरवलं.

"गुलाब, बापूंच्या सांगण्यावरून मी विलायतेस गेलो तर तू..."

"माझी काळजी करू नका नाथ." स्नेहल स्वरात गुलाब म्हणाली. "तुमच्या मनात शिक्षणाची आस आहे, ती पूर्ण होऊ द्या. माझी जिंदगी तर तुमच्या चरणांवर वाहिलेलं फूल आहे. तुमचं सुख आणि माझं सुख वेगळं नाही..." बोलता बोलता गुलाबचे डोळे पाणावले. तिच्या ओल्या पापण्यांवरून बोट फिरवत ते कौतुकानं म्हणाले, "फार प्रेम करतेस तू गुलाब! म्हणूनच भय दाटतं मनात!"

"भय? भय का म्हणून?" तिनं बावरल्या स्वरात विचारलं.

"हो! वाटतं, हे इतकं प्रेम मला पचलं नाही तर..."

"असा विचारच मनात आणू नका नाथ!" त्यांच्या खांद्यावर मस्तक घासत गुलाब म्हणाली. "जे प्रेम तुम्हाला पचणार नाही, ते प्रेम माझं नसेल...तुम्ही निश्चिंत मनानं विलायतेस जा. आमची काळजी करू नका. तणावमुक्त मनानं ध्येय प्राप्त करून घ्या."

दुसऱ्या दिवसापासून हरिलाल दुप्पट उत्साहानं कामाला लागले. 'इंडियन ओपिनियन'चं काम तर होतंच; शिवाय थोडा अभ्यासही करू लागले. पोलाक इतक्यात इकडे येणार नव्हते. बापूंच्या सूचनेप्रमाणे ते जोहान्सबर्गहूनच हिंदुस्तानात जाणार होते. आफ्रिकेत बापूंनी सुरू केलेल्या चळवळीचा सत्य विचार हिंदुस्तानात

पोहोचविण्याचं काम त्यांना सोपविण्यात आलं होतं. त्याआधी जी कामं संपवायला हवी होती, ती उरकण्यात त्यांना वेळ कमी पडत होता. आश्रमाचं काम सोडून जोहान्सबर्गला जाणं हरिलालनाही जमत नव्हतं. विलायतेच्या योजनेविषयी मनात उत्कंठा असली तरी त्याविषयी अधिक काही कळू शकत नव्हतं. दिवसेंदिवस मन अधिकाधिक आतुर होत होतं. चळवळीचं कामही थोडं शांत होतं. बापूंच्या वाटाघाटीचे परिणाम पाहूनच आता पुढची चाल नक्की व्हायची होती. साऱ्यांपेक्षाही बापूंच्या येण्याकडे हरिलालचे डोळे अधिक लागले होते.

जोहान्सबर्गहून बॅरिस्टर रीचनं तारेनं कळवलं मिस्टर गांधींच्या प्रयत्नांना यश मिळालं आहे. काही दिवसांत ते 'फिनिक्स'ला येतील...'

सारे डोळ्यांत प्राण आणून बापूंची वाट बघत होते. ज्या दिवशी बापू आले, त्या दिवशी आश्रमात उत्सवाचं वातावरण होतं. यावेळी दीर्घकाळ बापू आश्रमात नव्हते. अत्यंत चौकस नजरेनं त्यांनी त्यांच्या गैरहजेरीतील कामं नजरेखालून घातली. पोलाक बापूंच्या सूचनेप्रमाणे हिंदुस्तानात निघून गेले होते. 'इंडियन ओपिनियन'चं काम जवळ जवळ हरिलाल एकट्या हातानं सांभाळत होते. या कामात त्यांना छगनलालचीही मदत असे; पण गेले तीन महिने छगनलाल रजेवर होते. ते हिंदुस्तानला गेले होते. त्यामुळे सारं काम हरिलालच बघत. तरीही अंकाचं प्रकाशन वेळेवर व्हावं, यासाठी ते जागरूक असत.

"हरिलाल..." त्यांच्या कामानं संतुष्ट होत बापू म्हणाले, "ज्या गतीनं तुम्ही सारं काम आत्मसात केलं आहे, जी कार्यक्षमता तुम्ही वाढवली आहे, ती पाहून मला तुमचा अभिमान वाटतो. जे शिक्षण तुम्हाला देण्यात येतंय, त्यात तुम्ही वेगानं प्रगती करताय, हे बघणं फार सुखाचं वाटतंय".

बापूंचे बोल हरिलालना आनंदित करणारे होते; पण जे बोल ऐकायला हरिलाल उतावीळ झाले होते, त्याविषयी बापू काहीच बोलत नव्हते. हरिलालच्या मनातील उत्कंठा बांना कळत होती. ते स्वतः बापूंना प्रश्न विचारू शकणार नाहीत, याचीही त्यांना जाणीव हाती. पुत्राच्या शिक्षणाची आस मातेच्या मनात होतीच. बापूंचं मौन सुटत नाहीसं पाहून बांनीच विषयाला हात घातला.

"तुरुंगातून आल्यापासून हरिलाल तुमची उत्सुकतेनं वाट बघतोय..."

"का? काही विशेष?" बापूंनी बाकडे बघत विचारलं. "नाही म्हणजे तसे सारेच माझी वाट बघत असणार, हे कळतंय मला; पण हरिलालचा खास उल्लेख केलात म्हणून विचारतो."

"पोलाकभाईंकडून विलायतेत डॉक्टर प्राणजीवन मेहतांनी जे सुचवलं, ते कळलं होतं म्हणून..." बा चाचरत म्हणाल्या.

"हो! खरंय ते!" बापू हसून म्हणाले. "डॉक्टरांना कळतंय की, या निर्धन

वणिकाच्या फाटक्या खिशात मुलाला बॅरिस्टर करायचं सामर्थ्य नाही. म्हणून ते म्हणाले की, ''मिस्टर गांधी, तुमच्या एका मुलाला इथे पाठवा. सारी व्यवस्था मी बघतो.''

''मग...? तुम्ही काय सांगितलं बापू?'' अधीर हरिलाल फक्त ऐकण्याचा उपचार पाळू शकले नाहीत. त्यांची उत्सुक नजर बापूंवर स्थिरावली.

''मी काय सांगणार? डॉक्टर मेहता सज्जन आहेत. आपल्याविषयी त्यांच्या मनात माया आहे...''

''म्हणून होकार दिलात नं तुम्ही?'' बापूंचं सावकाश बोलणं हरिलालना पचेना. टिपेस पोहोचलेली उत्सुकता त्यांच्याकडून बापूंचं वाक्य तोडून प्रश्न विचारायला लावत होती.

''मी होकार दिला असता, तर आजवर जी सेवा मी केली तिचा मी मोबदला घेतला, असा अर्थ झाला असता. चुकूनही मोबदला घ्यायचा नाही, ही माझी रीत तुम्ही जाणता...तलवारीच्या धारेवर चालताना तोल सांभाळण्यासाठी मी आटोकाट प्रयत्न करतो.''

''म्हणजे काय? त्यांची विनंती तुम्ही ठोकरलीत?'' बांच्या प्रश्नात आश्चर्याइतकीच नापसंती ठासून भरलेली होती.

''नाही! प्रेमाच्या विनंतीला ठोकर मारण्याइतका मी हृदयशून्य नाही; पण त्यांना होकार देताना मी सावधगिरी बाळगली.''

''म्हणजे काय केलंत बापू?'' हरिलालचा स्वर चिरकला.

''तुम्ही एका मुलाच्या शिक्षणाची जबाबदारी उचला... मी डॉक्टरांना निक्षून सांगितलं; पण माझ्या मुलाला मी विलायतेस पाठवलं, तर सेवेच्या मोबदल्याची अपेक्षा ठेवण्याचा वाईट पायंडा पडेल, ते मला नकोय. ज्यांनी जाहीर जीवनात स्वतःला समर्पित केलंय, त्यांच्या परिवारातील व्यक्तींना त्याचा उपयोग होऊ देणं म्हणजे सेवेच्या निर्मळ कामात भाई-भतीजावादाला आमंत्रण पाठवल्यासारखं ठरेल. माझं असं मत असताना मी तुमचा अनुग्रह माझ्या मुलावर कसा होऊ देऊ? भ्रष्टाचार नको असेल, तर आधी मी माझं वर्तन स्वच्छ आहे, यावर भर द्यायला हवा.''

''तुम्ही...तुम्ही काय म्हणता तेच कळत नाहीय?'' बांच्या अधीर मनालाही बापूंचे अस्पष्ट बोल सहन होईनात.

''मी डॉक्टरांना सांगितलं, विलायतेस कोणाला पाठवायचं ते मी ठरवीन. माझ्याच मुलाला पाठवावं, असा तुमचा आग्रह असता कामा नये. आश्रमातील ज्या मुलाला मी पाठवीन, त्याची जबाबदारी तुम्ही उचलायची. डॉक्टरही कबूल झाले.''

''पण...पण बापू असं का केलंत तुम्ही?'' ताणलेली उत्सुकता तुटणं सहन न होऊन हरिलाल व्यथित स्वरात म्हणाले, ''माझ्या मनात शिक्षणाची किती ओढ

आहे, हे ठाऊक असूनही का असं म्हणताय?''

''कारण सांगितलंय मी! सेवेचा प्रत्यक्ष वा परोक्ष लाभ उठवणं माझ्या तत्त्वात बसणारं नाही!''

''आश्रमातील एक मुलगा पाठवायचा, तर मी म्हणते...'' बाच्या स्वरात पुन्हा आशा डोकावली. ''माझी मुलंही आश्रमवासीच, आहेत नं? हरिलालला पाठवण्यात तुमची तत्त्वं आणि डॉक्टरांची इच्छा दोन्हींचा आदरच होणार आहे की....''

''असा मधला मार्ग शोधणं म्हणजे आत्म्याची फसवणूक वाटते मला! सत्याचा आग्रह धरणाऱ्याला हे शोभणार नाही.'' बापू शांत कणखर स्वरात म्हणाले, ''कुणाला पाठवायचं याचा निर्णय झाला आहे. डॉक्टर मेहतांना तो कळवलाही आहे. छगनलाल हिंदुस्तानातून सरळ विलायतेस जातील. शिक्षण प्राप्त करून त्या शिक्षणाचा हिंदी जनतेसाठी त्यांनी नि:स्पृहपणे उपयोग करावा. आजिविकेसाठी-अर्थार्जनासाठी विद्या उपयोगात आणू नये. त्यांची आजिविका आश्रमाच्या कारभारातच समाविष्ट व्हावी, असं ठरलंय...''

बापूंचा धारदार स्वर गरम शिशाच्या रसासारखा हरिलालच्या कानांत उतरत होता. डोळे विस्फारून ते बापूंकडे बघत होते. अचानक ते तीव्र नापसंतीदर्शक स्वरात म्हणाले, ''पण जी संधी छगनलालना देताय, ती मला वा मणिलालला का मिळू नये? आमचा अपराध तरी सांगा आम्हाला...''

दुसऱ्याच क्षणी मान फिरवून ते निघून गेले.

१२

बापूंनी निर्णय घेतलाच होता; शिवाय तो जाहीरही केला होता. म्हणजे आता त्यात फेरबदल होण्याची शक्यता नव्हती. आता मनाचा आक्रोश निरर्थक ठरणारा आहे, हे हरिलालनं जाणलं. प्रारब्धाला दोष देत सारं स्वीकारतानाही ते मनातील गोंधळ टाळू शकत नव्हते. जी शिक्षणपद्धती त्यांच्या व मणिलालच्यासाठी निरर्थक ठरत होती, तीच शिक्षणपद्धती छगनलालला जनसेवा करताना कशी मदतरूप ठरणार होती? आपल्या मनात बापूंच्या पदवीची-बॅरिस्टर बनण्याची आस आहे. समर्पित भावनेशी इमान राखून आपण सत्याग्रहात स्वतःला झोकून देऊ शकतो. 'इंडियन ओपिनियन'चं काम एकट्या हातानं सांभाळत असतानाही काटेकोरपणे वेळही आपण सांभाळू शकतो. म्हणजे त्या दृष्टीनेही आपण कार्यक्षमता सिद्ध केली आहे. खुद्द बापूंनी त्या कार्यक्षमतेवर पसंतीची मोहोर मारली आहे... तरीही....

'...बॅरिस्टर होण्याची संधी आपल्याला लाभली नाही. बापूंचा पुत्र म्हणून लाभ नको, पण लायक असतानाही केवळ बापूंचा पुत्र म्हणून या संधीपासून वंचित राहावं लागावं? जी प्रतिज्ञा बापूंनी छगनलालला घ्यायला लावली, ती काय आपण घेणार नव्हतो? इथे आल्या क्षणापासून आपण बापूंची तत्त्वं, त्यांची विचारप्रणाली आत्मसात करायला कंबर कसली नं? राजकोटच्या जीवनाहून भिन्न जीवनाशी ताल मिळवायला प्रामाणिक प्रयत्न केले नं? त्याचं फळ...का फळाची अपेक्षाच बापू गैर ठरवतात? का? का?' प्रश्नांची कावकाव असह्य होऊन हरिलालचं मन आक्रोश करीत राही. तरीही...

...तरीही त्यांनी मनाची समजूत घातली. त्यांना वाटलं, 'बापूंचं सारंच अगम्य असतं. जीवनपद्धत काय आपणच बदलली? समृद्धीत जगलेले बापू! त्यांनी साधी राहणी स्वीकारली नं? तेही कुणाच्या सांगण्यावरून नव्हे, तर स्वत:च्या आत्म्याला जागृत करून त्यांनी स्वत:ची तत्त्वं नक्की केली. इतर बॅरिस्टर्सकडे जी समृद्धी दिसते ती बापूंनी नाकारली नं? त्यांचं वर्तन आपल्यासाठी अगम्य ठरत असेल, पण ते

नक्कीच महान आहेत. उगीच का ब्रिटिश सरकारही त्यांना मान देतं?'

स्वतःची समजूत काढत असतानाही त्यांच्या मनात धारदार प्रश्न उमटला... 'लाकडाच्या ओंडक्याची उशी करण्यात कसलं आलंय साधेपण? कांबळ्याच्या पथारीत कुठे दडलाय त्याग? ही तत्त्वप्रणाली की छांदिष्टपणा? बिनदुधाच्या काळ्या बेचव चहात डबलरोटी बुचकळून पोटात ढकलायची. तीवर उभा दिवस क्षणाची उसंत न घेता कष्टत राह्यचं, याचंच नाव सेवा आहे? मग इतर लोक पोटभर जेवून तृप्त मनानं जी सत्कार्यं करतात, त्यांना काय नाव द्यायचं? ती सेवा नाही? त्या साऱ्यांचं जीवन निरर्थक? स्वतःच्या पत्नीला, अपत्यांना सुख देणं म्हणजे का स्वार्थीपणा? अशा प्रकारे संधी देणं डावलणं म्हणजेच का सेवा?' प्रश्नांच्या भोवऱ्यांत घुसमटणाऱ्या मनाला त्यांनी प्रयत्नपूर्वक कामात गुंतवलं. त्यासाठी नेहमीच्या युक्तिवादाचा अधार घेतला. 'बापूंचं सारंच अनोखं! आपल्या आकलनशक्तिपल्याडचं! ते का आपलं अहित करतील?'

चळवळीच्या कामातच आपलं हित आहे, असं समजून त्यांनी स्वतःला सत्याग्रहात झोकून दिलं. सरकारला पत्र लिहून जोहान्सबर्गजवळच्या कुठल्या प्रतिबंधित भागात शिरून स्वतः कायदेभंग करणार आहोत, ते कळवलं. स्थळ, वेळ, काळ साऱ्याची सविस्तर माहिती पत्रात होती.

आता सरकारच्या दृष्टीनं हरिलालचं महत्त्व सामान्य सत्याग्रही स्वयंसेवकाहून अनेक पटीनं वाढलं होतं. ज्या वेगानं ते चळवळीत समर्पित झाले होते, त्यामुळे जनमानसात त्यांची प्रतिमा उजळून निघत होती. त्यांच्या कायदेभंगाकडे कानाडोळा करणं सरकारला परवडण्यातलं उरलं नव्हतं. जोहान्सबर्ग स्टेशनवरच त्यांना पकडण्यात आलं. हरिलालनं विनाविरोध अटकेचा स्वीकार केला. बरोबर घेतलेल्या स्वतःच्या सामानाकडेही त्यांनी ढुंकूनसुद्धा बघितलं नाही. पोलीस अधिकाऱ्याच्या मागून ते चालू लागले. सरकारी वाहनाच्या दिशेला त्यांना वळलेलं पाहून अधिकारी सत्तावादी स्वरात गरजला, "मिस्टर गांधी, जेलमध्ये तुमचं सामान न्यायचं असेल, तर ते तुम्हाला स्वतःला उचलावं लागेल; शिवाय जेलमध्ये तुम्ही चालत जाणार आहात. सरकारी वाहन तुमच्यासाठी नाही."

हरिलाल थक्क नजरेनं बघत राहिले. तिथे उपस्थित असलेल्या हिंदी लोकांनी 'शेम' 'शेम' म्हणत एकच गिल्ला केला. पोलिसांनी साऱ्यांना छडीचा प्रसाद देऊन गप्प केलं, पण निर्णय बदलला नाही. हरिलालना सामान उचलण्याची जबरदस्ती झाली.

"इन्स्पेक्टर..." हरिलाल शांत स्वरात म्हणाले, "आम्हा आश्रमनिवासी सत्याग्रहींना मेहनतीचं काम करायची भरपूर सवय आहे...कामाची लाज नसावी, हे आमचं ब्रीद. हे सामान घेऊन तुम्ही माझी धिंड काढून जोहान्सबर्गच्या प्रत्येक रस्त्यावर नेणार,

यात माझा गौरव आणि प्रजेत असंतोषच वाढणार आहे.''

छोटी वळकटी, कपड्याची पिशवी आणि पुस्तकांची ट्रक त्यांनी हाती घेताच गोरा अधिकारी तिरसट स्वरात म्हणाला, ''मिस्टर गांधी, सामान हातांत उचलता येणार नाही. ते पाठीवर लादावं लागेल; कारण तुमच्या हातांत हातकड्या घालून तुम्हाला जेर करण्याचा आम्हाला आदेश आहे!''

''हातकड्या?'' हिंदी समुदायांतून आश्चर्याबरोबरच पुन्हा 'शेम शेम'चे चीत्कार निसटले.

''वा इन्स्पेक्टर!'' हरिलाल हसून म्हणाले, ''तुमच्या सरकारला पूर्वसूचना देऊन कायदेभंग करणारा सत्याग्रही आहे मी! तुमच्या अटकेचा विनाविरोध स्वीकार करणारा! मनाचीही हिंसा न होऊ देता शांत मनानं स्वतःचं म्हणणं ठसवू बघणारा सत्याग्रही आणि खुनी दरोडेखोरांना तुमचं सरकार एकाच ताजव्यात तोलतं, हे नव्यानंच कळलं मला! दुष्टांच्या कृत्याचं नवल करायचं नसतं, हे मी जाणतो.''

इन्स्पेक्टरनं गुरगुरत हाताखालच्यांना हुकूम दिला. हरिलालचे हात बेडीत बंदिस्त झाले. चहूबाजूंनी 'छोटे गांधीकी जय'चे निनाद उसळले. हरिलालच्या पाठीवर दोरीच्या साहाय्यानं सामान बांधण्यात आलं. सहा पोलिसांनी घेरलेले हरिलाल जेलच्या दिशेनं चालू लागले. त्यांच्यापाठी हिंदी जनता 'शेम शेम' म्हणत, तर कधी हरिलालच्या नावाचा जयजयकार करीत पुढे सरकत होती. मधूनच पोलीस छडी फिरवत होते. त्या मर्दनापुढे न झुकता हिंदी जनता हरिलालमागे चालत होती.

तुरुंगात हरिलाल एकटे पडले. एकांतात फार एकाकी वाटू लागलं. गुलाब आणि 'रामी'ची याद संवेदनशील मनात उसळ्या मारू लागली. वत्सल पिता, प्रेमळ पती व्हायला मन आतुरलं. बापूंची आठवण येई ती त्यांनी छगनलालला विलायतेस पाठवलं याच संदर्भात! तरीही...तरीही एकांतात ते बापूंनी सांगितल्याप्रमाणे भगवद्गीतेची पारायणं करायचे.

यावेळी तुरुंगवास फार त्रासाचा होता. हरिलालचं आत्मबळ नष्ट व्हावं, यासाठी इंग्रजसरकार कृतनिश्चयी होतं. प्राथमिक गरजांचाही अस्वीकार करून त्यांना पत्र्याच्या गोदामात ठेवण्यात आलं. तिथे असंख्य उंदीर त्यांच्या सोबतीस होते. दुर्गंधीची सतत संगत होती. या अमानुष वर्तनाचा विरोध करण्यासाठी त्यांनी कळवलं, ''माझा तुरुंग बदला. या अपमानजनक परिस्थितीत मी राहणार नाही.''

''राहणार नाही म्हणजे?'' जेलरनं उपहासानं विचारलं, ''तुम्ही काय इथे सहलीसाठी आला आहात? सरकारनं काय तुम्हाला पाहुणचार झोडायला इथे बोलावलंय?''

हरिलालच्या तळपायाची आग थेट मस्तकाला भिडली. निश्चयी स्वरात ते म्हणाले, ''तुमच्या सरकारचा हाच निर्णय असेल तर माझाही निर्णय तुमच्या जुलमी

सरकारला कळवा. स्थानबदल होत नाही, तोवर मी अन्नपाण्याला स्पर्श करणार नाही. आमरण उपोषण करून बंडाचं निशाण सरकारसमोर धरीन...'' स्वयंस्फूर्तीनं हरिलालनं हे नवं शस्त्र उगारलं.

जेलरला आश्चर्य वाटलं. लाख मोलाचा जीव कुणी आमरण उपोषणाच्या भरीस घालतात? त्याच्या लेखी असल्या बढाया निरर्थक होत्या. अनेक अट्टल गुन्हेगारांना त्यानं सुतासारखे सरळ केले होते. पोटात कावळे कोकलू लागले की, समोर आलेल्या अन्नाचा विनाविरोध स्वीकार होईल. पोटातील भूक माणसाच्या स्वाभिमानावर मात करते. याविषयी जेलरच्या मनात खात्री होती.

पण हरिलालनं या खात्रीवर कुरघोडी केली. भुकेनं हरिलालना वाकवलं नाही. जेलरच्या भक्कमपणाला वाकवलं. हरिलालचं उपोषण पाहून निष्ठूर समजला जाणारा जेलर बावरला. अस्वस्थ मनात भयानं प्रवेश केला... न जाणो, आपल्या तुरुंगात हा मेला तर? मनात उठणाऱ्या प्रश्नाचं उत्तर सुखद नव्हतं. हरिलालचं बरं-वाईट झालं, तर फक्त आफ्रिकेतील हिंदी जनतेतच नव्हे, तर समग्र दुनियेत या घटनेचे पडसाद उमटतील. थेट विलायतेसही हादरे बसतील. मिस्टर मोहनदास गांधी मनात येईल ते जिद्दीनं करतात, याची जाण त्याला होती. आता हा, 'बापसे बेटा सवाई झाला तर...' दुष्परिणामांच्या भीतीनं जेलरच्या काळजाचा ठाव सुटला.

सात दिवसांच्या उपोषणानंतर हरिलालना स्थानबदल देण्यात आला. उपोषणाच्या प्रभावी शस्त्राच्या परिणामानं हरिलाल स्वत:च प्रभावित झाले. जेलरच्या हस्ते उपासाचं पारणं त्यांनी स्वीकारलं आणि जेलरनं सुटकेचा श्वास घेतला.

नव्या जेलमध्ये फार दिवस राहावं लागलं नाही. काही दिवसांतच त्यांची सुटका झाली. तुरुंगाचा वेश उतरवून त्यांनी स्वत:चे कपडे घातले. आता इथून 'फिनिक्स' आश्रमात जावं, की जोहान्सबर्गच्या बापूंच्या कार्यालयात जावं, याचा निर्णय होत नव्हता. द्विधा मन:स्थितीत ते बाहेर आले. तर...भेटीस येणाऱ्या लोकांसाठी असलेल्या खोलीत बापू त्यांची वाट बघत खोळंबलेले नजरेस पडले. आनंदाची तीव्र लाट अणुरेणूत दौडत गेली. जेलमुक्त झालेल्या ज्येष्ठ पुत्राच्या स्वागतासाठी बापू दोन पावलं पुढे आले. आवेगानं हरिलाल त्यांच्या समीप गेले. पित्याचे पाय शिवायला ते खाली झुकले. त्यांना मिठीत घेत बापू स्नेहल स्वरात म्हणाले, ''बेटा, तुरुंगात तुम्हाला उपोषणाचं अमोघ शस्त्र सापडलं. विजय मिळेतो तुम्ही धीरानं या शस्त्राचा वापर केलात हे कळलं, तेव्हा माझी छाती अभिमानानं तटतटली...''

बापूंचा स्नेहल सूर हरिलालच्या काळजाला हात घालीत होता. आनंदाचं कारंजं थुईथुई नाचत होतं. बापूंच्या मिठीतून दूर होऊ नयेसं वाटत होतं. पृथ्वीमोलाचा तो क्षण संपला आणि बापूंनी मिठीतून वेगळं करीत म्हटलं... ''तुमच्याकडून माझी हीच अपेक्षा आहे हरिलाल! माझ्या मनात आहे ती हीच शिक्षणपद्धती...''

शिक्षणपद्धतीचं नाव निघताच हरिलालची रोमांचित काया ताठरली. विलायतेची संधी छगनलालला मिळाली, याची बोच थुईथुई उडणाऱ्या कारंजातून पाणी काढून घेणारी होती; पण ते गप्प राहिले. बापू बोलतच होते...

''आपण इथून 'टॉलस्टॉय फार्म'वर जाणार आहोत! चळवळीचं क्षेत्र चहूअंगानं वाढतंय. 'फिनिक्स' आश्रम त्या दृष्टीनं गैरसोयीचा वाटतोय म्हणून जोहान्सबर्गला चळवळीचं केंद्रस्थान द्यायचं ठरलं आहे. त्या दृष्टीनं 'टॉलस्टॉय फार्म'वर आश्रम तयार होऊ लागला आहे. 'फिनिक्स' आश्रमातही काम चालणारच आहे, पण सत्याग्रहाचं केंद्र मात्र 'टॉलस्टॉय फार्म' असेल.''

हरिलालसाठी ही बातमी नवी होती. 'टॉलस्टॉय फार्म'च्या विशाल भूखंडावर आश्रमाचं काम जोरात चालू होतं. इथे 'फिनिक्स'पेक्षा आश्रमनिवासी संख्येनं खूप अधिक होते. देशी पद्धतीच्या शाळेचीही सुरुवात झाली होती. छोट्या टेकडीवर छोटी घरंही तयार झाली होती. या बैठ्या घरांचं स्वरूप अत्यंत साधं होतं. सारं पाहून हरिलाल थक्क झाले. 'टॉलस्टॉय' आश्रम पूर्णावस्थेला पोहोचला नसूनही हिंदुस्तानच्या सर्व भाषिकांच्या, सर्व धर्मीयांच्या उपस्थितीमुळे भरल्या गोकुळासारखा वाटत होता. त्या गजबजल्या आश्रमात उत्साहाचं वारं झुळझुळत होतं.

त्याच रात्री ते पत्नीला भेटले तेव्हा गुलाबनं संकोचभरल्या स्वरात सांगितलं, ''रामी आता ताई होणार आहे,'' अशी बातमी मिळेल याचा विचार त्यांच्या मनात आला नव्हता. अनपेक्षित बातमीचा आनंद वाटून घ्यावा की नाही, हे कळत नसल्यागत ते बावरले. त्यांच्या छातीवर मस्तक घासत गुलाब म्हणाली, ''ही गोड बातमी तुम्हाला सांगायचं सुख आता प्रथमच मिळतंय; पण या सुखातही किंचित् क्लेश आहे...'' प्रश्नार्थक मुद्रेनं हरिलालनं गुलाबकडे पाहिलं. आपलं बावरलेपण हिला कळलं की काय? हे त्यांना कळेना. गुलाबकडून माहिती मिळाली त्यावरून बावरलेपण तिला उमगलं नाहीय हे स्पष्ट झालं, तरी हरिलालची कळी खुलली नाही. कारण...

''माझ्या बापूंचं पत्र आलंय..'' गुलाब म्हणाली. ''चंचीचं पहिलं बाळंतपण माहेरी व्हायचं, पण आपल्या सूचनेचा मान ठेवायला तिला तिथे पाठवली. निदान दुसऱ्या वेळी तरी तिला राजकोटला पाठवावी असं वाटतं...''

''मग?'' हरिलालनं उत्सुक स्वरात विचारलं, ''बापू काय म्हणतात?''

''उलट टपाली त्यांनी कळवलंय...चांगली सोबत मिळताच चंची राजकोटला येईल. बाळंतपण अवश्य तिथे होऊ द्या.''

''ओह!...'' हरिलालच्या तोंडून निराशा निसटली. ''म्हणजे पुन्हा वियोग. तू गेलीस की मी एकटा पडेन.''

''मी नेहमीसाठी का जाणार आहे? इथे बा आहेत, बापू आहेत व इतर भावंडंही

आहेत आणि...''

''आणि काय गुलाब?'' लाजऱ्या स्वरात अडखळणाऱ्या पत्नीला मिठीत घेत त्यांनी उत्सुक प्रश्न टाकला.

''तुमच्या स्मृतीत तर मी असणारच नं नाथ?'' ती लाजत म्हणाली.

''बाळाचा जन्म झाला, की मी लगेच बाळ बघायला येईन.'' तिच्या लाजऱ्या स्वराचा हरिलालवर परिणाम झाला नसल्यागत ते व्यथित स्वरात म्हणाले, ''का कुणास ठाऊक, वाटतं, इथले तीळ-तांदूळ संपलेत आता...''

दोघंही नि:शब्द झाले.

काही दिवस 'टॉलस्टॉय' आश्रमात राहून हरिलाल 'फिनिक्स' आश्रमात गेले. जोहान्सबर्ग, 'टॉलस्टॉय फार्म' आणि 'फिनिक्स' आश्रम तिन्ही ठिकाणी ते कामासाठी भिंगरी लागल्यागत फिरत. जोहान्सबर्ग ते 'टॉलस्टॉय फार्म' एकवीस मैलांचं अंतर होतं. ते अंतर प्रत्येकानं चालत संपवावं, असा आश्रमाचा नियम होता. त्यात काटकसरीची राहणी असावी यासाठी बापू आग्रह धरीत. हरिलालही हे अंतर चालून संपवत. सकाळी उजाडण्यापूर्वी ते चालू लागत. चार-पाच तासांत ते हे अंतर कापत. तिथे पोहोचल्यावरही आरामाचं नाव नसे. कामाचे ढीग त्यांची वाट बघत असत. दोन्ही हातांनी कामाचा उपसा केला तरी कामं संपत नसत.

एके दिवशी हरिलालची प्रकृती थोडी बरी नव्हती. आश्रमात निसर्गोपचारावर भर दिलेला असे. त्यामुळे औषधाच्या नावानं आनंदच होता. सत्याग्रह अधिकाधिक उग्र स्वरूप धारण करीत होता. आश्रमात राहणाऱ्यांची संख्या दिवसेंदिवस वाढत होती. व्यवस्थापनाचं काम वाढत होतं. जोहान्सबर्ग ते टॉलस्टॉय फार्म चालण्यात खूप शक्ती वापरली जात होती. दुसऱ्या दिवशी 'टॉलस्टॉय फार्म' वर जायचं होतं म्हणून हरिलाल वेगानं कामं उरकत होते. संध्याकाळ संपून रात्रीचा अंधार उतरू लागला तरी ते मोकळे झाले नव्हते. थोडी झोप मिळाली तर सकाळी तीन वाजता 'टॉलस्टॉय'ला जाण्यासाठी उठणं सोपं ठरणार होतं. सकाळपासून लंघन होतं. रात्री दोन घास खाऊन थोडी झोप मिळावी, या हेतूनं त्यांनी कामाची गती वाढवली. ऑफिसचं काम संपवून ते उठले, तोच फोन खणखणला.

''हॅलो...मी जोहान्सबर्गच्या सरकारी दवाखान्यातील मेडिकल ऑफिसर बोलतोय.'' समोरून प्रश्न आला, हे मिस्टर गांधींचं कार्यालय आहे नं? ते आहेत का?''

''नाही. मी त्यांचा पुत्र हरिलाल बोलतोय.''

''गुड!'' समोरून स्पष्ट प्रतिभाव कानी पडला. ''आमच्या हॉस्पिटलमध्ये गेले तीन दिवस आम्ही एका हिंदी रुग्णाला उपचार पुरवीत होतो. त्याचा आज मृत्यू झालाय.''

''अरेरे! काय नाव आहे त्याचं?''

"काही कल्पना नाही. बेशुद्धावस्थेतच इथे दाखल करण्यात आलं होतं त्याला. त्याच्याजवळ ओळखपत्र नाही. तो शुद्धीवर आला की नाव गाव विचारता येईल, असं समजून आम्ही प्रयत्नांची पराकाष्ठा करीत राहिलो, पण डोळे उघडण्यापूर्वीच ते कायमचे मिटले. तुम्ही हिंदी जनतेसाठी काम करता म्हणून फोन केला. प्रेताचा कब्जा घ्याल, की बेवारशी म्हणून आम्ही निकाल लावायचा आहे, ते विचारायला फोन केला. तुमच्या धार्मिक संस्कारांप्रमाणे सारं करणार आहात, की आम्ही सरकारी नियमाप्रमाणे निकाल लावू?" मेडिकल ऑफिसरनं अलिप्त स्वरात विचारलं.

"थँक्यू डॉक्टर!" हरिलाल तत्परतेनं म्हणाले. "मी पोहोचतो तिथे. बेवारशी प्रेताप्रमाणे प्रेत निकालात काढू नका. धार्मिक विधींसाठी योग्य ती व्यवस्था करून मी येतोच."

रिसीव्हर ठेवत हरिलालनं घड्याळाकडे बघितलं. साडेआठ वाजले होते. देह आणि मनावर थकव्यानं आलेली मरगळ नि:श्वासाच्या रूपानं त्यांनी झटकून टाकली. निरर्थकपणे मान हलवून ते दुसऱ्याच क्षणी कामाला लागले.

मृतदेह ओळखता यावा, यासाठी त्यांनी आसपासच्या काही हिंदी लोकांना पाचारण केलं. ओळख पटली नाही. तरी त्या अनोळखी हिंदी माणसाच्या देहाला विधिवत अग्निदाह देण्याची त्यांनी तत्परता दाखवली. सारं आटोपलं तेव्हा मध्यरात्र उलटली होती. क्षणाचाही विलंब न करता 'टॉलस्टॉय फार्म'कडे जाणं आवश्यक होतं. त्या माणसाच्या मृत्यूविषयी कुणाला कळविता येण्यासारखं आहे का? याविषयी अधिक तपास करायचं काम काही हिंदी स्वयंसेवकांना सोपवून हरिलालनं प्रातर्विधी उरकला. जोहान्सबर्ग झोपेत असताना ते 'टॉलस्टॉय' आश्रमाच्या दिशेनं तडक चालू लागले. सकाळच्या प्रहरी ते आश्रमात पोहोचले तेव्हा तन आणि मन श्रमानं आंबून गेलं होतं. भूक, तहान आणि थकव्यात प्रकृतीच्या अस्वास्थ्याचीही भर होती.

आश्रमात आल्या आल्या जी बातमी कानावर पडली, ती ऐकून त्यांच्या श्रमित गात्रांतला रक्तप्रवाह अधिक गतिमान झाला.

बापूंनी हरिलालना डावलून ज्याला बॅरिस्टर होण्याची संधी दिली होती, त्या छगनलालनं अभ्यासक्रम अर्धा टाकून शिक्षणाकडे पाठ फिरवली होती. विलायतेहून सरळ तो हिंदुस्तानात गेला होता...

१३

त्या रात्री हरिलालच्या डोळ्याला डोळा लागला नाही. लाकडाच्या ओंडक्याची उशी आणि कांबळ्याची पथारी! यापेक्षाही वाईट परिस्थितीत त्यांनी कारावासात दिवस काढले होते. शारीरिक श्रमाचंही नवल विशेष उरलं नव्हतं. राजकोटला असताना गोकीफोई गरमागरम बाजरीच्या भाकरीवर तुपाची धार धरायची. भाजीच्या सोबतीला गुळाचा खडा असायचा. त्याऐवजी इथे काळ्या चहात डबलरोटी बुचकळून खावी लागली. त्याचाही मनात खेद नव्हता. तुरुंगात तर मक्याची कांजीही खाऊन पोटाची खळगी भरावी लागली होती; पण हे सारं आता सवयीचं झालं होतं. गात्रांत थकवा असूनही सारा 'टॉलस्टॉय' आश्रम गाढ झोपेत असताना हरिलालचा डोळा लागत नव्हता.

मनमोकळी बातचीत करायला पत्नीही नव्हती. गुलाबजवळ मनातील सल उघडा करता आला असता, तर कदाचित अस्वस्थता घटली असती. शिवाय ती समजूतदार होती. सहनशील होती. वेळीच हरिलालना चुचकारून मार्गदर्शन करण्याची समज तिच्यात होती. पण...पण गुलाब इथे नव्हती. हरिलाल तुरुंगात असताना कुणाची सोबत मिळाली म्हणून बापूंनी तिला राजकोटला पाठवली होती. बाळंतपण राजकोटला करायचा निर्णय वडीलमाणसांनी घेतला होता. हरिलाल तुरुंगातून सुटेतो वाट बघावी, असं कुणाला वाटलं नव्हतं. आता तर तिचे दिवसही भरत आले होते. आपण इथे तळमळतोय तेव्हा गुलाब राजकोटच्या वाड्यातील कुठल्याशा खंडात झोपली असेल...की तिलाही आठवणी जागवत असतील? हरिलालच्या नजरेसमोर राजकोट तरळू लागलं...

गुलाबच्या माहेरी वाड्याच्या अंगणात लिंबोणीचं झाड होतं. जाणाऱ्या व्यक्तीला निरोप द्यायला घरचे लोक लिंबोणीपर्यंत जात...मोठ्या बापूंच्या देवडीवर एक घोडी बांधलेली असे...दोन गायीसुद्धा!....अंगणात तुळशीवृंदावन! तुळशीशी रोज सांजवात असायची. खूपदा देवडीवरच खाटेवर उशिरापर्यंत रात्री लोळत पडायला

आवडायचं. ताऱ्यांनी डवरलेलं आकाश बघण्यात अनुपम सुख लाभायचं...

'टॉलस्टॉय' फार्मवरूनही आकाश दिसतच होतं. आत्ताही तारे चमकत होते. काही चांदण्यांशी हरिलाल परिचित होते. वृश्चिकेचा झुमका...मृगशीर्षाचे तारे...पाठी चमचमणारा व्याध...सारंच होतं. तेच आकाश, तेच हरिलाल...तरीही त्यांना इथे सारं परकं वाटत होतं. एकाकी वाटत होतं.

छगनलालऐवजी बापूंनी आपल्याला विलायतेस पाठवलं असतं, तर आत्ताची परिस्थिती वेगळी असती. आपण अभ्यासात गर्क असतो. पण छगनलाल? अस्वस्थ प्रकृतीचं कारण दाखवून ते सरळ हिंदुस्थानात निघून गेले. डॉक्टर मेहतांचा खर्च आणि बापूंचा निर्णय दोन्हीवर पाणी फिरलं. निदान आता तरी बापूंना आपलं महत्त्व पटेल. आपलं शिक्षण झालं, की आपण धाकट्या भावंडांना शिकवायचं. मणिलाल आणि रामदास थोडेफार बापूंसारखे आहेत, पण देवदास? त्याच्या मनात तीव्र इच्छा आहे. मणिलाल-रामदासनंही शिकावं असं नक्कीच वाटतंय...सेवाकार्य करूनही आपण भावंडांना शिकवू शकू...हरिलालच्या मनात आशेची पालवी फुटली.

दुसऱ्या दिवशी परकं कुणी नाहीसं पाहून हरिलालनं बापूंजवळ विषयाला हात घातला. खरं म्हणजे त्यांना वाटत होतं, बापू आपणहून विषय काढतील. आपल्या मनातील इच्छा ते जाणून आहेत तेव्हा...पण तसं घडलं नाही. म्हणून चारही मुलांसह बापू सुतारकामात व्यस्त असताना हरिलाल म्हणाले... "बापू, छगनलाल भारतात पोहोचले म्हणतात..."

"हो बेटा!" लाकडावर फिरणारा रंधा न थांबवता बापू म्हणाले, "त्यांच्या प्रारब्धात हेच जीवन होतं म्हणायचं. दुसरं काय?"

"हो पण..." हरिलालचा स्वर उत्सुक बनला. धाकट्या भावंडांचे काम करणारे हात थबकले. कान टवकारून ते बापू काय म्हणतात ते ऐकू लागले, पण बापूंचं काम यथावत चालूच होतं. हरिलालच म्हणाले, "ऐकलंय, डॉक्टर मेहतांची अजूनही एका मुलाला बॅरिस्टर करायची तयारी आहे....."

"आहेच..." हरिलालकडे बघत क्षणभर बापू काम थांबवून म्हणाले; पण दुसऱ्याच क्षणी रंधा फिरवत त्यांनी काम सुरू केलं. त्यांच्याकडून प्रतिसाद मिळत नसूनही हरिलाल नेटानं म्हणाले, "मग तुमचा विचार पक्का होण्यापूर्वी सांगतो, मला शिकायचंय..."

"हे काय बोलता हरिलाल ?" बापू व्यथित स्वरात म्हणाले. "मी सेवा करतो त्याचा फायदा उठवायचा हीन विचार तुम्ही अजून सोडत नाहीय?" काम संपवून हातांतील रंधा ठेवून बापू हरिलालजवळ आले. त्यांच्या खांद्यावर हात ठेवत ते म्हणाले, "छगनलालच्या जागी सोराबजींना पाठवायचा निर्णय मी

घेतलाय.'' निर्णय ऐकून हरिलाल अवाक् झाले. डोळे विस्फारून ते बापूंकडे बघत राहिले.

''सोराबजी?'' उरलेल्या तिघांच्या स्वरातून आश्चर्य निसटलं. मोठ्या भावाच्या विस्फारल्या डोळ्यांकडे ते भयभीत नजरेनं पाहू लागले. बापूंचा निर्णय सर्वांसाठी अनपेक्षित ठरला. ''हो! कारण सोराबजी पारशी आहेत.'' बापू शांतपणे म्हणाले. ''मी हिंदू असूनही पारशीपुत्राच्या शिक्षणास हातभार लावला, तर हिंदुत्वाची शान राहणार आहे. सोराबजी हुशार आहेत. सत्शील आहेत. ते बॅरिस्टर झाले तर चळवळीला फायदाच होईल...''

बापूंचा शांत स्वर हरिलालना अधिकाधिक घायाळ करीत होता. बघता बघता त्यांच्या मस्तकात अग्नी फुलला. चेहरा रागानं लाल झाला. कपाळावर प्रस्वेदबिंदू जमले. ते पुसण्याचा प्रयत्न सोडून हातांच्या मुठी वळल्या. श्वास जोरात चालू लागला. प्रेमळ मोठ्या भावाचं हे रूप छोट्या देवदासच्यानं बघवेना. स्वत:चा निर्णय कसा योग्य आहे, हे पटविणाऱ्या बापूंना थांबवून तो बावरल्या स्वरात म्हणाला, ''बापू, मोटाभाई गप्प का झाले? काय झालं त्यांना?''

''काही नाही बेटा!'' त्याच्या मस्तकावर हात फिरवित बापू हरिलालकडे वळून म्हणाले, ''दीकरा, तुरुंगात तुमच्या हाती मी 'गीता' दिली होती. मोह टाळू न शकणाऱ्या माणसाचा विवेक सुटतो, हे नीट समजून घ्या. तुमचा तोल ढळण्यापूर्वी मोहापासून मुक्त व्हा...''

हरिलाल वाद घालण्याच्या फंदात पडले नाहीत. बापूंना काय वाटेल? याचा विचार न करता ते काम पूर्ण न करता तिथून निघून गेले! स्वतःची अवजारंही तिथेच टाकून! क्षणभर बापूंनी व्यथित नजरेनं पाठमोऱ्या हरिलालकडे पाहिलं. दुसऱ्याच क्षणी ते हरिलालची अवजारं घेऊन त्यांचं अर्धवट काम पूर्ण करायला लागले. काम संपवल्यावरही या विषयावर पुन्हा विचार व्हावा, असं त्यांना वाटलं नाही. दुसऱ्या दिवशी सकाळी उठून त्यांना जोहान्सबर्गला जायचं होतं. तसे ते निघून गेले.

हरिलाल एकटे पडले. मस्तकात भारलेला अग्नी विझवू शकेल असं कुणी नव्हतं. बा 'फिनिक्स' आश्रमात आणि गुलाब राजकोटला! मणिलालला त्यांच्या मनाची उलघाल कळली तरी त्याचं निराकरण त्याला जमण्यातलं नव्हतं. काही करणं तर दूर पण निदान काही बोलणंही त्याच्या स्वभावात नव्हतं. आश्रमाचं काम यथावत चालू होतं. चळवळीचं काम वाढत होतं. करायची ती कामं हरिलाल करतही होते; पण कशातच त्यांचं मन नव्हतं. बापूंच्या विचारप्रणालीचं त्यांना कधीच आकलन होऊ शकलं नव्हतं. तरीही प्रत्येक वेळी त्यांनी, 'बापू लोकोत्तर पुरुष आहेत, सामान्यांहून त्यांच्या विचारांची उंची अधिक आहे,' असं

म्हणत स्वतःच्या नाराज मनाची समजूत घालण्याचा प्रयत्न केला होता. तरीही...

तरीही वारंवार मन नजीकच्या भूतकाळातील घटनांचे संदर्भ पुन:पुन्हा तपासत होतं. विस्मरणात ढकलण्याचा प्रयत्न केलेल्या लग्नप्रसंगाची यादही उसळ्या मारीत होती...बापूंच्या पत्रातील 'तो' मजकूर...पुत्र म्हणून हरिलालचा विचार करणं मी सोडलंय...सतत कानांत घुमत राही. ज्या लोकांसाठी बापूंनी समृद्धीकडे पाठ फिरवली होती, त्या लोकांनी 'फिनिक्स' आश्रमात हिशेबाच्या दिवशी केलेली तक्रार...देवदासला रोज साखर वाढली जाते, मिसेस गांधींमुळे आश्रमाचा खर्च वाढतो.. सगळ्यांच्या उपस्थितीत बापूंनी बाची केलेली कानउघडणी सारं आठवत राही. साऱ्या पार्थिव वैभवाला नकार देणाऱ्या बापूंच्या जीवनशैलीविषयी अश्रद्धा निर्माण होत होती. मनात विसंवादी सूर धुमाकूळ घालीत होते. मनात सतत संघर्ष चालू होता.

बापूंच्या सांगण्यावरून त्यांनी खरंच 'गीता' वाचली होती. ती त्यांना आत्मसात करता आली होती असा त्यांचा दावा नव्हता; पण जेव्हा बापूंनी 'गीते'चा हवाला देऊन मोह त्याग करायला सांगितलं, तेव्हा राहून राहून त्यांना दुसरं 'गीतावाचन' आठवत होतं... 'कुठचीही गोष्ट बुद्धिपूर्वक कळलेली नसूनही तिचा स्वीकार करणारा माणूस मूढ ठरतो..' हरिलालना वाटलं, आपण मूढ नाही- नसावं. बापूंची विचारप्रणाली कळत नसूनही तिचा स्वीकार करणं अयोग्य आहे. आपण आपल्या मार्गानं जायला हवं.

मनाच्या जखमेवर काळासारखं औषध नाही म्हणतात; पण हरिलालचं मन दिवसेंदिवस अधिकाधिक उद्विग्न होत होतं. भारतात जाऊन शिक्षण पूर्ण करता येईल का? यापूर्वीही मोठ्या वयामुळे तिथे शिक्षण घेणं जमलं नव्हतं. आता वय अधिकच वाढलं होतं. बापू शिक्षण देतील या शक्यतेवर आता भरोसा उरला नव्हता. मनात शिक्षणाची तहान असताना ती दडवून बापूंनी दाखवलेल्या मार्गावर चालणं, म्हणजे ढोंग ठरणार होतं. 'स्वतःला न पटणारं शिक्षण बापू इतरांना तरी का देतात? त्या शिक्षणापासून फक्त आपल्याला, आपल्या भावंडांनाच का वंचित ठेवतात? बापूंनी स्वत: शिक्षण घेतलंच नं? काय वाईट आहे शाळा-कॉलेजात जाण्यात? कार्यानुभवांतून शिक्षण घेत असतानाही शाळा का चालू ठेवता येऊ नये? शिक्षण घेऊन भौतिक सुख मिळवण्यात तरी वाईट काय आहे? आपल्याला कधीच का स्वत:च्या पायावर उभं राहता येणार नाही?' मनात प्रश्नांचं वारुळ फुटत होतं. प्रश्नांची उत्तरं तर सापडत नव्हतीच; उलट प्रश्नांना उपप्रश्न फुटत होते.

मनाची ओढाताण होत होती. कधी वाटायचं, 'फिनिक्स'ला जाऊन बाच्या कुशीत मन मोकळं करावं; पण वाढलेलं वय तसं करू देत नव्हतं. शिवाय

त्यांच्या मनातील इच्छा बांना ठाऊक होती. त्यासाठी काही करणं त्यांच्या कुवतीबाहेरचं होतं. फक्त तोंड दाबून बुक्क्याचा मार सहन करण्याऐवजी मनाच्या जखमांवर सहानुभूतीची फुंकर मिळू शकली असती इतकंच; पण त्यामुळे मनातील आंदोलनं बाला कळणार होती. सहानुभूतीच्या क्षणाच्या सुखासाठी बाला अस्वस्थ करणं पटत नव्हतं. शिवाय बांची 'टॉलस्टॉय फार्म'मध्ये यायची वेळ झाली होती.

काय करू? काय करू मी? या प्रश्नाचं उत्तर शोधण्यात अजून काही दिवस गेले. निर्णय होत नव्हताच. तरीही ते जोहान्सबर्गला गेले. तिथे परागजी होते. कारावासात त्यांच्याबरोबर असणारे सुरेंद्र मेढ,जोसेफ रॉयपॅनही होते. हरिलालना वाटलं, मित्रांच्या सहवासात तप्त मन शांतवेल.

जोहान्सबर्गला पोहोचल्या दिवशीच त्यांची जोसेफ रॉयपॅनशी भेट झाली. जोसेफ आणि हरिलाल बराच काळ तुरुंगात एकत्र होते. हरिलाल आफ्रिकेस येण्यापूर्वीच ते चळवळीत भाग घेऊ लागले होते. भारतीय माता-पित्यांचे पुत्र, पण आफ्रिकेत जन्माला आलेल्या जोसेफनं विलायतेस जाऊन शिक्षण घेतलं होतं. बॅरिस्टर झालेल्या रॉयपॅनची राहणी साहेबी थाटाची होती. पुढे बापूंच्या सहवासात त्यांचं मतपरिवर्तन झालं होतं. 'टॉलस्टॉय' आश्रमाच्या उभारणीत त्यांचा सिंहाचा वाटा होता. हरिलालविषयी त्यांच्या मनात प्रेम होतं. चळवळीत हिरिरीनं भाग घेणाऱ्या हरिलालच्या कामाचा झपाटा पाहून ते प्रभावित झाले होते. हरिलालनाही त्यांचा सहवास आवडे. तुरुंगातून सुटल्यावर दोघांची सतत चुकामूक होत गेल्यानं एकत्र येणं झालं नव्हतं. हरिलालना पाहून जोसेफ आनंदले. हरिलालना कडकडून भेटण्याचा मोह त्यांना टाळता आला नाही.

"कुठे गुंतला आहात?" ते प्रेमाने म्हणाले, "मी कितीदा मिस्टर गांधींना विचारलं...आमच्या तरुण मित्राला 'टॉलस्टॉय'च्या बिनमहत्त्वाच्या कामात का गुंतवलंय?"

"तसं नव्हतं हो!" केविलवाणं हसत हरिलाल म्हणाले, "इथे येण्याचं प्रयोजन नव्हतं. काम सुचत नव्हतं म्हणून..."

"काम सुचत नव्हतं?" जोसेफ आश्चर्यानं बघत राहिले. हरिलालच्या चेहऱ्यावरचं उडालेलं तेज, उतरलेलं शरीर, उदास डोळे त्यांना बुचकळ्यात पाडणारं वाटलं. त्यात काम सुचत नसल्याची गोष्ट त्यांना अधिकच हैराण करणारी होती. हरिलालच्या खांद्यावर हात ठेवत त्यांनी विचारलं,"इथे न संपणारी कामं थकवतायत आणि तुम्ही काम सुचत नाही असं का म्हणता? प्रकृतीही बरी दिसत नाही. आजारी आहात?"

नजर चुकवत हरिलालनं निरर्थकपणे मान हलवली. त्यांचा हात हाती घेत

जोसेफ आपुलकीच्या स्वरात म्हणाले, ''काय झालं हरिलाल? दुखावल्यासारखे वाटता. इतकं हताश होण्याजोगं काय घडलंय? तुमच्या डोळ्यांतलं स्फुलिंग विझल्यासारखं का वाटतंय? माझी मदत घेता येणार नाही का?''

''माझं एक काम कराल, जोसेफ?'' अनपेक्षितपणे हरिलालचा निर्णायक सूर लागला.

''असं का विचारता हरिलाल? मला तुमचा मोठा भाऊ समजून मोकळ्या मनानं सांगा. तुमचं काम करणं मला नक्की आवडेल.''

''जोसेफ!'' हरिलालच्या काळजात उठलेल्या तुफानाला अचानक शब्द सापडले. ''इथे मन लागत नाही. मी परत जावं म्हणतो. इथे राह्यचं तर स्वतःच्या कष्टाचा घास कधी मिळणार नाही. सतत कुणाच्या तरी सावलीत राहणं मनास येत नाही. मला शिकायचंय; पण ते इथे कधी जमणार नाही. शिकून भौतिक समृद्धी मिळवून तुम्ही याची निरर्थकता जाणली तसं स्वानुभवानं या मार्गावर यावंसं वाटतंय. कुणी सांगतंय म्हणून नव्हे...''

''म्हणजे...काय म्हणायचंय तुम्हाला?'' जोसेफ चकित स्वरात म्हणाले. ''आफ्रिका सोडायचा विचार करताय?''

''हो!'' हरिलाल निर्णायक स्वरात म्हणाले, ''बापूंना विचारलं तर ते नकार देतील. बाही परवानगी देणार नाही; पण मला आता सारं नको झालंय. बापूंना न सांगता जावं म्हणतोय, पण मी जाताच तुम्ही त्यांना हे सांगा. म्हणजे त्यांना काळजी वाटणार नाही.''

''पण एकदम असा निर्णय घेण्यापाठी काही कारण...''

''एकच एक सबळ कारण नाही, पण छोट्या कारणांची गोळाबेरीज छोटी नाही. ज्याची चर्चा अर्थवाही नाही ती करून काय उपयोग?'' हरिलालच्या उदास उद्ध्वस्त मुद्रेकडे ते नवलानं बघत होते. थोडं कळत असल्यागत आणि थोडं कळत नसल्यागत! कदाचित खरंच चर्चा होण्यातली नाही,हे पटत असल्यागतही! हरिलाल बोलतच होते...

''इथले तीळ-तांदूळ संपलेत असं समजा जोसेफ. बा-बापूंचा निरोप घेऊन आशीर्वाद घेऊन जाता आलं असतं तर बरं झालं असतं; पण ते माझ्या भाग्यात नाही. निदान फसवणुकीचा तरी आरोप नसावा, यासाठी तुम्हाला सांगून जातोय. जोसेफ, तुमच्या सदिच्छांचं पाठबळ तरी मला लाभेल नं?...''

''हरिलाल!'' दाटल्या गळ्यानं बोलणाऱ्या हरिलालचे दोन्ही हात हाती घेत जासेफ म्हणाले, ''माझ्या सदिच्छा नेहमीच तुमच्याबरोबर असतील. तुम्ही काय म्हणताय ते नीटसं मला कळत नाहीय. तुमचा निर्णय योग्य की अयोग्य, हे ठरवण्याचा अधिकार वा कुवत माझ्यापाशी नाही. 'ईश्वर तुमचं कल्याण करो,'

हा आशीर्वाद देणंच मला शक्य आहे. त्या आशीर्वादात सामर्थ्य आहे का,तेही मला ठाऊक नाही.''

जोसेफचा निरोप घेतला तेव्हा बापू कार्यालयातून परतले नव्हते. जोसेफशी थोडं तरी बोलणं झाल्यामुळे थोडं हलकं वाटत होतं. अस्पष्ट मार्ग अचानक स्पष्ट झाला होता. आता रेल्वेनं डरबन गाठायचं आणि हिंदुस्थानला परत जायचं होतं.

जी पत्र्याची ट्रंक ते येताना घेऊन आले होते त्या ट्रंकेत त्यांनी कपडे ठेवले. बापूंनी दिलेली 'भगवद्गीता' घेतली आणि...आणि...मेजावर बापूंचे काही फोटो होते, त्यातील एक फोटो त्यांनी 'भगवद्गीते'च्या पुस्तकात ठेवला. क्षणभर त्यांची नजर त्या फोटोवर खिळली. दुसऱ्याच क्षणी पुस्तकच नव्हे तर पुस्तक ठेवलेली ट्रंकही बंद करून ते जोहान्सबर्ग रेल्वे स्टेशनकडे चालू लागले.

१४

कार्यालयातलं बरंचसं काम निपटून बापू घरी आले तेव्हा सूर्यास्त होऊन रात्रीचा अंधकार आश्रमावर छाया धरू लागला होता. घरीही भेटायला येणाऱ्यांची खोली जशी उतू जात होती. आश्रमातील मुलांच्या गालावर टपली मारीत, तर कुणाच्या मस्तकावरून हात फिरवत मृदू हसत बापूंनी बैठकीच्या खोलीत प्रवेश केला. भेटीगाठी सुरू करण्यापूर्वी पत्रं, निरोपाच्या चिठ्ठ्या वगैरे बघण्याचा त्यांचा रिवाज होता. त्याप्रमाणे त्यांनी टेबलावर ठेवलेल्या कागदपत्रांची जुळवणी केली. एका लखोट्यावरचं अक्षर पाहून ते बुचकळ्यात पडले. 'हरिलालचं अक्षर?' त्यांनी आश्चर्यानं अक्षरांवरून नजर फिरवली. लखोट्यावर लिहिलं होतं... परमपूज्य पिताश्रींना पुत्र हरिलालकडून...'

घाईनं त्यांनी पाकीट उघडलं. आतील कागदावर मोजक्या ओळींत लिहिलेलं ते पत्र होतं. हरिलाल लिहीत होते... 'परमपूज्य पिताश्रींच्या चरणी बालके हरिलालचा साष्टांग दंडवत. अशा रीतीनं आपला निरोप घेणं फार दुःखद वाटतंय. खरंच मनाला सहस्र इंगळ्या डसतायत; पण प्रामाणिकपणे सांगायचं तर यापुढे एकत्र राहणं जमेल, असं वाटत नाही. मनात नसताना काही करणं दंभ ठरतो. आपण कधीच दांभिक वर्तनाचा आग्रह धरणार नाही, या विश्वासानं आफ्रिका सोडण्याचा निर्णय घेतला आहे. स्वत:ला पटेल ते बुद्धिपूर्वक निर्भयतेनं करावं, असं नेहमी आपण म्हणत असता. ती शिकवण हृदयात कोरली आहे. माझ्या कुवतीप्रमाणे आपली शिकवण अमलात आणण्याचा प्रयत्न करीन. मी चुकतोय असं वाटलं तरी क्षमा करून आशीर्वाद देण्याइतकं मोठं मन आपणाजवळ आहे, अशी श्रद्धा ठेवून जातोय. मनात वारंवार आपले पाय शिवून निरोप घेतोय.आपल्या हरिलालचा दंडवत स्वीकारा...'

पत्र वाचून बापू स्तब्ध झाले. त्यांची विदीर्ण मुद्रा पाहून उपस्थितांत कुजबुज सुरू झाली. काय झालं असावं? याची कल्पना करणं जमत नव्हतं. बापूंच्या सुस्मित चेहऱ्यावर दाटलेले काळजीचे ढग बघत चुळबुळणं परागजींना जमेना. नि:शब्द

वातावरणावर शब्दांचा ओरखडा पाडीत ते म्हणाले, "बापू अचानक काळजीत पडलातसं वाटतंय. कुणाचा कागद आहे? काही अघटित, दुःखद अशी घटना घडलीय का?"

"हरिलालनं गहजब केलाय!" निःश्वास टाकीत बापू अस्वस्थ स्वरात म्हणाले. त्यांचा कापरा स्वर हादरवणारा होता.

"क..क..काय? असं काय केलंय हरिलालनं?" समोर बसलेल्या सुरेंद्र मेढच्या तोंडून प्रश्न उमटला.

"फार अनपेक्षित घडलंय सुरेंद्र," कपाळावरचा घाम टिपत बापू व्यथित स्वरात म्हणाले, "हरिलालनं बापाचा त्याग केलाय."

"काय?" उपस्थितांच्या तोंडून समूहात आश्चर्य उमटलं. "हरिलालभाईंनी गृहत्याग केलाय? का? कशासाठी? कुठे गेले ते?"

"एका वेळी इतके प्रश्न सुरेंद्र?" बापू खेदानं म्हणाले, "पण माझ्याजवळ एकाही प्रश्नाचं उत्तर नाही. तरी मला वाटतं, हा सारा कादंबरी वाचनाचा दुष्परिणाम असावा."

"कादंबरी वाचन?" परागजींनी गोंधळून विचारलं, "हरिलालभाईंच्या गृहत्यागाचा कादंबरी वाचनाशी काय संबंध?"

"संबंध असणारच." शक्यतेऐवजी खात्री व्यक्त करीत बापू कणखर स्वरात म्हणाले, "तुम्हाला आठवतं, 'सरस्वतीचंद्र' या कादंबरीचा नायक अशीच चिठ्ठी लिहून ठेवून बापाला सोडून गेला होता. कादंबऱ्या वाचणं वाईट असं मी उगीच म्हणत नाही."

सारे गप्प झाले. बापूंचा तर्क काहींना पटणारा नव्हता, पण बापूंचा आदर करणारे ओठ विरोधासाठी खुलणं शक्य नव्हतं. आता काय? हा प्रश्न प्रत्येकाच्या मुद्रेवर उमटला. क्षणभर बापू विचारात गढले. "परागजी," व्यथित स्वरांच्या जागी स्वरात हुकूमत आली. "तुम्ही आणि सुरेंद्र जोहान्सबर्गच्या प्रत्येक हिंदी घरी चौकशी करा. हरिलाल अजून इथेच कुठेतरी असतील. त्यांना सांगा, गृहत्यागाला माझा विरोध नाही, पण बापाच्या कुठच्या अपराधाची सजा फर्मावताय, ते सांगून जा."

सारे एकमेकांकडे बघत उठले. फक्त सुरेंद्र आणि परागजींचं नाव घेण्यात आलं असलं, तरी हे काम साऱ्यांची जबाबदारी आहे, याची जाणीव ठेवून सारे उठले.

"हे पाहा," बापू संयमी स्वरात म्हणाले, "ही बातमी आत्ता 'टॉलस्टॉय फार्म' वा 'फिनिक्स' आश्रमात पोहोचणार नाही, याची काळजी घ्या. आत्ता फक्त हरिलालचा शोध घ्या."

सारे निघून गेले. क्षणार्धात गजबजलेल्या खोलीत निःशब्द शांतता प्रस्थापित झाली. टेबलवर मस्तक ठेवून बापू किती वेळ तरी मनात उठणाऱ्या क्रोधाच्या

तरंगांना शांतवत राहिले.

वाऱ्याच्या वेगानं जोहान्सबर्गच्या घराघरांत हरिलालच्या गृहत्यागाची बातमी पोहोचली. चळवळीच्या कामात बापूंना मदत करणारे अनेक हिंदी लोक हातांतील कामे टाकून बापूंकडे धावली. बहुतेकांना हरिलालच्या मनात विलायतेस जाऊन बॅरिस्टर व्हायची इच्छा आहे, हे ठाऊक होतं. त्यांच्या कामाचा झपाटा आणि त्यांची आकलनशक्ती बघणाऱ्यांना त्यात काही गैर वा अवास्तव वाटत नव्हतं. सर्वांच्या चेहऱ्यावर काळजी आणि विषाद होता; पण हरिलालच्या गृहत्यागापाठी 'हे' कारण असावं, असं बापूंसमोर बोलण्याचं धाडस कुणाच्यात नव्हतं; तरीही निदान चर्चेतून 'या' कारणापर्यंत पोहोचावं यासाठी दाऊदशेठनं पुढाकार घेतला.

"पण असं घडलं तरी काय?" त्यांनी प्रश्न टाकला.

"दाऊदशेठ, हरिलालच्या मते त्याचा बाप गुन्हेगार ठरला असावा." बापू शांत कणीदार स्वरात म्हणाले. "त्याच्या मनात विलायतेस जाऊन बॅरिस्टर व्हायची लालसा होती...पण..."

"पण काय मिस्टर गांधी?" दाऊदशेठच्या मनात दडलेल्या अभिप्रायानं बापूंचं वाक्य अर्ध्यात तोडण्याचं धाडस करवलं. "हरिलाल हिऱ्यासारखा तेजस्वी पोर आहे. त्याची वाजवी इच्छा पूर्ण होण्यात पण, परंतुला स्थान का असावं? हरिलालचं बॅरिस्टर होणं चळवळीच्या हिताचंच ठरणार आहे. सळसळत्या रक्ताच्या तरुण हरिलालनं चळवळीचं किती काम केलंय, हे सारे जाणतात."

"हो! पण हरिलालचा बाप भणंग भिकारी आहे, दाऊदशेठ. विलायती शिक्षण त्याला परवडणार नाही. मी केलेल्या सेवेचा हरिलालला फायदा करून देणं माझ्या तत्त्वात बसणार नाही."

"काहीतरीच काय बापू?" दाऊदशेठचं पाहून इतरांनीही थोडं धाडस करून विरोधाचा प्रयत्न मांडला.

"मिस्टर गांधी..." दाऊदशेठ समजुतीच्या स्वरात म्हणाले, "स्कॉलरशिपसाठी आपण कमी का रक्कम जमवली आहे? तुमच्या सेवेच्या फायद्याची गोष्ट सोडा. खुद्द हरिलालनं जी चुणूक दाखवली आहे, तिची पारख करण्यात गैर काय आहे? हिऱ्याला पैलू पाडले नाहीत तर तो दगडच राहील. अजून वेळ गेलेली नाही. डॉक्टर मेहतांच्या योजनेसाठी सोराबजी अवश्य जाऊ देत. आपल्या स्कॉलरशिप योजनेत हरिलाल विलायतेस जातील."

"ते होणे नाही," निर्णायक स्वरात स्वत:चं मत जाहीर करून बापू गप्प झाले. आता यापुढे वादविवादास अवकाश उरला नसल्याची ही खूण होती. सारे हे जाणून होते. विरोध नोंदण्याचं साहस दाऊदशेठ करू शकत असले तरी अंतिम निर्णय गांधींचा, ही काळ्या दगडावरची रेघ होती.

हरिलालच्या शोधात निघालेली मंडळी रात्री परतली. त्यांच्या चिंतित चेहऱ्यावरून निष्फळता निथळत होती. दाऊदशेठ व इतर बापूंजवळ बसून होते. त्यांच्यातून उठत बापू म्हणाले, ''परागजी, मध्यरात्र झालीच आहे. तुम्ही, सुरेंद्र आणि इतर दोघं-तिघं माझ्याबरोबर 'टॉलस्टॉय' आश्रमात चला. आत्ता निघालो तर उन्हाच्या आधी पोहोचणं जमेल आणि दाऊदशेठ, आमच्या पश्चात काही शोध लागला तर मला निरोप पाठवा. मी येईतो जे योग्य असेल ते करा. आम्ही निघतो.''

यावर काही बोलण्यासारखं नव्हतंच. पहाटेच्या सुमारास बापू त्यांच्या चार-पाच सहकाऱ्यांसह 'टॉलस्टॉय' आश्रमाकडे नेणाऱ्या घनदाट जंगलातील पायवाटेनं चालू लागले.

जोहान्सबर्ग ते डरबन रेल्वे प्रवास कुठच्या प्रकारची अडचण न येता संपला. रस्त्यात कुणी हरिलालना ओळखलं नाही. खरा प्रश्न डरबनलाच उभा ठाकणार होता. आगबोटीच्या तिकिटासाठी पुरेशी रक्कम हरिलालजवळ कुठची असायला? डरबनमध्ये बरेच भारतीय होते; पण ते सारे हरिलालना ओळखत होते. दक्षिण आफ्रिकेत मोहनदास गांधींची कीर्ती दुमदुमत होतीच, पण 'छोटे गांधी' ही आता बऱ्याच लोकांना ठाऊक झाले होते. एक बरं होतं, या छोट्या गांधींचं नाव सुपरिचित झालं असलं, तरी बहुतेकांनी त्यांना बघितलं मात्र नव्हतं. म्हणून निश्चिंत मनानं त्यांनी मुंबईस रवाना होणाऱ्या आगबोटीची चौकशी आरंभली. शक्य तितक्या घाईनं डरबन सोडणं आवश्यक होतं. बापूंचा शोध जोहान्सबर्गची त्रिज्या ओलांडून डरबनपर्यंत पोहोचायला फार वेळ लागणार नव्हता. बापूंचा प्रयत्न हेच त्यांचं यश ठरतं, हे हरिलाल जाणून होते. म्हणूनच आफ्रिकेचा निरोप घाईनं घेणं गरजेचं ठरत होतं.

संपूर्ण दिवस वेगवेगळ्या रीतीनं प्रयत्नांची पराकाष्ठा केली. तिकिटाची व्यवस्था जमली नाही. शेवटी थोड्या आडमार्गानं विचार करून ते ब्रिटिश काऊन्सलच्या ऑफिसात गेले. थोडं खोटं बोलावं लागणार होतं, पण नाइलाज होता. जन्मात कधी खोटं बोलण्याची वेळ आली नव्हती. जन्मजात संस्कारही खोटं बोलू देत नव्हते. म्हणून छातीत धडधड वाढत होती. जेमतेम हिंमत करून ते इंग्रज अधिकाऱ्यासमोर उभे राहिले. लटलटत्या पावलांत पुरेसं बळ नव्हतं. असत्याचा आधार घेताना जीभ टाळूला चिकटत होती. तरी प्रयत्नपूर्वक बळ एकत्र करत त्यांनी कपोलकल्पित परिस्थितीचं निवेदन सुरू केलं...

''साहेब, मी गरीब हिंदी माणूस आहे. दोन पैसे कमवायला इथे आलो होतो; पण दुर्दैवानं ते जमण्यापूर्वीच बातमी मिळाली की, हिंदुस्थानातलं माझं घर जमीनदोस्त झालंय. कुटुंब निराधार झालंय. इथे आल्यास मलाही इथलं पाणी मानवलेलं नाहीय. त्यामुळे कमवणं तर दूर पण औषधोपचारांत होतं तेही संपलं आहे. घरी परत जायचंय; पण तिकिटाला पैसे नाहीत. मी ब्रिटिश सरकारची रयत आहे. मायबाप

सरकारनं मला हिंदुस्थानात जाण्याची व्यवस्था करून द्यावी, अशी विनंती करायला आलोय...'' हरिलालची अवस्था खोटं बोलावं लागल्यामुळे खरंच दयनीय दिसत होती. त्याचा कापरा स्वर अकांचन अवस्थेचं द्योतक समजून इंग्रज अधिकाऱ्यानं औपचारिक कारवाईसाठी कागद काढले.

''नाव काय तुझं? हिंदुस्तानात कुठे असतोस? पत्ता...''

''माझं नाव...नाव..'' खोटं नाव सांगताना हरिलालची जीभ अडखळली. तरी नेटानं ते म्हणाले, ''मी हीरालाल गांधी...मुंबईजवळ मी राजकोट गावी राहतो.'' हरिलालच्या उत्तरात सत्या-असत्याचं अजब मिश्रण होतं. हरीचं हीरा केलं, की आपल्याला कुणी ओळखणार नाही, असं त्याला वाटलं.

''तुझी अवस्था खरंच पार दयनीय वाटतेय पोरा....'' तो अधिकारी सहानुभूती दाखवत म्हणाला, ''तू असं करतोस का? तुझ्याच शब्दांत तुझी परिस्थिती कळवणारा अर्ज दे. म्हणजे तुला मदत करणं मलाही सोपं पडेल.'' अजून किती खोटं बोलावं लागेल? या कल्पनेनं हरिलाल हादरले. तरी त्यांनी थरथरत्या हातानं अर्जाचं लेखन सुरू केलं...नाव- मिस्टर हीरालाल एम. गांधी. रहिवासी- राजकोट. आफ्रिकेत जोहान्सबर्ग....वगैरे लिहून त्यानं अर्ज दिला. तो वाचताना इंग्रज अधिकारी पुरेसा सावध होता. गांधी आडनावावर त्याला ठेच लागली.

''मिस्टर गांधी?'' त्यानं नवलानं विचारताच हरिलाल बावरले. तरी कणखर राह्यचा त्यांनी प्रयत्न केला. ''अरे, ते हिंदी चळवळीचे पुढारी बॅरिस्टर गांधी तुझ्या नात्यात आहेत?'' हरिलाल अधिकच बावरले. रक्ताचं नातं नाकारायला जीभ रेटेना. 'नाही' म्हणावंसं वाटत असूनही इतकं खोटं बोलवेना. त्यांना गप्प पाहून अधिकाऱ्यानं जरा मोठ्यानं पुन्हा प्रश्न टाकला.

''मी बॅरिस्टर गांधींना ओळखतो,'' हरिलालनं चाचरत 'नरो वा कुंजरोवा,' असं उत्तर दिलं; पण त्यांची चलबिचल, मनात उठणारं वादळ ब्रिटिश अधिकाऱ्यापासून लपलं नाही. अर्जाचं वाचन थांबवून तो कडक स्वरात म्हणाला, ''या अर्जाची मला छाननी करायला हवी. बॅरिस्टर गांधींकडे चौकशी करायला हवी.''

''क...कशासाठी?'' हरिलालच्या आवाजात भय उमटलं.

''कशासाठी म्हणजे?'' डोळे वटारून त्या अधिकाऱ्यानं दटावल्या स्वरात म्हटलं, ''हिंदी चळवळीचे पाईक बॅरिस्टर गांधी तुला ओळखत असूनही तुझ्यावर ब्रिटिश सरकारची मदत घ्यायची वेळ यावी, म्हणजे कमाल आहे. बॅरिस्टर गांधींच्या प्रेरणेनं हिंदुस्तानातून आगबोटी भरभरून माणसं इथे आली. त्यांच्यासारख्यांना तुला परत पाठवणं अवघड का आहे? तरीही तू आमची मदत मागतोयस, याचा अर्थ....'' अचानक अधिकाऱ्यानं डोळे बारीक करून स्मरणशक्तीला ताणण्याचा प्रयत्न आरंभला. 'मध्यंतरी 'छोटे गांधी' म्हणून ज्या तरुणाचा फोटो वर्तमानपत्रात

आला होता, तो हा... हा असेल? चळवळीचं उत्तरदायित्व स्वीकारायला तयार असणारा बॅरिस्टर गांधींचा ज्येष्ठ पुत्र अशा हीनदीन अवस्थेत असेलच कसा?' त्याच्या मनानं त्याचा तर्क खोडून काढला; तरीही त्याच्यात वसलेल्या जागृत अधिकाऱ्यानं म्हटलं,

"काही असो! बॅरिस्टर गांधींकडून तुझ्याविषयी योग्य खुलासा मिळेतो मी तुला इथे स्थानबद्ध करतो."

आता मात्र हरिलालचा धीर सुटला. खोटं बोलणं आपल्या रक्तात नाही, हे पटून त्यांनी सत्यस्थिती सांगायचा निर्णय घेतला. कदाचित खरं काय ते कळल्यावर तरी या अधिकाऱ्याला आपली दया येईल, असं वाटत होतं.

"साहेब. ...साहेब...मला माफ करा..." गयावया करीत ते म्हणाले.

"तुमचा तर्क खरा आहे साहेब. बॅरिस्टर गांधी माझे पिता आहेत; पण आमच्यात मतभेद झाल्यामुळे मला राजकोटला परत जायचंय. माझा निर्णय बॅरिस्टर गांधींना न कळवता मी निघालोय.."

"छान! छान!" त्यांच्या पाठीवर थाप मारत अधिकारी खुशीनं म्हणाला.

"मला वाटलंच होतं, तुझी चेहरेपट्टी बॅरिस्टर गांधींशी मिळतीजुळती आहे. आमची मदत हवी होती नं तुला? आधी आमचा पाहुणचार स्वीकार. बॅरिस्टर गांधींचा होकार येईतो तुला आगबोटीत चढता येणार नाही."

काहीही करू न शकण्याची जाणीव हताश करणारी होती. हरिलाल भुईसपाट झाले. नजर खाली झुकली. ब्रिटिश,अधिकाऱ्याच्या चेहऱ्यावर मिश्कील हास्य होतं. काय नव्हतं त्याच्या नजरेत? हरिलालची चोरी पकडली त्या विजयाचा आनंद तर होताच. शिवाय बॅरिस्टर गांधींचं नाक दाबता आलं, याचा आसुरी आनंदही चमचमत होता. या एवढ्या मोठ्या कामाचं श्रेय लाभेल, असं कल्पनेतही वाटलं नव्हतं. त्याच आनंदाच्या भरात तो बापूंना तार करायला धावला.

जोहान्सबर्गला जेव्हा तारेद्वारे बातमी पोहोचली तेव्हा बापू 'टॉलस्टॉय' आश्रमात होते. दाऊदशेठनं तारेचा कागद खेपियाच्या (खेप घालून निरोप पोहोचविणारा) हाती 'टॉयस्टॉय'ला पाठविला. डरबनला तार करून हरिलालला थांबवून धरण्याची विनंती केली.

खेपिया तार घेऊन 'टॉलस्टॉय'ला पोहोचला तेव्हा बापू साऱ्या आश्रमवासियांना एकत्र करून भजनं गात होते. कस्तुरबाही तोवर 'टॉलस्टॉय'ला पोहोचल्या होत्या. हरिलालविषयी कळताच त्या मोडून पडल्या. हरिलालची चिठ्ठी वाचून त्यांचं मातृहृदय विलक्षण घायाळ झालं. मनात एकच दुष्ट शंका ठाण मांडून बसली... 'हरिलालनं हिंदुस्तानलाही न जाता निराश मनानं जिवाचं बरं-वाईट करून घेतलं तर...' डोळ्यांत अश्रूंचं अक्षयपात्र तयार झालं. संवेदनशील तरुण मुलाच्या मनातील

शिक्षणाची ओढ त्यांना कळत होती. त्याच्या मनातील आवर्तनांची कल्पना त्या करू शकत होत्या; पण त्यांची काळजी, समज सारंच निरुपयोगी होतं. नाकर्तेपणाची जाणीव त्यांना खिन्न करीत होती. 'माझा हरिलाल मला एकदा तरी दाखवा हो...' हाच जप बापूंसमोर चालला होता. 'सूनबाईला तोंड कसं दाखवायचं आपण?' हा प्रश्न विचारून आपण नवऱ्याच्या अस्वस्थतेत भर घालतोय, याची जाण पतिपरायण पत्नीला न होण्याइतपत त्यांचं मातृहृदय चिंतित होतं. मणिलाल, रामदास आणि छोटा देवदासही स्तब्ध झाले होते. भजनात त्यांचं मन नव्हतं.

खेपिया हस्ते तार आहे म्हणताच कस्तुरबांच्या काळजाचा ठोका चुकला. तीव्र भीतीची लाट त्यांच्या डोळ्यांत सरसरली. चेहरा पांढरा फटफटीत पडला; पण बापूंनी शांत चित्तानं कागदाची घडी उघडली.

"तुमची इच्छा पूर्ण करणारी बातमी आहे," ते कस्तुरबांकडे बघत म्हणाले. "हरिलालला डरबनला स्थानबद्ध केलंय. त्याचा निर्णय करायला मला बोलावलंय. आता निश्चिंत असा."

"हे परमेश्वरा! तूच माझ्या हरिलालला सांभाळलंस रे!..." कस्तुरबा हुंदके देत रडू लागल्या. "त्याला घेऊन या तुम्ही." त्या आवेगानं बोलू लागल्या. "त्याला सांगा, तू दिसेतो बा पाण्याचा थेंबही मुखात घालणार नाही. तो नक्की येईल..."

बापूंनी आश्वासक हात कस्तुरबांच्या खांद्यावर ठेवला. लगोलग तयारी करून बापू डरबनला जायला निघाले. कस्तुरबांकडे बघत ते म्हणाले, "परमेश्वरावर भरोसा ठेवा. काही वाईट व्हावं, असा गुन्हा आपण केलेला नाहीय. तरी त्याच्या मनात दुसरा विचार असेल, तर वयात आलेल्या मुलाला विरोध करता येणार नाही, हे लक्षात घ्या. सारं संपवून डरबनहून इथे यायचं तर फार वेळ मोडेल. त्यापेक्षा उद्या तुम्ही जोहान्सबर्गला पोहोचा. साऱ्या फॉरमॅलिटिज संपवायच्या तर निदान दोन-तीन दिवस जातील. परवा हरिलालला तुम्ही भेटू शकाल. तोवर शरीराला पीडा देऊ नका. परमेश्वराची प्रार्थना करा. ते पुरेसं आहे."

कस्तुरबांनी निरर्थकपणे मान हलवली. त्यांचे डोळे पाणावले. गदगद स्वरात त्या म्हणाल्या "तुम्ही म्हणता ते पटलं तरी हरिलाल दिसेतो घशाखाली घास उतरायचा नाही हो! आणि...आणि.." चाचरणाऱ्या कस्तुरबांकडे बापूंनी प्रश्नार्थक मुद्रेनं बघितलं. त्यांची नजर चुकवत मनाचा हिय्या करून त्या म्हणाल्या, "त्याला दुखवू नका हं..."

क्षणभर बापूंनी भेदक नजरेनं कस्तुरबांकडे बघितलं. त्यांच्या पदराला धरून असणारे रामदास, देवदास भेदरून बांना बिलगल्याचं जाणवून बापू प्रयत्नपूर्वक हसले. दोघांच्या मस्तकांवर आश्वासक हात फिरवून त्यांनी निर्धारानं पाठ फिरवली. उतावळ्या चालीनं ते स्टेशनच्या दिशेला चालू लागले.

१५

डरबनला जेव्हा बापू हरिलालना भेटले तेव्हा हरिलाल अत्यंत हताश होते. ते शून्यात हरवले असताना त्यांना बापू येऊन पोहोचल्याचं सांगण्यात आलं. तोच ब्रिटिश अधिकारी त्यांना बापूंच्या भेटीसाठी न्यायला आला. निर्जीव मनानं स्वतःला फरपटत ते त्याच्या मागून चालू लागले. बापू समोर दिसताच यांत्रिकरीत्या ते पाय शिवायला झुकले. आशीर्वाद द्यायला बापूंचा मस्तकावर फिरलेला हात कापतोय, हे कळूनही त्यांच्या शून्यमनस्क अवस्थेत फरक पडला नाही. झुकली नजर वर उठली असती तर बापूंच्या चेहऱ्यावर साकळलेली व्यथा त्यांना दिसली असती; पण पुत्राचा भावशून्य चेहरा बघणं आणि पित्याच्या मनातील भाव पुत्राला न कळणं, हाच त्या जोडीचा विधिलेख होता.

अधिकारी वर्गाचा निरोप घेताना बापू हरिलालचा हात धरून चालू लागले. शिपायाच्या पाठून चालणाऱ्या चोरासारखे फरपटत हरिलाल चालत होते. त्यांच्या विदीर्ण मुद्रेकडे बघत बापू अनुकंपेनं म्हणाले, "हे...हे काय सुचलं तुम्हाला हरिलाल? या कुबुद्धीपाठचं कारण तरी कळू द्या आम्हाला." हरिलाल बहिऱ्या माणसागत निर्विकार नजरेनं बघत राहिले. "बापाच्या गुन्ह्याची आईला सजा देऊ नाही, इतकंही का कळलं नाही तुम्हाला?" स्वरात येणारा कडवटपणा प्रयत्नपूर्वक दूर सारत बापू म्हणाले, "तुम्ही दिसेतो तुमची बा उपोषण करील. तिची काय अवस्था करून ठेवलीत तुम्ही ते आता प्रत्यक्ष बघाच..."

तरीही हरिलाल गप्पच होते. डोळे विस्फारून बापूंकडे बघत राहिले. स्वतःचा पुत्र बहिरा-मुका झालाय काय, असा संशय यावा असंच त्यांचं वर्तन होतं. ते पाहून बापू स्तब्ध झाले. हरिलालना न दुखवण्याची विनंती करणाऱ्या कस्तुरबांचा चेहरा आठवून ते क्षणभर गप्प झाले. दुसऱ्याच क्षणी त्यांच्या डोळ्यांत करुणा दाटली. तरुण पुत्राच्या चेहऱ्यावरून मायेनं हात फिरवत ते म्हणाले, "ईश्वरावर श्रद्धा असू द्यावी बेटा! बरं-वाईट जे घडतं त्यामागे ईश्वरेच्छेचं अधिष्ठान असतं. आता पटकन

आपण जोहान्सबर्गच्या मार्गाला लागायला हवं. तुमची बा डोळ्यांत प्राण आणून आपली वाट बघत असेल.''

यावरही हरिलाल काही बोलले नाहीत. ब्रिटिश अधिकाऱ्यांची पुन्हा भेट होऊन बापू परतले, तरी हरिलाल त्याच निर्विचार, निर्विकार अवस्थेत गटांगळ्या खात होते. त्यांनी वस्त्रं बदलावी, हे सुद्धा बापूंना सुचवावं लागलं. स्नान करून स्वच्छ वस्त्रांत ते बाहेर आले, तरी त्यांच्या निर्जीव नजरेत फरक पडला नाही. पेटी हातांत घेऊन ते डरबन स्टेशनच्या दिशेने चालू लागले. नेहमी रुबाबात चालणाऱ्या ज्येष्ठ पुत्राच्या झुकल्या खांद्यांकडे, फरपटल्या चालीकडे बघणं बापूंना सहन होईना; पण हरिलालचं त्यांच्याकडे लक्ष नव्हतं. संपूर्ण प्रवासात बापू हरिलालचं निरीक्षण करीत त्यांना मापण्याच्या प्रयत्नात होते, तर हरिलालची हरवली नजर रंग उडालेल्या पत्र्याच्या पेटीवर स्थिरावली होती. यात जोहान्सबर्ग स्टेशनवर उतरेतो काही फरक पडला नाही. याच पेटीत राजकोटहून किती हौसेनं काहीबाही आणलं होतं. तीच पेटी हिंदुस्तानात जाण्यासाठी पुन्हा भरली गेली तेव्हा हौस, आनंदाचं अस्तित्वच नष्ट झालं होतं आणि आता...आता तर संपूर्ण हार!...बिनशर्त शरणागती! उदास विचारांत गरगरणारं मन हळूहळू भावविहीन झालं होतं. त्यात क्रोधाच्या ठिणग्या तडतडत नव्हत्या, की पश्चात्तापाच्या लाटा उसळत नव्हत्या. लांबचा प्रवास संपवून ते जोहान्सबर्गला पोहोचले. तिथून आश्रमात आले तरी हरिलालचे ओठ खुलले नाहीत.

पिता-पुत्र घरी पोहोचले तेव्हा संध्याकाळ झाली होती. घराच्या उंबऱ्याशी खुर्ची टाकून कस्तुरबा आतुर मनानं वाट बघत होत्या. स्टेशनकडून येणाऱ्या रस्त्यावर नजर पोहोचेल तितकं दूर बघत होत्या. लांबून ही जोडी नजरेस पडली आणि त्यांचा जीव भांड्यात पडला. ओठांत असह्य कंप दाटला पण, त्यातून शब्द फुटेना. डोळ्यांतून खळकन पाणी ओघळलं. त्यांची अवस्था पाहून हरिलालच्या निष्प्राण नजरेत क्षणभर चलबिचल झाल्यासारखं वाटलं. असीम वेदनेची तीव्र लाट चेहराभर दाटली. अनावर होत त्यांनी स्वतःला बांच्या चरणांवर झोकून दिलं. बांच्या तोंडून शब्द उमटेना. हरिलालच्या घनदाट केसांतून फिरणाऱ्या त्यांच्या बोटांत विलक्षण कंप होता. नजर उचलून त्यांनी बांकडे बघितलं. बा नीट दिसेना. अश्रूंचा अभेद्य पडदा माय-लेकात अनावरपणे थरथरत होता. ही प्रेमभेट बापू अनिमिष नेत्रानं बघत राहिले. या भेटीत आपण अडचण ठरू, या भयानं ते किंचित हसत म्हणाले,

''तुमचं माय-लेकांचं हितगुज चालू द्या. कार्यालयात काही काम असलं तर मी बघतो...'' पाठ फिरवून बापू निघून गेले.

''हरिलाल, बेटा...'' त्यांना उठवत कस्तुरबा दाटल्या स्वरात म्हणाल्या,

''तू कुठे गेला होतास? का गेला होतास? हे काही मला विचारायचं नाहीय.

तू परत दिसलास हेच माझं भाग्य समजते मी! थकलेला दिसतोस. किती दिवसांत नीट जेवलाही नसावास. तू थोडा आराम कर. तोवर मी स्वयंपाक करते.''

''बा..'' इतक्या वेळानं हरिलालच्या तोंडून एकच चीत्कार निघाला. कस्तुरबांचं म्हणणं खरंच होतं. तनमन थकलं होतं. गेल्या कित्येक दिवसांत जीवनाची वासना उडाली होती, तर खाण्याची इच्छा कशी असणार? बांनी आराम करायला सांगताच आज्ञाधारक बालकाप्रमाणे ते आतल्या खोलीत गेले. तिथल्या खाटेवर त्यांनी शरीर टाकलं. दुसऱ्याच क्षणी जड झाल्या डोळ्यांत झोप उतरली. निद्रिस्त डोळ्यांत गुलाबची स्वप्नं तरळू लागली. कित्येक दिवसांनंतर बांच्या प्रेमळ नजरेनं संजीवनीचं काम केलं होतं. त्याच नशेत हरिलालचा डोळा लागला.

रात्री कस्तुरबांनी जवळ बसून त्यांना दोन घास आग्रहानं खायला लावले. त्यांच्या निष्प्राण नजरेत चेतना जागवली. बा किंवा बापू कुणीच काही विचारलं नव्हतं. बांनी तर त्या काही विचारणार नसल्याचं सांगून टाकल होतं. पण बापू? बापू या विषयाला हात घातल्याविना राहणार नाहीत, असं वाटत होतं. मोकळ्या मनाने बोललं तर आपल्याही मनात बोच उरणार नाही, असं वाटत होतं. स्वत:ला जे वाटतं ते निर्भय मनानं बोलावं, ही बापूंची शिकवण त्यांच्याशी बोलताना का विसरावी? असा प्रश्न ते स्वत:ला विचारीत होते.

अपेक्षेप्रमाणे बापूंनी त्यांना साद घातली तेव्हा सगळीकडे निजानीज झाली होती. बापू त्यांच्या कार्यालयात लोडाच्या बैठकीवर आरामात बसले होते. हरिलालना जागा करून देत त्यांनी बसायला इशारा केला. त्यांच्या सूचनेप्रमाणे हरिलाल बापूंजवळ बसले. क्षणभर स्तब्ध शांतता दाटली.

''मला त्या गोष्टीचं कुतूहल आहे बेटा!'' बापू संयमी स्वरात म्हणाले.

''जे कारण असेल ते विनासंकोच सांगून मोकळे व्हा.''

हरिलाल बापूंकडे बघत राहिले. त्यांना धीर यावा म्हणून बापूच विचारू लागले, ''घर सोडून तोंड लपवून पळून जाण्यागत काय घडलं? मला पिता न समजता सुहृद समजा, मित्र समजा. मोकळ्या मनानं मनातील विचार ओठी आणा...''

''बापू...'' प्रयत्नपूर्वक सुरुवात करीत हरिलालनं भेदक नजरेनं बापूंकडे बघत विचारलं, ''उत्तर देण्यापूर्वी एक प्रश्न विचारावसा वाटतो. विचारू?''

''अवश्य विचार बेटा! माझ्याजवळ उत्तर असलं तर मी ते टाळणार नाही.''

''यापूर्वी माझ्या हातून कधीही गैरवर्तन घडलंय का? माझ्यात असा एखादा दुर्गुण कधी तुम्हाला दिसला का, ज्यामुळे तुमचं काळीज तुटावं?''

''असं का विचारावंसं वाटलं बेटा? मी कधी तुमच्यावर हीनपणाचा आरोप केलाय का?''

''हो बापू, तसंच घडलं, असं म्हणायला हवं.'' अनपेक्षितपणे ताठ होत

हरिलाल बोलू लागले. ''यात विवेक सुटतोयसं वाटत असलं तर माफ करा बापू! पण जे काम तुम्ही छगनलाल वा सोराबजींना विश्वासानं सांगू शकता, ते मला न सांगणं यात परोक्षपणे हीनत्वाचा आरोपच होतो. माझ्याही मनात कुतूहल आहे बापू....माझ्यात काय उणीव दिसली तुम्हाला?''

''समजलं!'' बापूही ताठ होत म्हणाले. त्यांची नजर खिडकीतून दिसणाऱ्या काळ्या मेघांवर स्थिरावली. ''हरिलाल ! एक सत्य नजरेआड होतंय तुमच्या. तुम्ही छगन वा सोराबजीच्या कक्षेत नाही.माझे पुत्र आहात तुम्ही! माझं रक्त तुमच्या धमन्यांत वाहतंय...''

''याचा माझ्या मनात सार्थ अभिमान आहे बापू! पण याची मला शिक्षा का व्हावी? ते मात्र कळत नाहीय मला!''

''शिक्षा? कोण शिक्षा करू धजेल तुम्हाला? अर्थात, माझे पुत्र आहात याचा गैरलाभ कधी घेता येणार नाही तुम्हाला.''

''मला शिकायचंय बापू! पण माझ्या शिक्षणाची विविध कारणानं ससेहोलपटच होत गेली. हिंदुस्तानात तिथल्या परीनं कारणं होती. अभ्यास सोडावा लागला तेव्हा मी मन वळवून तुमच्या कामात जीव ओतला. चळवळीच्या कामात मी रात्रंदिवस याचा विचार न करता स्वतःला झोकून दिलं.''

''मला याचा अभिमान आहे बेटा!''

''त्याच मोहानं मी माझं मन मारलं बापू... डॉक्टरांचा प्रस्तावच न येता तर कदाचित आजची परिस्थिती भिन्न असती. मेल्या मनानं कधी जीव धरण्याचा प्रयत्न केला नसता. कदाचित छगनलालचं जाणंही मी जड मनानं का होईना पचवू आणलं होतं. पण...पण...आताही...बापू, जे शिक्षण घेऊन तुम्ही हिंदी जनतेच्या हितासाठी लढत देऊ शकता, तेच शिक्षण तुम्ही छगनलाल, सोराबजींसाठीही योग्य समजता. मग माझ्यासाठीच ते शिक्षण गैर का ठरतंय? हे काय गौडबंगाल आहे ते कळेल मला? का ही शिक्षण पद्धती आम्हा भावंडांसाठीच निरर्थक ठरतेय? मला हे पटत नाहीय बापू. माफ करा, पण न पटणाऱ्या गोष्टींचा अस्वीकार तुमच्याचकडून शिकलोय मी! हा अन्याय मला सहन होत नाही बापू!'' एका श्वासात सारं बोलून मनातील मळमळ दूर करू पाहणाऱ्या हरिलालच्या चेहऱ्यावर तीव्र असंतोष होता. थरथरणाऱ्या नाकपुड्या अस्वस्थतेची कमाल अवस्था सूचित करीत होत्या. बापूंच्या चेहऱ्यावरही वेदना साकळली.

''याला तुम्ही अन्याय नाव देता, हरिलाल? जे शिक्षण घेतल्यावर मला त्याचं पोकळपण जाणवलं ते मी तुम्हाला नाकारलं. तुमच्या मनात छगनलाल वा सोराबजी व्हायची इच्छा आकार घेते, ही मी माझी हार समजतो. एखाद्या स्कॉलरशिपसाठी तुमचं नाव पुढे करून मी आजवर जे केलंय ते धुळीत मिळवू...''

"नाही. जे केलंय त्याचा डंका वाजत ठेवायला आम्हा सर्वांची आहुती द्या!" त्यांचं वाक्य पूर्ण होण्याची वाट न बघता हरिलालच्या मनात खदखदणारी व्यथा उन्मळून बाहेर आली. "आम्हा सर्वांवर तुम्ही अन्याय करताय, हे सांगण्याचं धाडस इतर कुणी करणार नाही बापू. कारण तो अन्याय त्यांना स्पर्शत नाही. माझं एक सोडा; पण माझी बिचारी बा..." हरिलालच्या नजरेसमोर 'फिनिक्स' आश्रमातील हिशेबाचा दिवस तरळला. क्षणभर ते थांबले.

"सांगा बेटा! बापाचे किती अपराध कधीपासून तुमच्या मनात सलतायत ते मोकळ्या मनानं सांगा. आज सारा हिशेब संपू द्या. माझं चुकलं असेल तर कबूल करायला, वा सुधरवायला मला संकोच वाटणार नाही, याची खात्री ठेवा."

"तुम्हाला आठवतं बापू..." हरिलाल हरवलेल्या भावुक स्वरात बोलू लागले. " 'फिनिक्स' आश्रमात चिमूटभर साखरेच्या निमित्तानं आश्रमाचे नियम वारंवार धाब्यावर बसविणाऱ्यांनी बाविषयी तक्रार केली. या छोट्या अपराधाची समज तुम्ही एकांतात देऊ शकला असतात, पण सर्वांच्या उपस्थितीत तुम्ही आमच्या बाला शरमेनं मान खाली घालायला लावलीत. बाविषयी तक्रार करणारे एका पाठोपाठ एक आश्रम सोडून निघून गेले.पैसे कमवून भौतिक सुखाचा शोध घेऊ लागले. असल्यांसाठी त्या दिवशी माझ्या बाला रडवलंत तुम्ही..."

बापूंनी डोळे मिटले. असीम व्यथा त्यांच्या चेहऱ्यावरच्या प्रत्येक रेषेत दिसत होती. जे योग्य आहे, असं समजून प्रामाणिकपणे आदर्शांचा मागोवा घेतला होता. तत्त्वांचा पाठपुरावा केला होता, त्या निष्ठेचं दर्शन दुसऱ्याच्या नजरेतून होणं-पुत्राच्या दृष्टिकोनातून मूल्यमापन होणं असह्य ठरत होतं. तरीही स्वतःला सावरणं भाग होतं. त्याच जाणिवेनं बापू बोलू लागले.

"हरिलाल ," ते प्रयत्नपूर्वक म्हणाले, "किती तरी वर्षांपासून तुमच्या मनात छोटे छोटे सल जपले आहेत. सारं गुपचूप सहन करताना या काट्यांनी नायट्याचं स्वरूप धारण केलंय. वेळीच या व्यथा व्यक्त झाल्या असत्या तर...आज जी पीडा भोगतोय, ती भोगावी लागली नसती. जाऊ द्या. यातही ईश्वरी लीला असेल."

पुन्हा दोघांच्यात अस्वस्थ करणारी स्तब्धता दाटली. काचणारं मौन काळ्याकुट्ट वादळासारखं वाटत होतं. खिडकीतून दिसणाऱ्या आकाशातील नक्षत्रांनी आपली जागा बदलली होती. मध्यरात्रीच्या शांततेत उभं जोहान्सबर्ग गाढ झोपेत असताना पिता-पुत्रात असह्य मौनाचा संवाद चालू होता. त्यावर कुरघोडी करत हरिलालनं पुन्हा विरोधाचा सूर लावला...

"चर्चा करायला बसलोच आहोत तर मला अजून काही सांगावंसं वाटतंय बापू! इथे राहून मला कधीच स्वतंत्र निर्णय घेता येणार नाहीत. माणसानं स्वतःच्या

विचारांची दिशा स्वत: नक्की करावी, प्रामाणिकपणे स्वत:च्या विचारांचा पाठपुरावा करावा, असंच तुम्ही म्हणत आला आहात. ईश्वरावर श्रद्धा ठेवून मनाचा कौल घेऊन वागावं हेच शिकवलंयत तुम्ही. आज माझं मन मला कौल देतंय, बापूंच्या तत्त्वप्रणालीहून माझे विचार भिन्न आहेत. तरी त्यांच्याकडे पाठ न फिरवणं हा दांभिकपणा ठरेल. माझ्या विचारांशी प्रामाणिक राहून माझं जीवन बेतायचंय मला! तुम्ही शिकवलंय त्याची परीक्षा-पारख व्हायला हवी बापू. या परीक्षेत यश मिळवायला मला तुमचा आशीर्वाद हवाय.''

''माझा आशीर्वाद तुमच्या जन्मापासून तुमच्या मस्तकी आहेच बेटा! जोवर तुम्ही तत्त्वनिष्ठ मार्गावर सत्शील सज्जनाचं जीवन जगत असाल, तोवर माझ्या आशीर्वादाची चवरी तुमच्या मस्तकावर विंझणवारा घालील. जगात शुद्ध निष्ठा आणि नेक चारित्र्यासारखं मौल्यवान काही नाही.''

बोलता बोलता बापूंचा कंठ जड झाला. ते गप्प झाले. कितीतरी वेळ पिता-पुत्र एकमेकांजवळ फक्त बसून होते. दोघांनाही कळलं होतं, आता युक्तिवादाला थारा उरलेला नाही. मनात होतं ते बोलून झालं होतं. मनं हलकी झाली असूनही अनामिक भार मन उदास करीत होता. रात्र सरत आली होती. तांबडं फुटेतो ते तसेच बसून होते. एकमेकांजवळ...तरीही दोघांत करोडो योजनांचं अंतर होतं.

''बापू...'' अंधारावर उमटलेल्या प्रकाशाकडे बघत हरिलाल म्हणाले, ''तुमची अनुमती घेऊन सकाळच्या गाडीनं डरबनला जावंसं वाटतं. उद्या आगबोट हिंदुस्तानला रवाना होणार आहे.''

हरिलालच्या आधारानं बापू उठले. अनिमिष नेत्रानं त्याच्याकडे बघत ते म्हणाले, ''ठीक आहे बेटा! जशी तुझी मर्जी! स्वतःच्या ध्येयसिद्धीसाठी आकाशपाताळ एक करायची शक्ती तुम्हाला लाभो. कधी वाट्याला अपयश आलं तर खचू नका. बापाचं घर तुमच्यासाठीही आहेच, याची खात्री ठेवा. ध्यानात घ्या, सूनबाई आणि 'रामी'चं सुख तुमच्यावर निर्भर आहे.''

आता बोलण्यासारखं काही उरलं नव्हतं. पत्र्याची बॅग भरलीच होती. त्यात 'भगवद्गीता' आणि बापूंची तसबीर असल्याचं आवर्जून सांगून ते पाय शिवायला बासमोर झुकले. पाणावल्या नजरेनं बानं ज्येष्ठ पुत्राकडे पाहिलं. काही न बोलता त्यांनी पुत्राच्या मस्तकी निरोपाचा तिलक लावला. हातांवर दह्याची कवडी ठेवून मनातील भावना व्यक्त केली. क्षणभर हरिलाल हेलावले. बापाठी देवघरात गेले. दिव्याच्या प्रकाशात देवघर उजळलं होतं...मनाच्या अंधारल्या अवस्थेत ते नमस्कारासाठी झुकले. दूर जायला निघालेल्या पुत्राच्या पाठीवर कस्तुरबा किती वेळ मायेची पखरण करत होत्या. बोटीची वेळ झाल्याची जाण बापूंनी केली तोपर्यंत!

काही क्षणांतच बापूंनी हरिलालसह जोहान्सबर्ग रेल्वे स्टेशन गाठलं. गाडीची

वेळ झाली होती.

बापूंनी हरिलालच्या पाकिटात डरबनचं तिकीट आणि आवश्यक ती रक्कम ठेवली. स्टेशनवर बऱ्याच परिचितांची गर्दी जमली होती. तरीही बोलत कुणीच नव्हतं. जड मनानं हरिलाल गाडीत चढले. तीव्र हार आणि असीम निराशेची लाट पिता-पुत्रात हिंदकळत राहिली. ते जातायत हे साऱ्यांना कळलं होतंच. हरिलालपाठोपाठ बापू गाडीत चढले. त्यांचं सामान नीट ठेवलं जातंय नं? हे पाहून काही म्हणणार, तोच गाडीची शिट्टी झाली. अधीर चालीनं बापू खाली उतरले. त्यांच्यामागे धावत जाऊन हरिलालनं प्लॅटफॉर्मवर भर गर्दीत बापूंच्या पायांवर मस्तक ठेवलं. आशीर्वादासाठी बापूंचे ओठ हलले; पण त्यातून शब्द उमटला नाही. थरथरत्या हातांनी हरिलालना उठवत बापूंनी मिठीत घेतलं. त्यांची आर्द्र नजर हरिलालच्या मनात पुरेशी चलबिचल निर्माण करीतो गाडी हलली.

"बापाने तुमच्यावर अन्याय केलाय असं खरंच वाटत असेल, तर या दुर्दैवी बापाला माफ कर बेटा..." बापू अस्पष्ट आवाजात म्हणाले. निरर्थकपणे मान हलवत हरिलाल चालत्या गाडीत चढले. बापूंपासून दूर जाण्याच्या प्रक्रियेनं वेग घेतला.

१६

मुंबईच्या किनाऱ्याला आगबोट लागली तोवर हरिलालचं मन बरंच थाऱ्यावर आलं होतं. याच ठिकाणी मनात आशेचा फुलोरा घेऊन ते आफ्रिकेला जाण्यासाठी आले होते. मनात अनेक सुखस्वप्नं होती-कर्तृत्वाच्या चढत्या आलेखांची, कुटुंबीयांच्या प्रेमळ सहवासाची! विशेष करून बापूच्या सहवासाला पारखे झाले होते म्हणून त्या विशिष्ट वयात पितृसहवासाची तीव्र आस मनात होती. भावुक डोळ्यांत महत्त्वाकांक्षांचं काजळ रेखलं होतं; पण...पण आफ्रिकेतील वास्तव्यात सतत 'पण' आडवा येत गेला. एकामागून एक स्वप्नं उद्ध्वस्त होणं हताश नजरेनं बघावं लागलं. अशा हताश अवस्थेत आफ्रिकेतील एकांतात वतन आठवायचं. जिथे बालपण गेलं त्या राजकोटच्या आठवणी छळत राह्यच्या. 'घरी जावे ऐसे वाटे पण घर नाही,' अशी अवस्था मन सैरभैर करायची. ज्या मातृभूमीची ओढ आफ्रिकेत छळायची तिचा किनारा नजरेस पडला आणि तोल सावरण्यात यश मिळवलेले हरिलाल पुन्हा उदास झाले. वाटलं, या भूमीवर असो, की 'त्या' देशात, कुठेही आपण एकटे आहोत! फार फार एकटे!

त्यांना आठवलं,राजकोटलाही बापू नसल्यानं एकटं व आफ्रिकेत बापू असून आपल्यासाठी नसल्यासारखे! परक्यांच्या गर्दीत आपल्याला झुकतं माप देणं तर दूरच, पण तत्त्वांचं गाणं गात स्वपुत्रांशी सापत्न भावानं वागणारे! त्या आठवणींनी हरिलालच्या मनात कडवटपणा दाटला. काहीही असलं तरी राजकोटला जाऊन मोटाबापू आणि गोकीफोईला काय सांगू शकणार आहोत आपण? कुठच्या तोंडानं त्यांच्याकडे जायचं? गुलाब आणि 'रामी'व्यतिरिक्त आता आणखी एका पुत्राची जबाबदारी खांद्यावर आहे. ते खांदेही कसे? शिक्षणाच्या अभावी ताठ उभे राहू न शकणारे! तरीही...तरीही स्वतःच्या पायावर उभं राहण्याची क्षमता प्राप्त होईतो सर्वांपुढे उभं राहणं जमण्यातलं नाही.

गुलाबच्या आठवणीही हरिलालना अस्वस्थ करीत होत्या. नवजात पुत्राचं

तर अजून तोंडही पाह्यलं नाहीय आपण. गुलाबच्या पत्रात होतं...मुलाचं नाव कांती ठेवलं आहे. कांतीला बघायला मन आतुरलं आणि गुलाब...ती जवळ असती तर...तर कदाचित सोराबजींना संधी मिळाली, याचं इतकं वैषम्य वाटलं नसतं. इतकं उद्ध्वस्त झालो नसतो आपण...पण...या जर आणि तर मध्ये काही अर्थ आहे का? काही असो, जे आपल्याला मिळालं नाही ते आपल्या पोरांना भरभरून द्यायचं. आपला सहवास, आपलं मार्गदर्शन, सुखसमृद्धी...क्षणभर सुखी संसाराच्या कल्पनेनं त्यांच्या गात्रांत उत्साह भरला; पण दुसऱ्याच क्षणी त्यांची भकास नजर मुंबईच्या किनाऱ्यावरून फिरली...

याच...याच ठिकाणी आफ्रिकेला जायला निघालो तेव्हा निरोप देणाऱ्या स्वजनांची गर्दी झाली होती. आफ्रिकेच्या किनाऱ्यावर बानं परागजींना पाठवले होते, पण आत्ता परतताना?...डरबनच्या किनाऱ्यावर निरोप देणारं कुणी नव्हतं आणि इथे मुंबई बंदरात स्वागत करायला कुणीही नाही. या कोलाहलात आपण एकटे आहोत. एकाकीपणाच्या निराश जाणिवेत अचानक असंतोषाची ठिणगी पडली. या साऱ्यापाठी...मनात अंगार पेटले. पेटल्या अवस्थेत त्यांनी राजकोटला न जाण्याचा निर्णय घेतला. अजूनही मनात शिकण्याची इच्छा धगधगत होती. वारंवार या इच्छेला तिलांजली द्यावी लागली होती. तरी वाटत होतं...अभ्यास करता येईल. समृद्ध जीवन जगता येईल. काही दिवस तर बापूंनी दिलेल्या पैशावर निभतील... तोवर काम मिळेल. काम करता करता स्वत:ची उन्नती करून घेता येईल...मेल्या मनात अजून शेखचिल्ली जिवंत होता. आता बापूंचा पुत्र म्हणून नव्हे, तर लोकांनी 'हरिलाल' म्हणून ओळखावं, असं वाटत होतं. नाहीतरी बापूंचा पुत्र असल्याचा फायदा बापूंनी कधी मिळू दिलाय? आपणही ती ओळखच पुसून टाकायची. मनात उलटसुलट विचारांचं वारूळ फुटत होतं.

मुंबईत कुणालाही भेटायला न थांबता हरिलाल सरळ अहमदाबादच्या गाडीत चढले. अहमदाबादच्या 'न्यू इंग्लिश स्कूल'च्या प्रिन्सिपॉलना ते तातडीनं भेटले.

"तुम्हाला शाळेत शिकायचंय?" त्यांनी आश्चर्यानं विचारलं. हरिलालचं वय मोठं होतंच; शिवाय मेहनतीनं शरीरही मजबूत झालं होतं. त्यांच्या सणसणीत देहाकडे प्रिन्सिपॉल डोळे विस्फारून बघत राहिले. वर्गात हरिलालचं अस्तित्व ते कल्पू शकत नव्हते. हरिलाल विद्यार्थ्यांऐवजी शाळेत भेटायला येणाऱ्या पालकांसारखे दिसत होते.

"हो!" प्रिन्सिपॉलच्या नजरेतलं दाहक आश्चर्य पचवायचा प्रयत्न करीत हरिलाल म्हणाले. "पूर्वी मी मुंबईच्या 'एक्स्प्लेनेड स्कूल' मध्ये शिकत होतो. इंग्रजी पाचवीत शिक्षण सोडलं..."

"शिकायच्या वयात शिकला नाहीत. आता मार्गी लागायचं त्या वयात शिंगं

मोडून वासरांत शिरावं म्हणताय?" प्रिन्सिपॉल हसत म्हणाले. त्यांचं हास्य काळजावर करवत चालवत असूनही हरिलाल संयत स्वरात म्हणाले, " साहेब, मी शिक्षण सोडलं नाही; मला ते सोडावं लागलं. इथून मी आफ्रिकेस गेलो."

"आफ्रिका?" प्रिन्सिपॉलनं त्यांचा अर्ज नीट वाचत विचारलं, "तुम्ही... तुम्ही आफ्रिकेतील ख्यातनाम सत्याग्रही बॅरिस्टर गांधींचे चिरंजीव आहात?" त्यांच्या शब्दांत आश्चर्य, उत्साहाचं कारंजं उफाळलं. "वा! त्यांच्या मुलाला आमच्या शाळेत प्रवेश देण्यानं शाळेचा गौरव वाढणार आहे. आफ्रिकेत त्यांनी जी चळवळ सुरू केली आहे, त्याविषयी ऐकताना आमची छाती फुगते."

पित्याची प्रशंसा ऐकण्यात हरिलालना स्वारस्य नव्हतं, पण प्रवेश तर मिळाला या विचारानं त्यांना बरं वाटलं. प्रवेश दिला तरीही प्रिन्सिपॉल हळुवार स्वरात म्हणाले, "असं पाहा हरिलाल, तुम्हाला शिकायचं असलं तर मी विरोध करू नये, पण चौदा-पंधरा वर्षांच्या विद्यार्थ्यांत तुमचं विकसित शरीर आणि तुमची झळझळीत पार्श्वभूमी यासकट बसणं कितपत जमेल तुम्हाला?"

जिथे तिथे झळझळीत पार्श्वभूमीचा अडसर! काय उपयोग त्या झळझळीतपणाचा? त्यांच्या चेहऱ्यावर रोष उमटला, पण निश्चय केल्यावर विचार बदलायचा नव्हता. अभ्यासासाठी आफ्रिका सोडून इथे येणं झालं होतं. अभ्यासासाठीच बा-बापूंकडे पाठ फिरवली होती. तो अभ्यास कसा नाकारणार? पैसे संपण्यापूर्वी आयुष्याची घडी नीट लावायला हवी. घर आणि काम शोधायला हवं... म्हणत हरिलाल कामाला लागले.

कुणीतरी काळूपूर परिसरात मियाखानच्या डेलीत जागा भाड्यानं मिळेल, असं सांगितलं. लगेच हरिलाल तिथे पोहोचले. जागा पसंत पडली. मालकही तयार होता. लगेच कब्जा द्यायची त्याची तयारी होती; पण तत्पूर्वी त्यानं विचारलं, "घर रिकामंच आहे, पण ते देण्यापूर्वी मला कळायला हवं, तुम्ही नोकरी करता की धंदा?"

हरिलालचं तोंड पडलं. तरी ते नेटानं म्हणाले, "कामाच्या शोधात आहे; शिवाय मॅट्रिकची परीक्षा द्यायचीय..."

"काय म्हणता? इतके मोठे झालात तरी स्वतःच्या पायावर उभे नाही? अजून शिकताय? तेही मॅट्रिकच्या वर्गात?" मालकाच्या तोंडून बंदुकीच्या गोळ्यांसारखे प्रश्न सुटत राहिले.

"त्याचं काय आहे...." हरिलाल रक्षणात्मक पवित्रा घेत म्हणाले, "काही वर्षं मी आफ्रिकेत होतो..."

"आफ्रिकेत?" मालक अधिकच चकित! "तुम्ही त्या बॅरिस्टर गांधींच्या नात्यांत आहात का?"

क्षणभर हरिलाल गप्प झाले. ही पार्श्वभूमी पिच्छा सोडणार नव्हती. तिथून निघून जावंसं वाटलं तरी, जिथे जावं तिथे हा प्रश्न केव्हातरी येणारच होता. नाइलाजानं ते म्हणाले, "हो! मी त्यांचाच मुलगा!" त्यांचं उत्तर ऐकताच मालक ताडकन उभा राहिला. हरिलालचा हात धरून त्यांना बसवून घेत म्हणाला, "अहो, हे आधीच नाही का सांगायचं? डरबनला आमची पेढी आहे. बॅरिस्टर गांधींशी आमचे घनिष्ट संबंध आहेत. ही घ्या चावी! तुमच्या सवडीनं सामान आणा."

चावी घ्यायला हरिलालचा हात पुढे होईना. त्यांच्या ओठांत कंप दाटला. प्रयत्नपूर्वक तोल सावरत ते म्हणाले, "सहकार्याबद्दल आभार! पण या संबंधांचा व्यवहारावर परिणाम नसावा. मी भाडं घेऊन येईन तेव्हा मला चावी द्या."

"भलतंच! अहो व्यवहारापलीकडचे घनिष्ट संबंध आहेत आपले. भाड्याचं नाव काढून मला लाजवू नका."

हा लाभ घेणं रुचत नव्हतं; पण पैशाची चणचण होतीच. गरजेनं इच्छेवर मात केली. अशा प्रकारे अप्रत्यक्ष फायदा घेणं बापूंना मुळीच आवडणार नाही, हे कळत असूनही नाइलाजानं हरिलालनं प्रस्ताव स्वीकारला. जुजबी सामानाची खरेदी करून ते त्याच दिवशी घरी राह्यला गेले. अत्यंत कमी सामान आणि तरीही उरलेली जुजबी रक्कम पाहून परत मन उदास झालं. साधेपणा हे तत्त्व नसून आपल्या नाकर्तेपणाची निशाणी आहे, असं वाटलं. बापूंनी समृद्ध जीवन उपभोगून स्वतःच्या मनानं साधेपणाचा स्वीकार केला होता; पण आपला साधेपणा तसा कुठेय? आपल्या अकार्यक्षमतेनं आपल्यावर साधेपणा लादलाय...असं होता कामा नये. मला कमवायचंय. स्वतंत्र धंदा करून समृद्धी खेचून आणायचीय...हरिलालच्या मनात भविष्याविषयीची योजना तयार होत होती.

पण मनात योजना तयार करणं आणि प्रत्यक्षात ती अमलात आणणं यांत जमीन-अस्मानाचा फरक होता. एकीकडे खूप पैसे कमवावेसे वाटत होते. अभ्यास करायलाही मन धाव घेत होतं, पण त्या उत्साहावर रोज पाणी पडत होतं. वर्गात एकटेपण जाणवे. आजूबाजूची मुलं लिलिपुट वाटत. त्यांच्या नजरेत हरिलालविषयी मिश्र भावना असे. कुणी चकित नजरेनं हरिलालच्या मिश्या बघत, तर कुणाच्या नजरेत त्यांच्या सणसणीत बांध्याविषयी भय असे. कुणी स्वतःच्या हुशारीच्या जोरावर उपहासानं बघत. चौदा-पंधरा वर्षांची मुलं पटपट उत्तरं देत आणि पंचवीस वर्षांचे हरिलाल गप्प बसत. त्यांची फजिती बघण्यात मुलांना मजा वाटे. शिक्षकही 'हुशार बॅरिस्टर गांधींचा कवडीची अक्कल नसलेला टोणगा,' म्हणून संभावना करीत.

हताश हरिलालच्या मनात बापूंविषयी रोष दाटे. एकाच एका देशात राहून आपलं वेळीच विधिवत शिक्षण झालं असतं तर ही वेळ का येती? हे सारं

बापूंमुळे झालं असं वाटत असताना मनात बापूंविषयी आदरही असे. 'भगवद्‌गीते'च्या पुस्तकात ठेवलेली बापूंची तसबीर ते भक्तिभावानं बघत. अत्यंत बिकट परिस्थितीत बापू नेटानं आफ्रिकेत लढत होते. त्यांच्या पुत्रानं छोट्या समस्यांना लढत देताना हताश व्हावं, हे त्यांना रुचत नसे. स्वतःच्या अवदशेसाठी बापूंना जबाबदार न ठरवता प्रामाणिकपणे यश मिळवून बापूंचा वारसा सार्थ ठरवायला हवा, असं वाटत राही.

दोन मनांचं द्वंद्व सतत चालत राही. त्यात काम शोधायची जबाबदारी होती; पण ते जमत नव्हतं. पैसे संपत होते. अजून त्यांनी कुणालाही स्वत: अहमदाबादला असल्याचं कळवलं नव्हतं. वस्तुत: गुलाबला कधी अहमदाबादला आणता येईल, असं झालं होतं, पण खर्चाची व्यवस्था होत नव्हती. काम मिळत नव्हतं. अशा अवस्थेत हरिलाल आसपासच्या तरुणांशी शतरंज खेळू लागले. त्यांच्या घरात कुणी नसल्यानं उडाणटप्पू मुलांना हरिलालच्या घरी खेळणं अधिक सोयीचं वाटे. अभ्यासाचा वेळ रिकामटेकड्या तरुणांच्या संगतीत संपत होता. घरखर्चाची व्यवस्था होत नव्हती.

अशा वेळी अचानक डॉक्टर प्राणजीवन मेहतांचे भाऊ रेवाशंकर भेटले. ते मुंबईला असत. त्यांनी मुंबईस येत असल्यास ते शिक्षणाची सोय करू शकतील, असं सांगितलं; पण अहमदाबादच्या वर्गातच त्यांची भंभेरी उडत होती. मुंबईच्या अधिक स्मार्ट मुलांच्यात जमेलसं वाटेना. एकेकाळी शिक्षणासाठी जो उत्साह आणि कळकळ होती ती प्रतिकूल परिस्थितीत उरली नव्हती.

"एका गोष्टीचं विस्मरण होऊ देऊ नका हरिलाल!" रेवाशंकर मनापासून म्हणाले, "तुम्ही बापूंचे पुत्र आहात. इथे परतला आहात हे बापूंनीच कळवलं मला. तुमच्या पायावर तुम्ही उभे राहितो, तुम्हाला निभावखर्च पोहोचती करायची सूचना दिलीय त्यांनी..."

गालावर कुणी प्रहार केला असावा असा जीव कळवळला, पण दुसरी व्यवस्था होत नव्हती. या मदतीचा स्वीकार करणं भाग होतं. पैशाची व्यवस्था झाली तर मुलाबाळांना बोलवता येणार होतं. रेवाशंकरनं मदत केल्यामुळे आर्थिक समस्या संपली. त्या रात्री उशिरापर्यंत या समस्यामुक्तीच्या आनंदात खेळ रंगला. माणेकचोकच्या बाजारातून आणलेल्या शेवगाठीया आणि भज्यांनी मैफलीला चवदार रूप दिलं. मध्यरात्री मित्रांना निरोप द्यायला ते बाहेर आले, तेव्हा शेजारच्या वृद्धाला जाग आली.

"हरिलाल!" अंधाराला वाचा फुटल्यागत अंधारातून शब्द आला. "असल्या उडाणटप्पू बेकारांना घरात घेऊन हाहा हूहू करणं बॅरिस्टर गांधींच्या पुत्राला शोभतं असं वाटतं तुम्हाला? अहो, तुमची पिता-पुत्राची जोडी म्हणजे सूर्यापोटी

शनिश्चरासारखाच घाट की हो! बॅरिस्टर गांधींचं दुर्दैव तुमच्या रूपानं अवतरलंय म्हणायचं...''

हरिलाल स्तब्ध झाले. धरणी दुभंगून पोटात घेईल तर बरं, असं वाटलं क्षणभर! उत्तर न देता ते अधीर पावलांनी घरात आले. बिछान्यावर अंग टाकताना एकच एक विचार डोक्यात होता उद्याच राजकोटला जायचं. गुलाब आणि मुलांना इथे आणायचं, म्हणजे ही माणसं इथे यायची नाहीत. काम मिळवायला आकाशपाताळ एक करायचं. थोडी व्यवस्था रेवाशंकर करणारच आहेत. काटकसरीनं राहू, पण बापूंच्या नावाला बट्टा लागेल असं वर्तन घडता कामा नये. त्यापेक्षा तर रेवाशंकरना थोडी अधिक रक्कम द्यायला सुचवणं बरं! पण शक्यतो आपण काम शोधून स्वकमाईचं मुलांना खाऊ घालायचं.

१७

संसार सुरू झाला तरी दोस्तांची संगत सुटली नाही. घरात पत्नी असल्यामुळं येणारा विचार करायचा म्हणून बेबंद वागण्यावर नियंत्रण नक्कीच आलं होतं; पण सतत पैशाची चणचण भासे. त्या काळजीमुळे अभ्यासात जीव लागेनासा होई. गृहपाठ न केल्यामुळे वर्गात फजितीची वेळ येई. शिक्षकांच्या नजरेतील उपहास वाढत होता. मुलं उघडपणे टोमणे मारायची. दिवसेंदिवस अभ्यास अधिकाधिक अवघड वाटू लागला. हे अपयश विसरायला मित्रांच्यात मिसळणं व्हायचं. तासन्तास सोंगट्यांचा खेळ चालायचा. घरी आलं की मुलांकडे, पत्नीकडे बघताना अपराधी भावना मन कुरतडायची. पण...पण ते तेवढ्यापुरतंच. कातडी गेंड्याची होण्याची प्रक्रिया सुरू झाली होती. पतीच्या मनातील आंदोलनं गुलाबला कळत नव्हती. हरिलालना जे करायचं असेल त्याला पाठिंबा द्यायचा, अशीच तिची मनोवृत्ती होती. आपल्या पतीनं आफ्रिकेतील जीवनापेक्षा वेगळं जीवन जगायचा निर्णय घेतलाय, इतकंच तिला कळत होतं; पण तिथलं साधं जीवन तणावमुक्त होतं. साधेपणालाही तत्त्वांची आभा होती. इथे सतत पैशाची काळजी आणि रोषयुक्त तणाव होता. कधीकधी ती त्रासून जाई. कशाला हे बापूंपासून वेगळे झाले? असा विचार डोक्यात येई. त्यावेळी स्वतःला न पटणाऱ्या गोष्टी केवळ बापूंसाठी करत राहणाऱ्या कस्तुरबांची त्यागमय दिनचर्या आठवे. याच गांधी परंपरेची आपण सून आहोत. कस्तुरबांसारखं वर्तन हाच आपला आदर्श असायला हवा, असं म्हणत ती स्वत:ची समजूत काढत राही.

तरीही गुलाबचं मन अशांत राही. त्यातच हरिलालचा मॅट्रिकचा निकाल जाहीर झाला. शिक्षण निकालात निघण्याजोगाच निकाल! हरिलाल नापास झाले. कदाचित नापास होणं हरिलालसाठी अनपेक्षित नव्हतं. पेपर्स कसे लिहिलेत हे ते जाणून होते; पण याची कल्पना त्यांनी गुलाबला दिली नव्हती. पतीच्या कार्यक्षमतेवर श्रद्धा ठेवून ती निकालाची वाट बघत होती. हरिलालचं नापास होणं तिला निराश करणारं होतं.

काम अजूनही मिळत नव्हतं. बापूंच्या पुत्राला फालतू काम देण्याचं धाडस कुणी करत नव्हतं. मोठ्या कामांसाठी आवश्यक ती शैक्षणिक पात्रता हरिलालजवळ नव्हती.

निकालाच्या दिवशी पती-पत्नी दोघंही आपापल्या विचारात आणि विवंचनेत गप्प राहिले. रात्री मनाचा हिय्या करून गुलाबनं म्हटलं, "नाथ, माझं ऐकणार असलात तर काही सांगावं म्हणते."

ती काय म्हणणार, याची कल्पना हरिलालना होतीच. नको ते ताट वाढून आल्यागत त्यांनी नजर चुकवली; तरीही गुलाब नेटानं म्हणाली, "हे सारं कसं निभवायचं स्वामी?" त्यांच्या कपाळावर रोषसूचक शीर तटतटली. तीवर स्नेहानं हात फिरवत गुलाब म्हणाली, "आजवर कसंबसं निभावलं. पण आता..."

हरिलालनं दुखावल्या नजरेनं पत्नीकडे बघितलं. 'नापास होणं म्हणजे का जगबुडी?' हा प्रश्न त्यांच्या नजरेत तरळला. पण गुलाबच्या डोळ्यांत झाकोळलेल्या काळजीनं त्यांना गप्प केलं. त्यांच्या चेहऱ्यावर प्रश्नचिन्ह उमटलं... "आता?" तोंडून प्रश्न उमटला.

"आता...आपण पाच होणार आहोत!"

हरिलाल दचकले. अपत्यसंभवाची जाण त्यांना आनंदित करत नव्हती. इथेही बापूंनी टाकलेल्या तुकड्यावरच जगणं चाललं होतं. स्वत:च्या मुलांच्या पोटी आपल्या कमाईचा घास नाही, याची जाण हताश करणारी होती. त्यात नव्या अपत्याची भर... त्यांनी केविलवाण्या नजरेनं पत्नीकडे पाहिलं.

"मला वाटतं, आपण आफ्रिकेस जाण्यात आपलं आणि मुलांचंही हित आहे. बा-बापूंच्या छत्रछायेत असण्यात आपला जो गौरव आहे तो या रखडपट्टीत नाही. आपल्यासाठी नको, पण निदान या मुलांसाठी तुम्ही फेरविचार करावा."

हरिलालच्या नजरेसमोर आफ्रिकेतील दिनचर्या तरळत होती. जोहान्सबर्ग स्टेशनवर बापूंसारखे बापूही हळवे झाले होते ते आठवलं. निरोपाच्या वेळी बाचा हात कितीतरी वेळ पाठीवर फिरत होता. त्यातील कंप आठवला आणि हरिलाल विरघळले. हे विरघळणं मंजूर नसल्यागत त्यांनी नजर फिरवली. नेमके बाजूस झोपलेले 'रामी' आणि 'कांती' नजरेस पडले. मनात वात्सल्य उफाळलं. कधी काळी बापूंच्या मनातही आपल्याविषयी असंच प्रेम असेल. हा 'कांती' आपल्यावर रुसून दूर निघून गेला, तर जे दु:ख आपल्याला होईल ते 'त्या' वेळी बापूंना झालं असेल. त्याशिवाय का जोहान्सबर्ग स्टेशनवर त्यांची मुद्रा इतकी व्यथित होती? गाडी सुरू झाली तेव्हा बापूंनी क्षमायाचना केली होती ते आठवून त्यांच्या अंगावर सरसरून काटा आला. उत्सुक नजरेनं गुलाब त्यांच्या चेहऱ्यावरचे फेरफार बघत होती.

"गुलाब!" आवंढा गिळून हरिलाल म्हणाले, "तुला बा-बापूंची छत्रछाया हवी

वाटतेय तर आपण परत जाऊ.''

''परत जाण्यात क्षोभ का स्वामी? तुम्ही बापूंना पत्र लिहा. मीही लिहीन. ते काही मनात ठेवायचे नाहीत.''

गुलाबचं म्हणणं पटत होतं आणि नव्हतंही! निघताना बापूंनीही त्यांच्या घराचे दरवाजे नेहमीच उघडे असतील, असं सांगितलं होतं. तरीही...तरीही सोराबजींचं विलायतेस जाणं ते पचवू शकत नव्हते. गुलाबचं म्हणणंही पटत होतं. रात्रभर ते विचारात तळमळत होते. आफ्रिकेस जाणं म्हणजे हात बांधून शरणागती असं वाटत असूनही गुलाबसाठी त्यांनी सकाळी उठताच बापूंना पत्र लिहिलं... 'तुम्हाला आणि बाला भेटावंसं वाटतंय. सत्याग्रहात काम करण्याची माझी प्रतिज्ञा होती. पुन्हा चळवळीत पडावं म्हणतोय. तुमची आज्ञा असावी.'

गुलाबनं बांना सविस्तर पत्र लिहिलं होतं. नव्या अपत्यसंभवाविषयी त्यात मजकूर होताच. आपल्याही मनात त्यांच्या छत्रछायेची आस असल्याचं आवर्जून लिहिलं होतं. पत्र पोस्टात पडलं आणि तिला बरं वाटलं; पण हरिलालचं मन स्वस्थ नव्हतं. आता काही दिवसांतच आफ्रिकेला जायचंय, असं समजून कामाची आखणी करणाऱ्या गुलाबकडे बघून ते अधिकच घायाळ होत होते. गुलाबला बरं वाटावं म्हणून पत्र लिहिलं होतं तरी उलघाल सरत नव्हती. स्वत:चं नापास होणं बापूंनी ते बॅरिस्टर व्हायला नालायक ठरलेत, अशा अर्थानं घेतलं तर? हा प्रश्न छळत होता. यापूर्वीही कॅलनबॅक, पोलाक, जोसेफ, रॉयपॅन, नायडू वगैरेंच्या मेळाव्यात ते सुशिक्षित आणि आपण अशिक्षित, ही भावना कुरतडत राही. आता तर मॅट्रिकच्या अपयशानं अकार्यक्षमतेचा शिक्काच मारलाय, कसं जमेल अपमानित जिणं?

या प्रश्नाचं उत्तर सापडत नव्हतं. बापूंना लिहिलेल्या पत्राचं उत्तर येण्यापूर्वी आफ्रिकेहून अशी बातमी आली, की हरिलाल हादरले. त्यांच्या घायाळ मनात आक्रोश उमटला. 'टॉलस्टॉय'मध्ये काय आणि कसं झालं असेल? अंतर्मुख मणिलालनं कसं पचवलं असेल? याची कल्पना करणं कठीण होऊन बसलं. काय झालं की...

'टॉलस्टॉय फार्म' आश्रमात अठरा पगड जातींचे लोक गुण्यागोविंदानं नांदत होते. एकच कुटुंब असावं असा भाव त्यांच्या मनात निर्माण व्हावा, यासाठी बापूंनी अनेक युक्त्या योजल्या होत्या. कारण त्यांना वाटत होतं, सत्याचा आग्रह धरणाऱ्याला शासकाच्या जुलमाचा सामना करावा लागेल. अशावेळी त्याचं मन ध्येयापासून विचलित न व्हावं, यासाठी ते निश्चिंत असणं आवश्यक आहे. म्हणून सत्याग्रहीचं कुटुंब वेगळं न समजता सामूहिक भ्रातृभावानं राहणारं विशाल संयुक्त कुटुंब त्यांना अभिप्रेत होतं. त्यासाठी सामान्य स्वयंपाकघर, सर्वांची सारखी पंगत, साधं सात्त्विक जेवण, सारखी व साधी राहणी यासाठी सारखे परिश्रम, नियमावली वगैरेंचा अंमल

त्यांनी सुचवला होता. झोपण्याची व्यवस्थाही सर्वांची खुल्या आकाशाखाली रांगेत असे. जेव्हा खोल्यांत झोपणं होई, तेव्हा अमुकच खोलीचा आग्रह न ठेवता खोल्यांच्या अदलाबदलीचं सत्र चालू राही.

मोठ्यांप्रमाणे लहानांतही भ्रातृभावाचं सिंचन व्हावं यासाठी बापू आग्रही भूमिका घेत. वेगळ्या वातावरणात वाढलेल्या मोठ्यांशी जे वाद घातल्यानंतर पटण्याची प्रक्रिया होते, ती लहानपणापासून याच वातावरणात वाढलेली मुलं मोठी होतील; तेव्हा घडणार नाही, असं बापू म्हणत. त्यांच्या सूचनेबरहुकूम आश्रमातील सर्वांची मुलं एकत्रच वाढत होती. त्यांच्या वर्तनात सहजपणा यावा, यासाठीही बापू प्रयत्नशील होते. आश्रमाच्या परिसरात पण राहण्याच्या जागेहून दूर वनराजीच्या कुशीत सुरेख झरा होता. मुलांच्या विकासात निसर्गाचा सहभाग असावा, असं बापूंचं मत होतं. म्हणून स्नानासाठी मुलं या झऱ्यावर जात. येता-जाताना व्यायामही घडे आणि निसर्गाच्या सान्निध्याचा लाभही घडे. हे स्थान विलक्षण रमणीय होतं.

मणिलाल, रामदास, देवदासव्यतिरिक्त पंधराच्या आसपास मुलं-मुली हसत-खेळत गप्पा मारत स्नानाला जात. यात मणिलाल सर्वांत मोठा, त्यानं वयाची विशी ओलांडली होती. या मुलांच्यात पाच ते सतरा-अठरा वर्षांच्या काही मुलीही होत्या. 'टॉलस्टॉय' आश्रमाची निर्मिती झाली तेव्हापासून ही दिनचर्या चालू असल्यानं त्याचं कुणाला नवलविशेष जाणवत नव्हतं. रोजच सारे बरोबर स्नानाला जात. स्नान आणि कपडे धुवायचं काम संपवून आश्रमात येत. आपआपल्या कामात मश्गूल होत. मुलांना रोज पर्यटनाचा आनंद मिळतोय, हे पाहून बापूंना आनंद होई. आश्रमाचं हे रुटीनच होतं.

या कंपूत ललिता नावाची सतरा-अठरा वर्षांची पोर होती. सुरेख डोळ्यांची! धारदार नाकाची! किंचित सावळ्या ललितेच्या बांधेसूद शरीरात विलक्षण चापल्य होतं. तिचे काळेभोर केस नितंबाच्याही खाली लांब होते. हसतमुख ललिता बोलघेवडी असल्यानं साऱ्यांना प्रिय होती. तिच्या सहवासात मुक्याला बोलतं करायचं सामर्थ्य होतं. अबोल, शांत मणिलालची ती चेष्टा करायची. दहा शब्द बोलून त्याला एक-दोन शब्द तरी बोलायला लावायची. मणिलालला हे वागणं कधी आवडू लागलं हे कुणाला कळलं नाही; पण चोवीस तासांचा थकवा या पर्यटनात लाभलेल्या ललिताच्या, चिवचिवाटात उतरून जातो, असं वाटणं त्यानं एकदा धीर करून ओठी आणलं. साऱ्यांबरोबर भ्रातृभावानं वागणारी ललिता अनपेक्षितपणे लाजली.

'त्या' दिवशी स्नान संपवून सारे सकाळच्या कोवळ्या उन्हाची लज्जत चाखत होते. छोटी पोरं अजून पाण्यातच दंगामस्ती करीत होती. ललिता थोडी दूर जाऊन ओले केस पुसत होती. तिच्या अंगावरच्या ओल्या वस्त्रांतून पाणी निथळत होतं.

पाण्यात खेळणाऱ्या मुलांना बोलवायला मणिलाल पाण्यात उतरला. 'अजून थोडं,' म्हणत बाहेर यायला नकार देणाऱ्या एका मस्तीखोर मुलाला पकडायला त्याला पोहत थोडं दूर जावं लागलं. अचानक त्याची नजर किनाऱ्यावर केस पुसणाऱ्या ललितावर स्थिरावली. त्याच क्षणी अंगाला झटका देत तिनं पुढे आणलेले केस मागे टाकले. साक्षात जलपरीसारखं वाटणारं तिचं लोभस रूप अचानक नजरेत भरल्यागत मणिलाल मंत्रमुग्ध अवस्थेत बघत राहिले. थोड्या अंतरावर इतर मुलीही आहेत, त्या आपल्याकडे बघत असतील, याची त्याला जाणीव उरली नाही. पाण्यातून बाहेर येत त्यानं घोगऱ्या आवाजात साद घातली.

"ललिता..." मणिलालची चाहूल लागताच ललितानं मागे वळून पाहिलं. त्याची नजर पाहून ती बावरली.

"मला...मला कपडे बदलायचेत मणिलाल!" ती जेमतेम म्हणाली. तिच्या चेहऱ्याला लज्जेनं अनोखं सौंदर्य प्राप्त करून दिलं होतं. दाताखाली दबलेल्या तिच्या थरथरणाऱ्या ओठांकडे मणिलाल अनिमिष नेत्रानं बघत होता. भारावल्या अवस्थेत नकळत त्याच्या तोंडून शब्द निसटले.

"ललिता...तुझे केस फार छान आहेत... विलक्षण सुरेख दिसतेस तू! एखाद्या परीसारखी!"

त्याच्या आसक्त स्वरातलं आमंत्रण कळत होतं आणि कळत नव्हतंही. लहानपणापासून मणिलाल आणि ती बरोबर वाढले होते, पण मणिलालनं असं कधी सांगितलं नव्हतं. त्याची कधी लाज वाटली नव्हती. जे घडतंय ते अनैसर्गिक आहेसं वाटून सहजतेचा आव आणत ती हसली. "अरे वा!" मणिलालची फिरकी घेत ती म्हणाली, "तू कधी परी बघितली आहेस मणिलाल?" खळखळून हसत पाठ फिरवून ती चालू लागली. त्या कृतीनं तिचे केस झोका दिल्यागत हलले. मंत्रमुग्ध अवस्थेत मणिलाल दोन पावलं पुढे झेपावला. त्या रेशमी केसांना मुठीत घेऊन क्षणभर त्यानं श्वासात सामावण्याचा प्रयत्न केला. दुसऱ्याच क्षणी केस सोडून तो निघून गेला.

किंचित दुरून तीन-चार मुली डोळे विस्फारून हे काय होतंय, ते बघत होत्या. जे घडलं त्याचा उलगडा करण्याचं सामर्थ्य कुणातच नव्हतं. त्या दिवशी सारे हसतखेळत परतत असताना मणिलाल आणि ललिता का रेंगाळत चालतायत? हे कुणाला कळत नव्हतं. आश्रमात येताच सारे रोजच्या सहज स्वाभाविकतेनं आपापल्या कामात गढले.

याविषयी कुणीच काही चर्चा केली नव्हती. सहज विस्मरणात जावी अशी घटना इतरांच्या विस्मरणात गेली, तरी मणिलाल आणि ललिताच्या मनात मात्र वादळ उठवून गेली. विशेष काही घडलं नव्हतं. मुलांना सत्शील बनवण्याच्या त्या

प्रयोगात असं काही का घडतं? याची मुलांना जाण नव्हती. हे काय आहे? तेही त्यांना कळत नव्हतं. तरीही नजरेचा खेळ सुरू झाला. दुसऱ्याच्या नकळत अनिमिष नेत्रानं न्याहाळणं का आवडत होतं ते कळलं नाही, तरी टाळता येत नव्हतं.

रोजच झऱ्याच्या एका बाजूस वयात येणाऱ्या मुली स्नान करत. दुसरीकडे मुलं! तरीही पोहताना एकमेकांची छेड काढत पाणी उडवत जवळ जाण्यात कुणाला काही गैर वाटत नसे; पण या प्रसंगानं मणिलाल, ललिता आणि त्यांच्यात घडलेली चेष्टा पाहणाऱ्या मुलींच्या मनात गोंधळ उडाला होता. मणिलाल पोहत असताना त्याच्या धष्टपुष्ट शरीरावर ललिताची नजर स्थिरावणं मणिलालला अलगद कळायचं. पाण्याच्या आतून पोहत जाऊन ललिताच्या पायाला गुदगुल्या कराव्याशा वाटत. मुलीही पाण्यात डुबकी मारण्याचा खेळ करत. तीन-चार दिवसांनंतर मणिलाल एका टोकाला सूर मारून बऱ्याच अंतरावर बाहेर आले, तेव्हा थोड्या अंतरावर कमलपत्रागत केस तरंगताना दिसले. त्या केसांची स्वामिनी ललिता आहे, तिनं पाण्यात डुबकी मारली आहे, या कल्पनेनं तो शहारला. त्या केसांना काही दिवसांपूर्वी स्पर्श केला होता त्याची याद उफाळून वर आली. थंड पाण्यात असूनही शरीरातील रक्तप्रवाह गरम झाला. या केसांखाली ललिताची सुडौल काया आहे, याची जाण त्याला त्या केसांकडे खेचून नेणारी ठरली. आसुसून त्यांनी केस मुठीत धरले. स्वामिनीनं डोकं वर काढलं. तर...ती ललिता नव्हती. चंदा नावाच्या आश्रमकन्येचेही केस लांब आहेत, याचं मणिलालला विस्मरण झालं होतं. 'त्या' दिवशी तिनं मणिलालला ललिताबरोबरही बघितलं होतं. म्हणून ती घाबरली. मणिलालची नजर, त्याचा स्पर्श वेगळाच-म्हणजे कसा वाटला ते न कळून ती पटकन पाण्याबाहेर गेली. कुणी काही म्हणेल त्याची वा मणिलाल खुलासा देईल याची वाट न बघता ती भराभर चालत सुटली. इतर कुणाचं तिच्याकडे लक्ष नव्हतं; पण निथळत्या कपड्यांत आश्रमाच्या दिशेनं चालत सुटलेल्या चंदाला पाहून मणिलाल भयभीत झाला.

त्या दिवशी संध्याकाळी भजनानंतर बापूंनी मणिलालला त्यांच्या खोलीत बोलावलं. यापाठच्या कारणाची कल्पना असल्यानं मणिलाल घाबरले स्नानंनंतरच्या दिनचर्येत काही घडलं नसूनही तो दिवसभर बापू बोलावतील म्हणून दचकत होता. घामाघूम अवस्थेत थरथरत्या पावलानं तो बापूंच्या कक्षासमीप आला. आत बघितलं तर जमिनीवरच्या सतरंजीवर बापू बसले होते. त्यांच्याजवळ ललिता आणि चंदा दोघी होत्या. त्यांची नजर झुकली होती. मान खाली असल्यामुळे त्यांचा केशकलाप प्रकर्षाने नजरेत भरत होता. त्या रेशमी लडींच्या स्पर्शाची याद मणिलालच्या काळजात भयप्रद कंप उठविणारी होती. प्रयत्नपूर्वक नजर दूर करून तो कक्षाच्या दरवाजापाशी उभा राहिला.

१८

पालथी मांडी घालून बापू लोडाला टेकून बसले होते. त्यांची व्यथित नजर आळीपाळीनं चंदा आणि ललिता तसेच मणिलालवरून फिरत होती. त्यांच्या चेहऱ्यावर असीम व्यथा दिसत होती. चौघांची उपस्थिती असूनही बापूंच्या कक्षात स्तब्ध मौन वातावरण कोंदून टाकत होतं. श्वासाचाही आवाज अंगावर काटा आणीत होता.

"मणिलाल..." बापू खोल आवाजात म्हणाले. तो स्वर मणिलालना हादरवणारा होता. प्रश्नार्थक मुद्रेनं त्यांनी जेमतेम बापूंकडे बघितलं. चटका बसल्यागत त्यांनी नजर चुकवली.

"चंदानं आज मला जे सांगितलं, तेच मला तुमच्याकडून जाणून घ्यायचं आहे. आता मोठे झाला तुम्ही. तुमचाही विचार घ्यायला हवा मी! तरी मला वाटतं, चंदा खोटं सांगत नसणार. मला कळायला हवं, माझ्या हातून तुमच्या संगोपनात कुठे चूक झाली?" बापूंच्या स्वरातूनही जसे अश्रू ओघळत होते. मणिलाल आधीच अबोल! त्यात अपराधी! त्यांच्या तोंडून शब्द फुटेना.

"शिवाय चंदाशी ललिताही सहमत आहे. मला फक्त इतकंच सांगा, माझा कुठचा पापग्रह तुम्हाला ग्रासला?" बापूंचा स्वर जड झाला. त्यांचा व्यथित चेहरा, गुदमरणारा स्वर मणिलालना सहन होईना.

"बापू..." ते कळवळून म्हणाले. आपल्या मनात उठलेले आकर्षणाचे तरंग जीवन उद्ध्वस्त करणारं वादळ ठरत असल्याची त्यांना चाहूल लागली. हातून महापाप घडलं असल्याच्या जाणिवेनं ते शरमेनं लाल झाले. त्यांची बाजू ऐकून घ्यायचं म्हणत असतानाही चंदा आणि ललिता म्हणतात ते खरं असणार, असं म्हणत त्यांनी अपराधाची जाणीव दिली असताना बोलण्यासारखं काय उरतं? हा प्रश्न मणिलाल स्वत:लाच विचारीत राहिले. सलज्ज स्वरात ते म्हणाले, "त्या म्हणतात ती चूक माझ्या हातून घडलीय. मला शिक्षा करा बापू, पण त्यांना काही

म्हणू नका. या चुकीत त्यांचा वाटा नाही.''

"ही तुमचीही चूक नाही...'' मणिलालना जवळ घेत बापू म्हणाले. क्षणभर वाटलं, ही तारुण्याची चाहूल आहे. तुमचं लग्न करायला हवं असं ते म्हणतील. त्यावेळी आपण चंदाला ललिता समजण्याची आपली चूक झाल्याचं कबूल करू. अशी गफलत व्हायला नको होती, असं खुद्द त्यांनाही वाटत होतं. ते आसावल्या मनानं बापू पुढे काय म्हणतात ते ऐकू लागले, पण...बापूंचा प्रत्येक शब्द त्यांना हताश करणारा होता.

"बेटा, तुमचा अपराध ही माझी उणीव ठरणार.'' बापू बोलू लागले. "आश्रमातील प्रत्येक व्यक्ती आपल्या विशाल कुटुंबातील एकत्र समजावी, असं मी शिकवीत होतो. शिकवण्याच्या माझ्या पद्धतीत कमी राहिली म्हणून तुमच्या मनात भगिनीविषयी येऊ नये तो भाव आला. चूक माझी. सजा मला आणि फक्त मलाच व्हायला हवी!''

"बापू...'' चंदाच्या तोंडून चीत्कार निसटला. "माझंच चुकलं. मणिलालच्या करणीनं मी गोंधळून जाण्याऐवजी त्याच्याजवळ खुलासा मागायला हवा होता. त्याला चूक जाणवताच मी या घटनेवर पडदा पाडायला हवा होता. त्याऐवजी हे काय होतंय? ते समजून घ्यायला मी तुमच्याकडे धावले.''

"तू योग्य तेच केलंस! सख्ख्या बहिणीसारख्या आश्रमकन्येत परस्त्रीचं रूप दिसणं महापाप आहे. जे मणिलालच्या हातून घडलं ती चूक माझी! सांगा मणिलाल, हे काय घडलं? का घडलं?''

कानात बापूंची वेदनामयी वाणी शिरत होती, तरी नजरेसमोर ओलेत्या ललिताचं कोरीव शिल्पासारखं रूप, पाण्यावर पसरलेले काळेभोर केस तरळत होते. बापू स्वतःला शिक्षा करून घ्यायची म्हणतायत असं ऐकताच त्या दोन्ही मुलींचे डोळे वाहू लागले होते. हे सारं आपल्यामुळं झालं, ही जाण मणिलालना जाळत होती.

"बापू...'' रडकुंडीस येत ते म्हणाले, "यात फक्त माझा दोष आहे. शिक्षा मलाच व्हायला हवी. ललिताचे लांब केस मला मोहवून गेले. ललिता समजून मी चंदाला...'' मणिलाल गप्प झाले. चंदा हुंदके देत रडू लागली. ललिताच्यानं गप्प राहवेना.

"शिक्षा मलाही व्हावी बापू...'' ती निग्रहानं म्हणाली, "माझ्याही मनात मणिलालविषयी भ्रातृभाव नव्हता...''

थरथरणाऱ्या ओठांवर बापूंनी कचकन दात रोवले. क्षणभर त्यांनी डोळे मिटले. तो क्षण युगायुगाइतका लांबलचक आणि असह्य ठरत होता. जीवघेणी शांतता काळीज कुरतडत होती.

"तुम्हाला शिक्षा करायचा मला अधिकार नाही.'' बापूंनी डोळे उघडत म्हटलं, "तुमच्या कितीही चुका असतील. साऱ्याचं उत्तरदायित्व तर माझ्याकडेच आहे. या

अपयशासाठी मी उद्यापासून उपोषण सुरू करीन. या निर्णयात बदल होणार नाही.''

''बापू...'' तीनही मुलं कळवळून ओरडली.

''तुम्ही म्हणाल तितके दिवस-आमरण उपोषण करीन मी बापू; पण तुम्ही स्वत:ला पीडू नका...'' मणिलाल रडू लागले.

''तुमचं मन उपोषणानं पवित्र होणार नाही.'' बापू भेदक स्वरात म्हणाले, ''रिकाम्या मनात सैतानाचा संचार सुरू झालाय मणिलाल. तुम्ही आता 'टॉलस्टॉय' आश्रमात राहण्यास लायक उरला नाहीत. 'फिनिक्स' आश्रमात स्वतःला कामात आकंठ बुडवून घ्या...''

''बापू...'' ललिताही कणखर स्वरात म्हणाली, ''जी चूक दोघांच्या हातून घडली तिची शिक्षा फक्त मणिलाललाच का? मलाही व्हावी.''

''चहाडी करण्याचा गुन्हा मी केलाय बापू!'' चंदा म्हणाली, ''मला शिक्षा व्हायलाच हवी.''

''शिक्षा तर नव्हे पण..'' बापू विचार करायला किंचित थांबले. ''चुकीचं परिमार्जन अवश्य व्हायला हवं''

''तुम्ही जे म्हणाल ते आम्ही करू, पण बापू तुम्ही उपास करू नका.'' ललिता मनापासून म्हणाली.

''हो बापू! सांगा काय करू?'' चंदानं विचारलं. ''काहीही करायची आमची तयारी आहे''

''मग बेटा...'' बापू कष्टी स्वरात म्हणाले. मग त्यांची नजर मुलींच्या भरघोस केशकलपावर खिळली. ''ज्या केसांच्या मोहानं मणिलालचं मन चळलं...'' ते व्यथित स्वरात म्हणाले, ''त्या केसांच्या मोहापासून मुक्त व्हा. कापून टाका ते!''

''बापू...'' मणिलालच्या कंठातून चीत्कार निसटला.

''बापू...'' चंदा, ललिताच्या तोंडूनही कोवळा भयभीत चीत्कार निसटला.

''हो! हेच प्रायश्चित्त मला योग्य वाटतंय.'' बापू निर्णायक स्वरात म्हणाले, ''मणिलाल, उद्या सूर्योदयापूर्वी तुम्ही हा आश्रम सोडणार आहात. त्याआधी चंदा आणि ललिताही केसांच्या मोहातून मुक्त झालेल्या असतील. तुमच्या मनातून मोह जात नाही तोवर तुम्हाला लग्न करता येणार नाही. लग्न हे शारीरिक गरजा पूर्ण करण्यासाठी नसतं. ते असतं आत्मिक उन्नतीसाठी. आत्मिक उन्नतीची प्रचीती मिळेतो लग्न वर्ज्य!''

बापूंचा प्रत्येक शब्द मणिलालच्या काळजावर घाव करीत होता. पांढरे फटफटीत पडलेले मणिलाल अवाक् होऊन बापू आणि चंदा, ललिताकडे बघत होते. दोन्ही पोरींचं आक्रंदन त्यांना ऐकवत नव्हतं. बापू बोलतच होते...

'' 'फिनिक्स' आश्रमात राहून मणिलाल मोहत्याग करून आत्मा जागृत

करतील. केशमुक्त होऊन तुम्हीही तुमच्या मनात आकार घेणारी मोहमयी वासना विसराल. तरीही तुमच्या मनात जे तरंग निर्माण झाले ते माझ्या शैक्षणिक पद्धतीत असलेल्या उणिवेमुळे निर्माण झाले असल्यामुळे मलाही तीन दिवस उपोषण करून आत्मशुद्धी करून घ्यायला हवी. लक्षात घ्या, माझं उपोषण तुमच्या सर्वांच्या आत्मिक उन्नतीसाठी असेल.''

क्षणाक्षणाला मणिलालची नजर अधिकाधिक झुकत होती. चंदा वा ललिताकडे त्यांच्यानं नजर उचलून बघवेना. तिघांना कवेत घेत बापूंनी मृदू स्वरात विचारलं, ''प्रायश्चित्तासाठी आपण सर्व सज्ज आहोत असं मी समजू?''

''हो बापू!'' हुंदके आवरत ललिता म्हणाली.

''शाबास पोरी! तुझ्यासारख्या आश्रमकन्येकडून माझी हीच अपेक्षा होती.'' चंदाकडे वळून बापूंनी विचारलं, ''तू?''

''तुम्ही जे सांगाल ते करण्यातच आमचं कल्याण सामावलं आहे, अशी श्रद्धा माझीही आहे बापू!''

''छान!'' बापूंच्या स्वरात समाधान होतं. मणिलालकडे वळत ते म्हणाले, ''आत्ताच आपण प्रायश्चित्ताची सुरुवात करू. जा मणिलाल. तुमच्याच हातानं कातर येऊ द्या.''

मणिलाल रक्त गोठल्यागत स्तब्ध झाले. करुण नजरेनं त्यांनी चंदा, ललिताच्या केसांकडे बघितलं. हेच केस त्यांना परीचं रूप प्रदान करत होते. आता काही वेळात त्या दोघी बोडक्या होणार होत्या...त्यांच्या काळजात जीवघेणी कळ उठली. हे...हे माझ्यामुळे? का मला केस मुठीत घेण्याचा मोह झाला? मणिलालचं मन मूक रुदन करीत होतं. डोळे विस्फारून ते पुतळ्यागत उभे होते. त्यांच्याकडे बघत बापूंनी पुन्हा आदेश दिला, ''मणिलाल, तुमच्या प्रारब्धात असलेलं काम निष्काम मनानं पूर्ण करा.''

चावी दिलेल्या बाहुल्याप्रमाणे मणिलाल बाहेर गेले. आश्रमात एकमेकांची हजामत करण्याचा रिवाज असल्याने स्वावलंबनाची सोय होती. हजामतीचं सारं सामान एका विशिष्ट खोलीत होतं. त्या खोलीतून ते सामानाच्या पेटीकडे वळले. मोठी कातर त्या दिवशी त्यांना अधिकच मोठी आणि धारदार वाटली. बाहेर रात्रीचा अंधार काळाकभिन्न वाटत होता. आश्रमातील बनात एखाद्या पक्ष्याच्या पंखांची फडफड विलक्षण भेसूर वाटत होती. दबत्या पावलानं मणिलाल बापूंच्या खोलीत आले

खोलीत ललिता, चंदा आणि बापू नावाचे जसे पुतळे बसले होते. मणिलालनं गुपचूप येऊन बापूंच्या चरणाशी कातर ठेवली. कातर हाती घेणारा बापूंचा हात थरथरत होता. डोळ्यांत सागर हिंदकळत होता. तरीही...तरीही कापऱ्या हातांतील

कातर ललिताच्या दिशेला वळली. तीव्र वेदना आणि असह्य गुन्हेगारी भाव मणिलालच्या नजरेत उसळले. क्षणभर त्यांनी केसांच्या काळ्या लडींकडे बघितलं. ओठ घट्ट मिटून ते खोलीबाहेर धावले.

या घटनेचा इत्थंभूत अहवाल हरिलालना हिंदुस्थानात मिळाला आणि त्यांच्या मनात अस्वस्थतेचं वादळ उठलं. बोडक्या डोक्याच्या ललिता आणि चंदा त्यांना कल्पनेतही हादरवून गेल्या. त्यांचा जीव कासावीस होत होता. उलटसुलट विचारात हरिलाल गरगरत होते. मणिलालच्या हातून जे घडलं ते घडायला हवं होतं असं त्यांना म्हणायचं नव्हतं; पण जे घडलं ते अघटित वाटत नव्हतं, पण बापूंचं वर्तन मात्र कल्पनातीत वाटत होतं. एवढ्या छोट्या घटनेचा बापूंनी इतका गवगवा का करावा? जे घडलं ते थोडं अनिच्छनीय असेल, पण इतकं का अस्वाभाविक होतं? हरिलालना आठवलं, मोटाबापू एकदा म्हणाले होते,

"तुझा बापू लग्नात तेरा वर्षांचा होता." खुद्द हरिलालही मणिलालच्या हातून ज्या वयात चूक घडली त्या वयाला बाप होऊन जुनेही झाले होते. लग्नाआधीच त्यांच्या मनात गुलाबविषयी असीम ओढ निर्माण झाली होती. मणिलालच्या मनात उत्पन्न झालेलं आकर्षण विशी ओलांडलेल्या तरुणाच्या मनातील आकर्षणाहून वेगळं-पाप वाटावं असं आहे, हे हरिलालना पटेना. त्यांच्या मनात मणिलालविषयी अपार अनुकंपा दाटली.

बापूंचे उपास म्हणजे जगव्यापी बातमी! दक्षिण आफ्रिकेतच का? इतर ठिकाणीही उपासाच्या कारणांविषयी चर्चा होणार. अशा अवस्थेत 'फिनिक्स' आश्रमातही मणिलालना किती चोरट्यासारखं वाटत असेल? जगाच्या नजरेतील दाह पचवणं सोपं का आहे? मणिलालच्या काळजीनं जीव कासावीस होत होता.

स्वतःच्या व्यक्तिगत जीवनात स्वतःच्या पायांवर उभं राहणं अजूनही जमत नव्हतं. त्यात मणिलालविषयी कळलं. पुन्हा आफ्रिकेस जाण्याच्या गुलाबच्या मताशी सहमत झालेल्या हरिलालच्या मनानं पलटी खाल्ली. 'त्या' वेळीही साऱ्या सुशिक्षितांच्या मेळाव्यात स्वतः अशिक्षित म्हणून कसे मिटून जायचे ते आठवलं. बाच्या मनात काही असलं तरी बापूंच्या निर्णयाला 'मम' म्हणण्याला पर्याय नव्हता. इथे अजून बायको-मुलांचा सांभाळ करता येण्याजोगी व्यवस्था झाली नसली तरी पुढे होऊ शकेल; पण आफ्रिकेस जाण्यात तर साऱ्या आशा-आकांक्षाच संपण्याचं भय आहे. काय करावं? मनाचा कौल मिळत नव्हता.

अशा परिस्थितीत बापूंचं पत्र आलं... 'हरिलाल , तुमच्या मनातून परीक्षेचं आकर्षण गेलं असलं तरच इकडे येण्याचा निर्णय घ्या. जोवर स्वतःच्या पायावर उभं राहणं ज़मत नाही, तोवर स्त्रीसहवास टाळायला हवा, असं माझं प्रांजळ मत आहे.

तुम्ही पुन्हा चंचीच्या मोहात पडून 'दोषात' आला आहात, असं कळलं. मन उदास झालं. मला वाटतं, इथे येण्याची तुमच्या मनातील इच्छा कृत्रिम आहे...' हरिलालनं पुन:पुन्हा पत्र वाचलं. मोहाच्या दोषांतला अर्थ त्यांना नीट उमगत होता. गुलाबला पुन्हा दिवस जाणं बापूंना मंजूर नव्हतं. त्यासाठी ते हरिलालच्या दुखऱ्या नसेवर दाब देऊन ठपका सुचवित होते. मोहासाठी बापूंनी मणिलालला शिक्षा फर्मावली. तसंच किंवा त्याहून काही भयंकर आपल्या बाबतीत घडणार नाही, याची खात्री कुणी द्यावी?

मणिलालच्या शिक्षेनं त्यांच्याइतकंच हरिलाललाही उद्ध्वस्त केलं. छे! बापूंच्या मार्गावर चालणं आपल्याला जमणार नाही. ते स्वत:शी पुटपुटले-आपल्याला मुलं, पत्नी यांना प्रेम द्यायचंय. आता शिक्षण जमेलसं दिसत नाही; पण मुलांना अवश्य शिकवायचंय. पत्नीचं, मुलांचं प्रेम मिळवायला साऱ्या सुखांचा नजराणा त्यांच्यासमोर धरून स्वतःही आनंदित व्हायचंय. यासाठी बापूंकडे परत न जाणंच श्रेयस्कर-अगदी आता मनात शिक्षणाचा मोह उरला नसला तरी! बापूंनी म्हटल्याप्रमाणे निर्भय मनानं मनाचा कौल स्वीकारायचा. त्यात सर्वनाश झाला तरी बेहत्तर! हरिलाल निर्णयावर आले.

११

हिंदुस्तानातून बापूंना अनेक पत्रं येत. या पत्रांतून हरिलालचं कसं काय चाललंय याविषयी कळे. हरिलाल स्वत: सहसा बापूंना पत्र लिहीत नसत. कधीमधी गुलाब कस्तुरबांना पत्राद्वारे खुशाली कळवित असे. तिला पुन्हा दिवस गेल्याचं तिच्या पत्रात होतं. या पत्राबरोबर हरिलालचीही चिठ्ठी होती. त्याचं उत्तर बापूंनी दिल्यानंतर हरिलालनं कधीही पत्र पाठवलं नव्हतं. त्यांचं हे मौन बापूंना व्यथित करीत होतं; पण व्यथा गोंजारायला सवड नव्हती. चळवळीचं काम ऐन भरात आलं होतं. हजारो सत्याग्रही तुरुंगात होते. त्यांच्या कुटुंबीयांच्या भरणपोषणाची जबाबदारी बापूंवर होती. शेकडो कुटुंबं 'टॉलस्टॉय' आश्रमात आश्रयासाठी येत होती. वाढत्या संख्येनं प्रश्नही वाढवले होते. अशात हरिलालचं मॅट्रिकमध्ये अपयशी ठरणं आणि अजूनही कमवायला न लागणं बापूंना व्यग्र करीत होतं. रेवाशंकरना हरिलालचा निभावखर्च द्यायला सांगितलं होतं. तरीही स्वत: परावलंबी असताना हरिलालनं जबाबदारी वाढवणं बापूंना अयोग्यच नव्हे, तर अनैतिक वाटत होतं.

तरीही हरिलालनं आफ्रिकेस येऊ का? असं विचारलं ते बापूंना कुठेतरी सुखवित होतं, पण हरिलालची ही इच्छा आहे की पळपुटेपणाचं स्वरूप, हे त्यांना नक्की करता येईना. म्हणून त्यांनी हरिलालना स्पष्ट पत्र लिहिलं. सत्याग्रहात हरिलालनं स्वत:चं तेज सिद्ध केलं होतंच. ते पुन्हा सत्याग्रही बनले तर सोन्याहून पिवळं, असं वाटत असूनही बापूंना खुलासा हवासा वाटला.

पण मणिलालविषयी कळल्यापासून हरिलाल अस्वस्थ झाले होतेच. त्यात बापूंच्या पत्राची ठिणगी पडली. डोक्यात भडकलेल्या आगीनं समज-गैरसमजाचा वणवा पेटवला. हरिलालच्या मनानं घेतलं-बापूंना आपण नेहमीच नकोसे होतो. स्वत:पेक्षा वेगळा विचार करणाऱ्यांशी बापू तुटकपणे वागतात. बापू स्वत: चांगले आहेत. त्यांचा मार्ग चांगला आहे, हे हरिलालना मंजूर होतं, पण आपल्यापेक्षा भिन्न मत कुणाचं-विशेष तर मुलांचं नसावं हा आग्रह हरिलालना दुराग्रह वाटे. आश्रमात

राहून जे अळणी खाणं अथवा उपोषणाचा मार्ग धरायचे त्यांना बापू पटकन 'तपस्वी' ही पदवी बहाल करीत, पण त्यातील कित्येक तपस्वी म्हणवणारे आश्रमवासी संधी मिळताच संधिसाधू ठरल्याचं सिद्ध झालं होतं.

हरिलालनं बापूंच्या पत्राचं उत्तर तर दिलं नाहीच; पण यापुढे बापूंच्या रस्त्यानं कधीही न जाण्याचा घनघोर निश्चय करून ते मोकळे झाले; पण निर्णय घेणं सोपं असलं तरी त्याबरहुकूम वागणं फार त्रासदायक ठरत होतं. जीवनसंग्रामात फक्त जखमांची संख्या वाढत होती. यश दुरूनही दिसत नव्हतं.

दुसरीकडे त्यांचं उत्तर न येण्यानं बापू नाराज झाले. हरिलालच्या इच्छेत नाकर्तेपणा लपलाय, हा संशय त्यांच्या मनात होता. त्या संशयाला पुष्टी मिळाली. अपयश आलं तरीही त्यांच्या मनातून शिक्षणाची लालसा नष्ट होत नाहीय, हे त्यांना रुचेना. उच्च नैतिक मूल्यांची हरिलालना चाड नाही, असं त्यांच्या मनानं घेतलं.

चळवळीला अनपेक्षित यश दिसू लागलं होतं. दक्षिण आफ्रिकेतील लढत संपण्याच्या मार्गावर होती. गोऱ्या सरकारनं बापूंच्या प्रस्तावाचा स्वीकार केला. विलायतेहून या सहीशिक्क्याचं स्वागत झालं. सर्व सत्याग्रही मुक्त झाले. बापूंनी यापुढच्या कार्यक्रमाची यापूर्वीच आखणी करून ठेवली होती. झाली लढाई संपताच त्यांना हिंदुस्तानातील चळवळीत स्वत:ला झोकून द्यायचं होतं. आफ्रिकेचा निरोप घ्यायचा त्यांचा निर्णय निश्चित होता. हरिलालनं फेरविचार स्वीकारला असता तरी ते आफ्रिकेस येण्यापूर्वी इथली चळवळ संपेल, अशी अपेक्षा बापूंच्या मनात होती. म्हणूनही ते पत्राच्या बाबतीत अधिक चौकस होते. खरोखरीच चळवळ संपली.

बापूंचं हिंदुस्तानात कायम वास्तव्यासाठी येणं होतंय, हे हरिलालना कळलं तेव्हा रोषाचा आवेग ओसरला होता. असंतोष नष्ट झाला नव्हताच, पण सहवासाची ओढही लागली होती. विशेष तर बांच्या भेटीची ओढ लागली होती. गुलाबच्या पत्रोत्तरात जो सूर होता त्यात बापूंच्या मनात आपल्याविषयी माया आहे, हे जाणवायचं. हरिलालना ही जाणीव हळवं करून जायची. बाला फार सहन करावं लागतं. मन मोकळं करता येईल, अशी एकही हक्काची जागा तिला नाही, याचं वाईट वाटत राही. म्हणूनच बाला भेटायला ते विलक्षण आतुरले होते.

कस्तुरबा आणि बापू ज्या बोटीनं येणार होते त्याआधीच्या आगबोटीनं मणिलाल, रामदास आणि देवदास हिंदुस्तानात आले. धाकट्या भावांना हरिलाल आसुसून भेटले. मणिलाल खूप गंभीर झाले होते. रामदासच्या ओठांवर हिरवळ दिसू लागली होती. मस्तीखोर देवदास थोडा शांत वाटू लागला होता. चौघांच्या गप्पांत आफ्रिकेतील वास्तव्याच्या अनेक आठवणी ताज्या झाल्या. जिथून रुसून निघून येणं झालं होतं, त्या स्थानाच्या कितीतरी सुखद आठवणी आपल्या मनानं जपल्या आहेत, याचं हरिलालना नवल वाटत होतं.

“मणिलाल,” हरिलालनं विचारलं, “बापू मुंबईस कुठे उतरणार आहेत, हे ठाऊक आहे तुम्हाला?”

“शेठ नरोत्तमदासांच्या बंगल्यावर उतरायचेत. तिथून राजकोट पोरबंदरला घाईनंच जातील. मोटाबापू देवाघरी गेलेत. सांत्वनाला जायला हवं, असं म्हणत होते.”

हरिलाल शेठ नरोत्तमदासना भेटले नव्हते; पण देशातील अग्रगण्य मिलमालकांत त्यांची गणना होते, हे जाणून होते. त्यांना वाटलं, त्यांच्या बंगल्यावर गैरसोयीचा प्रश्नच उपस्थित होणार नाही, पण बापूंचं व्रत वा उपास असेल आणि त्याची शेठना कल्पना नसली तर उगीच बापूंचे हाल होतील. त्यांनी मनातील शंका ओठी आणली. प्रश्नार्थक मुद्रेनं तिन्ही भावांकडे पाहिलं.

“खरंय! पण आपण कुठे शेठ नरोत्तमदासना ओळखतो?” रामदास म्हणाला.

“अशा मोठ्या माणसाशी आपला परिचय कुठचा असायला?”

“ते काम मी सांभाळेन.” हरिलाल आपणहून म्हणाले. फक्त म्हणूनच थांबले नाहीत, तर बापूंची बोट किनाऱ्याला लागण्याच्या आदल्या दिवशी ते रेवाशंकरमार्फत शेठ नरोत्तमदासना भेटले.

“हरिलाल” त्यांचं स्वागत करीत शेठ नरोत्तमदास म्हणाले, “तुमचं येणं मला फार आवडलं. कस्तुरबा वा बापूंची तुम्ही अजिबात काळजी करू नका. त्यांच्या स्वागतात उणीव राहणार नाही.”

“तुमच्याकडे स्वागतात उणीव असणं शक्यच नाही,” हरिलाल नम्र स्वरात म्हणाले, “मी फक्त बापूंच्या सवयींविषयी सांगायला आलो. त्यांच्या नेमधर्माशी तुमचा परिचय नसल्यानं त्यांच्यावर उपाशी राहण्याची वेळ आली, तर विनाकारण तुम्हाला संकोच वाटेल म्हणून...”

“वा! जन्मदात्यांविषयी तुमच्या मनात जी काळजी आहे, ती पाहून मला फार आनंद झालाय.” नरोत्तमदास सहज स्वरात म्हणाले. “पण मी तर ऐकलं होतं, तुम्ही बापूंवर रुसून देश सोडलाय...”

“शेठजी...!” उदास होणं टाळून हरिलाल किंचित हसून म्हणाले, “मतभेद आमच्यात आजही आहेत. पिता-पुत्रात रुसवा कायमचा असतो का? माझ्या अस्तित्वाचं उत्तरदायित्व बापूंकडे जातं याची जाणीव न ठेवण्याइतका मी कृतघ्न वाटतो का?”

“शाबास हरिलाल !” प्रभावित होत नरोत्तमदास म्हणाले,“बापूंच्या पुत्राला शोभेल असंच उत्तर दिलंय तुम्ही...” पहिल्याच भेटीत नरोत्तमदासना हरिलाल आवडले. त्यांचं नम्र बोलणं आणि निरलस स्वभाव त्यांना मोहवून गेला.

मुंबई बंदरात बापूंची बोट आली तेव्हा त्यांच्या सत्कारासाठी जमलेल्यांत हरिलाल सर्वांत पुढे होते. हिंदुस्तानात पाय ठेवल्या ठेवल्या हरिलाल भेटतील,

अशी अपेक्षा नव्हती. त्यांना मुंबईला आलेले पाहून बांचे डोळे पाणावले. बापूंच्या चेहऱ्यावर प्रसन्न स्मित फुललं. "हरिलाल!" त्यांना पाय शिवण्याचीही उसंत न देता बापू उत्साहानं म्हणाले, "तुम्हाला इथे पाहून इतका आनंद होतोय बेटा! घरी सारी बरी आहेत नं? सुनबाई, 'कांती', 'रामी' कसे आहेत?"

गळा भरून आल्यानं हरिलाल उत्तर देऊ शकले नाहीत. त्यांनी मान हलवित होकार दिला. प्रथम बापूंना पदस्पर्श करून त्यांनी वर बघितलं. बापूंचं मूळचं शरीर उरलं नव्हतं. गालावरची हाडं नजरेत भरत होती. बाचीही तब्येत उतरली होती.

"बेटा, आता काही दिवस आमच्याबरोबर राहा!" बापू म्हणाले.

"हो रे! किती वर्षांनी भेटतोयस! आता इतक्यात कुठे जायचं नाही हा!" बाच्या दटावणीतही कंप होता. त्यांचे गालही ओले झाले.

"बा," हे मनोमिलन बघणारे नरोत्तमदास भारावल्या स्वरात म्हणाले,

"हरिलालच्या मनात तुमच्याविषयी किती काळजी म्हणून सांगू? काल तुमच्या आहार-विहाराविषयी सांगायला ते जातीनं येऊन मला भेटले. अहमदाबादहून तुमच्यासाठी इथे आले."

हेही बापूंसाठी अनपेक्षित होतं. त्यांच्याही डोळ्यांत क्षणभर आनंद लुकलुकला. दोन-तीन दिवस शेठ नरोत्तमदासच्या बंगल्यावर राहून प्रवासाचा शीण घालवल्यावर बापू हरिलालना निश्चितपणे भेटले. गप्पागोष्टी सुरू झाल्या.

"हे पहा बेटा, मला तुम्ही चारही भावंडं सारखी! पण तुम्ही माझे ज्येष्ठ पुत्र आहात. तुम्हाला माझ्या मित्राचं स्थान मिळायला हवं. मला वाटतं, उद्या राजकोटला जाणार आहोत, तेव्हा तुम्हीही बरोबर यावं. मोटाबापूंचं देहावसान झालंय. आपण मिळून सांत्वनाला जावं," हरिलालनं होकार दिला.

"तुम्ही राजकोटला जाऊन आला असाल तरी तुम्हाला नेण्यामागे माझ्या मनात एक हेतू आहे." हरिलालची मुद्रा प्रश्नार्थक झाली. "मोटाबापूंच्या लौकिकासाठी जायचं आहेच; त्याशिवाय दुसरं जे काम आहे त्यासाठी तुम्ही बरोबर असणं आवश्यक आहे." भेदक नजरेनं हरिलालकडे बघत बापू किंचित घसा खाकरत म्हणाले, "आजवर मी परदेशी होतो, मोटाबापू आणि तुमच्या इतर काकांनीच व्यवहार सांभाळला आहे. त्यांनी मला शिकवलं, तुमचं लग्न करून दिलं. तुम्ही परतल्यावर ते तुमचं हवं-नको बघत. सातत्यानं आपण कुणाचे उपकार घेऊ नयेत, हे माझं मत आहे. शिवाय मी कधी कुटुंबाचं काम केलेलं नाही. देशासाठी मी फकिरी पत्करली आहे. तेव्हा सर्व भावांनी एकत्र येऊन निर्णय करावा, असं मला वाटतं."

"तुम्ही योग्य तोच निर्णय घेतला असणार बापू! तुम्हा भावंडांच्या चर्चेत माझं काय काम?" हरिलालनं गोंधळून विचारलं.

"कुटुंबाला मी काही देऊ शकत नसेन तर मी काही घेऊही नये. मी पूर्वजांच्या

इस्टेटीतून माझं अंग काढून घेत असताना तुम्हा भावंडांच्या वतीनं तुम्ही हजर असावं, असं मला वाटतं. शिवाय एकदा सारा व्यवहार स्पष्ट केला, राजकोट पोरबंदरचं घर काकांना सोपवलं, की भविष्यात तुमचा त्यांचा व्यवहार नसावा.''

हरिलाल ताठरले. आर्थिक अडचणीत असताना मुलं आणि गुलाबला अहमदाबादला नेत असताना त्यांनी काकांजवळून जी मदत घेतली होती, त्यावर ही प्रच्छन्न टीका होती. हे सारं प्रेम दाखवत हिणवण्यासाठी चाललंय, असा त्यांनी ग्रह करून घेतला. तिथे तरी घर असण्यात जो आधार होता तोही बापू काढून घ्यायला बघतायत. यांचा निर्णय त्यांनी घेतला असताना आपल्या उपस्थितीचा शहाजोगपणा कशासाठी? जे मत कधीही स्वीकारलं जाणार नसतं ते विचारण्याचा उपचार पाळण्याची आवश्यकता काय? मन कडूशार झालं.

''बापू!'' ते चिरकल्या आवाजात म्हणाले, ''जेव्हा तुमच्या मताशी मी सहमत नव्हतो तेव्हा तुम्ही माझ्या मताला कधी किंमत दिलेलीच नाही. तुम्ही संमती मागायची आणि आम्ही द्यायची, हे सारं ठरलेलं तर असतं.''

''मनातून द्वेषाचं निर्मूलन करा बेटा!'' बापू खेदानं म्हणाले. ''आपल्या मतभेदांत तुमचा मार्ग सत्याचा सिद्ध झाला, तर तुमच्याहून अधिक मला आनंद होईल, पण... ज्या रीतीनं तुम्ही मार्गक्रमण करताय, ते पाहता अशा आनंदाची आशा नाही.''

''माझा जीवनमार्ग आता बदललाच आहे बापू!'' तितक्याच खेदानं हरिलाल म्हणाले. ''निदान धाकट्या तिघांचं तरी हित बघा बापू! त्यांच्याही भविष्याची तुम्ही काळजी घेतली नाहीत, तर कसं होईल त्यांचं? या विचारानं मी सैरभैर होतोय.''

''सैरभैर का व्हावंस तू बेटा? मी तर सारं परमेश्वरावर सोडून मोकळा झालोय. त्यानं आखून दिलेल्या मार्गावरच आपण चालत असतो. तो कल्याणमार्ग सोडून दुसऱ्या मार्गाचा विचार, हेच दुःखाला आमंत्रण ठरतं.''

''तुमच्या गोष्टी माझ्या आकलनशक्ती पलीकडच्या आहेत.'' हरिलाल विस्कटल्या स्वरात म्हणाले, '' तुम्ही जो निर्णय घेता ती काळ्या पत्थरावरची रेघ असते. त्याला संमती देण्याशिवाय माझ्यासमोर दुसरा पर्यायच कधी असतो?''

कितीतरी वेळ बापू गप्प बसून राहिले. वातावरणात असह्य मौन ताण निर्माण करीत होतं. तिथून निघून जाणं जमेना की बसणंही जमेना. हरिलाल चुळबुळत होते. त्यांच्या मस्तकावर हात ठेवून बापू अस्फुट स्वरात म्हणाले, ''तुमच्या विचारांप्रमाणेच योग्य रीतीनं वागण्यात प्रभू तुम्हाला यश देवो. तुमच्या पित्याचा हा तुम्हाला आशीर्वाद आहे.''

मस्तक झुकवून हरिलाल उठले. अधीर पावलांनी ते बाहेर आले तेव्हा त्यांच्या कपाळावरची शीर तट्ट फुगली होती. चेहऱ्यावर लाली उमटली होती. रक्त वेगानं फिरत असल्याचा दाह डोळ्यांत, चेहऱ्यावरच्या प्रत्येक रेषेत स्पष्ट दिसत होता.

२०

अहमदाबादला परतलेल्या हरिलालची मन:स्थिती फार विचित्र होती. अभ्यास संपलाच होता– संपवावा लागला होता. आर्थिक समस्या पाठ सोडत नव्हत्या. यावर उपाय म्हणून पूर्वजांच्या धंद्यात काम करावं, असा विचार मनात आला होता. त्या संदर्भात काकांशी सूतोवाच करून झालं होतं; पण बापूंच्या विपरीत निर्णयानं साऱ्याच आशांवर पाणी फिरवलं होतं. पूर्वजांची इस्टेट किती आणि काय होती, याची स्पष्ट कल्पना त्यांना नव्हती, पण ती कमी नव्हती हे ते जाणून होते. शिवाय 'कुटुंबासाठी मी काही केलं नाही,' या बापूंच्या म्हणण्यातही सत्यार्थता नव्हती. त्यांचा हक्क डावलून विलायतेस गेलेले छगनलाल हरिलालचे चुलतभाऊच होते. इतरही चुलत भावंडं अधूनमधून बापूंबरोबर राहत होती. तरीही केवळ आपल्याला आर्थिक लाभांपासून वंचित करण्यासाठीच बापूंनी इस्टेटीवरचा हक्क सोडला आहे, असा हरिलालनं ग्रह करून घेतला.

नोकरीसाठी त्यांनी कमी प्रयत्न केले नव्हते. ते तसे अशिक्षितही नव्हते. हिशेब ठेवण्याइतकं-रोजमेळ, जमा-खर्चाइतकं गणित त्यांना येत होतं. इंग्रजीव्यतिरिक्त फ्रेंच भाषाही त्यांना येत होती, पण जे येत होते ते सिद्ध करणारं प्रमाणपत्र त्यांच्याजवळ नव्हतं. निभावखर्च म्हणून मिळणारी रक्कम फारच तुटपुंजी होती. तिला ठिगळ लावायला छोट्या पेढीत मुनीम होणंही त्यांना मंजूर होतं. अशा पेढीच्या शेठला महात्मा गांधींच्या मुलाला फालतू कामासाठी ठेवणं जमत नव्हतं. मोठ्या ठिकाणी विचारण्यात येई-मॅट्रिक आहात? तत्सम इतर कुठचं सर्टिफिकेट आहे तुमच्याजवळ?

हरिलालचं मन अशा प्रश्नांसमोर कुचंबून जाई. छोट्या कामासाठी ते फार मोठे आणि मोठ्या कामासाठी ते फार छोटे माणूस होते. समग्र परिस्थिती हताशावस्थेकडे खेचणारी होती.

नोकरी मिळेनाशी झाली म्हणून धंद्याचा विचार करावा, तर भांडवलाचा प्रश्न

होता. स्वाभिमानानं जगायचं होतं, पण...पण वर वारंवार ठेच लागत होती. आता खिसे रिकामेच नव्हे तर फाटून विटून गेले होते. धंद्यासाठी थोडी तालीम घ्यावी तर काकांकडचा मार्ग बापूंनी बंद केला होता. बापूंच्यात आणि त्यांच्यात पडलेल्या फटीची खूप जणांना कल्पना होती. बापू देशात असताना इतर कुणी मदत करणंही अयोग्य ठरत होते. प्रत्येकाला वाटायचं हरिलाल गुन्हेगार आहेत. बापूंना या विषयावर विचार करावासं वाटत नव्हतं.

हरिलालच का? बापूंनी त्यांच्या कुठच्याही मुलाचा कुठे विचार केला होता? त्यांनी आखलेल्या मार्गावर सर्वांनी चालावं, असं त्यांना वाटायचं. बा किंवा मुलांचा विचार न करणाऱ्या बापूंच्या जीवनाच्या उजळ बाजूशीच लोकांचा परिचय! त्यांच्या व्यक्तित्वाच्या काळ्या बाजूचीही लोकांना जाणीव व्हायलाच हवी... उद्ध्वस्त हरिलालच्या मनात असंतोषाचा डोंब उसळे. स्वत:वर, इतर भावंडांवर, बावर झालेला अन्याय जगाला कळावा, हा विचार जोर धरू लागे. वाटे, बापूंनीच शिकवलंय नं? प्रामाणिक मत निर्भयपणे जाहीर करता यायला हवं म्हणून? मग का कुचंबत राह्यचं? का मतभेदाचं कारण जाहीर करायला कचरायचं? बापूंशी चर्चा करून यांतून सुखद निराकरण मिळवण्याचा कमी का प्रयत्न केला? भरपूर मनोमंथनानंतर बापूंना एक खुलं पत्र लिहिण्याचा त्यांनी निर्णय घेतला. निराशेनं घेरलेल्या मनाची स्थिती शब्दबद्ध करून ते मोकळे झाले.

'पूज्य पिताजींनी सेवामा...' अशी सुरुवात करून त्यांनी लिहिलं होतं, 'कीट नावाच्या किड्याच्या मनात म्हणे भुंग्याविषयी फार आकर्षण असतं! त्याचं नाव जपता जपता कीट भुंगा बनून उडून जातो. माझ्या बाबतीत थोड्याफार अंशी तसं घडलं. तुम्हाला बघता बघता खूप काही शिकलो; पण कीटची सहनशक्ती माझ्यात नसावी. भ्रमर बनेतो धीर निघाला नाही मला. त्यापूर्वीच मी उडायचा प्रयत्न केला.

तुमच्या परवानगीनं आणि मनाचा कौल घेऊन मी तुमच्यापासून वेगळा झालो. वेगळं होण्यापूर्वी आपल्यात चर्चाही झाली. तुमचं जीवन-जाहीर जीवन असल्यामुळे आपलं वेगळं होणं ही बाबसुद्धा खासगी राहिली नाही. 'छोटे गांधी'मध्ये अचानक काय बदल झाला, असा प्रश्नही जनमानसात उठला. त्याचं कारण न जाणता आल्यामुळे विवादही उभे झाले. म्हणून कारणमीमांसा देणं मी माझ्या दृष्टीनं आवश्यक समजतो.

आपल्यातले मेतभेद काही आजकालचे नाहीत. तुम्हाला वाटतं, तुम्ही आम्हा भावंडांना शिक्षण दिलं आहे, पण आमच्या दृष्टीनं ते शिक्षण पुरेसं नाही. व्यक्तित्त्वाच्या विकासासाठी तुम्ही दिलेलं शिक्षण हे औपचारिक शिक्षणाव्यतिरिक्त पूरक शिक्षण म्हणून नक्की आदर्श ठरलं असतं; पण...औपचारिक शिक्षणाला निरर्थक म्हणत तुम्ही त्या शिक्षणापासून आम्हाला वंचित ठेवलं. चळवळीच्या कामात व्यग्र आणि

व्यस्त असल्यामुळे आम्हा भावंडांकडे तुमचं दुर्लक्ष झालं, असं म्हणण्यात विवेक सुटत असेल; पण वस्तुस्थिती तशीच आहे. आम्हा भावंडांचा उपयोग तुम्ही एखाद्या शस्त्रासारखा केलात. उभ्या जगाला पित्याची ममता देणारे तुम्ही आमच्याशी रिंग-मास्टरसारखे वागलात. रिंग-मास्टरला वाटत असतं, जनावरांच्या हिंस्त्र स्वभावावर आपण विजय मिळवलाय; पण तो विजय हातांतील चाबकाचा असतो. तुम्ही अहिंसेस मानणारे? तुमच्या हातांत नव्हे; तर जिभेत चाबूक आहे, असं म्हणणं अवास्तव ठरत नाही. तुम्हाला विरोध केला तर तुम्ही तुच्छ लेखून आम्हाला दबवलं आहे. तुमचं काळीज वज्रासारखं आहे आणि प्रेम? जे मी अनुभवलंच नाही त्याविषयी काय लिहू?

तुमच्या विचार-प्रणालीप्रमाणे तुम्ही आम्हाला वाकवलंत. तुमच्या मते, आम्ही मूर्ख आहोत. तुम्ही मला वाटतं, आम्हाला मूर्ख बनवलंत. वयाच्या एकोणिसाव्या वर्षी मी रडून भेकून मला शिकायचं आहे, असं सांगत राहिलो; पण तुम्ही मनावर घेतलं नाही. त्यावेळी तुम्ही विसरलात, की तुम्ही स्वतःही सर्वांना विरोध करून एकोणीस वर्षांच्या वयालाच शिक्षणासाठी विलायतेस गेला होतात.

मी तर सतत 'इथे तिथे' मध्ये भरकटत राहिलो. कुठेही माझी मुळं रुजू शकली नाहीत. आमच्या बाची स्थिती तर तुम्ही याहूनही विदारक करून ठेवली आहे. सत्याग्रही म्हणून तुरुंगात गेलो त्यावेळी सांगोपांग विचार करायला सवड सापडली आणि वाटलं, बाच्या मुस्कटदाबीला तोड नाही. दुसऱ्याचं सारं सहिष्णुतेनं ऐकून घेणाऱ्या तुम्ही आमच्या सैद्धांतिक विरोधाचा निषेधच केलात. आम्ही सतत दबलेले राहिलो. तुम्ही म्हणता, 'तुझ्या विचारांशी तू दृढ का राहिला नाहीस?' दृढ राहणं म्हणजे काय करणं शक्य होतं मला? याचं उत्तर तुमच्याजवळ नाही; पण आता मात्र मी दृढनिश्चय केलाय. ज्या दिवशी मी लक्ष्मी कमवू शकेन त्या दिवसापासून तिचा मोह सोडून मी सत्याग्रही होईन. तोवर 'अशक्तिमान भवेत साधूसारखं,' सत्याग्रह्यांच्या कळपात येणं करणार नाही. माझ्याऐवजी छगनलाल, इतकंच काय पण सोराबजी विलायतेस पाठवले जातात. आश्रमातील किडामुंगीलाही आमच्यापेक्षा अधिक अधिकार आहेत, हे मला सहन होत नाही. छगनलाल, मगनलाल वा भाई जमनादास साऱ्यांजवळ आज शिक्षणाचं भांडवल आहे. चारित्र्याची आभा आहे. आमच्याजवळ भांडवलच नाही. फक्त चारित्र्यावर चरितार्थ चालवणारे आम्ही जनमानसात 'फुकटे' ठरतो. इतरांनी 'मफतिये,' 'फुकटे' म्हणून आमची संभावना करावी, हे मला सहन होत नाही. धोब्याच्या कुत्र्यासारखी स्थिती केली आहे तुम्ही आमची! आम्ही नाही उरलो घरचे की घाटचे! आमच्या या स्थितीला पिताजी तुम्ही जबाबदार आहात.

तुमच्या मते, मी तुमच्या मनाविरुद्ध लग्न केलं. जरा स्वतःलाच विचारून पाहा, लग्न मी केलं? गुलाबमध्ये काय कमी आहे? तुमच्या मनातील विरोध तिला

कधीही कळू नये, इतकं तुम्ही प्रेमानं वागणार तिच्याशी कारण तुम्ही तिचे बापू नाही. तुमचा गादीवारस पुत्र असण्याचा गुन्हा तर फक्त माझाच नं? दुसरंही विचारतो. लग्न केलं म्हणजे काय केलं? हे सांगाल मला? लग्नाला नऊ वर्षं झाली माझ्या. त्यातील सहा वर्षं वेगळे राहिलो. 'फिनिक्स' आश्रमातही काय? विरागी जीवन तर होतं. आज अळणी तर उद्या बिनतुपाचं, परवा तेलाशिवायचं तर जेवलोय. चहा तर नेहमी काळाच प्यायलो. काय आनंदानं दांपत्यजीवन जगलो मी?

अठ्ठावीस वर्षांच्या वयाला असं लहान मुलासारखं तक्रार घेऊन यावं लागतंय, याचं कोण दुःख होतंय मला! पण ही वेळ माझ्यावर का आली? बापू, तुमच्या तालावर मदाऱ्याच्या अस्वलाप्रमाणे नाचणं मला जमत नाहीय पुत्रानं सहनच करायचं असतं का? माझी सहनशक्ती संपली आहे.

तरीही...तरीही तुमची आज्ञा झाली तर मी 'फिनिक्स' संस्थांच्यात काम करायला तयार आहे. तुमची साथ मी आनंदानं सोडली नव्हतीच. कदाचित माझे विचार चुकीचे असतील. ते चुकीचे ठरावेत, असं मलाही वाटतं. स्वतःच्या अस्तित्वाचा विचार तुमचा पुत्र यापरता मी करू शकत नाही; पण मला पुत्र म्हणण्यालायक तुम्ही समजता का? याविषयी मनात संदेह आहे.

आज्ञांकित बालके हरिलालचा
साष्टांग दंडवत.

पत्र पूर्ण करून मथळा लिहिला–माझ्या परमपूज्य पिताजींना–एम. के. गांधींना (बार-ॲट-लॉ) माझं खुलं पत्र!' हरिलालनं पुन्हा पत्रावर नजर फिरवली. त्यातील एकही अक्षर बदलावंसं वाटेना. उलट पत्र लिहिल्यावर मन हलकं झालं. या पत्राच्या नकला कुणाकुणाला पाठवायच्या, यासाठी त्यांनी यादी तयार केली. या यादीत सार्वजनिक क्षेत्रात भाग घेणाऱ्या ख्यातनाम व्यक्तींपासून ते कुटुंबातील सभ्यांपर्यंत साऱ्यांचा समावेश होता. दुसऱ्याच दिवशी पत्राच्या प्रती काढून त्यांनी स्वतः पोस्टानं रवाना केल्या. किती दिवसांपासून धुमसत असलेलं मन शांतवलं.

त्यावेळी बापू कलकत्त्यात होते. हे पत्र वाचून त्यांचं मन फार उदास झालं. हरिलालच्या मनात उद्वेगाची किती मात्रा आहे, याची जाण त्यांना व्यथित करीत होती. पत्र वाचून ते तटस्थ स्वरात म्हणाले, "मला वाटतं, मनातील जळजळ पत्ररूपानं बाहेर आल्यानं हरिलालना बरं वाटलं. बरं झालं सारं लोकांना कळलं ते! माझी उणीव आणि हरिलालचं निर्दोषत्व लोकन्यायालयात सिद्ध होईल वा हरिलालवर पश्चात्तापाची वेळ येईल."

इकडे बापूंविषयी लिहून मोकळं झाल्यानं हरिलालचं उद्विग्न मन शांत झालं तरी त्यामुळे समस्येचं निराकरण होत नव्हतं. आता यापुढची परिस्थिती अधिकच खडतर ठरणार होती. पत्राच्या प्रती छापण्यात आणि पोस्टेजमध्येही खर्च झाला होता. आता

निभावखर्चाची तुटपुंजी रक्कमही मिळणार नव्हती. मुलं आणि गुलाबच्या काळजीनं जीव कासावीस होत असताना त्यांना नरोत्तमदास आठवले. सुदैवानं नरोत्तमदासना हरिलाल आवडले होते.

नरोत्तमदासशी परिचय करून घ्यायला ते परत मुंबईस आले. लगेच त्यांचं ऑफिस गाठून त्यांनी नरोत्तमदासची भेट घेतली. या पुनर्भेटीची नरोत्तमदासांना अपेक्षा नव्हती. म्हणून त्यांना अधिकच आनंद झाला. बापूंची खुशाली विचारून त्यांनी भेटीमागचं प्रयोजन विचारलं.

"आपण जाणताच शेठ की मी बापूंपासून वेगळा झालोय. म्हणून काम शोधतोय. यात आपली काही मदत झाली तर..."

"तुमच्यासारख्या तेजस्वी माणसाला कामाची काय कमी हो?" ते हसत म्हणाले. "हल्ली विश्वासू आणि कामसू माणसांचा दुष्काळ आहे. म्हणत असाल तर माझ्याच मिलमध्ये लावून देतो."

"फार उपकार होतील शेठ." इतकं पटकन काम झालेलं पाहून ते सद्गदित झाले. मनावरचं ओझं उतरलं.

"ठीक तर! काही दिवस आमच्या सोलापूरच्या ऑफिसचं काम पाहा. काम शिकून घ्या. मग कलकत्त्याच्या मिलचं काम तुम्हाला सोपवू. चालेल नं? कलकत्त्याला मुख्य माणूस म्हणून काम करणं जमेल नं तुम्हाला?" नरोत्तमदासनं सहज समस्या सोडवली.

"खात्री ठेवा शेठ!" हरिलाल आभारवश स्वरात म्हणाले. "तुमच्या विश्वासाला मी तडा जाऊ देणार नाही. तुम्ही म्हणाल तेव्हा मी सोलापूरला जाईन."

नोकरी मिळाली आणि हरिलाल सर्वार्थानं चिंतामुक्त झाले. त्यांच्या पावलांत आनंद आणि उत्साह प्रगटला. हरवला चेहरा पुन्हा आत्मविश्वासानं डवरला.

२१

सोलापूरची नोकरी नवी होती. गावही अपरिचित होतं. शिवाय नोकरीच्या कामात आसपासच्या छोट्या गावांत फिरण्याचाही समावेश होता. सर्व दृष्टीनं विचार करता सोलापूरला एकटं जाणं योग्य ठरणार होतं. मुलं आणि गुलाबसाठी त्यांच्याजवळ तीन पर्याय होते. अहमदाबादच्या घरातच राहणं, राजकोटला माहेरी जाऊन राहणं अथवा बा-बापूंजवळ राहणं. हरिलालनं आता आपल्याजवळ राहावं, अशी इच्छा कस्तुरबांनी व्यक्त केली होती. खुद्द हरिलालनं आता बापूंजवळ राहणं रास्त ठरणार नव्हतं. निदान पत्नी आणि मुलांना तिथे ठेवून बाची इच्छा अंशत: पूर्ण करता येणार होती.

अहमदाबादजवळच कोचरब गावी बापू आश्रमाची निर्मिती करीत होते. गुलाबनं तिथे राहावं. सोलापूरला जागेची व्यवस्था झाली, की तिथे यावं किंवा नरोत्तमदासनं म्हटलं होतं, सोलापूरला काम शिकून कलकत्त्याच्या ऑफिसचं काम सांभाळायचं आहे, तर सोलापूरला न येता थेट कलकत्त्यालाच यावं. मनातील विचार गुलाबजवळ व्यक्त करीत हरिलालनं तिचं मत विचारलं. ते जे ठरवतील, ते आपल्याला मंजूर असल्याचं गुलाब म्हणाली. तरी तिच्या शब्दांत उत्साह नव्हता.

"मला ठाऊक आहे तुला वेगळं राहाणं रुचत नाहीय." ते समजुतीच्या स्वरात म्हणाले, "पण ही पर्यायी व्यवस्था आहे. तुझ्याविना मला तरी कुठे आवडणार आहे? घराची व्यवस्था होताच मी तुम्हाला बोलावून घेणार. तोवर बाजवळ तू सुखात असलीस तर मी निश्चिंत मनानं नवं काम शिकू शकेन."

"तुम्ही नसलात तर सुख कुठचं?" गुलाब हताश स्वरात म्हणाली.

"हे मला कळत का नाही गुलाब?" ते खेदानं म्हणाले. "मी तुझ्या सुखात सहभागी होणारा, तुझ्या दु:खानं घायाळ होणारा सहचर आहे, हे तुलाही ठाऊक आहे. विश्वास ठेव, ज्या क्षणी तू दु:खात आहेस असं कळेल त्या क्षणी तुला घ्यायला मी धावत येईन. तू पत्र लिहिताच मी उलट टपाली तुझ्याकडे येईन, याची

खात्री ठेव.''

पतीच्या आश्वासक स्वरानं गुलाबला बरंच शांतवलं. तिनं विश्वासानं डोळे मिटले. हरिलालना मात्र झोप येत नव्हती. निद्रिस्त पत्नीच्या, मुलांच्या मस्तकावरून ते हात फिरवीत राहिले, कितीतरी वेळ!

सोलापूरला जम बसलाही नव्हता तोच मुंबईहून नरोत्तमदासचा निरोप आला, 'तातडीनं कलकत्ता ऑफिसात रुजू व्हा!' हरिलाल चक्रावले. अजून तर इतक्यातच त्यांनी बापूंना पत्र लिहिलं होतं. आर्थिक समस्या संपली आहे, हे कळवलं होतं. घराची व्यवस्था होताच मुलांना नेण्याचा मानसही प्रगट केला होता. नरोत्तमदासच्या निरोपापाठोपाठ बापूंचं पत्रोत्तर आलं. त्यामुळे हरिलाल गोंधळात पडले. कारण–

पत्रोत्तरात बापूंनी हरिलाल कलकत्त्यास स्थायिक होणार, यावर नाराजी व्यक्त केली होती. कलकत्त्याच्या कालिमातेच्या मंदिरात रोज पशुवध होत असे. अशा हिंसक घटना जिथे रोज घडतात, तिथे हरिलालनं राहावं हे त्यांना पसंत नव्हतं. त्यांनी स्पष्ट शब्दांत लिहिलं होतं- 'ज्या ठिकाणी निर्दोष पशूंचा विनाकारण वध होतो अशा हिंसक शहरात राहण्याचा विचार सोडा...'

पण आता हरिलाल बापूंचा विचार स्वीकारणार नव्हते. केवळ विरोध करण्यासाठी नव्हे तर बापूंचा विचार त्यांना बुद्धिगम्य वाटत नव्हता म्हणून! बापूंसारखा विचार प्रत्येकानं केला, तर कलकत्त्यासारखं गजबजलेलं शहर ओसच पडायचं, असं म्हणत त्यांनी पत्राचं उत्तर देण्याचं टाळलं. नरोत्तमदासच्या निरोपाबरहुकूम ते कलकत्त्यास गेले.

त्यांना कलकत्ता आवडलं. कामही आवडलं. पगार खूप होता असं नव्हतं; पण निदान खर्च निघू शकणार होता. शिवाय हळूहळू धंद्याच्या खाचाखोचा कळणार होत्या. पुढे मागे धंदा करायचा विचार करता येणार होता. देशात ज्या वेगानं कापड उद्योगाचा विकास होत होता, तो विचारात घेता त्यांचा अंदाज बरोबर ठरण्याचीच शक्यता होती. घरही पटकन आणि सोयीच्या ठिकाणी मिळालं. एकटं राहणं अहमदाबादलाही नकोच वाटे. इथे तर कुणी परिचयाचंही नव्हतं. रिकामपणी वेळ खायला उठायचा. ऑफिसातील सहकारी एखाद्या देशी दारूच्या गुत्त्यावर संध्याकाळ संपवित. कधी सोनागच्छी गल्लीत स्वस्त मनोरंजनासाठी जात. त्या वेळी संयमानं तरीही उदास मनःस्थितीत हरिलाल घरी जात. आफ्रिकेहून आणलेली 'भगवद्गीते'ची प्रत आणि बापूंचा फोटो बघत ते आश्वासन मिळवायचा प्रयत्न करीत; पण हे प्रयत्न फारसे सफल होत नसत.

आधी विचार होता, काही महिने एकटं राह्यचं. थोडे पैसे जमले की थोडं सामान विकत आणायचं. भाड्याचे पैसे जमले की साऱ्यांना इथे आणायचं; पण आता हे सारं अवघड वाटत होतं. ऑफिसच्या कामात वेळ चांगला जाई, पण त्यानंतर

संध्याकाळचे अनुपम रंग, रात्रीचं वातावरण एकटेपणाला डिवचत राही. गुलाबच्या पत्रातही विरहिणीची व्यथा असे. मन अनावर होत राही.

आता एकटं राहणं अशक्य आहेसं वाटून त्यांनी मणिलालना पत्र लिहिलं. आर्थिक समस्येविषयी आणि त्यासंदर्भात बापूंना काही म्हणता येणार नसल्याचं कळवून मणिलालना त्यांनी विनंती केली. मणिलालनं मुलांना आणि पत्नीला पोचवायला कलकत्त्यास यावं. काही दिवसांसाठी थोडे पैसे उसने देता आले वा मिळवायला मदत करता आली तर ते बघावं

हरिलालचं पत्र मिळताच मणिलाल गुलाब आणि मुलांना घेऊन कलकत्त्यास गेले. त्यावेळी मुलांना घेऊन गुलाब राजकोटला माहेरी गेली होती. बाची परवानगी घेऊन मणिलालनं राजकोट गाठलं. 'कोचरब'चं वास्तव्य संपवून मणिलालच्या सोबतीनं हरिलालचं कुटुंब कलकत्त्यास पोहोचलं. हरिलालच्या हाती पैशाचं पाकीट देत मणिलाल खेदानं म्हणाले, ''मोटाभाई, याहून अधिक व्यवस्था मला जमण्यातली नव्हती. आश्रमजीवनात आपल्या हाती पैसा येत नसतो, हे तुम्ही जाणता.''

''मला कळतं रे!'' हरिलाल आभारवश स्वरात म्हणाले. ''तू इतके पैसे तरी कसे देऊ शकतोयस? हेच कळत नाहीय मला.''

''आफ्रिकेच्या आश्रमात असताना मी काही स्वतंत्र कामं करीत असे. हे त्या कामाचे मला मिळालेले पैसे मी नारायणदास काकाकडे जमा करीत असे. ते पैसे मागून आणले मी.''

हे ऐकून हरिलालना भरून आलं. कृतज्ञता व्यक्त करायला त्यांच्या तोंडून शब्द फुटेनात; पण मनातील भावना अव्यक्त राहावी, हे त्यांना आवडेना. मणिलाल तर अहमदाबादला परत गेले होते, पण त्यांना पत्राद्वारे भावना कळावी या हेतूनं हरिलालनं मणिलालना पत्र लिहिलं. धाकट्या भावानं जी मदत केली, त्यापाठी त्याची जी भावना व्यक्त होत होती, तिच्या दर्शनानं आपण किती भारावलोय, हे कळवून त्यांनी कृतज्ञता व्यक्त केली.

हरिलालचं पत्र अहमदाबादला पोहोचलं तेव्हा दुर्दैवानं मणिलाल आश्रमात नव्हते. पत्र नेमकं बापूंच्या हाती पडलं. हरिलालचं अक्षर पाहून बापूंनी पत्र उघडलं. अशा प्रकारच्या मदतीची हरिलालना गरज आहे, याचीही त्यांना जाण नव्हती. पत्रानं सारं काही कळलं. हरिलाल कांचनमृगापाठी धावतायत. त्यांना मदत करणं किती मूर्खपणाचं आहे, हे मणिलालना कळलं नाही याचा खेद वाटून मनात तीव्र संताप उसळत होता. या क्षोभापाठी व्यथेपलीकडे खूप काही होतं. आश्रमनिवासी सत्याग्रहीनं स्वतःची रक्कम बाजूला ठेवणंही त्यांना मंजूर नव्हतं. मणिलालकडे पैसे असणंच ते गैर समजत होते. असे पैसे ठेवण्याची इच्छा होणं, हे आपल्या संस्कार प्रदान करण्याच्या पद्धतीत दोष असल्याचं सिद्ध होण्यासारखं आहे, असा त्यांनी ग्रह

करून घेतला. मणिलालचं मानसिक पतन त्यांना सहन होईना.

दुसऱ्या दिवशी सकाळी प्रार्थनेनंतर ते प्रार्थनागृहातच बसून राहिले. मणिलालनाही त्यांनी थांबवून घेतलं. इतर सारे जाताच त्यांनी मणिलालसमोर 'ते' पत्र धरलं. मणिलालनं पत्र वाचून बापूंकडे बघितलं-नजर झुकवून बापू व्यथित मनानं हातांची बोटं चाळवत होते. त्यांच्या चेहऱ्यावरचा क्षोभ पाहून मणिलालचा थरकाप झाला.

"मणिलाल!" बापू आर्द्र स्वरात म्हणाले, "या पत्रातील मजकूर खरा आहे की खोटा?"

"खराय बापू!" मणिलालनं जेमतेम उत्तर दिलं.

"तुमच्या हातून दोन अपराध घडलेत बेटा!" त्यांचा व्यथित स्वरही आग्रही वाटत होता. "हरिलालना यापुढे आर्थिक मदत करायची नाही, असं मी प्रत्येकाला सांगितलंय. त्याला तुम्ही अपवाद नव्हतात. तरी या आज्ञेचा तुम्ही भंग केलाय. दुसरं...पैसे तुमच्याजवळ कुठून आले?"

"बापू, ते पैसे माझ्या खासगी कामातून मिळालेल्या मिळकतीतील बचत होती. माझी व्यक्तिगत मिळकत होती बापू!"

"व्यक्तिगत मिळकत? बचत?" धारदार आवाजात बापू बोलू लागले. "व्यक्तिगत स्वार्थाचा त्याग करून जाहीर जीवनात स्वत:ला झोकून देणाऱ्या सत्याग्रहीला न शोभणारे हे शब्द आहेत, मणिलाल...असे शब्द खुद्द माझ्या मुलाच्या तोंडी असले तर इतरांसमोर मी कुणाचं उदाहरण ठेवणार? हे विषवृक्षाचं बी आहे मणिलाल! तुम्ही घोर पाप केलंय..."

मणिलाल बापूंचा आवेश पाहून हादरले. हाच आवेश...हाच कृतनिश्चयी कणखर भाव त्यांनी 'टॉलस्टॉय' आश्रमात 'त्या' रात्री बघितला होता. आता? या प्रश्नाच्या उत्तराची त्यांना कल्पना करवेना. तरीही जिवाच्या करारानं ते खुलासा करू लागले.

"ते पैसे मी माझ्या स्वार्थासाठी वापरले का? मोटाभाईंना मदत करणं हा स्वार्थ कसा ठरतो? शिवाय त्यासाठी मी आश्रमातील पैसे तर वापरलेले नाहीत नं? मग हे पाप कसं?"

"हिशेबाच्या दृष्टिकोनातून बघता हे पाप नसलं, तरी नैतिकतेच्या दृष्टीनं हा अपराध ठरतो. तुमच्या या अपराधात माझा वाटा सिंहाचा आहे, हे मी कसं विसरू?"

"बापू!" मणिलाल किंचाळले.

"हो बेटा! आपल्याला दोघांना प्रायश्चित्त घ्यायला हवं. जाहीर जीवन स्वीकारलेल्यांनी साधनशुचितेसाठी फार जागरूक राह्यला हवं. यात चूक, झाली तर शिक्षेला सामोरं जायची तयारी ठेवायला हवी. तुम्ही आजच 'कोचरब' आश्रम सोडून मद्रासला रवाना व्हा."

"मद्रास?" मणिलाल अवाक् झाले.

"हो, बेटा! तिथे सूतकताई आणि हातानं काम करणाऱ्या विणकरांचा आश्रम तयार होतोय. तिथे जाऊन विणकाम शिका. सेवाकार्यात स्वतःला झोकून द्या. या आश्रमात तुम्हाला राहता येणार नाही. मी आजपासून तीन दिवस उपोषण करीन. माझ्या शिकवण्याच्या पद्धतीत जी उणीव राहिली असेल, तिचं निवारण व्हावं म्हणून आत्मबळ एकत्र करीन. जा बेटा! असं घडवण्यात परमेश्वराचा काही विशिष्ट हेतू असेल. तुमचं कल्याणच इच्छितो मी! निघा आता!"

निष्प्राण कलेवर चालत असावं तसे मणिलाल प्रार्थनागृहाबाहेर पडले.

दुसऱ्या दिवशीच्या वर्तमानपत्रात ही बातमी वाचली आणि हरिलालनं दात कचकचवून जोरात श्वास घेतला. दोन्ही हातांत मस्तक घट्ट धरलं तरी अस्वस्थता घटेना. टेबलावर मूठ आपटत त्यांनी त्यांच्या उद्वेगाला वाचा देण्याचा निष्फळ प्रयत्न केला. आपल्या कृतज्ञतेचा दुष्परिणाम सहन न होत असल्यागत त्यांनी टेबलावर मान टाकली.

२२

तो संपूर्ण दिवस हरिलाल अत्यंत अस्वस्थ होते. कामात मन लागेना. मारून मुटकून काम करण्याच्या प्रयत्नात काम धड होत नव्हतं. चुका होतच होत्या. वर्तमानपत्रातील बापूंच्या आत्मशुद्धीसाठीच्या उपोषणाची बातमी सर्वांनी वाचली होती. त्यावरून प्रत्येकानं आपआपल्या परीनं त्यांच्याविषयी तर्क-कुतर्क केले होते. कुणी त्यांना ऐकू जावं, अशा रितीनं ते व्यक्त केले होते तर कुणी सरळ त्यांनाच प्रश्न विचारले होते. मणिलालना थेट मद्रासला आता विणकराचं जीवन जगावं लागणार- केवळ आपल्याला मदत केली म्हणून-याचा क्षोभ मनात होताच. त्यात लोकांच्या दाहक नजरा आणि बोचक प्रश्नांची भर पडली. उद्विग्न मन:स्थितीत ते कुणाला तोडून बोलले, तर कुठे स्वत: उपहासाचा विषय बनले. हातून असंख्य चुका झाल्या. त्या संदर्भात मॅनेजरनं त्यांना बोलावून समजही दिली. स्पष्ट शब्दांत सांगितलं, ''हरिलाल, बापूंच्या उपोषणानं अस्वस्थ व्हायचं असेल तर त्यांच्याच बरोबर राहा. इथे काम करायचं तर आश्रमाचा विचार न करता मिलचं हित बघावं लागेल. नपेक्षा आश्रमात चालू लागा.''

हरिलालच्या तळपायाची आग मस्तकाला भिडली. तोवर ते अतिशय उद्विग्न झाले होतेच; पण नोकराचा संताप वांझोटा असतो, याची जाण हरवली नव्हती. ऑफिसचं काम संपवून ते बाहेर आले. प्रथमच घरी जावंसं वाटेना. गुलाब दुपारच्या निवांत वेळी वर्तमानपत्र वाचायची. ती याच विषयावर बोलली असती. आता या विषयावर कुणाशी एक शब्दही बोलणं सहन होणार नव्हतं. सैरभैर मनाला ओळखीच्या व्यक्तींचा सहवास नको वाटत होता. असीम बेचैनी काळीज कुरतडत होती.

''गांधी मोशाय!'' एक बंगाली सहकारी कानाशी गुणगुणला, ''माझ्याबरोबर चला. साऱ्या टेन्शन्समधून एकदम मुक्त व्हाल. मन हलकंफुलकं होईल. माझ्याकडून पार्टी समजा; पण चला...''

क्षणभर हरिलाल गप्प राहिले. त्यांच्या चेहऱ्यावरच्या नसा तटतटल्या. रक्ताची

गती वाढली. त्यांनी चिडून दातओठ खाल्ले, पण दुसऱ्याच क्षणी त्यांनी त्या बंगाली साथीदाराचा हात धरला. रात्री हरिलाल घरी पोहोचले तेव्हा मुलं झोपली होती. गुलाब काळजीदाटल्या अवस्थेत आत-बाहेर करीत होती. हरिलाल परतले तेव्हा त्यांचा तोल सुटत होता. उंबरठ्यावर त्यांना ठेच लागली. त्यांच्या तोंडातून उग्र वास येत होता. त्यांची अवस्था पाहून गुलाब हादरली. काय करावं ते तिला सुचेना. नकळत तिच्या तोंडून प्रार्थना निसटली. अव्यक्त शक्तीसमोर तिनं हात जोडले. लडखडत चालणाऱ्या हरिलालना तिनं आधार देऊन बिछान्याकडे नेलं. दारूच्या तीव्र वासानं तिला उमासे दाटत होते. उलटपावली ती मोरीकडे धावली. दुसऱ्याच क्षणी तिला उलटी झाली. मुलांना जाग येऊ नये, म्हणून ती प्रार्थना करीत राहिली. रात्रभर हरिलालची असंबद्ध बडबड तिला जागवत होती. त्यांच्या पायाशी गुलाब रडत बसली होती. डोळ्यांत जसं अक्षयपात्र तयार झालं होतं. असुरक्षिततेच्या भावनेनं काळजाचा ठाव सुटत होता. रात्रभर तिच्या डोळ्याला डोळा लागला नाही.

पण सकाळी हरिलाल बरेच शांत झाले होते. रात्री बेभान अवस्थेत जे घडलं त्याचं विस्मरण तर झालं नव्हतं, पण निदान तोल सुटत नव्हता. मुलं रोजच्यासारखी वडिलांना झोंबत होती. छोट्या-मोठ्या तक्रारी घेऊन त्यांच्या गळी पडत होती. तेही मुलांना कुरवाळत होते. तरी त्यांचं सारं लक्ष गुलाबवर केंद्रित झालं होतं. तिच्या डोळ्यांत रात्रीच्या मनस्तापाची चिंता स्पष्ट दिसत होती. मुलांचं लक्ष नाहीसं पाहून त्यांनी जे घडलं त्याविषयी दिलगिरी व्यक्त केली. गुलाबनं उत्तर दिलं नाही. ती दुःखी व करुणामयी नजरेनं पतीकडे बघत राहिली. हरिलाल पश्चात्तापाचा सच्चेपणा तिला जाणवावा, यासाठी क्षमायाचना करीत राहिले.

''तुम्हाला क्षमा करणारी मी कोण?'' ती खेदानं म्हणाली. ''मला एकच वाटतं, माझ्याच पूर्वजन्मीचं प्रायश्चित्त म्हणून माझ्या प्रारब्धात विधात्यानं अशी रात्र लिहिली असणार. हे बा-बापूंना कळलं तर त्यांना काय वाटेल, या प्रश्नाचं माझ्याजवळ उत्तर नाही.''

हरिलालजवळही उत्तर नव्हतं.

नियमित पगार मिळत होता म्हणून घरखर्चाची समस्या नव्हती. मुलांच्या शिक्षणासाठी त्यांनी कंबर कसली. 'ती' रात्र कधी उगवली नसावी, ते भयनाट्य दुःसह स्वप्न भासावं असं ते वागू लागले. ऑफिसातून घरी आल्यावर मुलांचा अभ्यास घेण्याचं काम आवडीनं करू लागले. एकूण सारं छान चाललं होतं; पण नरोत्तमदासनं जबाबदारीचं काम देण्याचं, पगारवाढीचं जे वचन दिलं होतं त्या विषयावर पुढे हालचाल नव्हती. तो बंगाली साथीदार अधूनमधून ''येता का?'' प्रश्न टाकत होता. नोकरीत पोट भरत असलं तरी शिक्षणाचा वाढता खर्च उभा राहिला तेव्हा काय? या प्रश्नाचं समाधानकारक उत्तर मिळत नव्हतं. जरा नीट राह्यचं म्हटलं

तर पगाराची रक्कम फार तुटपुंजी होती. नेहमीच हात दगडाखाली असणं, गुलाबचे आणि मुलांचे लाड करता न येणं त्यांना आवडत नव्हतं. त्यांच्या मनात समृद्धीची ओढ दाटली. नोकरीत बरकत नाही, असं त्यांच्या मनानं घेतलं.

तोवर कापडधंद्यातील काही खाचाखोचा त्यांना कळल्या होत्या. पहिल्या विश्वयुद्धामुळे कापडबाजाराचे अनपेक्षित पैलू दिसू लागले होते. कापडाची तंगी आणि सरकारी नियंत्रणामुळे वितरणव्यवस्थेत उलथापालथ होत होती. ज्यांना असल्या व्यवहाराची सवय होती, तसे लोक गतोगत हजारो रुपयांची फिरवाफिरव करीत होते. आपणही या वाहत्या गंगेत हात धुवायची संधी घ्यावी, असं हरिलालना वाटू लागलं; पण भांडवल नव्हतं. मिळण्याची शक्यताही नव्हती. हरिलालचं मन अस्वस्थ होतं. अस्वस्थचित्त हरिलाल कधीतरी घसा ओला करून स्वस्थता मिळवू लागले. सारं आटोक्यात होतं. करू नाही असंही वाटत होतं. ज्या रात्री 'हे' घडे त्या रात्री गुन्हेगारासारखं तोंड लपवून ते गुपचूप बिछान्याकडे जात. रात्रभर गुलाब ईश्वराला आळवत राही. सकाळी चोरट्यासारखं वावरणाऱ्या हरिलालना कळवळून विचारी, ''असं का करता हो? हे बापूंना वा इतर कुणाला कळलं तर काय वाटेल त्यांना? हेही तुम्हाला कळत नाही का? सुखानं मीठ- भाकरी खाणं का आवडत नाहीय तुम्हाला? का उगाच नको ते पिता?''

''गुलाब!'' एकदा हरिलालनं मनातील इच्छेला शब्दरूप दिलं. ''मला वाटतं, तुम्हा सर्वांवर भरभरून सुखाची उधळण करावी. तू मीठ-भाकरी आनंदानं खातेस, हे पटत नाही. मला राजकोटला तुझ्या माहेरी जशी राहत होतीस त्याहून अधिक झोकात ठेवायचंय तुला...पण थोडं भांडवल हवंय. ते मिळत नाही म्हणून मनात बेचैनी दाटते..''

''असं पाहा,'' गुलाब त्यांच्या समस्येचं निराकरण व्हावं या उद्देशानं म्हणाली, ''राजकोटला माझ्या आईनं तिचे पैसे व्याजी ठेवलेत. मी मागितले तर ती 'नाही' म्हणणार नाही. तिला जे व्याज मिळतं ते आपण देऊ शकणार असलो तर सांगा. मी तिला पत्र लिहीन.''

''देऊ की.'' हरिलाल उत्साहानं म्हणाले. ''आपली नोकरी चालू ठेवून धंदा करणार आहोत. पोटापुरतं नोकरीतून मिळतं आहे. हळूहळू जम बसेल, तसं व्याजच का मुद्दलही फेडणं जमेल. तू आजच लिही...''

दोघांनी मिळून व्यवस्थित योजना तयार केली. गुलाबनं तिच्या आईला लडिवाळ भाषेत या पैशाची मदत मिळाली तर आपलं दारिद्र्य कसं दूर होईल, ते कळवलं. मूळ रक्कम परत करण्याच्या वचनाबरोबरच नियमित व्याज पाठवण्याचीही खात्री दिली. पत्र लिहून झाल्यावर तिनं पुन्हा पतीला म्हटलं... ''पण वेळेवर व्याज पाठवा हं! मला या व्यवहारात कळत नाही. वैभवाचाही सोस मला नाही; पण बघा,

वैभवाच्या मोहात अब्रू जाईल, असं होऊ देऊ नका.''

''तू काळजी करू नकोस.'' स्वप्नील स्वरात ते म्हणाले. ''दोन-पाच वर्षांत तुला सोन्यानं मढवीन.''

''मला सोनं, रूपं काही नकोय. फक्त तुम्ही बेचैन राहू नये असं वाटतं, बस्स! तुमच्या खुशीत मला सुखाचा खजिना मिळेल.''

''हे आपलं म्हणायचं हं! सोनं बघून खूश न होणारी नारी परमेश्वरानं जन्माला घातली नाहीय अजून. बालासुद्धा सोनं आवडतं हे ठाऊकाय मला...'' हरिलालच्या नजरेसमोर बालपणी बघितलेला लक्ष्मीहार तरळत होता. तो सुनेच्या गळ्यात असावा, अशीच इच्छा बानं व्यक्त केल्याचंही आठवत होतं. जरूर वाटेल तेव्हा आपण सोनं घेऊ, असं बालवयाला न शोभणाऱ्या समजूतदार स्वरात सांगितल्याचंही स्मरण होतं. स्वप्न सत्यात उतरण्याची शक्यता निर्माण झाली म्हणून ते हुलारले. बापूंना दाखवून द्यायचीही इच्छा होतीच.

धंद्यात यश दिसेल तेव्हा दिसेल, पण तोवर या नव्या सवयीतून मुक्तता करून घ्यावी, असं गुलाबला वाटे. या नव्या सवयींनी खर्चही वाढत होता. राजकोटहून उत्साहवर्धक उत्तर आलं आणि गुलाबला बरं वाटलं. व्याजी ठेवलेले तीन हजार रुपये पूर्णपणे सासूनं पाठवले, याचं त्यांना खूप अप्रूप वाटलं. सासूनं लिहिलं होतं, ''माझं जे काही आहे, ते सारं पाठवतेय. मुलीच्या आणि जावयाच्या सुखाहून मला पैसा अधिक नाही; पण त्याविना कामं अडतात हेही स्वीकारायला हवं. तरी परमेश्वराला स्मरून काम हाती घ्या. व्याज पाठवण्यात दिरंगाई करू नका ही विनंती...''

बाजारात ज्या प्रकारच्या कापडाची तंगी होती त्या प्रकारचं कापड एका मिलमधून मिळण्यासारखं होतं. एका पतपेढीमार्फत काम होणार होतं. ज्यांना माल विकायचा होता त्यांच्याशीही भाव नक्की झाला होता. सारी व्यवस्था नीट झाली होती. माल खरेदी करणाऱ्यांनी पैसे दिले नव्हते; पण आगाऊ पैशाचा आग्रह न धरता हरिलालनं उत्साहाच्या भरात मध्यस्थ पेढीच्या हाती तीन हजार सोपवले. माल पार्टीला पोहोचताच त्याचे तीस हजार होणार होते. अर्थात हे हिशेब कागदावरचे होते. या प्रकारच्या कापडाचं उत्पादन बंद झालं असल्यानं फायद्यात घट होण्याची शक्यता नव्हती. हरिलालनं विश्वासानं व्यवहार केला.

पण हा सौदा पूर्ण होण्यापूर्वी सरकारनं या प्रकारचं गोदामात असणारं कापड बाजारासाठी मोकळं केलं. मध्यस्थ कंपनीत पैसे चुकवायचं सामर्थ्य उरलं नाही. त्यांनी हात वर केले तरी उधार उसनवार करीत हरिलाल व्याज पाठवित राहिले; पण काही महिन्यांनंतर तेही जमेना. उलट माल मिळेल या आशेनं ज्यांनी हरिलालना पैसे दिले होते ते तगादा लावू लागले. मध्यस्थ पेढीकडून पैसे मिळायची उरलीसुरली

आशाही नष्ट झाली.

चहूबाजूंनी गोची झाली होती. ऑफिसात जाणंही कठीण होऊन बसलं. कारण ऑफिसच्या रस्त्यावर घेणेकरी दबा धरून बसत. ऑफिसातही याची कुणकुण पोहोचली. मॅनेजरनं नरोत्तमदासना सावधानीसाठी इशारा दिला. त्यांच्यावर नजर ठेवा वा त्यांची बदली करा, असं स्पष्ट शब्दांत कळवलं. हरिलाल अधिकाधिक त्रस्त होत होते. विवशतेने त्या बंगाली साथीदाराच्या संगतीत रमत होते; पण पहिल्या दिवशी गांधी मोशायला पार्टी देणारा साथीदार फुकट्या हरिलालचा सहवास टाळू लागला. घरातही पैशाची चणचण होतीच.

अचानक पोरबंदरच्या सोनाराचं काही कामासाठी कलकत्त्यास येणं झालं. परक्या गावात त्याला हरिलाल दिसताच खूप आनंद झाला. हरिलालच्या पूर्वजांचं कर्तृत्व आणि समृद्धी आठवत त्यानं अघळपघळ गप्पा सुरू केल्या. पोरबंदरच्या वाणी बच्च्याचा धंदा थेट कलकत्त्यात आहे, याचं त्याला कोण कौतुक वाटलं. हरिलालना वाटलं, सोनार शेजाऱ्याच्या रूपात परमेश्वर भेटला. ते म्हणाले, ''सारं खरं हो! पण आता हात दगडाखाली आहे. काका,तुम्ही जाणता बापूंनी तर अकिंचन होणं स्वीकारलंय. त्यांची मदत होण्यातली नाही, म्हणून आता पत्नीचं स्त्रीधन बाजारात आणायच्या विचारात आहे.''

''माझी मदत होऊ शकेल का?'' शेजाऱ्यानं सहानुभूतीनं विचारलं.

''तुम्हाला मदत करणं आवडेल मला.''

''दोन-तीन हजार हाती आले तरी तात्पुरती नड भागेल. दरमहा हप्ता बांधून पैसे परत करीन मी काका!'' हरिलाल म्हणाले.

शेजाऱ्यानं हरिलालवर विश्वास ठेवला. दोन हजार तत्काळ हरिलालच्या हाती दिले. कृतज्ञतेनं काही बोलू बघणाऱ्या हरिलालना अडवत उलट म्हटलं, ''हरिलाल, मला परका समजू नका. काका म्हणालात तोच भाव मनात असू द्या. तुम्ही माझ्याकडून मदत घेतली, हे माझंच भाग्यच. बाकी बापूंच्या नावाच्या प्रतापानं तुम्ही चुटकीसरशी लाख रुपये उभे करू शकाल, हे मी जाणतो.''

या २ हजारात काही हरिलालचं दारिद्र्य दूर करण्याचं सामर्थ्य नव्हतं. त्यांनी दुसऱ्या कापडधंद्यात हात घातला. त्यांची गरज मोठी असल्यानं त्यांना रातोरात मोठा फायदा करून घेणं आवश्यक आहे, याची बाजारात जाण होती. त्यांच्या गरजेचा फायदा घेऊन त्यांना आमिष दाखवून संधिसाधूंनी संधी उपटली. खिसे भरून देण्याची स्वप्नं दाखवत त्यांनी हरिलालचे खिसे कापले. हरिलाल जबरदस्त संतापले. हा संताप त्यांनी 'बाटलीत' उतरवला. व्यसनात हरिलाल बेफाम बनले.

पोरबंदरचा तो सोनार कलकत्त्याहून येणाऱ्या हप्त्याच्या प्रतीक्षेत हात चोळत राहिला. राजकोटला सासूही पैशाच्या प्रतीक्षेत पागल व्हायचीच बाकी राहिली. व्याज

दूर पण आता मुद्दल तरी मिळेल का? या प्रश्नानं सैरभैर झाली. कासावीस होत म्हातारीनं व्याह्यांना पत्र लिहून जावयाविषयी तक्रार केली. कशा परिस्थितीत आपण म्हातारपणाची बेगमी हरिलालना दिली ते व्यवस्थित कळवलं. व्याज न आल्यानं आपल्यावर कसा प्रसंग कोसळलाय, याचं हृदयद्रावक वर्णन पत्रात होतं.

बापूंना हे सारं नवं होतं. हरिलालची पत्रं येत त्यात औपचारिक खुशालीपलीकडे काही नसे. हरिलाल इतके उतरणीस लागलेत, हे जाणून त्यांना तीव्र दुःख झालं. खानदानी पिढीजात धंद्याऐवजी त्यांनी हा 'कबाडी' धंदा करावा, हे बापूंना रुचणारं नव्हतं. पोरबंदरचा सोनार लिहीत होता, ''बापू, मी तर झाड पाहून फळ खाल्लं. मी विसरलो, की आंब्याच्या वृक्षावरही आंबेच नसतात. त्यावर कीडही पडते नि अमखेलही उगवते, हे मी विसरलो. कृपा करून मला पैसे परत द्यायला सांगा.''

बापू अवाक् झाले. त्यांनी खोलवर तपास केला. त्यांना अधिकच वाईट बातम्या मिळू लागल्या. पैशाचा मोह त्यांना कुमार्गाला नेतोय, याची जाणीव आघातजनक होती. हरिलालचं नाव टाकलं असूनही बापू अस्वस्थ झाले. त्यांनी दोनच वाक्यांत पत्र लिहिलं- 'हरिलाल, दीकरा! चारित्र्यांची पुंजी ही खरी लक्ष्मी आहे. तिचं पूजन करा, जतन करा. सांभाळावं तिला हे सत्य तुम्हाला कळावं, हीच प्रभुचरणी प्रार्थना.'

दिवसेंदिवस कलकत्त्याचा खर्च निभावणं अवघड होत गेलं. नरोत्तमदासच्या मनातून ते उतरले असल्यानं त्या दिशेनंही मदतीची आशा नव्हती. गुलाबला सुखी करणं तर दूर; पण तिच्या आईलाही आपण लुटलंय, याची जाणीव काळजावर करवत चालवणारी होती. गुलाबच्या नजरेतील व्यथा आणि तिचे निःशब्द ओठ आपल्याला भाजून काढतायतसं वाटे. तिला स्पर्श करायचा अधिकार आपण गमावलायसं वाटून ते अधिकच मिटून जात; पण हे मिटलेपण त्यांना दारूच्या गुत्त्यात नेई. मदिरेनं अंगात जी उष्णता निर्माण होई, ती विवशतेने मदिराक्षीची तहान जागवे. गुलाबजवळ जायचं साहस होत नसल्यानं हरिलाल एक पायरी खाली उतरले. सोनगच्छी गल्लीच्या ग्राहकांत एकाची भर पडली. गुलाबला याची जाण झाली तेव्हा तिच्या तोंडून हुंदका निसटला. मूक रुदन करणाऱ्या, तोंडावर पदर दाबून गदगदणाऱ्या गुलाबकडे पाहून हरिलाल पांढरे फटफटीत पडले. ओठांतून रक्ताची धार फुटण्याइतपत त्यांनी जोरात दाताखाली ओठ चिरडला. पतीची बेचैनी त्या रक्ताच्या थेंबात दिसत असूनही गुलाब काही करू शकत नव्हती.

लहान मुलं, घरखर्चासाठी अपुरे पैसे, आईचं पत्र आणि हरिलालचं वाढतं व्यसन! चहूबाजूंनी गुलाबही टेकीस आली होती. त्यात ही नवी भर! हुंदके येत असूनही डोळ्यांत पाणी येईना. अश्रू शोषले गेले असल्यागत ती कोरडे हुंदके देत राहिली. बघता बघता तिची प्रकृती ढासळली. मुलं आणि घर! एका खांबावरच्या तंबूगत गुलाब आजारी होताच डळमळू लागलं.

हरिलालना पत्नीची व्यथा कळत होती. स्वत:चं अपयशही त्यांना छळत होतं. गुलाबच्या ढासळत्या प्रकृतीपाठचं कारण आपण आहोत, हे कळत होतं म्हणूनच सारं सोडून पत्नीच्या सेवेला त्यांनी स्वतःला बांधून घेतलं; पण त्यामुळे बाहेरची कामं रखडू लागली. धंदा दूर पण नोकरीही नियमितपणे होईना. उपचारांसाठी पैसा पुरेना. गुलाब पथारीवर खिळल्या अवस्थेत पतीची धावपळ बघत होती. या साऱ्यांतून काय निष्पन्न होणार, हे कळत नव्हतं.

''गुलाब!'' थकल्या हरिलालनं कुठेतरीच बघत म्हटलं, ''तुला सुख द्यायचं सामर्थ्य माझ्यात नाही. मला वाटतं, काही दिवस तू राजकोटला आराम करावास. मीही काटकसरीनं राहून दोन पैसे पाठवीन.''

''तुमचं सुख तेच माझं सुख! तुमचं मत तेच माझं मत!'' पतिव्रतेनं पतीला होकार दिला.

२३

पत्नी आणि मुलांना राजकोटला पाठवल्यानं हरिलाल अगदी एकटे पडले. ऑफिसच्या कामात मन लागत नव्हतंच. धंद्याच्या समस्या वाढत होत्या. युद्धामुळे बाजारात अजून अस्थिर अवस्था होती. त्या परिस्थितीचा फायदा घेऊन रुपयांवर शंभर रुपये कमवण्याचं कौशल्यही काही जण दाखवित होते. त्यासाठी आवश्यक ते चातुर्य हरिलालजवळ नव्हतं. त्यांचे तर गेलेले पैसेही परत मिळत नव्हते. देणेकरी पैसे देणार नव्हते आणि घेणेकरी पैसे सोडणार नव्हते. कंबर कसून केलेल्या मेहनतीचं फळ मिळत नव्हतं. हे अपयश नोकरीच्या कामातही अस्वस्थ चित्त करीत होतं.

घरी गुलाब आणि मुलं होती, तोवर त्यांच्यावर नियंत्रण तरी होतं. निदान मुलं बघतायत, गुलाबचे डोळे पाणावलेत याची जाण त्यांना ताळ्यावर आणायची. आता तेही उरलं नाही. दिवसेंदिवस दारूची गरज वाढत होती. एकटं असताना काटकसर करून पैसे वाचवता येतील, अशी जी कल्पना केली होती ती फोल ठरली. उलट खर्च वाढत सुटला. शिवाय गुलाबच्या आजारपणात जी उधारी झाली होती, ती मागायलाही घेणेकरी येऊ लागले. सारं विसरायला विवशतेने दारूची मदत घेतली जाई. दारूचं वाढतं प्रमाण ऑफिसातील अब्रू घटवित होतं.

पैसे मिळवण्याचा एक प्रयत्न म्हणून तीन पत्तीचा सहारा घेण्याचा विचार मनात आला, तेव्हा कर्जाची रक्कम पंधरा हजारांहून अधिक झाली होती. ही रक्कम पगारातून फेडता येणं अशक्य होतं. धंदा जमत नव्हता. आता भांडवलासाठी कुणी मदत करण्याची शक्यता उरली नव्हती. राजकोटला गुलाबच्या उपचारांसाठी वा मुलांसाठी काही पाठवणं जमत नाहीय, याची रुखरुख मनात होती. आपण निरुपयोगी आहोत, याची जाण जीवघेणी खंत निर्माण करीत होती. म्हणूनच ज्या पतपेढीबरोबर व्यवहार केला होता, त्या पेढीवरच्या मुनिमानं जेव्हा हा बिनभांडवलाचा धंदा सुचवला, तेव्हा हरिलाल नकार देऊ शकले नाहीत.

ते कलकत्त्याला आले तेव्हा नरोत्तमदासच्या विश्वासातील व्यक्ती म्हणून आले होते. त्यामुळे पेढीचा आर्थिक वहिवट खूपदा त्यांच्या हाती असे. अजूनही बाहेर ते कसेही वागले तरी ऑफिसच्या हिशेबात त्यांची चूक झाली नव्हती. पै-पैचा हिशेब त्यांनी चोख ठेवला होता. त्यामुळे बाहेर उधार-उसनवारीमुळे त्यांची पत कमी झाली असली, तरी त्यांच्या हातांतून वहिवट काढून घ्यावा, असं नरोत्तमदासना वाटलं नव्हतं.

कर्ज फार वाढलं होतं. तीन पत्तीच्या हिशेबानंही त्यातून पटकन मान सुटणार नव्हती. त्यापेक्षा मध्यस्थ पतपेढीच्या मुनिमानं सुचवलं ते केलं तर अधिक जलदीनं कर्जाचा बोजा उतरणार होता. प्रश्न फक्त एक आठवड्याचा होता. व्यापाऱ्यानं दिलेली रक्कम त्याच दिवशी पेढीत जमा करण्याऐवजी आठवड्यानं जमा करणं फारसं गैर नाहीसं त्या मुनिमानं सुचवलं. आठवडाभरात एकाचे दहा होणार होते. म्हणजे हा हा म्हणता कर्ज संपणार! नवा धंदा करू म्हटलं तर थोडी रक्कम हाती उरणार. पेढीचं पावती पुस्तक तर हरिलालजवळच असे. म्हणजे काही दिवसांसाठी थोडे पैसे व्यक्तिगत कामासाठी वापरणं अवघड नव्हतं. तरी हरिलालचं मन कचरत होतं; पण 'त्या' मुनिमानं डरपोक म्हणत चेष्टा केली. पेढीचा व्यवहार का रोजरोज तपासला जातोय? प्रश्न विचारून त्यांना भरीस घातलं. इतक्या छोट्या रकमेनं नरोत्तमदासना काय फरक पडतोय? आपण मात्र या छोट्या मदतीनं तरून जाऊ. स्वतःला समजावत त्यांनी निर्णय घेतला.

तरून जाण्याचा हा मार्गही त्यांना बुडवणाराच ठरला. एका मद्रासी व्यापाऱ्यानं हरिलालना तीस हजार देऊन व्यवहार पूर्ण केला. हेच पैसे हरिलालनं वापरले. दुर्दैवानं तो व्यापारी दुसऱ्याच दिवशी मुंबईस नरोत्तमदासना भेटला. आपण हरिलालना पैसे दिले, असं त्यानं सहजच सांगितले. असे व्यवहार नेहमीच हरिलालमार्फत होत. यात नवलाचं काही नव्हतं. पैसे पेढीत जमा झाले असतील, असं गृहीत धरून नरोत्तमदासांनी त्याच्या विनियोगासाठी सूचना पाठवली.मॅनेजर त्या कामाला लागताच पेढीत ती रक्कम जमा झालेली नाही, हे ध्यानी आलं. हा व्यवहार हरिलालमार्फत झाल्याचं तपासाअंती कळलं. गुन्हा जाहीर होणं टाळता आलं नाही. हरिलाल गुन्हेगार ठरताच छोट्या गुन्ह्यांचे मानकरीही स्वतःचे अपराध त्यांच्या नावावर टाकून मोकळे झाले.

ही गोष्ट नरोत्तमदासना कळली तेव्हा त्यांची द्विधा अवस्था झाली. बापूंच्या पुत्रावर आरोप म्हणजे देशभर वादळ उठणार. काय करावं ते न सुचून ते बापूंकडे धावले. पत्राद्वारे त्यांनी आपण हरिलालवर कसा विश्वास ठेवला ते सांगितलं. त्यांच्या रहस्यमय वागण्याची कुणकुण लागल्याचं कळवून ताज्या तीस हजारांच्या आपत्तीविषयी लिहिलं. याचं सच्चेपण जाणवावं, यासाठी हरिलालच्या हस्ताक्षरात असलेली

पावतीही पाठवली.

हा प्रहार बापूंसाठी तीव्र आघात निर्माण करणारा होता. आजवर छोट्या छोट्या रकमांच्या गैरव्यवहारांच्या बातम्या येत होत्या; पण ही बातमी तर हरिलालना तुरुंग दाखवणारीच होती. नरोत्तमदास शेठनं हे पत्र मनू सुबेदारमार्फत पाठवलं होतं. पत्र वाचून बापू व्यथित झाले.

''हे पाहा...'' ते प्रयत्नपूर्वक म्हणाले, ''शेठना सांगा, पेढीच्या व्यवहारात व्यक्तिगत संबंध आणण्याची आवश्यकता नाही. हरिलाल माझा ज्येष्ठ पुत्र आहे, याचा मुलाहिजा न ठेवता आवश्यक ती पावलं उचला. कायद्यानं जे गरजेचं आहे, ते निर्भयपणे करा!''

''बापू'' मनू सुबेदार म्हणाला,''नरोत्तमदासकडे मी रक्कम जमा करून त्यांना मोकळं करतो व हरिलालजवळून माफीपत्र मागवतो. कसं?''

''भलतंच काय?'' बापू व्यथित स्वरात म्हणाले. ''मला खूश करायला हे म्हणत असलात, तर तुम्हाला सांगतो, असं केल्यानं मला अधिक दु:ख होईल. तुम्ही त्याला कोर्टात खेचणंच उत्तम!''

नरोत्तमदासना जेव्हा बापूंचा निरोप मिळाला, तेव्हा त्यांची द्विधा मन:स्थिती संपण्याऐवजी अधिकच वाढली. बापूंची व्यथा त्यांना कळत होती आणि हरिलालवरचा विश्वास उडाला होता. तरीही बापूंच्या सल्ल्याप्रमाणे वागून या बातमीला देशव्यापी स्वरूप द्यावं, असंही त्यांना वाटेना. मनू सुबेदारमार्फत कलकत्ता ऑफिसचं काम संपवून त्यांनी हरिलालला नोकरीतून अर्धचंद्र दिला. त्यावेळी हरिलालना चेतावणी देत मनू सुबेदारनं म्हटलं, ''हरिलाल, बापूंच्या सल्ल्याप्रमाणे न वागून नरोत्तमदासनं तुमच्यावर उपकारच केले आहेत; निदान यापुढे तरी नीट वागा.''

''बापूंनी...बापूंनी काय सल्ला दिला होता?'' हरिलालनं चाचरत विचारलं.

''त्यांनी तर कोर्टामार्फत न्याय व्हावा, असं सांगितलं होतं.'' मनू सुबेदार थंड स्वरात म्हणाले, ''पण नरोत्तमदासना बापूंच्या मुलाला कोर्टात खेचणं योग्य वाटेना. त्यांनी फक्त तुमच्याकडे माफीपत्र मागवलंय.''

''माफीपत्र?''

''हो! गुन्हा कबूल करून, 'माफीपत्र' द्या. हे पत्र नरोत्तमदासशेठच्या खासगी पत्रांत राहील. पेढीच्या कागदपत्रांत त्याचा समावेश नसेल.''

ही उचापत आपल्याला तुरुंगाची वाट दाखवेल, हे त्यांना कळत होतं. तसं घडलं तर त्याचे पडसाद जगात उमटतील. तोंड बाहेर काढायला जागा उरणार नाही, याची जाण त्यांना भाजून काढत होती. माफीपत्र लिहून देण्याला पर्याय नव्हता. पत्र सुबेदारला देऊन हरिलाल बाहेर पडले तेव्हा त्यांची नजर जमिनीला खिळली होती. शरम आणि संकोच त्यांना गिळून टाकत होता. स्वत: अत्यंत

भयजनक परिस्थितीत असताना मदतीचा विचार तर दूर, पण बापूंनी उलट पोलीस कारवाईची भलावण केली, हा आघातही जिव्हारी झोंबणारा होता. स्वतःची निष्फळता त्यांना मंजूर होती. कुठच्याही अपयशातून बाहेर पडायला मदतीचा हात बापूंनी कधीच धरला नव्हता. उलट ते भुईसपाट कसे होतील, तेच त्यांनी बघितलं होतं का? का या कजाखीत त्यांनी बापूंना दाहक पत्र लिहिलं. मनातील उद्वेगाला वाट देणाऱ्या पत्रात बापूंवर उघड आरोप केला–'बापू तुम्ही घातकी आहात.'

पण असा आरोप केल्यानं मन शांतवलं तरी समस्या संपत नव्हती. परिस्थिती सुधारत नव्हती. बापूंकडे जाण्याचा मार्ग संपूर्णपणे बंद झाला होता. जबाबदारीचा जो पर्वत स्वतःच उभा केला होता, त्यासाठी हात-पाय हलवणं आवश्यक होतं. कामधंदा शोधायला हवा होता. राजकोटहून गुलाबविषयी येणाऱ्या बातम्या दुःखद होत्या. समस्या विसरायचा एकच मार्ग ठाऊक होता. तो खर्चिक मार्गही बंद होऊ नये, यासाठी काम शोधणं गरजेचं ठरत होतं. कामासाठी त्यांनी कलकत्त्याबाहेर नजर दौडली. आसपासच्या छोट्या गावांत ते फुटकळ काम करीत राहिले. त्यात धावपळ अधिक आणि फळ नाहीच असा घाट होता.

अशा धावपळीच्या कठीण काळात रेल्वेस्टेशनवर बापूंची भेट घडली. हरिलालना ठाऊक नव्हतं, की बापूंना कुणाकडून तरी ही बातमी मिळाली म्हणून ते हरिलालना शोधत इथवर आलेत. गाडीच्या गर्दीत प्रत्येक डब्यात शिरून त्यांनी हरिलालना शोधून काढलं होतं. हे हरिलालना थक्क करणारं होतं. बापूंच्या मनात आपल्या भेटीची इच्छाच नव्हे तर ओढ आहे, हे कळल्यानं ते विलक्षण भारावले. लज्जित झाले. त्यांच्या तोंडून शब्द फुटेना. गुन्हेगारासारखे ते नतमस्तक होऊन उभे राहिले.

ही भेट हरिलालपेक्षाही बापूंना आघातजनक वाटली. हिंदुस्तानात आल्या आल्या हरिलाल भेटले होते. स्थावर मिळकतीच्या पूर्वजांच्या इस्टेटीतून अंग काढून घेतल्यानंतर फक्त पत्र भेटी त्याही तुटकच घडल्या होत्या. हरिलालचं रूप पार बदललं होतं. पूर्वीच्या उत्साहानं रसरसलेल्या हरिलालचा कुठे मागमूस उरला नव्हता. मागच्या वर्षभरात तर त्यांचं वय दहा-पंधरा वर्षांनी वाढलं होतं. हरिलालची इतकी रया गेली असेल, असं त्यांना वाटलं नव्हतं. उद्ध्वस्त एकाकी हरिलालच्या दर्शनानं त्यांचे डोळे पाणावले. त्यांचा हात हाती घेऊन ते कोंदल्या स्वरात म्हणाले,

"अरे, कसा होतास आणि कसा झालायस तू. तुला द्यायला माझ्या हाती पैसे नाहीत रे! जे चारित्र्याचं भांडवल माझ्याजवळ आहे तेच तुला देतो. लेकरा, त्याचं जतन कर रे! मग बघ, बापूंचं नव्हे तर साक्षात परमेश्वराचं पाठबळ लाभेल तुला आणि..." त्यांच्या डोळ्यांत उतरत बापू क्षणभर थांबले.

"आणि काय बापू?" हरिलालच्या निर्जीव स्वरात उत्साह प्रगटला.

"स्वतःची काळजी घे बेटा! स्वतःसाठी नाही तरी मुलाबाळांसाठी. शिवाय

माझ्या पश्चात बाची काळजी घेणं ही तुझीच जबाबदारी आहे, हे विसरू नकोस रे!''

हरिलालच्यानं बापूंकडे बघवेना. पाणावले डोळे लपवायला त्यांनी नजर चुकवली. बापूंचा मायेचा हात पाठीवर फिरत असताना गळा काढून रडावंसं वाटत होतं; पण शरीरं समीप असली तरी मनं मैलोन्‌मैल दूर गेली होती, याची जाण रडू देईना. पटकन निरोप घेत त्यांनी पाठ फिरवली.

कलकत्त्याला परतल्यावर हरिलालच्या घरी राजकोटचं पत्र वाट पाहत होतं. त्या चिठोऱ्यानं उद्‌ध्वस्त हरिलालच्या काळजावर जीवघेणा वार केला.

गुलाब 'गेली' होती.

२४

ज्या काळात पुरुषाचा यशसूर्य मध्यरात्री तळपतो, त्या काळात हरिलालच्या जीवनात अंधार दाटला. नोकरी गेली तेव्हाही ते असे हतबल झाले नव्हते. अब्रू वाचली होती या भांडवलावर साऱ्या संकटांना टक्कर द्यायची रग उरली होती. गुलाबचा सहवास नव्हता तरी तिचं राजकोटला का होईना, 'असणं' आश्वासक वाटे. बापूंपासून फारकत स्वीकारली ती गुलाबच्या सोबतीच्या आधारावर! ती सोबत आता संपलीच! पण सारं संपलं नव्हतं तेव्हा तरी आपण तिला काय दिलं? वंचना! अवहेलना! बेवफाईच!

हरिलालचं मन त्यांना चाबकानं फटकारत सुटलं. गुलाबसारखी पत्नी मिळाली हे आपलं भाग्य! पण तिचं काय? आपल्यासारखा नवरा म्हणजे साक्षात दुर्दैवच की! आणि मुलं? आईच्या मरणानं मुलं पोरकी झालीत! बाप असून अनाथ झाली. तसं पाहिलं तर खुद्द आपणही बाप असून अनाथच की! हा विचार मनात येताच ते दचकले. स्वपुत्राच्या शोधात स्टेशनवरच्या गर्दीत वणवण फिरणारे बापू आठवले. त्यांचे पाणावले डोळे, पाठीवर फिरणाऱ्या हातांत उमटणारी थरथर आठवून त्यांच्या अंगावर शहारा आला. स्वत:चा दोष दुसऱ्यावर ढकलण्याची वृत्ती तिरस्करणीय वाटली. शून्य मनानं ते किती वेळ बसून राहिले. स्वतःच्या जिंदगीचं ओझं सहन होत नसल्यागत!

ज्याला स्वत:चं जीवन बोजारूप वाटतंय त्यानं मुलांच्या जबाबदारीचं ओझं कसं पेलायचं? स्वतःच बेताल असलेल्या माणसानं इतरांच्या जीवनाशी ताल कसा जुळवायचा? असंख्य प्रश्नांच्या भोवऱ्यात ते घुसमटत होते. वाटलं, या क्षणी निदान मुलं तरी जवळ असायला हवी होती. त्यांच्या सहवासात गुलाबचा चिरविरह सुसह्य ठरला असता. दुसऱ्याच क्षणी त्यांनी हा विचार झटकून टाकला. आपल्या सहवासात यापुढे मुलांना सुसह्य वाटण्याजोगं काही उरलं नाहीय, याची जाण त्यांना भाजून काढीत होती.स्वत:च्या मर्यादांची जाण सांगत होती- 'मुलांच्या पालनपोषणाची व

संगोपनाची जबाबदारी सांभाळण्याची कुवत तुझ्यात नाहीच!'

जीवन एक विक्राळ प्रश्नचिन्ह बनून उभं होतं. आफ्रिकेहून आणलेली 'भगवद्गीता', 'बापूंची तसबीर' आणि 'गुलाबचा फोटो!' हरिलालची विवश नजर आळीपाळीनं याच तीन गोष्टींवर फिरत होती. भिरभिरणाऱ्या नजरेत अर्थ उरला नव्हता. बळेच नजर फिरवून त्यांनी दुसरीकडे बघितलं. टेबलावर दारूची रिकामी बाटली आडवी पडली होती. त्या बाटलीत काही थेंबांचे अवशेष उरले होते. त्यांनी आसुसून ती बाटली हाती घेतली. उघड्या तोंडाशी ती उपडी करून त्यांनी दारूचा शेवटचा थेंब गळ्याखाली उतरवण्याचा प्रयत्न केला; तरीही मनाचं रुदन थांबेना.

पण शून्यात हरवणं परवडणारं नव्हतं. मुलांची जबाबदारी नजरेआड केली तरी स्वतःचं पोट भरायला हवं होतं. जमलं तर मुलांच्या संगोपनासाठीही दोन पैसे पाठवायचे होते. विश्वयुद्धही संपलं होतं. हळूहळू बाजाराची घडी बसत होती. छोट्या प्रमाणात धंदा सुरू करता येईल का? या प्रश्नांच्या उत्तरात हरिलालची नजर बाजारावर फिरू लागली. युरोपमधून पुन्हा आशियातील देशात कच्चा माल जाऊ लागल्याचं कळलं. आफ्रिकेतील वास्तव्यादरम्यान काही युरोपियन मंडळींशी परिचय झाला होता. नरोत्तमदासकडे नोकरीनिमित्तानं काम करीत असतानाही काही महत्त्वाच्या व्यक्तींचा सहवास लाभला होता. त्यांच्या मदतीनं कच्च्या मालाची निर्यात करता आली तर? त्याच्या बदल्यात इथे मागणी असलेल्या मालाची आयात करता आली तर? हे जमलं तर मुलांची निदान आर्थिक जबाबदारी तरी घेता येईलसं वाटलं.

द्विधा मन:स्थितीत गटांगळ्या खात असताना अचानक परागजीभाई भेटले. डरबन बंदरात ते घ्यायला आले होते त्या क्षणाची याद ताजी झाली. काही वर्षांपूर्वी तेही हिंदुस्तानात परतले होते. त्यांना पाहून हरिलालना आनंद झाला. परागजींनी हरिलालविषयी काहीबाही ऐकलं होतं, पण प्रत्यक्षातील हरिलाल बघून ते थक्क झाले. एखाद्या रुबाबदार माणसाचं इतकं विरूप त्यांनी कल्पनेतही आणलं नसतं. हरिलालची अवदशा पाहून त्यांना वाईट वाटलं.

"हरिलाल!" ते आश्वासक स्वरात म्हणाले, "जे घडून गेलं त्याविषयी खेद निरर्थक ठरेल; पण यापुढे सारं सुधरवून घ्या. नवं काही करा. म्हणजे तुमचं मनही रमेल आणि प्रायश्चित्तही होईल."

"परागजीभाई!" ते मोकळ्या मनानं म्हणाले, "आयात-निर्यात करता येईल; पण एकट्या हातानं ऑफिसवर्क आणि बाहेरची कामं कशी निपटणार, हा प्रश्न आहे. मुंबईलाही ऑफिस उघडायला हवं."

"मी मदत करीन तुम्हाला. तुम्ही श्रीगणेशा करा. मुंबईच्या ऑफिसचं काम मी बघेन. इतरही जमेल ते काम सांभाळेन."

"तुमची साथ असली तर प्रश्नच उरणार नाही. आपण भागीदारीत धंदा सुरू

करू. हरिलालच्या स्वरात उत्साह प्रगटला.

"ते सारं पुढे बघता येईल.आत्ता तुम्ही सुरुवात तर करा."

"सुरुवात झालीच असं समजा." हरिलाल उत्साहानं म्हणाले, "आपण मूळचे सत्याग्रही आहोत नं? आपलं धंद्यातील नाव 'सत्याग्रही ब्रदर्स' असेल.

"छान! आफ्रिकेस सत्याग्रहात आपण यश पाहिलंय. इथे हिंदुस्तानात धंदा यशस्वी करून दाखवू." परागजीभाईंनी त्यांचा उत्साह वाढवला.

खूप दिवसांनंतर काही करण्यासाठी उत्साह लाभला. परागजींनी स्वत:चा शब्द राखला.मुंबईस ऑफिस काढून त्यांनी हरिलालना तसं कळवलं. हरिलाल बाजाराची चाहूल घेऊ लागले. उद्योगधंद्यासाठी भांडवल नव्हतंच. थोडा थोडा माल उधार आणून रोकड भावात विकणं भाग होतं. त्यामुळे नफ्याची रक्कम अर्थातच कमी होती. तरीही हातात कमी का असेना पैसा येत होता; पण काम संपलं की रिकामपण गुदमर दाटवायचं. एकटेपण बोचकारायचं. स्वत:च्याही नकळत हरिलाल सोनगच्छी गल्लीच्या रूप बाजाराकडे वळले.

हरिलालचे मामा माधवदास मुंबईत राहून देशभरात धंदा करीत होते. धनाढ्य माधवदासचा वाळकेश्वरला शाही बंगला होता, पण या समृद्धीला गालबोट होतं. हरिलालविषयी त्यांच्या मनात कोवळी भावना होती. निपुत्रिक माधवदास हरिलाल राजकोटला शिकत असताना त्याच्यावर पुत्रवत प्रेम करीत; पण मध्यंतरी बापूंशी हरिलालचा बेबनाव झाल्याचं वर्तमानपत्रातून कळलं आणि त्यांनी हरिलालमधुन मन काढून घेतलं होतं. 'सत्याग्रही ब्रदर्स'चा थोडाफार जम बसू लागला आणि अचानक परागजी माधवदासना भेटले. हरिलालच्या नव्या धंद्याविषयी सांगून ते म्हणाले, "मी त्यांना मदत करतो. अर्थात, माझी मदत म्हणजे एकादशी घरी शिवरात्र! तरी हल्ली बरं चाललंय. निदान पोटापुरतं मिळवतायत. ओशाळेपण नाही."

"परागजीभाई!" माधवदास खेदानं म्हणाले, "हरिलालची परिस्थिती इतकी डबघाईला आलेली आहे, हे मला ठाऊक नव्हतं. तुम्ही जाणता, देवानं मला सारं दिलंय. मात्र शेर मातीची खोट ठेवली; पण हरिलाल मला मुलासारखाच नाही का? मी त्याला मार्गदर्शन करीन."

"वा! या परतं सुख ते काय?" परागजी आनंदानं म्हणाले, "तुमच्यासारख्यांचं मार्गदर्शन म्हणजे यशाची हमीच की हो!"

"कलकत्त्याच्या माझ्या एका गिऱ्हाइकाकडे माझ्या सत्तावीस पेट्या आहेत. त्यातील विदेशी माल तो विकणार आहे." माधवदास म्हणाले. "तुम्ही आजच हरिलालना लिहून कळवा. तो माल हरिलालनं खरेदी करावा. त्यासाठी आवश्यक ती रक्कम मी पाठवतो. या मालाचा भाव खूप वाढेल असं वाटतं. हरिलालचं नशीब उघडेल."

परागजींनी अचानक झालेल्या भेटीविषयी सविस्तर माहिती कळवून माधवदासचा निरोप पत्रानं कळवला. माधवदासमामांनीही पत्र लिहिलं. बरोबर सहा हजार रुपयेही पाठवले. माधवदासमामांसारखा पाठीराखा असल्यावर काळजी काय? या विचारानं हरिलाल रंगात आले. त्यांनी उलटटपाली परागजींना कृतज्ञता व्यक्त करणारं पत्र धाडलं. मामांच्या पत्राचंही उत्तर पाठवलं. त्यात त्यांच्या सूचनांबरहुकूम आपण काम करू, याची हमीही दिली.

सत्तावीस पेट्यांचा ताबा घेऊन त्यांनी त्या एका गोदामात ठेवल्या. मामाच्या सल्ल्याप्रमाणे लगेच माल विकायचा नव्हता. बाजारभाव रोज वाढत होता. तरीही थोडाफार माल विकून आर्थिक चणचण दूर करावी, असं हरिलालना वाटत होतं; पण मामांचा विरोध होता. थोडे दिवस थांबण्यानं एकदम उखळ पांढरं होणार असलं तर थोडी कळ सोसावी, असा त्यांनी सल्ला दिला. उखळ पांढरं होण्याच्या स्वप्नात हरवत हरिलाल दिवस रेटत राहिले, पण...इथेही हरिलालचे मनातले मांडे मनातच राहिले. कारण...

हवा पालटली. बापूंच्या चळवळीनं वेग घेतला होता. जनतेच्या मनात विदेशी वस्तूंविषयी राग जन्माला येत होता. लोक स्वदेशीकडे वळू लागले. विचारपरिवर्तनाची ही लाट इतक्या वेगानं आली, की नफा दूर पण भांडवलही बुडण्याची शक्यता निर्माण झाली. कमी नुकसान व्हावं, या हेतूनं त्यांनी तातडीनं माल विकायचा निर्णय घेतला. पण...पण इथेही 'पण' आडवा आला. मालाची डिलिव्हरी देण्यासाठी त्यांनी जेव्हा गोदाम उघडलं तेव्हा आत पंचवीस पेट्या होत्या. दोन पेट्यांची चोरी झाल्याने खर्च केलेले पैसेही परत मिळू शकणार नव्हते. याविषयी त्यांनी परागजी आणि माधवदासना सविस्तर पत्र लिहिलं.

पण गोदामातून फक्त दोनच पेट्यांची चोरी होणं माधवदासना पटत नव्हतं. हरिलालविषयी जे ऐकायला मिळालं होतं, ते तर्काला पुष्टी देणारं होतं. हरिलाल धंदा करणारे अब्रूदार नसून फांदेबाज माणूस आहेत, असं त्यांच्या मनानं घेतलं. या फांदेबाजीत त्यांना परागजींचीही साथ असावी. परागजींची भेट ही अनपेक्षित घटना नसून पूर्वनियोजित कटाचा हिस्सा असावा, असा संशय मनात आला आणि ते भडकले. लगेच ते परागजींकडे धावले. सलामीलाच त्यांनी उग्र सूर लावला.

"हे काम हरिलालचं कृष्णकृत्य आहे, असं मी समजतो. या फसवाफसवीत त्याला तुमचीही साथ असणार, हे मी सहन करणार नाही. इतक्या वर्षांत मी कधी चोरी वा नुकसान बघितलं नाहीय. यापुढेही बघणार नाही. मी कोर्टात खेचेन तुम्हाला."

"थोडे शांत व्हा माधवदास! तुमचं नुकसान न व्हावं-अथवा कमी व्हावं यासाठी आवश्यक ते सारं आम्ही अवश्य करू."

"मला आश्वासन नव्हे तर पैसे हवेत.'सत्याग्रही बद्रर्स' पेढीचे तुम्ही भागीदार आहात. तुम्ही हरिलालना स्पष्ट शब्दांत समज द्या. मी फार वाट पाहणार नाही. येत्या आठवड्यात मी बापूंना सारं कळवीन. त्यापूर्वी मला पैसे हवे नाहीतर आपली भेट कोर्टात!"

"जरा दमानं घ्या माधवदास!" त्यांचा उग्र स्वर असह्य होऊन परागजी म्हणाले,"मी अवश्य पत्र लिहीन, पण कुठचंही पाऊल उचलण्यापूर्वी दहादा विचार करा. ज्याला कोर्टात खेचायचं म्हणताय तो तुमचा भाचा आहे, हे विसरू नका."

"भाचाच का? पेढी तुमचीही आहे परागजी!" माधवदासचा चढा सूर खाली उतरत नव्हता. सारी हकीकत हरिलालना कळविल्याशिवाय परागजींजवळ दुसरा मार्ग नव्हता. मामानं आपल्याला चोर ठरवलं, हे हरिलालला सहन होईना.

कदाचित कुणी थोडी थोडी चोरी करत असावं. बाजारभावाचं रूप पालटलं नसतं आणि चढ्या भावाची अधिक वाट बघितली गेली असती, तर कदाचित पेट्यांची संख्या अजून कमी झाली असती असं त्यांना वाटत होतं; पण स्वत:ला चोर म्हणण्याचा मामाजवळ तर्क करण्याची इच्छा होईना. खुलासा न देता त्यांनीही स्पष्ट भाषेत लिहिलं.

"बाजारभाव उतरले यात वा दोन पेट्या चोरीला गेल्या त्यात परागजींचा दोष नाही. त्यांना धमक्या देण्यात माणुसकी नाही. मामा, जसजसा वाईट दिवसांना सामोरा जातोय, तसतसं जाणवतंय माणुसकी वगैरे संकल्पनांची किंमत धनाढ्य लोकांना अजिबात नाही. कदाचित तसं केल्यानं माणूस श्रीमंत होत असेल. माझ्यासारख्या भल्या माणसांना फसवण्याची कुवत असणारा यशस्वीरित्या धंदा करीत असेल. स्वार्थीपणाचं दुसरं नाव कार्यक्षमता बनू लागलं असेल. व्यापारात नेहमी फायदाच मिळेल, अशी खात्री कोण देऊ शकतं? माल विकायची माझी सूचना धुडकावून तुम्हीच थांबण्याचा सल्ला दिला होता, हे कसं विसरता? तुमचा अंदाज चुकला असूनही कसं परागजींना धारेवर धरता? उंच चढवून धक्का मारून पाडण्याचं पातक तुम्ही करताय. तरीही सांगतो, जे घडलं त्यासाठी मी जबाबदार आहे. कायद्याचा आश्रय घ्याल तर त्यात परागजींना गोवण्याचा क्रूरपणा करू नका. तुम्ही वट असलेली आसामी आहात तरी सांगतो, कायद्याकडे धाव घेतलीत तरी माझ्याकडून फार घेणं निघायचं नाही.

बापूंना कळवण्याची धमकीही देऊ नका. आमच्यात मतभेद अवश्य असतील, पण ते मतभेद निधड्या छातीनं कबूल करण्याचं निर्भयपण मला बापूंच्या शिकवणीतून मिळालंय, हे विसरू नका. मी बापूंना घाबरणं खुद्द बापूंनाही आवडणार नाही. तुम्ही अवश्य बापूंना कळवा. ते मला विचारतील तेव्हा मी त्यांना अवश्य उत्तर देईन. माझ्या मते, बापूंना मध्ये पाडण्यात फक्त वेळेचा अपव्यय आहे. त्यापेक्षा तुम्ही

सरळ कोर्टातच जा.

मी भिकारी होऊनही तुमचे पैसे परत देईन. पुढे तुम्ही म्हणालात तरी तुमची मदत घेणार नाही...''

'सत्याग्रही ब्रदर्स'चं काम संपलं. हरिलाल पुन्हा बेकार झाले. त्यावेळी बापू गावोगाव फिरून जनमत जागृत करीत होते. असहकाराच्या चळवळीचा विचार मूळ धरू लागला होता. त्यात जालियनवाला बागेतील नृशंस कत्तलीत उडालेलं रक्ताचं कारंजं देशाला क्रोधाच्या रंगात रंगवून गेलं होतं. जनमानसात असंतोष धुमसत होता. हा असंतोष दिशाहिन भटकणाऱ्या हरिलालना गदगदा हलवीत होता. आफ्रिकेतील चळवळीत हिरिरीनं भाग घेणाऱ्या 'छोट्या गांधीं'ना साद घालीत होता. मनोमंथनात हरिलाल ढवळून निघत होते.

२५

जे नाव कधी बहुसंख्य लोकांच्या ऐकण्यातही आलं नव्हतं, त्या जालियनवाला बागेचं नाव देशाच्या कानाकोपऱ्यांत पोहोचलं. करोडो देशबांधवांचं रक्त त्या हत्याकांडानं खवळून उठलं. पंजाबच्या मातीत उडालेल्या रक्ताचे थेंब निर्दोष, निष्पापांच्या काळजाला हात घालणारे ठरले. जे बापूंच्या शेकडो प्रयत्नांनी घडू शकलं नसतं ते ब्रिटिशांच्या मशिनगननं केलं. निष्पाप जनतेच्या हत्येची घटना समग्र देशाला ढवळून काढणारी ठरली. जसा पंजाब नव्हे तर पूर्ण देश रक्तानं न्हायला असावा, असा असह्य चीत्कार जनतेच्या कंठातून निसटला. या चीत्कारानं ब्रिटिश हुकूमत आणि इंग्लिश माल, त्यांचा व्यापार साऱ्यावर गदा आणली. असंतोषाचा वरवंटा असा फिरला, की ही आग शांतवण्यासाठी लंडनहून पाठवण्यात आलेल्या वहिवटी सुधारणेच्या खड्यांकडे लोकांनी तिरस्कारानं बघितलं. 'कुत्र्यासमोर फेकलेल्या या शिळ्या तुकड्याचा आम्हाला तिळमात्र मोह नाही,' असं परखड शब्दांत बापूंनी गोऱ्या सरकारला सुनावलं.

रात्रंदिवस बापू गावोगावी भटकत होते. असहकार नावाच्या नव्या तत्त्वाचा शंख फुंकत ते अजेय योद्ध्याप्रमाणे देशभर मुक्त संचार करीत होते. या योद्ध्याजवळ शस्त्रं नव्हती. शिरच्छेद करणाऱ्यांच्या शस्त्रांची तहान भागेतो शिरं पुरी पाडायची तयारी हेच त्यांचं शस्त्र! 'मारा! मारा! किती मारता ते पाहू. तुम्ही थकता की आम्ही थकतो तेच बघू,' असं अनोखं आव्हान बापूंनी गोऱ्या सरकारला दिलं. रक्ताच्या प्रत्येक चिळकांडीतून बंडखोर जन्माला येतील ही अपेक्षा रास्त ठरावी, असंच वातावरण तयार होत होतं. जालियनवाला बागेच्या हत्याकांडाच्या प्रतापाचा प्रभाव ओसरण्यापूर्वी ठिकठिकाणी हत्याकांड व्हावं, हे राज्यसत्तेच्या हिताला चूड लावणारं ठरेल, याची खात्री बापूंच्या मनात होती. राज्यकर्त्यांच्या राक्षसी भुकेसमोर बापू नावाचा हाडकुळा अर्धनग्न माणूस दंड थोपटून उभा राहिला. त्यांच्या शब्दावर टाळी देणाऱ्या टाळ्यांच्या गजरानं ब्रिटिश राज्यकर्त्यांच्या कानाचे पडदे हादरवले.

समग्र देशात बापूंचा आवाज चळवळीचं वातावरण निर्माण करीत होता, तेव्हा कलकत्त्यात उत्साहाचं उधाण आलं होतं.कारण कलकत्त्यात भरणाऱ्या काँग्रेस अधिवेशनात बापू चळवळीसाठी नावीन्यपूर्ण मार्ग सुचवणार होते. संपूर्ण देश कलकत्ता काँग्रेस अधिवेशनाकडे डोळे लावून होता. कलकत्ता शहर या उत्कट क्षणाची वाट बघत होतं. बापूंना क्षणाची उसंत नव्हती. लाखो हिंदू-मुस्लीम धर्मभेद विसरून त्यांच्या आसपास वावरत होते. पहिलं विश्वयुद्ध संपलं होतं आणि मुसलमान ज्याला खलिफाचं मजहबी सर्वोच्च केंद्र समजत होते, त्या खिलाफतला इंग्रजांनी धुळीत मिळवलं होतं. खिलाफतच्या रक्षणासाठी हिंदुस्तानातील मुस्लीम ताठरले होते.

या साऱ्या घटनांचे पडसाद हरिलालच्या मनात पडत असूनही त्यांनी अलिप्त धोरण स्वीकारलं होतं; पण बापूंनी पत्राद्वारे त्यांना कळवलं... 'कलकत्ता काँग्रेस अधिवेशनासाठी तिकडे येतोय. आपलं घर असताना इतर कुठेही राहणं, मला आवडणार नाहीच. मी घरीच उतरेन.'

बापूंच्या पत्रातील 'आपलं घर' या उल्लेखानं हरिलाल हेलावले. कित्येक दिवसांत घराकडे त्यांनी स्वत:हून आपुलकीच्या नजरेनं बघितलं नव्हतं. घराला धर्मशाळेहूनही अधिक वाईट कळा आली होती. जिथे बापू राहणार, ती जागा देशाच्या चळवळीचं केंद्र ठरणार हे कुणी सांगायला नको होतं. बापू आफ्रिकेहून आले त्या वेळी शेठ नरोत्तमदासकडे किती येणं-जाणं चालू होतं ते त्यांनी बघितलं होतं. तरी त्या वेळी 'आफ्रिकेतील चळवळीचे जनक' इतकीच बापूंची ओळख होती. आता सारा देश स्वत:च्या अस्तित्वाची ओंजळ करून बापूंच्या बोलांचं अर्घ्य स्वीकारायला आतुर होता. अशावेळी बापूंचं निवासस्थान म्हणजे चळवळीचा बालेकिल्ला बनणं अपेक्षित होतं. तो बालेकिल्ला हा? हरिलालची बेचैन नजर घर नावाच्या उद्ध्वस्त धर्मशाळेवरून फिरत होती. भिरभिरणारी नजर दारूच्या रिकाम्या बाटलीवर पडली आणि ते दचकले. ही बाटली बापूंच्या नजरेस पडली तर? हरिलालच्या अंगावर सरसरून काटा फुलला. विजेचा करंट लागल्यागत ते उठले. दारूच्या बाटलीला त्यांनी अर्धचंद्र दिला.

दारूच्या बाटलीपासून सुरुवात करून हरिलालनं बेभान अवस्थेत घराच्या साफसफाईचं काम हाती घेतलं. घरांत जे मोजकं सामान होतं त्यावरून त्यांचा हात फिरला. आफ्रिकेतील स्वावलंबनाचे दिवस आठवले. बापूंना वैभवाचा सोस नाही, पण स्वच्छता आणि शुचितेची आवड आहे, ते आठवत त्यांनी कंबर कसली. घर नावाच्या उद्ध्वस्त धर्मशाळेला पुन्हा घरपण प्राप्त करून द्यायला ते आतुरले. मनापासून बापूंच्या स्वागताची तयारी करू लागले. अबोध वयापासून बापूंच्या सहवासाची तहान त्यांनी अनुभवली होती. ती प्रौढ वयातही तीव्रपणे जागृत झाली.

स्वत:च्या उद्‌ध्वस्त मनाची चहाडी करणारी प्रत्येक खूण त्यांनी नष्ट केली. घरावर सफाईचा शेवटचा हात फिरवून ते घराबाहेर पडले. बापूंच्या उपस्थितीत कुणी घेणेकरी घरी न यावा, यासाठीही व्यवस्था करणं भाग होतं म्हणून!

ठरल्याप्रमाणे बापू कलकत्त्यात पोहोचले. त्यांनी हावडा स्टेशनवर पाय ठेवला तेव्हा हजारो माणसं त्यांच्या दर्शनासाठी उभी होती. स्टेशनवरच नव्हे तर स्टेशनबाहेरही! पंजाबचा जुलूम विस्मरणात जाण्याइतका जुना झाला नव्हता. तरीही लोक निर्भयपणे बापूंना, सर्वांचं पितृत्व स्वीकारणाऱ्या फरिश्त्याला बघायला आले होते. त्यात हिंदू, मुस्लीम, शीख, ख्रिस्ती होते. दहा-बारा वर्षांच्या पोरांपासून ऐंशी-नव्वद वर्षांच्या थोरांपर्यंत साऱ्यांचा समावेश होता. कुणी आईचं बोट धरून येणारे तर कुणी काठीच्या आधाराने आलेले!

बापूंच्या स्वागतासाठी कलकत्त्याचे काँग्रेस कार्यकर्तेही उपस्थित होते. साऱ्या गर्दीतून वाट काढत बापूंपर्यंत पोहोचेतो हरिलालच्या कंठी प्राण आला. कुणाची भीडभाड न ठेवता त्यांनी बापूंच्या चरणांवर मस्तक ठेवलं. बापूंच्या चेहऱ्यावर क्षणभर व्यथा झाकोळली. पुत्राला उठवत छातीशी धरून ते घुसमटल्या स्वरात म्हणाले, "दीकरा, स्वत:ची काय अवस्था करून घेतलीय!"

हरिलालच्या तोंडून शब्द फुटेना. साऱ्या जमावाच्या नजरेचं केंद्रस्थान आपण आहोत, याची जाणीव आणि गुन्हेगार ठरल्याची जाणीव त्यांना दग्ध करीत होती. बापूंचा कापरा स्पर्श गळ्यात हुंदक्याची माळ जन्माला घालीत होता. बापूंच्या नजरेला नजर भिडवण्याचं सामर्थ्य त्यांच्यात उरलं नाही. नजर चुकवणाऱ्या हरिलालच्या हनुवटीस स्पर्श करीत बापूंनी त्यांचा चेहरा स्वत:कडे वळवला.

"अधिवेशन संपेतो मी घरीच असणार आहे, हे ठाऊक आहे नं?" त्यांनी मृदू स्वरात विचारलं, पत्र मिळालंय नं?"

हरिलालनं मानेनं होकार भरला. त्यांची नजर जनसमुदायावरून फिरत होती. बापूंच्या दर्शनासाठी आलेले लोक 'बापूंचा पुत्र' म्हणून आपल्याकडेही आदरानं बघतायत, याची जाण त्यांना लज्जित करणारी होती. अनावर संकोच मनाचा कब्जा घेत होता.

"अधिवेशनाचा संपूर्ण समय मला देणार नं?" बापूंच्या स्निग्ध प्रश्नात होकाराची खात्री ध्वनित होत होती. हरिलालच्या खांद्यावर हात ठेवून बापू चालू लागले. संपूर्ण रस्ताभर लोक गांधीबापूंना बघायला धडपड करीत असताना दिसले. बापूंनी सतत हरिलालना स्वत:च्या जवळ बसवलं होतं. काँग्रेस हाउसपर्यंतच्या प्रवासात सतत हरिलालच्या अंगावर पितास्पर्शाचा अनोखा काटा फुलत होता. पण...

बापूंच्या सान्निध्यातही एकाकीपणातून मुक्तता होत नव्हती. बापूंना एका क्षणाची उसंत मिळत नव्हती. रात्री उशिरापर्यंत भेटायला येणाऱ्यांचा प्रवाह चालू

होता. त्यातच मंत्रणा, योजना आणि पत्रव्यवहाराचं सत्रही चालू होतं. कलकत्त्यातही बापूंचे इतके चेले कार्यरत आहेत याची जाणीव हरिलालना सुखावित होती, चकित करीत होती आणि त्याहीपेक्षा त्यांना त्यांचं खुजेपण प्रकर्षानं जाणवून देत होते. म्हणूनच समर्पित भावनेनं काम करणाऱ्यांच्या मेळाव्यात हरिलाल एकटे पडले होते. पित्याच्या भेटीमुळे उद्ध्वस्तपण कमी होण्याऐवजी वाढत होतं.

रात्री उशिरा बापू हरिलालबरोबर पोलक स्ट्रीटच्या घरी जायला निघाले. त्यावेळी महादेवभाई देसाई आणि इतर दोन कार्यकर्ते त्यांच्याबरोबर होते. हरिलालचं घर लहान होतं. हरिलालनं जबाबदारीनं सर्वांची व्यवस्था केली. पिता-पुत्रांची एकांतात भेट झाली तेव्हा बापूंची व्यथित नजर छोट्याशा घरावरून फिरत होती. हरिलाल बावरले. आता आपल्या वाईट सवयींचा उल्लेख बापू करतील का? कुणी जागं असलं तर काय वाटेल त्यांना? धीर करून त्यांनी बापूंकडे बघितलं. त्यावेळी बापूंची नजर भिंतीवरच्या गुलाबच्या फोटोवर स्थिरावली होती. गुलाबशेजारीच बापूंचा फोटो होता. फोटोवरची नजर काढून बापूंनी हरिलालकडे बघितलं. हरिलालची नजर झुकली.

"पोरा, जन्म-मरण आपल्या इच्छेनुसार घडणाऱ्या घटना नाहीत." बापू हळुवार स्वरात म्हणाले. त्यांच्या पाठीवर आश्वासक हात ठेवत बापूंनी हरिलालना स्वतः जवळ बसवून घेतलं. "ईश्वरानं सोपविलेलं काम इमानेइतबारे करणं याचंच नाव जीवन! ते जीवन जगताना ज्या शरीराकडून काम घ्यायचं त्या शरीराची काळजी घ्यायची असते बेटा! तुमचं हे रूप तुमच्या आईच्या नजरेस पडलं तर काय वाटेल तिला? याचा कधी विचार केला असतात तर ही वेळ आली नसती."

हरिलालच्या गळ्यात निःशब्द हुंदका अडकला. त्यांच्या नजरेत दिसलेली मुलांची काळजी अलगद टिपत बापू अनुकंपेनं म्हणाले,

"मुलांची काळजी करू नका हरिलाल! मुलं राजकोटला बलिबहेनकडे मजेत आहेत. अधूनमधून बांकडे आश्रमातही राहायला येतात. बेटा आईची जागा कुणीही घेऊ शकत नाहीच. तरी सांगतो, सुखात आईची उणीव असली तरी त्यांचे हाल होत नाहीयत, याविषयी खात्री ठेवा."

"तरीही माझी जबाबदारी इतरांनी उचलली आहे, याची जाण टोचत राहते बापू!" नकळत हरिलाल अंतःकरणातली व्यथा बोलून गेले.

"जे झालं ते गंगेला मिळालं. जाग्या व्यारधी सवार! (डोळे उघडले तो क्षण जागृतीचा! तीच सकाळ!) समजा आणि जागृत मनानं कामाला लागा. दीकरा..."

क्षणभर कुणीच काही बोललं नाही. प्रवासानंतर बापूंना जराही आराम मिळाला नव्हता. सकाळी लवकरच कार्यकर्त्यांचा राबता चालू होणार होता. त्यांच्यासाठी आराम ही गरज आहे, हे समजून हरिलालनं जड अंतःकरणानं त्यांच्या सहवासाचा

मोह टाळला.

दुसऱ्या दिवशी काँग्रेसच्या खुल्या अधिवेशनातही हरिलाल सतत बापूंबरोबर होते. मांडवात मुंगीला शिरकाव करणं जमणार नव्हतं. संपूर्ण कलकत्ता तिथे जमलं होतं. मांडवाबाहेर पोलीस पार्टीही गर्दी करून होती. त्यात इंग्रज सार्जंटांचाही भरणा होता. इतकी गर्दी असूनही सर्वत्र शांतता होती. बापूंच्या अस्खलित वाणीचा प्रभाव हरिलाल भारावल्या मनानं बघत होते. बापू बोलत होते...

"इथे आपण न्याय मागायला जमलो आहोत. जुलूम आणि अन्यायाविरुद्ध आवाज उठवायला आपण असहकाराचं शस्त्र उगारणार आहोत. भाषणावर टाळ्यांचा वर्षाव नकोय मला. हार-तुऱ्यांचे अवडंबरही नकोय. हवीय सहसंवेदना, पंजाबनं जे सहन केलं त्यासाठी! आपल्या मुस्लीम बांधवांवर जो अन्याय झालाय, त्यासाठी! क्रोध वा दुःखाची भावना व्यक्त करून आपण थांबता कामा नये. आपल्या भावनांचं रूप क्रियाशीलतेनं प्रतीत व्हायला हवं. संपूर्ण श्रद्धेनिशी भक्कमपणे आपण असहकाराचं शस्त्र वापरलं तर वर्षभरात आपल्या घरात आपलं राज्य असेल. आवश्यकता आहे समर्पित भावनेची! माझ्या मते हिंदू-मुसलमान एकतेचं फार महत्त्व आहे..."

बापू अस्खलित स्वरात बोलत होते. अफाट जलराशीवर लाटा उठत असल्यागत श्रोते वाढत होते. बापू नको म्हणाले होते तरीही मध्येच कुणाचा हात टाळीसाठी उठत होता. कुणाच्या तोंडून उत्स्फूर्तपणे, "महात्मा गांधीकी जय" चा जयजयकार उमटत होता. बापूंना समर्पण हवंय ऐकताच, "आम्ही तयार आहोत बापू!" म्हणत बापूंसमोर जिंदगीचं दान धरणाऱ्यांची उणीव नव्हती. या कशाचाही परिणाम बापूंच्या निराभिमानी वाणीवर दिसत नव्हता. निर्लेप मनानं ते बोलत होते. या साऱ्यांत आपण कुठे आहोत? हरिलालच्या सुषुप्त मनाला त्यांची सदसद्‌विवेकबुद्धी विचारीत होती. बापूंची अमृतवाणी कर्णसंपुटात सामावायला हरिलालना विनवत होती. जिवाचे कान करून ते बापूंना ऐकत होते...

"...आपल्यातील प्रत्येकाची आत्मभोगासाठी तत्पर असण्याची आवश्यकता आहे. निग्रह आणि संयमाविना सारं निरर्थक ठरतं. हिंसेनं काहीही साधता येत नाही. आपली लढत सत्य, अहिंसा आणि जुलमी सरकारशी असहकार या तत्त्वांवर चालणार आहे. आपल्या मार्गापासून आपण विचलित होता कामा नये. यासाठी आपण सतत सतर्क राहायला हवं, अशी माझी विनंती आहे..."

"महात्मा गांधीकी जय,"च्या प्रचंड आवाजानं आसमंत दुमदुमला. बापूंनी भाषण संपवलं. टाळ्यांच्या कडकडाटानं हुबळी नदीच्या प्रवाहावरही तरंग उठवले. उत्स्फूर्तपणे लोक व्यासपीठावर धावले. "हम जेल भरेंगे!", " बापू आपके लिये हम जान निकाल देंगे!", "हम स्वराज लेके रहेंगे बापू!", "सरफरोशी की तमन्ना अब हमारे दिल में है!" सारखी अनेक वाक्ये जनमानसातून उमटत होती. मरण्यासाठी

स्त्री, पुरुष, तरुण, वृद्धांच्यात अहमहमिका लागली. इतकंच काय पण अपंगही, 'आम्हाला सत्याग्रहात सामील व्हायचंय,' म्हणत कुबड्यांच्या मदतीनं बापूंपर्यंत पोहोचत होते.

हरिलाल विस्फारल्या डोळ्यांनी हा सोहळा बघत होते. त्यांच्या नजरेसमोर 'फिनिक्स' आश्रमातला कोवळी मिशी असलेला, छोट्या समूहाचं नेतृत्व करणारा 'छोटा गांधी' तरळत होता.

"या जुलमांचा सामना करायला दंड थोपटलेच पाहिजेत!" त्यांच्याजवळ बसलेल्या एका मुस्लीम साथीदारानं हरिलालच्या मांडीवर थाप मारीत म्हटलं.

"अर्थातच मियाँ!" हरिलालनं सहजपणे होकार दिला. दुसऱ्या दिवशी बापू आसामला रवाना झाले. त्याच दिवशी हरिलाल पुन्हा काँग्रेस हाउसमध्ये गेले. चळवळीच्या पहिल्या तुकडीत आपलं नाव नोंदवून परतत असताना तो मुस्लीम साथी भेटला. त्यानं हरिलालना खिलाफत चळवळीत भाग घेण्यासाठी आमंत्रण दिलं. हरिलालनं होकार देताच त्याचे सारे मुस्लीम बांधव खूश झाले. गांधीचा पुत्र खिलाफत चळवळीत भाग घेणार, ही भावनाच त्यांना अतिशय रोमांचक वाटत होती. हरिलालनं खादी भांडारात जाऊन खादीचा एक जोड बापू येण्यापूर्वीच खरीदला होता. बापूंनी स्वहस्ते त्यांच्या मस्तकावर गांधी टोपी घातली होती. कित्येक दिवसांचं एकाकीपण अचानक संपुष्टात आलं. हरिलाल खुशीत होते.

खुशीत असतानाही हरिलालच्या मनात मुलांची काळजी दाटत होती. विशेष तर 'रामी'चा साक्षगंध व्हायचा होता. लाडक्या लेकीला अनुपम भेट द्यावीशी वाटत होती. चळवळ सुरू करायला थोडा अवकाश होता. जनजागृतीचं काम करून योजनाबद्ध रितीनं आंदोलन व्हावं, असं बापूंचं मत होतं. हरिलालना वाटलं, चळवळीत आपलं काही बरं-वाईट होण्यापूर्वी मुलांसाठी बेगमी करून ठेवायला हवी.

पैसे कमवायची इच्छा हरिलालच्या मनातून दूर होत नव्हती. आजवर धंदा करणं जमलं नसलं, तरी खिलाफत चळवळीत जे मुसलमान साथीदार भेटले ते सारे त्यांचे मित्र बनले होते. मुलांच्या विषयीची काळजी ओठी आली तेव्हा तो म्हणाला,

"हरिलाल, आजवर खरेदी -विक्रीनं तुम्हाला दगा दिलाय, असं म्हणता तर आता तो विचार न करता तुम्ही प्रॉडक्शन सुरू करा. कारखाना टाकायचा विचार करा."

"त्यासाठी भांडवल.." आर्थिक समस्येपुढे हरिलालचं चालेना.

"भांडवलाची फिकीर गांधीबापूंच्या मुलानं का करावी?"

"गांधीबापूंचा मुलगा म्हणून कुणी दिलेलं भांडवल घेणं माझ्या तत्त्वात बसत नाही. बापूंनाही ते आवडणार नाही." हरिलालनं स्पष्ट शब्दांत सांगितलं.

"गैरसमज होतोय तुमचा हरिलाल!" डोळे बारीक करीत सांगणाऱ्यानं चातुर्यानं

फासे फेकले. ''बापूंच्या मुलाच्या नावाचं भांडवल आपण करायचं नाही. ते आपोआप होऊ द्यायचं.''

''म्हणजे?'' हरिलाल गोंधळळे.

''म्हणजे असं की..'' प्रत्येक शब्दावर जोर देत सांगणारा सांगू लागला.

''तुमच्या नावावर एक लिमिटेड कंपनी सुरू करायची. तुम्ही बापूंचे पुत्र आहात, हे आता साऱ्यांना कळलंच आहे. म्हणून कंपनीचे शेअर्स झपाट्यानं उचलले जातील. शेअर खरेदीच्या रकमेत कारखाना सहज सुरू करता येईल. कसं?''

''विचारात घेण्यासारखी योजना आहे,'' हरिलाल म्हणाले.

''विचार नव्हे तर आचार महत्त्वाचा!'' सांगणारा सांगू लागला, ''रावळपिंडी आणि अमृतसरमध्ये आपले बरेच परिचित लोक आहेत. तुम्ही इथे ऑफिस सांभाळा. मी रावळपिंडी आणि अमृतसरला जाऊन शेअर्स विकले जातील, याची व्यवस्था करतो. एकदा का कारखान्यात उत्पादन सुरू झालं, की जो पैशाचा ओघ दाटेल त्यातून पुढे धंदा चालत राहील. मग मागे वळून बघायची जरूर उरणार नाही...''

सर्व मित्रांनी एकत्र बसून कारखान्यासाठी कायदेशीर कागदपत्रांवर आचारसंहिता लिहून काढली. 'ऑल इंडिया स्टोअर्स लिमिटेड' नावाच्या कंपनीचं रजिस्ट्रेशनही झालं. कंपनीचे शेअर्स जाहीर झाले. डायरेक्टर म्हणून हरिलाल गांधी हे नाव चमकलं. 'सत्याग्रही पेढी'चं कार्यालय बंद झालं होतं तिथेच नव्या कंपनीचं ऑफिस उघडण्यात आलं. काही महिन्यांपासून जागेचं भाडं देणं बंद झालं होतं. मालक कटकट करीत होता. नवी कंपनी जाहीर होताच त्याचं तोंड बंद करता आलं. नव्या कंपनीची सुरुवात तर चांगली झाली.

हरिलालच्या बाबतीत धंद्याच्या संदर्भात नेहमीच फासे उलटे पडले होते. त्यामुळे त्यांच्या मनात पैसे कमवायची घाई होती. शिवाय मुलांच्या भविष्याची तरतूद करून सत्याग्रहात पडायचं होतं. त्यासाठी घाईनं कमवायला हवं होतं. मीही काही करू शकतो, हे सिद्ध करायला मन उतावीळ झालं होतंच. त्यांच्या विचाराला खतपाणी मिळावं असंच सारं काम वेगानं होत गेलं. महात्मा गांधींचा मुलगा ज्या कंपनीचा डायरेक्टर आहे, त्या कंपनीचे शेअर घ्यायला लोक उत्सुक होते. ब्रोकर्स प्रत्येकाला आवर्जून 'हरिलाल बापूंचे पुत्र आहेत,' हे सांगत. गुळाच्या ढेपेजवळ मुंगळे जमावेत तशी हरिलालच्या आसपास माणसं जमा झाली. शेअर्सच्या खरेदीत हरिलालपेक्षा इतरांनाच खूप लाभ झाला. शेअर्स विकले जाऊ लागताच हातात रोकड रक्कम आली. अठरापगड जातींच्या मित्रांत जश्न मनवण्याच्या सूचनांना ऊत आला. दूर गेलेली दारूची बाटली जश्नच्या निमित्तानं पुन्हा जवळ आली आणि...

दुसऱ्या रात्रीचा चेहरा पहिल्या रात्रीशी साम्य सांगू लागला.

२६

डिसेंबर महिन्याची थंडी हाडांत उतरत होती. धुकंही बरंच असे. अर्थात या साऱ्या वातावरणाची कलकत्तावासियांना सवय होती. नवल विशेष होतं ते असहकाराच्या चळवळीचं वारं सुटलं होतं त्याचं! बापूंनी फुंकलेल्या रणशिंगाचा आवाज देशाच्या कानाकोपऱ्यांत पोहोचला होता. कलकत्त्यास तर नुकतंच बापूंचं दर्शनही घडलं होतं. त्यांच्या प्रत्यक्ष मार्गदर्शनानं जादू केली होती. खिलाफतची धार्मिक चळवळही बापूंच्या मार्गदर्शनाखाली आकार घेत होती. त्यामुळे कलकत्त्याच्या मुस्लीम जनतेला काँग्रेस कार्यकर्त्यांचाही सहकार लाभला होता. हरिलालनं प्रथमच स्वतःचं नाव नोंदलं होतं. 'ऑल इंडिया स्टोअर्स लिमिटेड' कंपनीतही बऱ्याच मुस्लीम कार्यकर्त्यांचा सहभाग होता. या कार्यकर्त्यांबरोबर ते खिलाफत कमिटीच्या कार्यालयात जात. हे कार्यालय एका मशिदीत होतं. मशिदीच्या आवारात आपल्याबरोबर बापूंचा पुत्र आहे, याचं जनसमुदायात कौतुक होई. काम करण्यासाठी उत्साह द्विगुणित होई. खिलाफत चळवळीस स्थानिक काँग्रेस कार्यकर्त्यांचं पाठबळही होतंच. या सर्वांत हरिलालचं अस्तित्व अनोखं ठरे.

शुक्रवारच्या बंदगीनंतर पुढारी चळवळीची आग भडकवीत होते. त्यावेळी हरिलालना कुणीसं म्हणालं, "तुम्हीही दोन शब्द बोला. तुम्ही नुसते व्यासपीठावर उभे राहिलात तरी लोक प्रभावित होतील. तुमच्या शब्दांनी चांगला परिणाम साधला जाईल."

भाषण देण्याची सवय नव्हती. आफ्रिकेतील चळवळीत कधी काळी 'छोटे गांधी' बोलायला उभे राहत; पण ते क्षण आता इतिहासजमा झाले होते. तरीही ती याद हरिलालना रोमांचित करून गेली. अटक झाली असताना लोकांनी केलेला जयघोषही त्यांना आठवला. आफ्रिकेतील वर्तमानपत्रांनी छोट्या गांधींचा उल्लेख केला होता तसा हिंदुस्तानी वर्तमानपत्रांत उल्लेख होईल का? देशातील सर्व वर्तमानपत्रांनी नोंद घ्यावी, असाच तो प्रसंग होता. हरिलाल विचारात हरवले

असताना त्यांच्या साथीदारानं सांगितलं,

"सुदैवानं परमपूज्य महात्मा गांधींचे गादीवारस पुत्र आज इथे आपल्यात आहेत. त्यांनी आपल्याला मार्गदर्शन करावं, अशी इच्छा मी व्यक्त करतो..." टाळ्यांच्या कडकडाटात हरिलाल उठले. अंगात शक्तीचा संचार झाल्यागत त्यांचे खांदे ताठ झाले. अंगावरची शाल सारखी करून त्यांनी गळा साफ करून बोलायला सुरुवात केली.

हरिलालजवळ सांगण्याजोगा नवा मुद्दा नव्हता. बोलण्याच्या तयारीनिशी ते तिथे गेले नव्हते. खिलाफत प्रश्नाच्या मुळाशी काय आहे? या चळवळीमागचा इतिहास काय आहे, याची त्यांना पुरेशी माहिती नव्हती. गेल्या काही दिवसांत जे कानावर पडलं होतं, वर्तमानपत्रात जे छापून आलं होतं तेच ते जाणत होते. लाल गोंड्याच्या तुर्की टोपीला खुद्द तुर्कस्तानात अर्धचंद्र मिळाला होता आणि तुर्कस्तानात सत्तांतरण झालं होतं. इंग्रजांनी सत्ता काबीज केली होती इतकंच त्यांना ठाऊक होतं. हरिलालना हेही ठाऊक होतं की, खिलाफतच्या नावाखाली इथे जमलेल्या लोकांपैकी बहुसंख्य लोकांना इतकंसुद्धा ठाऊक नाहीय. लाल गोंड्याची तुर्की टोपी आणि खलिफा म्हणजेच मजहब समजणाऱ्या अज्ञानी लोकांपुढे भाषण देणं सोपं आहे, या खात्रीनिशी ते भाषणासाठी उठले.

जोरदार आवाजात हरिलालनं भाषण ठोकलं. जे ठाऊक होतं तेच सारं ते प्रभावी शैलीनं बोलले. प्रत्येक वाक्याला ते टाळ्या घेत होते. मध्येच खिलाफत आणि हरिलालच्या नावाचा जयघोष होत होता. 'महात्मा गांधीकी जय'च्याही घोषणा होत होत्या. कडाक्याच्या थंडीत बापूंच्या पुत्राला आपण ऐकतोय, ही भावना उष्मा उत्पन्न करीत होती. हरिलालच्या वाणीत त्यांना बापूंचे पडसाद ऐकू येत होते. बावरली मनं निर्भय करण्याचं सामर्थ्य त्या वाणीत होतं. खिलाफत चळवळीचं पुढारीपण मुस्लीम जनतेनं आपणहून हरिलालच्या चरणी धरलं. ज्यानं हरिलालना बोलायला उठवलं होतं त्याची अपेक्षा सोळा आण्यांहून अधिक खरी ठरली.

हरिलालच्या उपस्थितीचा परिणाम सरकारी नजरेत भरला. हरिलालची शक्ती आणि कुवत मर्यादित आहे, हे कळत असूनही सरकारनं बहुसंख्य समाजावर त्यांच्या शब्दानं साधलेला परिणाम चिंतित नजरेनं टिपला. मीटिंगदरम्यान हरिलालची उपस्थितीही जमाव प्रक्षुब्ध करू शकते, हा धसका सरकारला चिंतित करणारा होता. हे फार पुढे जाण्यापूर्वीच थांबवायला हवंसं वाटून सरकारनं हरिलालना अटक केली.

असहकाराच्या चळवळीत रोज असंख्य कार्यकर्ते पकडले जात होते. स्वतःचा बचाव न करता मॅजिस्ट्रेटसमोर आरोप कबूल करून तुरुंगात रवाना होत होते. सुटल्यावर पुन्हा कायदेभंग करणार असल्याचं अभिमानानं सांगत होते. हरिलालनंही तेच केलं. भर कोर्टात त्यांनी जोरदार आवाजात सांगितलं,

"तुम्ही ज्याला गुन्हा म्हणता, त्याला आम्ही आमच्या देशातील नागरिकांचा मूलभूत अधिकार समजतो. आमच्या अधिकाराचं आणि आमच्या धर्माचं रक्षण व्हावं, यासाठी आम्ही प्राणही द्यायला तयार आहोत. जुलूम, अन्याय आणि गुलामीविरुद्ध आवाज उठवणं आमचं कर्तव्य आहे. हे कर्तव्यच तुमच्या लेखी गुन्हा ठरत असेल तर हो! मी गुन्हा केलाय. असे गुन्हे मी आणि माझे करोडो देशबांधव यावश्चंद्र दिवाकरौ करीत राहणार आहोत."

मॅजिस्ट्रेट वा पोलीस अधिकाऱ्यांसाठी या भाषणात नवं काही नव्हतं. नवा होता कैदी! जो बापूंचा पुत्र होता! लोकांनाही हे शब्द बापूंच्या मुलाच्या तोंडून ऐकताना आभाळ ठेंगणं भासत होतं. कोर्टाच्या कामात टाळ्या, घोषणा आणि इतर टीकाटिपणीमुळे अडचण निर्माण होत होती. कोर्टानं हरिलालना सहा महिन्यांची सजा फर्मावली. अलिप्त मनानं हरिलालनं कोर्टाचा निर्णय ऐकला. या घटनेची जाण बाला होईल तेव्हा... हा विचार त्यांना गुदगुल्या करीत होता. आपण तुरुंगातही मजेत आहोत. प्रकृती चांगली आहे. काळजी नसावी, या अर्थाचं पत्र तुरुंगात गेल्या गेल्या बाला लिहावं, या विचारात ते हरवले. अटकेची कारवाई चालू होती.

हरिलालचं पत्र बांच्या हाती पडण्यापूर्वी जेल अधिकाऱ्यानं हरिलालच्या हातांत तारेचा कागद ठेवला. हरिलालना अटक झाली, हे कळताच बापूंनी त्यांचं अभिनंदन केलं होतं. त्याबरोबरच त्यांनी गौरवपूर्ण भाषेत हरिलालना अटक झाल्याचा आनंद आणि अभिमान व्यक्त केला होता. आशीर्वाद पाठवला होता.

हरिलाल सद्‍गदित झाले. त्यांना स्वत:ची मुलं आठवली. कधी भेटतील मुलं? सहा महिने तर कैदेत सरायचेत. त्यांचं मन किंचित उदास झालं. या तुरुंगवासाचा 'ऑल इंडिया स्टोअर्स लिमिटेड' कंपनीच्या कामावरही परिणाम झाला. उत्पादन आणि विक्रीची घडी बसण्यापूर्वीच ते तुरुंगात डांबले गेले. ज्यांनी शेअर्स विकत घेतले होते त्यांचा जीव टांगणीला लागला. ते पत्रानं विचारपूस करू लागले, पण हरिलाल तिथे नसल्यानं कार्यालय बंद होतं. रोज नवे घेणेकरी कार्यालयाशी चकरा मारू लागले. मालकही काळजीत पडला. या परिस्थितीचा लाभ उठवून संधिसाधूंनी स्वत:चं उखळ पांढरं करून घेतलं. दिवसेंदिवस घरमालकाची काळजी वाढत होती. शेवटी एके दिवशी मोजक्या उपस्थितांच्या हजेरीत मालकानं जागेचा ताबा घ्यायला कुलूप फोडलं. सरकारी हुकूमनामा मिळवून केलेल्या या कृत्याचा विरोध करणं कुणालाच जमण्यासारखं नव्हतं. आत विशेष मालसामान नव्हतंच. ज्या फाईल्स होत्या त्यांचा कोर्टाला ताबा देण्यात आला. रोज धक्के घालणाऱ्या शेअर होल्डर्सना इथे कुणी हरिलाल यापुढे असणार नसल्याची समज देण्यात आली. 'ऑल इंडिया स्टोअर्स लिमिटेड'ची पाटी उतरवून कंपनीचं नामनिशाण नष्ट करण्यात आलं. ही कंपनी आता हयात नसल्याचं घोषित केलं गेलं.

तुरुंगात असलेल्या हरिलालना याची जाण नव्हती. कारण ज्यांना ते हितेच्छू, सहकारी वा साथीदार समजत होते ते सारे संधिसाधू होते. गुळाचं अस्तित्व नष्ट होताच पांगणाऱ्या मुंगळ्यांप्रमाणे ते दुसऱ्या 'गुळा'च्या शोधात सटकले होते. जेलमधून सुटका होताच हरिलाल घरी गेले. घेणेकरी त्यांच्या वासावर होतेच. त्यांनी हरिलालना गराडा घातला. त्यांच्याकडूनच हरिलालना आता 'ऑल इंडिया स्टोअर्स लिमिटेड' कंपनी हयात नसल्याचं कळलं. सारे मुस्लीम साथीदार ताकास तूर लागू देत नसल्याची तक्रार करणाऱ्या शेअर होल्डर्सकडे ते नवलानं बघत राहिले. तरीही त्यांच्या मनात मुस्लीम बांधवांविषयी विश्वास होता. ऑफिस नसलं तरी घरी काम करून कंपनीचं काम चालू ठेवता येईल,असं वाटत होतं. मुलांना आणता येईल ही आशा अजूनही संपली नव्हती. कित्येक महिन्यांपासून ते मुलांना बघायला आसावले होते. पण...

घेणेकऱ्यांपासून तोंड लपवायचं तर मुलांना इथे आणता येणार नव्हतं. घरात राहणं असह्य ठरू लागलं. काही घेणेकरी आक्रमक बनत होते. दोनदा पोटात घास पडणंही अवघड होऊन बसलं. दिवसभर ते बाहेर राहत. रात्रीचा अंधार गहिरा झाला की घरी परतत. पुन्हा उजाडण्यापूर्वी बाहेर पडत. या काळात कुणी कधी गुत्त्यात नेऊन त्यांना उपकृत (?) करी, तर कुणी सोनगच्छी गल्लीत कंपनीसाठी नेत. तुरुंगातच हरिलालची प्रकृती नादुरुस्त झाली होती. या दिशाविहीन जीवनानं त्यांच्या शरीराची पुरती वाट लावली.

हे सारं कमी होतं तर अटीतटीस आलेले पठाण घेणेकरी आळीपाळीनं घराच्या बंद दाराशी बसू लागले. संतापल्या स्वरात चालणाऱ्या त्यांच्या चर्चांमुळे शेजाऱ्यांच्या झोपेचं खोबरं होऊ लागलं. शेजारीपाजारी, घरमालक सारेच त्यांच्या नावानं खडे फोडू लागले. अपरात्रीही घरी जाणं अशक्य ठरू लागलं. अपरिहार्यपणे रूपबाजारातही हरिलालच्या नावानं उधारी सुरू झाली. घेणेकऱ्यांची संख्या वाढवत दिवस काढणं अवघड झालं.

जीवन मरणाहून खडतर होत असताना एक अशी बातमी कानी पडली, की हरिलाल स्तंभित झाले. रक्त गोठल्यागत त्यांनी मुठी आवळल्या. 'ऑल इंडिया स्टोअर्स कंपनी'चे काही शेअर पेशावरच्या कुणा पठाणानं घेतले होते. कंपनीच्या नावानं लिहिलेल्या दोन-तीन पत्रांचं उत्तर न मिळाल्यानं त्यानं रजिस्टरनं पत्र पाठवलं. त्यावर 'या नावाची कंपनी वा व्यक्ती कुणीही इथे नाही,' असा शिक्का पडला. त्या आधारावर पठाणानं वकील नेमला. फसवाफसवीच्या आरोपाखाली काय करता येईल, ते बघायला त्यानं सारे कागदपत्रं वकिलाहाती दिले. त्यावर डायरेक्टर हरिलालचं नाव वाचून वकील चमकला.

"हे पाहा, गांधींच्या मुलाच्या उलाढालींवर कायदेशीर कारवाई करणं म्हणजे

प्रक्षोभास आमंत्रण ठरेल.'' वकिलानं समजुतीच्या स्वरात म्हटलं,

''मला वाटतं, बापूंकडे न्याय मागावा. कुठच्याही अदालतीपेक्षा, कोर्टात मिळणाऱ्या न्यायापेक्षा बापूंचा न्याय लवकर आणि योग्य असा असेल.''

वकिलाच्या या सल्ल्याप्रमाणे पठाणानं सारी घटना बापूंना कळवली. या पठाणाप्रमाणे इतरही बरेच शेअर होल्डर्स असतील, असं वाटून बापूंनी तपासकार्य हाती घेतलं. हरिलालविषयी काही कळावं, जमल्यास त्याला मदत व्हावी या हेतूनं बापूंनी अनोखा विचार मांडला. काही दिवसांसाठी हरिलालच्या मुलांना घेऊन बा कलकत्त्याच्या घरी राहिल्या, तर हरिलालवर थोडा वचक राहील आणि घरचं खाऊन त्याची प्रकृतीही सुधारेल.

पण कलकत्त्याहून मिळणाऱ्या बातम्या हताश करणाऱ्या होत्या. शेजारी आणि घेणेकऱ्यांच्या त्रासांतून मुक्त होण्यासाठी हरिलालनं घर काढलं होतं. त्यांचा ठावठिकाणा सापडत नव्हता. हरिलालजवळ काहीही, स्वत:चा पत्ताही उरला नाही, याची जाण बांना व्यथित करणारी होती.

२७

समग्र देशात असहकाराच्या चळवळीची लाट उसळली होती. फक्त अहिंसेच्या मार्गावर चाललेली चळवळ दाबून टाकण्यासाठी सरकार हिंसक हत्याकांड सुरू करील, हे अपेक्षित नव्हतं. अनपेक्षित पावलं उचलण्यात ब्रिटिश सरकार हुशार आहे, हेच चौरीचोरा येथील हत्याकांडानं दाखवून दिलं. क्रोधावरच नव्हे; तर संवेदनक्षमतेवर विजय मिळवू बघणारे बापूही क्षुब्ध झाले. कॉंग्रेसचं काम करणाऱ्या पुढाऱ्यांच्यातही फूट पडली होती. 'स्वराजिस्ट' आणि 'नाफेरवादी' अशा दोन गटांत कॉंग्रेस कार्यकर्ते विभागले गेले होते. अजूनही देश एकजुटीनं लढायला सिद्ध होत नव्हता. अहिंसक सत्याग्रहाचं नेतृत्व करायला आपण उणे पडतोय, याची जाण होताच बापूंनी असहकाराची चळवळ मागे घेतली. जेलवास, दंगामार, गोळीबाराचा सामना करीत शाळा-कॉलेजांवर बहिष्कार घालून चळवळीत काम करणाऱ्या कार्यकर्त्यांच्यासमोर शून्यावकाश दाटला. अशा प्रक्षुब्ध क्षणी पेशावरच्या पठाणाकडून वकिलामार्फत हरिलालच्या नव्या करणीची जाण झाली. कुटुंबापासून तर त्यांचे दोर तुटलेच होते. या फटक्यानं हरिलालचं घरही हिरावून घेतलं, ही जाण बापूंना व्यथित करणारी होती. कस्तुरबा काही बोलत नव्हत्या; पण त्यांच्या चेहऱ्यावर उमटलेली वेदना बापूंना स्पष्ट जाणवत होती. मनात हरिलालसाठी दाटणाऱ्या मायेचे कुंभ त्या हरिलालच्या मुलांवर रीते करण्याचा प्रयत्न करीत. तरीही अस्वस्थता घटत नसे.

"तुम्ही हरिलालची फार काळजी करताय, हे आवश्यक आहे का?" बापूंनी त्यांना समजावण्याचा प्रयत्न करीत विचारलं. कष्टमय जीवन आणि हरिलालच्या काळजीनं कस्तुरबांची तब्येत तोळामासा झाली होती. म्हणून बापू त्यांना सांगू बघत होते. त्यावेळीही बापूंचं काम चालूच होतं. भिंतीशी बसून ते चरखा फिरवित होते. बाजूला बसलेले महादेवभाई हिशेबाच्या नोंदवहीत काहीबाही लिहीत होते. सहज स्वरात बापूंनी विचारलेला प्रश्न बांना घायाळ करणारा होता.

"मी आई आहे त्याची! मला जी काळजी वाटेल तिला आवश्यकतेच्या कुठच्या कसोटीवर तोलणार तुम्ही?'' बांच्या स्वरात बापूंच्या आवश्यकता या शब्दासाठी चीड आणि पोटच्या पोराच्या काळजीचं अजब मिश्रण होतं. त्या रडवेल्या होत म्हणाल्या, "काय खात असेल पोर आणि कुठे पसरत असेल कोण जाणे! किती दिवसांत पत्र तरी कुठे पाठवलंय त्यानं?''

"दारूच्या नशेत असला तर पत्र लिहिण्याची शुद्ध कशी असणार त्याला? आई आठवली तर पत्र पाठवणार.''

"मी म्हणते, वैष्णवाच्या घरी असा दारुड्या पोर कसा आणि का जन्मला, हेच कळत नाही मला.''

"कारण स्पष्ट आहे.'' सूतकताईचं काम न थांबवता बापू सहज स्वरात म्हणाले, "थोडं आठवून बघा, याच्या जन्मापूर्वी माझं वर्तन कसं विषयांध माणसाला साजेसं होतं! आणि या वासनाकांडात मला तुमच्याकडून संपूर्ण सहकार आणि प्रेरणा मिळत होती नं? अशा लैंगिक संबंधातून उत्पन्न झालेला जीव असाच असणार. त्याच्या अध:पतनात आपला सिंहाचा वाटा असताना त्याला दोष का द्यायचा?''

वासनाकांड, लैंगिक संबंधसारखे शब्द महादेवभाईंचं चित्त विचलित करणारे होते. त्यांनी चमकून बापूंकडे बघितलं. शांत चित्तानं सूत कातणाऱ्या बापूंच्या हातचं सूत थोडं तुटतं तरी त्यांना ते स्वाभाविक वाटलं असतं; पण कुणा तिऱ्हाइताच्या वासनांधतेचा पंचनामा चालू असल्यागत तटस्थ मनानं ते स्वत:ला दोष देत होते. कुणाच्या हजेरीचा मुलाहिजा न बाळगता कस्तुरबांच्या-स्वपत्नीच्या पदरात पापाचं माप घालीत होते. महादेवभाईंनी तिरप्या नजरेनं कस्तुरबांकडे बघितलं. बांच्या चेहऱ्यावर असीम लज्जा दाटली होती. डोळे पाणावले होते. बापूंना त्याचं सोयरसुतक नसल्यागत ते 'पंचनाम्या'विषयी बोलतच होते.

"हरिलालचं जीवन नासलंय, हे मी धैर्यानं स्वीकारलंय आता! छोट्या आकाराला मोठा दाखवणाऱ्या काचेतून (मॅग्निफाईंग लेन्स) त्याच्याकडे बघताना स्वत:चे दुर्गुण बघत असावं, असं मला वाटत राहतं. प्रत्येक पित्याच्या मनात आदर्श पुत्राची इच्छा असते, तशी माझ्याही मनात आहे. स्वपुत्रांनी ती इच्छा पूर्ण केली नसली तरी...'' महादेवभाईंकडे स्नेहल नजरेनं बघत ते म्हणाले, "याच्या रूपानं माझी इच्छा साकार झाली आहे. यालाच मी माझा गादीवारस पुत्र समजतो.''

कस्तुरबांनी पदराचा बोळा तोंडात कोंबला. घाईघाईने त्या बाहेर निघून गेल्या. मन:क्षोभ दडवायची त्यांची धडपड महादेवभाईंच्या काळजाला हात घालीत होती. पण बापू? त्यांचा चरखा अविरत फिरत होता. त्यांचा हात अडखळत नव्हता, की सुताचा धागा तुटत नव्हता. नक्की केल्याप्रमाणे सूतकताई संपली तेव्हाच

बापू थांबले. चरखा व्यवस्थित ठेवत ते महादेवभाईंना म्हणाले, "महादेव, या पठाणाव्यतिरिक्त शेअर्समध्ये पैसे गुंतवलेली बरीच माणसं असतील. माझा मुलगा म्हणून त्यांनी हरिलालवर विश्वास ठेवला असेल. जे झालं ते वाईट झालं; पण निदान यापुढे तरी असं घडू नये यासाठी एक जाहीर निवेदन द्यायला हवं."

"बापू..." महादेवभाईंच्या गळ्यातून चीत्कार उमटला.

"हो महादेव!" व्यथित स्वरात बापू उद्गारले. " 'नवजीवन'च्या आगामी अंकात माझ्या नावानं जाहीरनामा बाहेर पडायला हवा. यात असू द्या...हरिलाल माझा मुलगा असला तरी थेट आफ्रिकेपासून आमच्यात मतभेद आहेत. तो विभक्त झाला आहे. त्यामुळे त्याच्या कुठच्याही कामाची जाण मला नसते. ज्यांनी त्याच्यावर माझा मुलगा म्हणून विश्वास ठेवला त्यांना सहानुभूती दर्शविण्यापलीकडे मदत करायला माझ्यात शक्ती नाही. त्याच्यात सदसद्विवेकबुद्धी शिल्लक असली तर तो त्यांची देणी फेडील. बाकी नात्याला मर्यादा असतात. बापाचं नातंही त्यासाठी अपवाद नाही. हे ध्यानी घेऊन हरिलालकडे माझा पुत्र म्हणून कुणी पाहू नये, अशी मी विनंती करतो..."

महादेवभाई लिहीत होते. लेख संपल्यावर महादेवभाईंनी बापूंकडे बघितलं. क्षणभर वाटलं, बापूंच्या डोळ्यांत पाणी चमकत असावं.

बापूंच्या खोलीतून बा बाहेर आल्या तेव्हा देवदास परसात उभा होता. क्षणभर वाटलं, आत्ता बापू जे बोलले ते यानं ऐकलं असेल. काय वाटेल त्याला आपल्याविषयी? मनात उमटणारा प्रश्न सप्तपाताळांत दडवून त्या देवदाससमीप आल्या. क्षणभर त्याच्या खांद्याचा आधार घेत गप्प उभ्या राहिल्या.

"काय झालं बा? हात कापतोय का?" देवदासनं स्नेहल स्वरात विचारलं.

"बेटा, माझं एक पोर फार दूर गेलंय. मणिलाल परक्या देशात एकटा पडलाय, तर दुसरं पोर बेपत्ता आहे. हरिलाल कुठेय तेच कळत नाहीय रे! माझा जीव कासावीस होतोय. याहून अधिक काय व्हायला हवंय सांग!" त्यांना हुंदका आवरेना. यावर काही उपाय नसताना उपचारासाठी दोन शब्द बोलणं देवदासला जमेना.

"बेटा, माझं एक काम कर!" ताठ होत बा म्हणाल्या. "काही करून हरिलालचा पत्ता मिळव. त्याला इथे बोलावून घे..." बांच्यानं अधिक बोलवेना. पाठ फिरवून त्या स्वत:च्या कक्षात निघून गेल्या.

बांची व्यथित पाठमोरी आकृती देवदासना घायाळ करीत होती. शेवटी हरिलाल ज्या ठिकाणी काम करीत होते,त्यांनी काही करून हरिलालना पत्र देण्याची कृपा करावी, अशी विनंती करून देवदासनं हरिलालसाठी दुसरं पत्र लिहिलं. बाच्या मन:स्थितीची, त्यांच्या इच्छेची जाण करून शेवटी लिहिलं...

"मोटाभाई, साबरमती आश्रमात आलात तर सर्वांना आनंद होईल. ते जमेतो निदान बाला खुशाली तरी कळवा."

देवदासचं पत्र हरिलालच्या हाती पडण्यापूर्वी बापूंच्या 'नवजीवन'च्या अंकात जाहीरनामा प्रसिद्ध झाला. बापूंनी संबंध तोडल्याचं म्हणताच सारे घेणेकरी हात धुऊन त्यांच्या पाठी लागले होते. हरिलालना जगणं नकोसं करीत होते.

कलकत्त्याच्या अधिवेशनावेळी हरिलाल खूप नेत्यांच्या परिचयात आले होते. त्यात एक होते चित्तरंजनबाबू! त्यांचं नाव देशात दुमदुमत होतं. त्यांचा मुलगा चिररंजन आणि हरिलाल चळवळीच्या दिवसांत बरेच निकट आले होते. हरिलाल या चळवळीत हिरिरीनं सामील झाले होते. त्यांचा जोश, आवेश आणि संस्कारी प्रभावी भाषा कुणालाही मोहवील अशीच होती. चिररंजनच्या तरुण मनावरही हरिलालचा चांगला प्रभाव पडला होता. 'नवजीवन'मधील बापूंचा जाहीरनामा चिररंजनच्या वाचनात आला. हरिलाल ज्या पेढीवर रात्री मुक्कामाला असत त्याच्या मालकाशी त्यांची चांगली जानपहेचान होती. कुणाच्याही जीवनात कधी तरी परीक्षेची वेळ येते. सत्त्वपरीक्षेचा क्षण सन्मित्रांनी सावरायचा असतो, असं वाटून ते आपणहून हरिलालना भेटले.

"मला वाटतं, अशा अपमानकारक परिस्थितीत तुम्ही इथे राहू नये. तुम्ही गुजरातेत परत जा."

"इथे राहणं मलाही कठीण झालंय. मी तुरुंगात गेलो की साथीदार म्हणवणारे माझ्या तोंडाला पानं पुसतील, असं वाटलं नव्हतं. मी इतका कर्जबाजारी होईन, असंही वाटलं नव्हतं.कर्ज फिटत नाही तोवर कलकत्ता सोडणं नैतिकतेला सोडून आहे..."

कधी नव्हे ते कुणा संस्कारी व्यक्तीशी बोलायची संधी लाभली होती. हरिलाल मन मोकळं करीत राहिले. जे घडलं त्यासाठी हळहळत राहिले. मुलांच्या भेटीची ओढही त्यांनी ओठी आणली. बाला बघून किती दिवस झाले म्हणत कासावीस होत राहिले. त्यांचं हे रूपही चिररंजनला मोहविणारं होतं.

"तुमचं कर्ज फिटलं असं समजा!" चिररंजन औदार्यपूर्ण स्वरात म्हणाले. "तुमच्या प्रत्येक घेणेकऱ्याला सांगा, चिररंजनबाबू तुमचं देणं देतील. तुम्हीही एका कागदावर मला नाव आणि रकमेची व्यवस्थित यादी करून द्या व निश्चिंत मनानं कलकत्त्याचा निरोप घ्या."

"काय म्हणता काय तुम्ही?" क्षणभर हरिलाल गोंधळले, पण चिररंजनबाबू निश्चयाला पक्के होते. त्यांचे दोन्ही हात घेऊन त्यावर मस्तक टेकून हरिलाल गदगद कंठानं म्हणाले,"माझ्या कातडीचे जोडे करून तुम्हाला घातले तरी हे ऋण फिटायचं नाही हो! माझ्या लायक काही काम असलं तर सांगा. तुमचं

काम म्हणजे मला प्रभुसेवा वाटेल.''

''तसं काही काम निघेल तेव्हा तुम्हाला अवश्य सांगेन मी, पण आत्ता तीही काळजी मनात ठेवू नका.'' चिररंजनबाबूंचा आवाज हरिलालना विलक्षण आश्वासक वाटला. कृतज्ञ नजरेनं त्यांनी चिररंजनना निरोप दिला. त्याच रात्री चिररंजनबाबूंसाठी त्यांनी यादी तयार केली. देवदासच्या पत्राचं उत्तर देण्याची टाळाटाळ घडली होती. तेही काम त्याच रात्री संपवलं. पत्रात अत्यंत संवेदनशील भाषेत त्यांनी बाविषयीची भावना प्रगट केली. देवदाससाठी वेगळं पत्र लिहिलं. त्यात ते म्हणत होते... ''तुमच्या प्रारब्धात जन्मदात्यांची सेवा लिहिली आहे. बाची सेवा करावीशी वाटत असूनही अशा अपवित्र देहानं आश्रमातील पवित्र वातावरण विटाळेल याचं भय वाटतं. तुमच्या जगापेक्षा फार भिन्न आणि एकलकोंड्या बेटावर येऊन पडलोय, याचं दुःख होतं; पण हे अंतर तुमच्या एका पत्र नावाच्या कागदाच्या मदतीनं लांघणं जमेलसं वाटत नाही. आश्रमात मी शोभणार नाही. तरीही कधी बापूंच्या भेटीचा योग आला, तर खुद्द त्यांचा विचार घेईन, त्यांची आज्ञा झाली तर आश्रमात येईन.''

साबरमतीला तर नव्हे पण राजकोटला जाण्याचा योग आला. 'रामी'च्या लग्नासाठी हरिलाल चिंतित होते. तसं काही 'रामी'चं वय वाढलं नव्हतं. ती घोडनवरी झाली नव्हती. तरी हरिलालना वाटे, जबाबदाऱ्या कमी होत गेल्या तर बरं! राजकोटला गुलाबच्या मोठ्या बहिणीकडे-बलिबहेनकडे मुली होत्या. बलिबहेननं काही स्थळं बघितली होती. त्यातून हरिलालनं निर्णय करावा, असं त्यांना वाटत होतं. त्यांचं पत्र आलं. कलकत्त्यात काम वा घर उरलं नव्हतंच. मुलांच्या भेटीची इच्छा तीव्र होत होतीच. या निमित्तानं राजकोटला जाणं त्यांना आवडणारच होतं.

किती महिन्यांची इच्छा पूर्ण होणार होती. हरिलाल आसुसून मुलांना भेटले. गुलाबच्या आठवणीनं मन हळवं झालं. मुलंही बापाला भेटून आनंदली. त्यांची उत्कट भेट पाहून बलिबहेनचे डोळे पाणावले. हरिलाल कमालीचे रोड झाले होते. हाडाच्या सापळ्यावर ताणून चामडी बसवल्यागत हरिलालच्या चेहऱ्यावरची हाडं असल्यासारखी दिसत होती. गुलाबच्या लग्नात दिसलेलं हरिलालचं रूप आठवलं आणि बलिबहेनच्या काळजात कळ उठली. मृत बहिणीच्या नवऱ्याची अवदशा पाहून त्यांच्या स्त्रीहृदयाला पाझर फुटला. धाकटी 'मनू' तर बरीच लहान होती; पण 'रामी'ला आपल्या वडिलांचं प्रेमळ रूप स्मरणात होतं. 'कांती'लाही गृहपाठ करवून घेणारा, लाड करणारा बाप आठवत होता. पित्याच्या प्रकृतीविषयी दोघांच्या मनात काळजी दाटली.

बलिबहेन ज्या स्थळाला झुकतं माप देत होत्या ते स्थळ हरिलालनाही 'रामी'साठी आवडलं. स्वतःचं मत लिहून तसंच एका जबाबदारीतून मुक्त व्हायचंय, हेही

कळवून बापूंची संमती मागवली. साक्षगंध करायचा होता, पण खिशात फुटकी कवडी नव्हती. मुलांच्या भेटीस येतानाही मुलांना देण्याजोगं काही नाही, याची जाण बोचत होतीच; पण आता समोर प्रसंग उभा होता. हरिलालना काय करावं ते सुचत नव्हतं. मार्ग सापडत नव्हता. समस्या संपत नव्हत्या.

या समस्येचं निराकरण करणं सोपं नव्हतं. राजकोट हरिलालसाठी परिचित शहर होतं. गांधी कुटुंबाला इथे चांगला मान होता. बापू तर राष्ट्रव्यापी नाव मिळवून होते. हरिलालनाही इथे सारी ओळखत, पण 'नवजीवन'मध्ये प्रसिद्ध झालेल्या जाहीरनाम्यामुळे कुठे मदत मागता येत नव्हती. मदतीऐवजी शिव्याच मिळणार होत्या. बापूंचे ज्येष्ठ पुत्र आता बापूंचे पुत्र न उरणं, यासारखी शिवी दुसरी नाहीच, असं वाटत होतं. तरी हात-पाय हलवणं भाग होतं.

राजकोट संस्थानाची गांधी परिवारानं वफादारीनं सेवा केली होती. त्यामुळे गांधींची पैतृक संपत्ती, स्थावर मिळकत इथे होती. त्यावरचा हक्क तर बापूंनी नाकारला होता; पण त्यासंदर्भात ठाकोरसाहेबांना भेटता आलं, तर कदाचित ते स्वत: मदत करू शकतील, असा विचार करून हरिलालनं त्यांची भेट घेतली. तोवर कधी ते कुणा संस्थानिकाला भेटले नव्हते, पण कुणाची वेल मांडवावर चढत असेल, तर दिलदार ठाकोरसाहेब अवश्य मदत करतील, असा विचार करून त्यांनी मनाचा हिय्या केला.

ठाकोरसाहेब हरिलालना प्रथम पाहत होते. त्यांच्या पूर्वजांनी घराण्याची सेवा केली आहे, याचं स्मरण ठेवून ते हरिलालना भेटले. आपल्या संस्थानाच्या भूतपूर्व दिवाणसाहेबांचा वारस आज देशाचं पितृत्व स्वीकारून जबाबदारीनं झुंजतोय. त्याच राष्ट्रपित्याच्या फरजंदासाठी आपलंही काही कर्तव्य आहे, हे समजून त्यांनी हरिलालचं स्वागत केलं.

"ठाकोरसाहेब..." बापूंच्या मोठेपणाचा उल्लेख होताच हरिलाल नम्र स्वरात म्हणाले, "बापूंचं तर सारं अनोखं आहे. ते साधूपुरुष आहेत. माझं तसं नाही. धंद्यात ठोकर खाऊन भुईसपाट झालेला हतबल वधुपिता आहे मी! म्हणून मदतीसाठी याचना करतोय."

"तुम्ही आमचे सामान्य प्रजाजन नाही हरिलाल!" ठाकोरसाहेब आदरानं म्हणाले, "व्यापारी वाण्याच्या प्रारब्धात ठेच खाणं असायचंच. तुमच्या पूर्वजांनी आमची खूप सेवा केली आहे. तुमची अडचण असेल ती सांगा. आम्ही तुमच्या पाठीशी आहोत, या श्रद्धेनं बोला."

हरिलालनं धंद्यात वारंवार पडलेल्या उलट फाशांविषयीच नव्हे, तर गुलाबच्या अकाली मृत्यूविषयी सांगितलं. मुलं इथे मावशीकडे राहत असली तरी हा प्रसंग तर मुलीच्या बापानं निभवायला हवा म्हणत ते उसासले.

“तुमच्या दुःखात आम्ही सहभागी आहोत हरिलाल.” ठाकोरसाहेब मोठ्या मनानं म्हणाले, “तुमची गरज सांगा. त्या कर्जाची सोय करण्याची आम्ही सूचना देतो.”

साखरपुडा, नारळ आणि लग्न, मुलांच्या अंगावर नवी वस्त्रं आणि पुढे जम बसेतो काही रक्कम खिशात असावी, या साऱ्याचा विचार करून त्यांनी दहा हजार रुपयांची गरज असल्याचं सांगितलं. विनातारण इतकी मोठी रक्कम कर्जाऊ मिळणं स्वप्नवत होतं; पण ठाकोरसाहेबांनी संस्थानच्या कचेरीत आवश्यक त्या सूचना दिल्या. सही-शिक्के होताच दहा हजार रुपये हरिलालच्या हाती आले.

२८

'रामी'चं लग्न झालं आणि हरिलाल बरेच निश्चिंत झाले. ठाकोरसाहेबांकडून घेतलेल्या कर्जाविषयी ते कुणाजवळ बोलले नव्हते. म्हणूनच कार्यात त्यांनी सढळ हातानं केलेला खर्च सर्वांना चकित करून गेला. मुलांसाठी पैसा खर्च करण्याचं सुख प्रथमच मिळत होतं. गुलाबच्या आठवणी गहिवर दाटवित असल्या, तरी तिच्या पश्चात मुलीचं लग्न थाटात करता येतंय याचं सुख कमी नव्हतं. मुलं बलिबहेनकडे राहत होती म्हणून हरिलालचा मुक्काम त्यांच्याकडेच असला, तरी बलिबहेनच्या मनात आपल्याविषयी घृणा आहे, याची त्यांना जाणीव होती. ते ज्या प्रकारचं जीवन जगले होते, त्यांच्याविषयी ज्या वावड्या उठल्या होत्या आणि छापूनही आलं होतं, ते विचारात घेता त्यात अस्वाभाविक काही नाही, हे हरिलालना कळत होतं. 'रामी'चं लग्न होताच आपण मुंबईला जायचं, असं त्यांनी नक्की केलं होतं.

राजकोट सोडून मुंबईला जाण्याचा निर्णय घेण्यामागे कुठचंही सबळ कारण नव्हतं. मुंबईला त्यांचं काहीही काम नव्हतं, पण बलिबहेनकडे राहणं योग्य वाटत नव्हतं आणि मुंबईला काम शोधता येण्याचीही आशा होती. ठाकोरसाहेबांचं कर्ज फेडण्यासाठी काम शोधायला हवंच होतं. खरं म्हणजे आश्रमात जाऊन एकदा बाच्या कुशीत साऱ्या अपयशाला, साऱ्या अपमानाला वाचा द्यावीशी वाटत होती; पण हरिलालनं निग्रहानं त्या इच्छेकडे पाठ फिरवली. कारण...आपत्कालातील समस्या बापूंच्या जाहीरनाम्यानं वाढवली होती, ते विसरू म्हणून विसरता येत नव्हतं. आश्रमातील जीवनप्रणालीशी आता ताल जुळवता येईलसं वाटत नव्हतं. शिवाय आश्रमात बांबरोबर फक्त रामदास आणि देवदासचं असणंही त्यांना बोचत होतं. मणिलालची आश्रमातून झालेली हकालपट्टी म्हणजे आपल्या तोंडावर मारलेली जोरदार चपराक आहे, असंही वाटत होतं.

मणिलालनं मोठ्या भावाप्रमाणे आक्रोश व्यक्त करून विद्रोह स्वीकारला

नव्हता; पण आधीच अबोल असलेले मणिलाल गप्प झाले होते. त्यांचं मौनच त्यांच्या जखमांची खोली सिद्ध करतंय, असं हरिलालना वाटत होतं. या जखमांची खोली मापण्याचा मापदंड आपल्याजवळ नाही, याची बोच त्यांना सतत दुखवायची. त्यांच्या जखमांवर मलमपट्टी करायचं सामर्थ्य आपल्या दुबळ्या हातांत नसावं, याचं वैषम्य त्यांना आश्रमाकडे वळू देत नव्हतं. मणिलाल बेघर झालेले असताना बाच्या कुशीची ऊब शोधणं त्यांच्या नैतिकतेत बसत नव्हतं.

इतकं झाल्यावर आश्रमात जाऊन राह्यचं म्हणजे बिनशर्त अपमानित जिणं स्वीकारण्यासारखं आहे, असंही त्यांना वाटलं. बापू मोठ्या मनानं क्षमा करतील, यात शंकेला स्थान नव्हतं, पण ज्या तत्त्वावर आपण बापूंपासून वेगळे झालो तेच मत दृढ असलं, तर बापूंकडे जाणं दांभिकपणाचं ठरेल. 'आधी प्रपंच करावा नेटका,' असं वाटलं. त्यात काही गैर आहे, असं आज तरी कुठे वाटतंय? हे खरंय की सतत फासे उलट पडले. कदाचित व्यापार-उद्योगात इतका भोळेपणा कामाचा नसेल. प्रत्येकावर विश्वास ठेवण्याची चूक आपल्या हातून घडली; पण म्हणून काही प्रपंचासाठी पैसा कमावणं गैर नाही. व्यापार जमत नाही म्हणून बापूंच्या आश्रमात जाणं पटत नव्हतं.

पुन्हा एकदा प्रयत्न करायचा विचार करून ते मुंबईला गेले. कलकत्त्यानं यश दाखवलं नाही. कदाचित मुंबई नावाच्या महानगरात यश दिसेलही. ठाकोरसाहेबांकडून घेतलेल्या कर्जातून जे उरलं होतं, त्यात काही महिने निभावता येणार होते. या काळात कामधंदा शोधणं जमेलसं वाटलं. मुंबईला त्यांचे काही जुने मित्र होते. आफ्रिकेतील साथीदारही होते. नात्यांतील मंडळीही कमी नव्हती, पण आता या सर्वांच्या नजरेतून आपण उतरलोय, हेही कळत होतं. कुणाच्या घरी उतरण्यात अर्थ नव्हता. म्हणून धोबीतलावच्या 'काश्मीर हॉटेल'मध्ये त्यांनी मुक्काम ठेवला. मध्यवस्तीतील हे हॉटेल बरंच स्वस्तही होतं.

राजकोट सोडताना हरिलालना स्वातंत्र्य मिळाल्यासारखं वाटलं. बलिबहेनच्या घरी जे करणं जमलं नव्हतं ते करायची इच्छा उफाळली. मुंबईत मुलांचा सहवास नव्हता. पुन्हा एकाकी वाटू लागलं. दुर्दैवानं खिशात पैसे होते आणि मन लागेल असं काम मात्र नव्हतं. कधी कधी दिवसभर ते दारूची बाटली घेऊन हॉटेलमध्ये पडून राहत. कधी दुबळ्या क्षणी रूपबाजारात पोहोचत. रूपबाजारातील वेळ संपेपर्यंत नशाही उतरून जाई. पुन्हा सदसद्विवेक बुद्धी डिवचू लागे. अजूनही त्यांच्या पत्र्याच्या पेटीत 'भगवद्गीता', 'बापूंचा फोटो' व 'गुलाबची तसबीर'ही होती. तासन् तास ते 'भगवद्गीते'कडे बघत बसत. जो ग्रंथ बापूंना प्रेरणा आणि आत्मबळ देतो, त्या ग्रंथाचा आपल्यावर का परिणाम होत नाही, हे त्यांना कळत नसे. 'गीते'ची पानं उलटत ते नजर फिरवीत राहत. भिरभिर फिरणाऱ्या नजरेसमोर

शब्दांचा सागर हिंदकळत राही; पण वाचन मात्र घडत नसे. का होतंय असं? ते कळण्यात निष्फळ ठरणारे हरिलाल हताश मनानं 'गीता' पेटीत ठेवून पुन्हा निसरड्या मार्गावर पाऊल ठेवत.

कधी तरी ते मित्रांना, नातेवाइकांना भेटायला जात. आफ्रिकेत खूप चालायची सवय होतीच. चालत जाण्यानं बराच वेळही घालवता येई. मैलोन्‌मैल ते भटकत राहत. कधी फार थकवा वाटला तरच लोकल वा ट्रॅमची मदत घेत. या भटकंतीत काही काम सापडेल, अशीही आशा होती. ही अपेक्षा खरी ठरण्याचा लवकरच योग आला.

मुंबईत 'गोदरेज कंपनी'च्या मालकांनी एक कार्यक्रम योजला. दादाभाई नवरोजींच्या पुण्यतिथीच्या कार्यक्रमासाठी त्यांनी देशातील सर्व नेत्यांना आमंत्रण पाठवलं. मुंबईतील पुढारी या प्रसंगी हजर असणारच होते. या समारंभाविषयी हरिलालनं वर्तमानपत्रात वाचलं. त्या दिवशी कार्यक्रमाला जायचं हरिलालच्या मनानं घेतलं. दादाभाईंना ते कधी भेटले नव्हते; पण त्यांच्या कार्याविषयी ते आदर बाळगून होते. या कार्यक्रमात भाग घेणाऱ्या अग्रणींची नावंही वर्तमानपत्रात आली होती. त्यातील बऱ्याच जणांना हरिलाल ओळखत होते.

समारंभाची वेळ होण्यापूर्वी ते सभास्थळी पोहोचले. हळूहळू लोक जमू लागले. हरिलालना ओळखणारे पुढारी व्यासपीठावर बसू लागले. त्यातील कुणाची तरी नजर अचानक हरिलालवर पडली. दुसऱ्याच क्षणी त्यांच्या ओठांवर परिचयाचं स्मित झळकलं. हरिलालनंही हात हलवून स्मिताचं स्वागत केलं. व्यासपीठावरून खाली येत त्यांनी हरिलालशी हस्तांदोलन केलं.

"प्रकृती बरी नाही का?" त्यांनी आस्थेनं विचारलं. क्षणार्धात त्यांच्या आसपास माणसं जमली. त्यातील रुबाबदार पारशी माणसाकडे वळून ते म्हणाले, "मिस्टर गोदरेज! यांना भेटा...हे बापूंचे ज्येष्ठ पुत्र हरिलाल! फार मजबूत आणि निश्चयी आहेत हे!"

"आज इथे हे असणं म्हणजे बापू असण्याजोगंच आहे," गोदरेज आनंदानं म्हणाले. हरिलालचा हात हाती घेऊन त्यांनी आनंद व्यक्त केला.

बापूंचं नाव येताच हरिलाल किंचित गडबडले. तरी तोल सावरत ते म्हणाले, "आपल्या कंपनीचं नाव देशाच्या कानाकोपऱ्यांत गाजतंय. स्वदेशी मालाच्या गुणवत्तेच्या उत्थानात आपला सिंहाचा वाटा आहे. आपल्या भेटीनं मलाही आनंद झालाय. सत्कार्यासाठी मी आपलं मन:पूर्वक अभिनंदन करतो."

"कसलं अभिनंदन आणि कसलं काय?" गोदरेज हसून म्हणाले, "प्रजेच्या मनात परदेशी वस्तूंसाठी इतकी ओढ आहे, की त्यांच्या कचऱ्याला किंमत आहे ती किंमत आपल्या गुणवत्ता टिकवणाऱ्या वस्तूंना नाही. इतक्यातच आम्ही देशी

साबू बाजारात आणलाय; पण त्यालाही मिळावा तसा प्रतिसाद नाही.''

''माझा अभिप्राय वेगळाय मिस्टर गोदरेज!'' फार दिवसांनी बुद्धिजीवी लोकांत मिसळायची संधी लाभली होती. हरिलाल रंगात येऊन बोलू लागले.

''मला वाटतं, उलट हल्ली बापूंच्या चळवळीमुळे लोक परदेशी वस्तूंचा त्याग करायला सिद्ध झालेत. अशा वेळी आपल्या साबूला प्रतिसाद न मिळणं, ही कदाचित वितरणव्यवस्थेची अथवा विक्रीव्यवस्थेची त्रुटी असेल. कुठेतरी काही चुकत असेल.''

हरिलालचं निखालस मतप्रदर्शन गोदरेजना आवडलं. ''मिस्टर गांधी!'' ते स्नेहानं म्हणाले, ''आमच्या समजुतीप्रमाणे आमची व्यवस्था बिनचूक आहे; तरीही त्यात उणीव राहत असेल तर ती दूर करायला आम्ही तयार आहोत. विचक्षण नजरेनं ही उणीव टिपणारा कुणी तुमच्या नजरेत असला तर अवश्य सांगा.''

क्षणभर हरिलाल गोदरेजकडे बघत राहिले. त्यांचं बोलणं मनापासून आहे, की मानभावीपणाचं, ते अजमावत असल्यागत! ते मनापासून बोलतायत असं वाटताच हरिलालनं निर्णय घेतला.

''आपण गैरसमज करून घेणार नसलात तर काही सांगू?''

''अवश्य!''

''कदाचित आपण जाणत असाल, की बापूंच्या कार्याविषयी माझ्या मनात नितांत आदर असला तरी आमच्यात सैद्धांतिक मतभेद आहेत. गैरसमज टाळून आपण विचार करून निर्णय घ्या. माझ्या बाजूनं मी इतकंच सांगतो, साबूची विक्री वाढावी, नव्हे बर्मा-सिलोनमध्ये आपल्या साबूसाठी मागणी निर्माण व्हावी, यासाठी प्रयत्न करणं मला स्वतःला आवडेल. आधी देशाचं, मग बर्मा-सिलोनचं मार्केट आपण मिळवू, असं मला वाटतं.''

''काय म्हणता?'' गोदरेज चकित स्वरात म्हणाले. ''तुम्ही...तुम्ही....डू यू रीयली मीन ईट?'' हरिलालनं मान हलवून होकार दिला. ''मग तर सोन्याहून पिवळं! हरिलाल, मी आजपासून तुम्हाला गोदरेज कंपनीचा हितचिंतकच नव्हे, तर सहकारी समजतो.''

''थँक्यू मिस्टर गोदरेज! थँक्यू व्हेरी मच!'' दिशाहीन जीवन जगणाऱ्या हरिलालच्या,स्वरात आत्मविश्वास प्रगट झाला.

''तुम्ही उद्याच कंपनीच्या कार्यालयात या. मी तुमची वाट पाहीन,'' म्हणत गोदरेज कार्यक्रमाच्या कामात गुंतले. हरिलालना काम मिळालं.

''हरिलाल!'' दुसऱ्या दिवशी गोदरेज कंपनीत हरिलालचं स्वागत करीत गोदरेजशेठ म्हणाले, ''तुमची कार्यप्रणाली तुम्ही नक्की करायची. आपल्या कंपनीचे एजंट गावोगावी आहेत. त्यांच्या कामांतही तुम्ही मार्गदर्शन करायला हरकत

नाही. तुमच्या स्वतःच्या कार्यक्रमासाठी तुम्हाला कुणाकडून औपचारिक मंजुरी घेण्याची आवश्यकता नाही. तुम्ही तुमचे मुखत्यार आहात.''

''यावर मला काहीच बोलायचं नाहीय शेठ!'' हरिलाल नम्र स्वरात म्हणाले. ''मी काही बोलण्यापेक्षा माझं काम बोलेल, त्याची वाट पाहा.''

खरंच गोदरेजशेठनं तोंडात बोट घालावं, असा हरिलालच्या कामाचा झपाटा होता. त्यांच्या कंपनीच्या कार्यालयातून ते जे निघाले ते मुंबईत काम करण्याऐवजी पुणे, नागपूर, म्हैसूर, बंगलोर, लखनौ आणि अमृतसरची वारी करून आले. एका ठिकाणी रिकामपणी बसण्यापेक्षा स्वतःच्या एकाकी उद्ध्वस्त मनाला आवर घालण्यासाठी त्यांना ही भटकंती मदतरूप झाली. गोदरेजनाही फार थोड्या काळात हरिलालच्या कार्यक्षमतेची पावती मिळाली. त्यांच्या कामावर खूश झालेल्या शेठनं हरिलालनाही खूश केलं. फार दिवसांनी स्वकष्टाची लक्ष्मी हाती आली. लुब्ध नजरेनं हरिलाल या पैशांकडे बघत राहिले. राजकोटला मुलांच्या सहवासात लाभलेले सुखाचे क्षण आठवू लागले. ते क्षण पुन्हा मिळवायला मन आसावलं. आपण शिकलो नाही, तरी इतकं मिळतंय. शिकलो असतो तर? या प्रश्नाबरोबर बापूंविषयी मनात दडलेला राग उफाळला. वाटलं, आपलं सोडा; पण कांतीला डॉक्टर करायचा. ही नोकरी मन लावून करायची. छोट्या मनुडीचं लग्न कर्जाच्या मदतीनं नव्हे, तर घामाच्या पैशाच्या पुंजीवर, बचतीवर निभलं पाहिजे. कांती शिकायला हवा असेल, तर त्याच्या मस्तकावर बापाचं छत्र हवं. आज बलिबहेनकडे तर उद्या बापूंच्या आश्रमात ही फरपट थांबायला हवी. त्यासाठी इथे छोटं का असेना घर शोधायला हवं. घर मिळताच मुलांना इथे आणू. मग...

हरिलाल दिवास्वप्नात रमले. त्याच भारावल्या अवस्थेत त्यांनी बलिबहेनला पत्र लिहिलं..आजवर मुलांसाठी त्यांनी जे केलं त्याविषयी कृतज्ञता व्यक्त केली. स्वत:च्या नव्या कामाविषयी लिहून त्यांनी मुलांना जवळ करण्याची इच्छा व्यक्त केली. मुलांच्या शिक्षणाविषयीचे मनसुबे मोकळ्या मनानं लिहिले. आपलं जीवन नासलं तसं मुलांचं नासू देणार नाही, अशी खात्रीही दिली.

बलिबहेनच्या पत्राबरोबरच त्यांनी बापूंसाठीही पत्र लिहिलं. मुलांना मुंबईस नेण्याचा मानस सांगून त्यांनी बापूंनाही नम्र शब्दांत विनंती केली—'माझ्या मुलांचं संगोपन मला थोडं माझ्या रीतीनं करायची इच्छा आहे. तुमच्या सहकाराची आणि आशीर्वादाची इच्छा आहे.' दोन्ही पत्रं पोस्टात पडली आणि हरिलालच्या मनात संदेह प्रगट झाला...मुलांचा सहवास लाभेल, अशी खात्री वाटेना. मनोबळ वाढवायच्या खटपटीत त्यांचे पाय पुन्हा दारूच्या गुत्त्याकडे वळले. अस्वस्थ मन:स्थितीत ते 'काश्मीर हॉटेल'च्या खोलीत दारूच्या बाटलीच्या सहवासात बुडून गेले.

'गोदरेज कंपनी'च्या कार्यालयात त्यांची हजेरी अनियमित होती; तरीही कार्यभार

विचारात घेऊन शेठनं त्यांच्या अनियमिततेकडे दुर्लक्ष केलं. राष्ट्रपित्याच्या कक्षेला पोहोचलेल्या महान विभूतीचा फरजंद कार्यक्षम असल्याची पावती मिळाली असतानाच नियमिततेचा आग्रह धरू नये, असं वाटून त्यांनी हरिलालना पुरता पगार दिला.

दुर्दैवानं हरिलालचं पत्र राजकोटला पोहोचलं तेव्हा मुलं बलिबहेनकडे नव्हती. बा-बापूंचं बोलावणं आलं म्हणून बलिबहेननं त्यांना 'साबरमती' आश्रमात पाठवलं होतं.

२१

मुलांना मुंबईस आणण्याचा निर्णय घेताच हरिलाल अधीर बनले; पण पत्राचं उत्तर येत नव्हतं! बलिबहेनकडून वा बापूंकडूनही! दिवसेंदिवस मन अधिकाधिक अस्वस्थ होत होतं. कधी सुखस्वप्नांची बाग फुलत होती; तर कधी मुलं भेटणार नाहीत, हा विचार वादळ उठवित होता. कांतीला डॉक्टर करता येईल, त्यासाठी आपण पुरेसं कमवू शकू याची जाण अंगावर रोमांच फुलवित होती. तर कधी हे स्वप्नही तुटलंफुटलं तर... या विचारात हरिलाल शहारत होते. एकाकी, हताश जीवनाचा धसका घेतल्यागत या स्वप्नापासून दूर पळायला पुन्हा दारूच्या बाटलीची मदत घेत होते.

नशिल्या अवस्थेत त्यांना कांती डॉक्टरच्या वेशात दिसायचा. कधी वाटायचं... डॉक्टर कशाला? आपल्याला बॅरिस्टर व्हायचं होतं. बापूंच्या तऱ्हेवाईकपणामुळे ते जमलं नाही. बापू बॅरिस्टर आहेत तर त्यांच्यावर कुरघोडी करायला त्यांच्यासमोर सवाई बॅरिस्टर उभा करू. कांती बॅरिस्टर होईल. कधी वाटायचं...आपली इच्छा पोरावर लादणं म्हणजे बापूंचीच विचारप्रणाली की! पोराच्या मनात काय आहे, हे त्यालाच विचारायला हवं...

हरिलाल सुखस्वप्नं आणि दुःस्वप्नांच्या चक्रात भरकटत होते. कधी कार्यालयात जात होते तर कधी जात नव्हते. प्रतीक्षा होती फक्त पत्राची! बलिबहेनच्या आणि बापूंच्याही!

पण हरिलालचं पत्र साबरमतीस पोहोचलं तेव्हा बापू आश्रमात नव्हते. त्यांच्या पत्राच्या थैलीत हरिलालचं पत्रही प्रतीक्षा रांगेतील उमेदवार ठरलं. ते परत येऊन पत्राची थैली बघेतो या रांगेत बलिबहेनचंही पत्र सामील झालं होतं. पत्राच्या चळतींत नंतर आलेलं पत्र वर आणि आधी आलेली पत्रं खाली असा घाट होता. त्यामुळे बापूंच्या हातांत आधी बलिबहेनचं पत्र गेलं. त्यांच्या मतांशी बापू सहमत असल्यानं हरिलालनं लिहिलेल्या संवेदनशील पत्राचा प्रभाव घटणं अपेक्षित होतं.

राजकोटला बलिबहेनच्या हाती पत्र गेलं तेव्हा मुलं तर राजकोटला नव्हती. हरिलालचं राजकोटला जे रूप दिसलं होतं आणि त्यांच्याविषयी ज्या वावड्या ऐकू येत होत्या त्यावरून त्यांच्या अस्ताव्यस्त जीवनाची, व्यसनाची आणि कुछंदांची कल्पना त्या करू शकत होत्या. हरिलालना काम मिळालं, तत्पूर्वी त्यांनी 'रामी'चं लग्नही जबाबदारीनं पार पाडलं होतं. बलिबहेनला लिहिलेलं पत्रही संवेदनक्षम पित्याच्या मनाचं दर्शन घडवित होतं. तरी त्यांच्या मनावर परिणाम होईना. मृत्यूशय्येवरची बहीण! तिच्या मुलांची 'माय मरो आणि मावशी उरो,' तशा बलिबहेन! किती प्रयत्न केला तरी त्यांचं मन हरिलालना झुकतं माप द्यायला तयार होईना. बापाच्या कुछंदांची सावली पडून मुलांचं जीवन नासलं तर?या विचाराचा त्यांनी धसका घेतला. त्यांनी उलटटपाली पत्र घातलं ते बापूंना! हरिलालना नव्हे. स्वतःच्या अभिप्रायाविषयी स्पष्ट भाषेत लिहून बलिबहेननं बापूंचं उत्तर आलं, की आपण हरिलालच्या पत्राचं उत्तर देऊ, असं कळवलं.

बापूंना बलिबहेनचे विचार पटत होते. त्यांनी तत्काळ खेपिया हाती चिठ्ठी पाठवून बलिबहेनला हरिलालच्या पत्राचं उत्तर द्यायच्या भरीस घातलं. आपण मुलांचं हित बघू याची खात्री देणाऱ्या त्या चिठ्ठीत बापू पुढे म्हणत होते... 'तुमचा अभिप्राय मला पटतो. तुमचं उत्तर न मिळाल्यानं तो अस्वस्थ झाला असेल. तत्काळ मुलं साबरमतीस असल्याचं त्याला कळवा. मुलांचा निर्णय बापू करतील, हेही कळवा. मी दोन दिवसांनी पत्र लिहितो; जेणे करून माझं पत्र तुमच्या पत्रानंतर मिळेल...'

बलिबहेनच्या तुटक पत्रानं हरिलाल विलक्षण अस्वस्थ झाले. राजकोटच्या वास्तव्यात कधी बलिबहेनशी खटका उडाला नव्हता. तरी त्या आपल्या धाकट्या बहिणीच्या मारेकरी या दृष्टीनंच आपल्याकडे बघतायत, हे हरिलालना जाणवायचं. स्वत:च्या क्षमतेविषयी त्यांच्या मनात संदेह आहे तो जावा, यासाठीच त्यांनी नव्या कामाविषयी सविस्तर लिहिलं होतं. तरीही...तरीही त्यांनी असं तुटक पत्र आणि बापूंवर विश्वास प्रगट केला म्हणून हरिलाल भडकले. ते कमी होतं तर पाठोपाठ आलेल्या बापूंच्या पत्रात कुछंदांचा उल्लेख आणि त्यामुळे मुलांचं अहित होण्याची शक्यता स्पष्ट शब्दांत मांडली होती. मुलांनी आश्रमात असावं, हा अभिप्राय व्यक्त करून बापू निरिच्छ शब्दांत लिहीत होते... "तरीही मुलांवर पित्याइतका कुणाचाही अधिकार नसतो, हे मला कळतं. मुलाचा पिता मुलांचं संगोपन करण्यात निष्फळ झाला आहे, हे सूर्यप्रकाशाइतकं स्पष्ट आहे. याचा विचार करून मला वाटतं, खुद्द कांतीचा कौल घ्यावा. त्याला आश्रमात राहणं आवडेल, असं मी समजतो..."

कांतीचा कौल...हरिलालना बापूंची कौल घेण्याची पद्धत आठवली. लक्ष्मीहाराच्या संदर्भात छोट्या हरिलालचा कौल घेणारे बापू काय खरंच मत विचारीत होते? विचारण्याच्या त्यांच्या शैलीत त्यांना सूचित उत्तराचा आग्रह धरायची सवय आहे,

या विचारानं हरिलाल उद्ध्वस्त झाले. या उद्ध्वस्त अवस्थेत ते कार्यालयाकडे गेले नाहीत. कुणासाठी काम करायचं? या प्रश्नात कुढत दारू पीत ते खोलीत पडून राहिले. एक...दोन..तीन..दिवस! त्यांच्या कामानं प्रभावित झालेले गोदरेज शेठ त्यांची खुशाली जाणायला स्वत: त्यांच्या खोलीवर आले. अन्न न घेता नुसतीच दारू ढोसण्यानं हरिलाल कसेसेच दिसत होते. त्यांची अवस्था पाहून शेठ हादरले; तरीही त्यांनी सहज स्वरात विचारपूस आरंभली.

"हरिलाल! शूं थयूं डीकरा?" शेठ त्यांच्या पारशी गुजरातीत गोड स्वरात म्हणाले, "डीकरा मीही पितो; पण तू हे काय आरंभलंयस? अरे, मजेसाठी पिणं वेगळं. तू तर स्वतःला संपवायलाच बसलायस." हरिलाल करुण हसले. स्वप्नाहून करुण हास्य गोदरेजशेठच्यानं पाहवेना.

"अरे, इतकी पिऊन तू कंपनीचं काम कसं करणार?" त्यांनी हरिलालना समजुतीच्या स्वरात विचारलं.

"कंपनीचं काम?" कोरडा हुंदका गिळत हरिलाल भग्न स्वरात म्हणाले, "मी कशासाठी काम करायचं? कुणासाठी? नोकरी नकोय मला? मला काहीही नकोय. शेठ, मी राजीनामा देतोय तोंडानं! तोंडी अर्ज स्वीकारला होतात नं तुम्ही? तसाच हा राजीनामा!"

पुन्हा हरिलाल करुण हसले. गोदरेज गोंधळले. तरी त्यांना चुचकारून म्हणाले, "ते सारं मग बघता येईल हरिलाल.मला सांगा, तुमचा प्रॉब्लेम काय आहे? बापूंच्या मुलाला हे वर्तन शोभणारं नाही." बापूंचं नाव येताच हरिलालनं कचकन दाताखाली ओठ चिरडला, हे त्यांच्या ध्यानी आलं. बापूंशी सैद्धांतिक विरोध असल्याचं ते मागेच बोलले होते; तरीही शेठनं नेट धरला.

"असं पाहा!" ते हळुवार स्वरात म्हणाले, "पैशाचा प्रश्न असेल तर तो सोडवायला मी मदत करू शकेन. तुमच्या कार्यप्रणालीनं कंपनीचं क्षेत्र वाढलंय. तुम्हाला मदत करून मी तुमच्या कामाचं बक्षीसच देणार आहे. ते उपकार आहेत असं मानू नका."

"पैसे?" बरळल्यासारखं हरिलालनं विचारलं, "कुणासाठी? हां! आता यासाठीच फक्त पैसे हवेत?" दारूच्या बाटलीकडे इशारा करीत ते भेसूर हसले.

"हरिलाल तुम्ही स्वतःला सावरायला हवं!" काही न सुचून गोदरेजशेठ म्हणाले. त्यांच्याकडे तीव्र कटाक्ष टाकून हरिलालनं डोळे मिटले. ते डोळे उघडतील याची वाट पाहून शेवटी गोदरेजशेठ उठले; पण त्यांनी डोळे उघडले नाहीत.

निराशा आणि रोष! चक्रीवादळात सापडलेल्या वाळक्या पानाप्रमाणे हरिलाल भिरभिरत होते. साऱ्या क्रोधाचं निशाण होते बापू! त्यांच्या निर्णयाविरुद्ध जाण्याची कुवत अजूनही आपल्यात नाही, याची जाण उद्ध्वस्त करणारी होती. मनात संमिश्र

विचारांचा आवेग येत होता. तो कुठेतरी व्यक्त होणं आवश्यक होतं. कंपनीकडे त्यांनी पाठ फिरवली होती. गोदरेजशेठचा संपर्क तोडला होता. 'बापूंच्या मुलाला न शोभणारं वर्तन...' बुमरँगसारखं हे वाक्य पाठपुरावा करत होतं. वाटलं, स्वतःला धर्मनिष्ठ म्हणवणारे 'राष्ट्रपिता' बनलेले बापू स्वतःच्या जाणत्या मुलाशी कसं वागतात, हे साऱ्या जगाला कळायलाच हवं. तिरमिरीत ते उठले. तोल जात होता तरी निग्रहानं ते लिहू लागले...हिंदुस्तानच्या प्रजेसमोर न्याय मागणारा आक्रोश कागदावर उमटू लागला...

एका जाहीर पत्राच्या रूपात हरिलालनं बापूंनी फक्त हरिलालच नव्हे तर इतर मुलांशी, पत्नीशी कसं हुकूमशहासारखं वर्तन केल होतं, ते छापून आणलं होतंच. आता 'आमचं बंड' या शीर्षकाखाली एका लेखमालेचं लेखन हातात घेतलं. धर्मनिष्ठ म्हणवणारे बापू कसे धर्मच्युत आहेत, हे दर्शविणाऱ्या लेखाचं शीर्षक होतं 'आमचं बंड याने महात्म्याचा बुद्धावतार!' ही लेखमाला त्या काळच्या 'हिंदुस्तान-प्रजामित्र' नावाच्या लोकप्रिय गुजराती दैनिकात प्रसिद्ध झाली.

सर्वार्थानं प्रक्षोभक ठरलेल्या या मालिकेतील पहिला लेख छापून आला, त्या दिवशी हरिलालच्या तप्त मनावर गुलाबपाण्याचा शिडकावा झाल्यासारखं वाटलं. त्या रात्री त्यांना शांत झोप लागली. सकाळी जाग आली तेव्हा दिवस खूप वर आला होता. शरीरात कणकण जाणवत होती. अंग बेदम दुखत होतं.

पुन्हा एकदा जीवन निरुद्देश भ्रमंतीच्या चक्रात हरवले. गोदरेजशेठ वचनाला पक्के होते. हरिलाल कार्यालयाकडे फिरकत नसतानाही ते हरिलालना पगार देत होते. त्यात पिणं निभत होतं; पण हळूहळू ही रक्कम कमी होत गेली. हॉटेलचं भाडं चढत होतं. पुन्हा पैशाची चणचण भासू लागली. जेवण डबलरोटीत भागत होतं, पण बाटलीचा खर्च मोठा होता. त्यातच एक अनपेक्षित समस्या उभी ठाकली. राजकोटला त्यांची वडिलोपार्जित बरीच इस्टेट होती. स्वतःचा हक्क भावांना अर्पण करून बापूंनी फकिरी पत्करली होती. जे आहे ते सारं उरलेल्या दोन भावांचं आणि त्यांच्या मुलाबाळांचं असणार, हे नक्की होतं. बापूंच्या भावाचा मुलगा शामळदासनं त्याच भागात आलेल्या इमारतींपैकी एक विकायला काढली होती. या वाड्यासारख्या इमारतीचं नाव होतं 'कबा गांधींचा डेला.'

विक्रीचा निर्णय झाला आणि राजकोटच्या ठाकोरसाहेबांच्या दस्तावेज नोंदणीखात्यात याविषयीची नोंद करताना एक अडचण आली. ठाकोरसाहेबांनी हरिलालनं घेतलेल्या दहा हजाराचं काय? असं विचारलं. दहा हजार देताना विनातारण दिले असूनही आपल्या मनात या वडिलोपार्जित इस्टेटीची जाण जागत असल्याचं यांनी सांगितलं. दस्तावेज नोंदणी खात्यात बापूंनी हक्क सोडल्याचे कागदपत्रंही होते; पण ठाकोरसाहेबांनी नवाच मुद्दा उपस्थित केला. 'कागदपत्रांवर फक्त बापूंची सही आहे. त्यांच्या मुलांचा

हक्क डावलता येत नाही; कारण ही इस्टेट स्वकष्टार्जित नसून पूर्वजांकडून आलेली पिढीजात इस्टेट आहे. या विक्रीतून दहा हजार वजा करून उरलेली रक्कम तुम्हाला मिळू शकेल.'

शामळदाससाठी हे धर्मसंकट होतं. हरिलालविषयी जे जे ऐकायला वा वाचायला मिळत होतं, ते सामान्य माणसाला चक्रावून सोडणारं होतं. हरिलाल बऱ्या बोलानं हक्क सोडतील, असं वाटेना. हरिलालच्या संमतीशिवाय विक्रीखतावर सही-शिक्का होणार नव्हता. नाइलाजानं त्यांनी हरिलालना सारी हकीकत कळवली. बापूंनी इस्टेटीवरचा हक्क सोडला तेव्हा हरिलालची सही घेतली नसली, तरी ते त्यावेळी उपस्थित होते, याचीही त्यांना आठवण दिली. सविस्तर पत्रात हरिलालनं हक्क सांगणं नैतिकतेला धरून असणार नाही, याचीही समज दिली. तरीही या पत्राचा उपयोग होईल, अशी आशा मनात नव्हती.

पत्र वाचून हरिलाल विचारात पडले. ठाकोरसाहेबांजवळून पैसे घेताना त्यांनी इस्टेटीचा उल्लेख केला नव्हता. जी रक्कम विनातारण ठाकोरसाहेबांनी दिली होती, त्या रकमेच्या वसुलीसाठी शामळदासची अडवणूक करणं योग्य नव्हतं; पण तिथे जाऊन सारा खुलासा करायचा तर अडचण होती-गाडीभाड्यासाठी खिशात फुटकी कवडी नव्हती. आपली अडचण पत्राद्वारे कळवून त्यांनी शामळदासना गाडीभाड्याची व्यवस्था करायची विनंती केली. लगोलग शामळदासनं पुरे शंभर रुपये पाठवले. पैसे पाठवताना मनात इस्टेट विकली जाणार नाहीच, वर शंभर रुपये दक्षिणा म्हणून गेले असाच विचार दाटत होता. तरीही त्यांनी मनीऑर्डरनं शंभर रुपये पाठवले.

गाडीभाड्याच्या प्रमाणात ही रक्कम बरीच मोठी होती; पण गरजेच्या प्रमाणात लहान होती. कारण हॉटेलचं भाडं थकलं होतं. गुत्त्यावरही उधारी झाली होती. सारं चुकविल्याविना मुंबई सोडणं जमण्यातलं नव्हतं. हरिलाल कफल्लक झाले होते तरी चेनवालं खिशात ठेवण्याचं एक घड्याळ होतं. पत्र्याची ट्रंक आणि पाण्याचा फिरकीचा पितळी तांब्या होता. उरल्या वस्तू विकून टाकण्यासाठी ते तत्पर झाले. ट्रंकेतील 'गीते'च्या पुस्तकाकडे त्यांनी शून्य नजरेनं बघितलं. एका पिशवीत फाटकेतुटके कपडे ठेवले होते, त्यात 'गीता'ही ठेवली. ट्रंकेच्या तळाशी फोटोफ्रेममध्ये गुलाब हसत होती. जड मनानं त्यांनी फोटो फ्रेमपासून वेगळा केला. 'गीते'त फोटो ठेवून त्यांनी फ्रेम विकायला काढलेल्या वस्तूंत ठेवली. कफल्लक अवस्थेत ते बाहेर पडले. गाडीभाड्याचे पैसे बाजूला ठेवून त्यांनी देणी संपवली. सारं जीवनच मोडीत काढल्यागत भणंगासारखे ते राजकोटच्या गाडीत चढले. गाडीत चढण्यापूर्वी उरलेल्या पैशांच्या दोन-तीन बाटल्या विकत घ्यायला ते विसरले नाहीत. खांद्यावरच्या पिशवीत चार चिरगुटं आणि तीन बाटल्या इतकंच सामान होतं.

३०

'कबा गांधीच्या डेल्या'वर आणि शिवाय शंभर रुपयांवर आपण पाणी सोडलंय, असं वाटत असताना जेव्हा शामळदासना अंगणात हरिलाल दिसले तेव्हा ते चमकलेच. एकतर हरिलालची जी अपकीर्ती ते ऐकून होते, ती विचारात घेता हरिलालचं अगदी इतकं तातडीनं येणं अपेक्षित नव्हतं. शिवाय हरिलालचं समग्र दर्शन सभ्य संस्कारी माणसाला हादरवणारं होतं. अत्यंत कळकट धोतर, त्यावर अर्ध्या बाह्यांचा कोट! त्याच्याही धांदोट्या उडालेल्या आणि हातांत एक पिशवी! पायांतील चपलेचीही एक पट्टी तुटकीच! एकेकाळी अत्यंत रुबाबदार, राजबिंडा दिसणारा आपला चुलतभाऊ तो हाच का? असा प्रश्न पडावा इतके हरिलाल भणंग वाटत होते. ''हरिलाल, आजारी आहात का?'' बाहेर येत शामळदासनं प्रेमानं विचारलं. ''केव्हा आलात? उतरलात तरी कुठे? आपलं घर असताना दुसरीकडे का गेलात? सामान घेऊन इथेच यायचंत!'' ते मनापासून म्हणाले. हरिलालच्या हातांतून पिशवी काढून घेत त्यांनी हरिलालना आत नेलं.

''मी स्टेशनवरून सरळ इथेच आलोय, शामळदास!'' हरिलाल किंचित हसून म्हणाले. ''माझ्यासारख्या कफल्लकाजवळ सामान ते काय असायचंय? सारी समृद्धी या पिशवीत भरली आणि आलो.''

शामळदास डोळे विस्फारून हरिलालच्या फाटक्या कॉलरकडे, मळक्या धोतराकडे बघत होते. उरलेली समृद्धी (?) हरिलालच्या पिशवीत होती-म्हणजे अशीच मळकी फाटकी जोडी आत असणार. हरिलालच्या मनात 'कबा गांधींच्या डेल्या'विषयी मोह निर्माण होणं स्वाभाविक होतं. शामळदास थोडे हिरमुसले. हरिलाल आलेले पाहताच जे आश्चर्य सुखद भासलं होतं, ते ओसरलं.

''आजच ठाकोरसाहेबांना भेटून तुझ्या विक्रीखताचं काम संपवू म्हणजे मी मोकळा!'' शामळदासची निराशा न कळलेले हरिलाल सहज स्वरात बोलले. या असल्या परिस्थितीतही शुद्ध दानत उरलेली पाहून शामळदासच्या मनात आदर दाटला.

"ते सारं होईल हो! प्रवासाचा शीण असेल. आज विश्रांती घ्या. विक्रीचं उद्या-परवाही बघता येईल," ते मनापासून म्हणाले.

पण हरिलालना विश्रांतीचा मोह नव्हता... त्याच दिवशी ते शामळदासबरोबर ठाकोरसाहेबांना भेटले. त्यांचं येणं ठाकोरसाहेबांनाही अपेक्षित नव्हतं. यापुढचं बोलणंही त्यांना चकित करणारं होतं, असला निःस्पृहपणा तर फकिराच्या मुलाच्याच अंगात असायचा, असं शामळदासनाही वाटलं.

"ठाकोरसाहेब!" ते व्यथित स्वरात म्हणाले, "कबा गांधींच्या डेल्याची विक्री माझ्या सहीसाठी खोळंबली याचं फार आश्चर्य वाटलं मला. माझ्या बापूंनी इस्टेटीचा हक्क सोडलाय, हे आपण जाणता. हा डेला शामळदासच्या भागात आलाय. माझ्या सहीचं इथे प्रयोजनच काय? विक्रीचा निर्णय शामळदासनं घ्यायचा."

"वा! असं कसं?" ठाकोरसाहेब म्हणाले, "वडिलोपार्जित इस्टेटीवर तुमचाही हक्क आहेच. बापूंचा हक्क त्यांनी सोडला तरी तुमचं काय?"

"ज्यावर माझ्या बापूंचा हक्क नाही, त्यावर आम्ही भावंडांनी कसा हक्क सांगायचा? तुमचा कायदा मला हक्क देऊ शकणार असेल, तरी शामळदास वा इतरांवर अन्याय करून मिळणारा हक्क मला नको," हरिलाल निर्मोही स्वरात म्हणाले.

"आणि माझ्या दहा हजारांचं कायं?" ठाकोरसाहेबांनी मुद्दा पकडला.

"ते कर्ज हा ठाकोरसाहेब आणि हरिलाल गांधी यांच्यात झालेला व्यक्तिगत करार होता. त्यांत वडिलोपार्जित इस्टेटीचा वा शामळदासचा काहीही संबंध नव्हता, हे आपणही जाणता. तुम्ही ऐनवेळी जी मदत केलीत त्यासाठी मी जन्मभर आपला ऋणी राहीन. कर्जमुक्त झालो तरीही आपल्या मदतीबद्दल मनात कृतज्ञता असेल. कर्ज फेडण्याचा प्रयत्न मला खरंच करायचाय; पण ठाकोरसाहेब, माझी कर्तव्ये मी शामळदासच्या माथी कशी मारू?"

हरिलाल अत्यंत शांत स्वरात तर्कशुद्ध मुद्दा मांडत होते. त्यांच्याविषयीच्या सगळ्या धारणा चुकत असल्यागत ठाकोरसाहेब थक्क होऊन ऐकत होते. वाटलं होतं, हरिलाल डेल्याच्या विक्रीस विरोध करील. निदान दहा हजाराचं कर्ज उतरवण्यासाठी ही उपाययोजना त्यांना आवडेल; पण...बापू नावाच्या निर्मोही राष्ट्रपित्याच्या रक्ताचा पुत्र तितकाच निर्मोही भासला. अत्यंत विपरीत परिस्थितीतही हा निर्मोहीपणा टिकवून धरणं हे साधं काम नव्हतं. यापुढे विक्री थांबवणं अशक्य आहे, याची ठाकोरसाहेबांना जाण झाली. पोलिटिकल एजंटमार्फत शामळदास हे काम यशस्वीरीत्या पार पाडू शकतील, संस्थानिकांच्या हक्कांवर टाच येत असताना या व्यवहारात सरकारची मध्यस्थी त्यांनाही भारी पडणार होती. चरफडत का होईना शामळदासना रक्कम चुकवावीच लागली. आवश्यक त्या सह्या करून हरिलालनं त्यांना मोकळं केलं. पैसे हाती येताच शामळदासनं राजकोटचा निरोप घेतला.

शामळदास निघून गेले; पण हरिलालच्या मनात मुलांना बघायची ओढ दाटली. कुठे असतील मुलं? इथे की 'साबरमती' आश्रमात? ते विचारात गुंतले. बलिबहेनचं मुलांच्या संदर्भात बापूंना मध्ये ठेवून वागणं त्यांना आवडलं नव्हतं. हरिलालनं दारू प्यावी, कुछंद करावे की नाकाकडे पाहून चालावं, हे ठरवण्याचा अधिकार बलिबहेनला नाही, असं त्यांना प्रामाणिकपणे वाटत होतं. आपण आपल्या मतांसाठी खुद्द बापूंचा मुलाहिजा ठेवला नाही, तर या रांडमुंड बलिबहेनचा काय संबंध? हरिलालच्या डोक्यात ठिणग्या उडू लागल्या. बलिबहेनही बापूंसारख्या छुप्या हुकूमशहा आहेत, या निर्णयाला आलेल्या हरिलालच्या मस्तकात वणवा पेटला.

काय करावं ते सुचत नव्हतं. खिसे रिकामे होते; पण पिशवीत दोन बाटल्या होत्या. वाटत होतं, भणभणणाऱ्या मस्तकावरून बाचा प्रेमळ हात फिरावा. देवदासच्या पत्रात बाचीही तीच इच्छा असल्याचंही कळत होतं, पण बाच्या शीतल स्पर्शासाठी जीवनात खलपुरुष ठरलेल्या बापूंच्या आश्रमात जायला मन तयार होत नव्हतं. द्विधा मन:स्थितीत दोलायमान अवस्थेत हरिलालनं एका संपूर्ण बाटलीचा फडशा पाडला. रिकाम्या पोटात दारूच्या बाटलीनं आग भडकवली. मुलांच्या भेटीची ओढ शतगुणित झाली. ''मनुडी...माझी मनुडी माझ्याजवळच राह्यला हवी. माझा कांती डॉक्टर...नव्हे बापूंच्या नाकावर टिच्चून सवाई बॅरिस्टर व्हायला हवा...'' आजूबाजूस कुणीही नाही, याचं भान विसरलेले हरिलाल संतापून ओरडले.

तोल सावरत ते बलिबहेनच्या घराकडे चालू लागले. रस्त्यावर कुणीही नव्हतं. सारं राजकोट गाव गाढ झोपेत असताना मध्येच एखाद्या कुत्र्याचं केकाटणं कानी पडत होतं. दात-ओठ खात, हातांच्या मुठी वळीत, बडबडत हरिलाल लटपटत्या पायानं चालत होते.

बलिबहेनच्या घरातही सामसूम होती. कांती बापूंकडे होता. घरात फक्त बलिबहेन आणि मनूच होत्या. बलिबहेनच्या घरावर हरिलालनं धडक द्यायला सुरुवात केली. आवाज ऐकून मावशी-भाची भयभीत झाल्या.

''आत्ता कोण आहे?'' बलिबहेननं बावरल्या स्वरात विचारलं.

''दरवाजा उघडा! मी... हरी...हरिलाल... आलोय.'' हरिलालनं तारेत उत्तर दिलं. तोवर मनूही दाराशी येऊन पोहोचली होती. ती दचकली. हरिलालविषयी त्या पोरीच्या कानावर काय वाटेल ते येत होतं. अबोध वयात पित्याच्या सहवासाची ओढ होती. 'रामी'च्या लग्नावेळी दिसलेलं बापूंचं प्रेम ही ओढ वाढवित होती. त्याच वेळी बापाचे कारनामे ऐकून मनात कुतूहलही दाटत होतं. विरुद्ध भावनांच्या अनुभूतीत फेरीची रस्सीखेच चालू असताना त्यांचा असा बेभान स्वर कानी पडला आणि ती विलक्षण बावरली. भयव्याप्त नजरेनं तिनं मावशीकडे पाह्यलं.

दरवाजाची कडी काढून बलिबहेननं किंचित दार उघडून बघितलं. डोळे लाल

झालेले, तारवटल्या चेहऱ्याचे हरिलाल अत्यंत अमंगळ दिसत होते. तरी संयमानं बलिबहेननं विचारलं,

"आता या वेळी कसे आलात? तब्बेत बरी नाही का? आत तरी या." बलिबहेनच्या स्वरांतील काळजी त्यांना स्पर्शेना. लडखडत्या पावलानं ते आत आले. त्यांचं हे भयाण रूप पाहून मनू भेदरली. मावशीचा पदर धरून ती टकमक बघत राहिली.

आत येणारे हरिलाल उंबरठ्याशी ठेचकाळले, दरवाजाचा आधार घेऊन ते तिथेच थांबले. तारवटल्या डोळ्यानं त्यांनी मनूकडे बघितलं. "मनुडी... मारी मनुडी..." म्हणत ते प्रेमानं हसले. नशेनं धुंद झालेल्या त्यांच्या तारवटल्या डोळ्यांत हे वत्सल भाव कमालीचे भेसूर आणि विपरीत वाटले. "कांती कुठे?" त्यांनी बलिबहेनला अडखळत विचारलं. "त्याला बोलवा. मी त्याला डॉक्टर करणार आहे आणि मनुडी...दीकरी...माझ्याबरोबर राह्यचं हा! तुझ्यासाठी छान छान नवरा आणायचाय मला...ये... ये लेकरा तुझ्या बापूंना भेट. असली बापूंना भेट बेटा..." म्हणत हरिलाल मनूच्या दिशेनं झेपावले.

त्यांचं हिडीस स्वरूप बलिबहेनच्यानं बघवेना. असल्या बापाच्या घरात मनू सुरक्षित राहणार नाही, या भीतीनं त्या हरिलाल आणि मनू यांच्यात उभ्या राहिल्या. सारं बळ एकत्र करून ओरडल्या, "हरिलाल, शुद्धीवर या. लाज नाही वाटत दारूनं झिंगून इथे यायला? मध्यरात्री छाकटे होऊन फिरता?"

"खबरदार, एक शब्द बोलशील तर!" हरिलाल किंचाळले. "कोण म्हणतंय मी शुद्धीवर नाही? माझी पोरं दे. बापापासून पोरं हिरावतेस. कुठे फेडशील हे पाप?" विचित्र हातवारे करत ते मनूकडे धावले. तिला मिठीत घेत ते म्हणाले, "मनुडी... काय गं ही तुझी दशा? चल! माझ्याबरोबर चल..."

"भाई..." त्यांच्या मिठीत गुदमरणारी मनू ओरडली. "तुम्ही....तुम्ही दारू प्यायला आहात? तुमच्या तोंडाला घाण येतेय भाई..."

"भाई...?" मिठीतून सुटलेल्या मनूकडे बघत ते रागानं ओरडले, "क...कोण भाई? भलत्या जुलमी म्हाताऱ्याला बापू म्हणतेस? क... कोणी शिकवलं हे तुला? बोल, का भाई म्हणतेस मला? बलिबहेन, तुमची सारी करणी कळते मला...पण मी डरणार नाही. माझी मुलं तुम्हाला देणार नाही. आश्रमात राहून माझी मुलं अशिक्षित राहणार नाहीत. कळलं?... कळलं का?..." हरिलाल बोंबलत सुटले. बापू राष्ट्रपित्याच्या पदाला पोहोचले होते. म्हणून हरिलालची मुलं त्यांना 'भाई' म्हणत. आपली पोरं आपल्याला 'बापू' म्हणत नाहीत, याचा रोष त्यांच्या मनात होताच. दारूच्या बेहोशीत तो बाहेर आला. पुन्हा मनूजवळ येत ते प्रेमानं म्हणाले, "मला 'बापू' म्हणायचं हं दीकरा. ये...ये माझ्याजवळ."

मनू विलक्षण बावरली. मावशी आणि हरिलालकडे लाचार नजरेनं बघणाऱ्या मनूचे डोळे पाणावले. बलिबहेनच्यानं ते पाहवेना.

"हरिलाल!" त्या ओरडल्या. "मुलीला न्यायला यायची ही पद्धत आहे? शरम नाही वाटत? मध्यरात्री येऊन दंगा करताय ते? पोर बावरेल याचंही भान नाही तुम्हाला?"

"चूप...बस रांड! साली रांडमुंड बाई आपल्याला दटावेल ते कोण चालवून घेईल? मनुडी तुझ्या जाचाला कंटाळलीय! म्हणून रडतेय ती. कळलं...हे रांड कळलं का तुला? पोरीला न्यायला जायचं तर साली बापाला वेळ-अवेळ शिकवतेय! चल बेटा..."

पुढे झेपावणाऱ्या हरिलालना उचकी लागली. त्यांचं रूप, त्यांची भाषा सारंच शिसारी आणणारं होतं. मनू तर ओंजळीत तोंड लपवून रडू लागली.

"तुम्ही चूप बसा, हरिलाल!" अधिकाराच्या स्वरात बलिबहेनच्या पोटातील तिरस्कार उमटला. "काय समजता स्वत:ला? तुमची ओळख रांडांशीच असायची. अब्रूदार विधवेचं जीवन तुम्हाला काय कळणार? तुमच्यासारख्या छाकट्यांना घाबरणारीला एकटीनं जगता येणार नाही. कान खोलून ऐका. चूपचाप दाराशी पडून राहा. सकाळी नशा उतरली की घरात या. कळलं?"

"तुम्ही कोण अडवणार मला?" तारसप्तकात किंचाळणाऱ्या हरिलालना पुन्हा उचकी लागली. ते तिथेच भडाभडा ओकले. तरी बोलायचे थांबेनात. विचित्र हातवारे करीत ते म्हणाले, "अब्रूच्या गोष्टी करताय? तुम्ही रांडच आहात!"

"बकवास बंद करा. लाज नाही वाटत असलं बोलायला? यापुढे तोंडातून अक्षरही काढलंत तर परिणाम वाईट होईल, सांगून ठेवते. निघा इथून!"

"धमकी देतेस? मला? मुलीच्या बापाला? साली रांड, दूर हो...मुलीला भेटू दे मला..." म्हणत हरिलाल पुढे झाले. उलटीवरच आपला पाय आहे, याचंही त्यांना भान नव्हतं. पाय सरकला म्हणून भिंतीचा आधार घेत ते तोल सावरत म्हणाले, "चल बेटी! कांतिलाही आपण नेणार आहोत. या रांडेजवळ ठेवणार नाही तुम्हाला."

"आजवर तरी कशाला ठेवलंत हरिलाल?" मनूच्या आणि त्यांच्यामध्ये उभं राहत बलिबहेन ओरडल्या. "तुम्हाला बाप कोण म्हणेल? बापाला शोभेलसं कधी वागलात का? ही माझ्या बहिणीची पोरं आहेत. त्यांच्यावर तुमची सावलीही पडू द्यायची नाही मी. खबरदार पुन्हा कधी इथे याल तर! मनूला हात तर लावा..."

"काय करशील तू? अं? काय करशील?" किंचाळणाऱ्या हरिलालना पुन्हा उचकी आणि त्यापाठोपाठ उलटी झाली. तरी लटपटत ते मनूकडे झेपावले. बलिबहेनच्या डोळ्यांत आग उमटली. अंगात रणचंडी संचारली असल्यागत दात-

ओठ खात त्यांनी हरिलालकडे बघितलं. मनू वा हरिलाल यांना काय होतंय, याची जाण होण्यापूर्वी 'सटाक्...' आवाज आला. हरिलालचा हात धरून बलिबहेननं त्यांच्या कानाखाली आवाज काढला. त्यांचं हे अनपेक्षित कृत्य हरिलालना थक्क करणारं होतं. विस्फारल्या डोळ्यानं ते मेहुणीकडे बघत राहिले. रागानं बेभान झालेल्या बलिबहेन त्यांच्या गालावर, पाठीवर प्रहार करीत सुटल्या. त्यांचा हा रुद्रावतार पाहून मनू गळा काढून रडू लागली.

धक्के मारत हरिलालना बलिबहेननं घराबाहेर ढकललं.

"निघून जा इथून! पुन्हा यायचं असलंच तर सभ्य माणसासारखे या. अवेळी वा दारू पिऊन आलात, तर माझ्यासारखं वाईट कुणी नसेल सांगून ठेवते..." जोरात दरवाजा बंद करून बलिबहेन मागे वळल्या. मारण्याच्या, ढकलण्याच्या आणि क्रोधाच्या श्रमानं त्या कापत होत्या. आजूबाजूचं त्यांना भान नव्हतं. दुसऱ्याच क्षणी मनूच्या विचित्र रडण्यानं त्यांना भानावर आणलं. या भयंकर प्रसंगानं हबकून गेलेली पोर गळा काढून रडत होती. तिला मिठीत घेऊन समजावता समजावता खुद्द बलिबहेनही रडू लागल्या. दुःखद भावनांचा निचरा झाला आणि त्यांना जरा हलकं वाटलं. त्यांची नजर आजूबाजूला फिरली...हरिलालनं ओकून घाण करून ठेवली होती. दारूच्या उलटीच्या दुर्गंधानं मस्तक भणभणत होतं. खोली साफ करायला त्यांनी पदर बांधला. मनू रडतच होती. पित्याची दशा आणि मावशीनं केलेली अवहेलना तिला सहन होत नव्हती. बलिबहेन झोपताच तिनं साऱ्या प्रसंगाचं बापूंना सविस्तर पत्र लिहिलं. लिहिताना ती वारंवार अनावर होत होती.

ही करुण घटना बांना कळली तेव्हा त्या अवाक् झाल्या. न बोलता त्या बापूंकडे बघत राहिल्या. बापू चरखा फिरवित होते. अलिप्त स्वरांत ते म्हणाले, "मनुडीला सारं कळलं ते बरंच झालं. कुणी काही सांगून बाप कसाय ते कळण्यापेक्षा प्रत्यक्ष प्रमाण परिणामकारक ठरणार. हरिलालचं पुण्य असेल तर तो अजून सुधारेल."

"पण...पण कुठे गेला असेल तो? मध्यरात्री बलिनं त्याला मारझोड करून हाकलून दिला."

"हो, पण ते बरंच केलं. त्या प्रहारात हिंसा नव्हती." बापू स्वस्थ स्वरात म्हणाले, "हरिलालनं सुधारावं यासाठी स्नेहानं हे पाऊल उचललं. शुद्धीवर असाल तेव्हा दिवसा उजेडी या, असं तिनं सुचवलं होतं नं? मनूवर त्याचं प्रेम आहे. दारू सोडली तरच मनू मिळेल, हे कळून तो कदाचित दारू सोडेलही. तुम्ही आशा सोडू नका."

बा काही बोलल्या नाहीत. त्यांचं मन मात्र आक्रंदत होतं. बापू शांत चित्तानं सूत कातत होते. भग्न मनःस्थितीत बा उठून बाहेर गेल्या. एका कोपऱ्यात बसून त्या ईश्वराचं स्मरण करू लागल्या; पण चित्त त्यात गुंतत नव्हतं. दुरूनही त्यांना शांत मनानं सूत कातणारे बापूच दिसत होते.

३१

बलिबहेननं अपमान करून हाकलून दिलेले हरिलाल लडखडत राजकोट स्टेशनवर पोहोचले. थापड पडताच नशा उतरली होती. भावनांचा आवेगही शमला होता. तरीही पाय लटपटत होते. उलटीमुळे मस्तकही भणभणत होतं. आता कुणी ओळखीचं भेटेल, त्याआधी राजकोटचा निरोप घ्यायला हवाय, इतकंच कळत होतं. स्टेशनवरच्या नळाखाली त्यांनी तप्त मस्तक धरलं. काहीशा शांतवल्या स्थितीत त्यांनी मुंबईचं तिकीट घेतलं. सुदैवानं गाडीभाड्याच्या पैशाला गुत्ता दिसला नव्हता. पिशवीत अजूनही एक बाटली भरलेली होती. काही वेळापूर्वी जी घटना घडली त्यासाठी मन लज्जित होत होतं. विषादपूर्ण मन:स्थितीत ते मुंबईच्या गाडीत चढले.

मुंबईला ते उतरले त्यावेळी कुठे जायचं? काय करायचं? याविषयी यांच्या मनात काहीही योजना नव्हती. आता? हा प्रश्न विक्राळ बनत होता. बाँबे सेंट्रलला उतरल्यावर बराच वेळ ते स्टेशनवरच थांबले. विचाराच्या भोवऱ्यात भोवंडत असताना अचानक त्यांना वजीर महंमदची आठवण झाली. ते कलकत्त्यात असताना खिलाफत चळवळीच्या निमित्तानं त्यांची वजीर महंमदशी ओळख झाली होती. ते मुंबईत असत. त्यांचंही हॉटेल असल्याचं हरिलालच्या स्मरणात होतं. 'काश्मिरा हॉटेला'त राहण्यापेक्षा वजीर महंमदच्या 'निजामियाँ हॉटेला'त राहावं असा विचार करून ते निघाले.

खिलाफत चळवळीवेळी हरिलालच्या कामाचा आवाका पाहून वजीर महंमद प्रभावित झाले होते. त्यांनी हरिलालचं स्वागत करीत म्हटलं, "तुमची दुर्दशा माझ्यानं बघवत नाही. माझ्या इथेच तुम्ही राहा. अजूनही तुम्ही जाहीर जीवनात यशस्वी होऊ शकाल. तुम्हाला ठाऊकच आहे, मी माझ्या जातबांधवांसाठी बरंच काम करतो. त्यात तुम्ही मला मदत करा. त्याचा पुरस्कार म्हणून माझ्या इथे राहा, जेवा म्हणजे तुम्हाला ओशाळवाणं वाटणार नाही."

हरिलालनं ही सूचना स्वीकारली. हॉटेलात येणाऱ्यांत मुसलमान अधिक होते.

वजीर महंमद मुसलमानांसाठी काम करीत असल्यामुळे त्यांच्याकडे येणारे-जाणारेही मुसलमानच असत. आफ्रिकेतही त्यांच्या मित्रवर्तुळात बरेच मुसलमान होते; पण ते सारे हिंदी-हिंदू-मुस्लीम भाईभाई या रीतीनं काम करीत. इंग्रजांच्या 'डिव्हाईड अँड रूल' या पॉलिसीमुळे यांत फरक पडू लागला होता. 'निजामियाँ हॉटेला'त येणारे लोकही कट्टर मुस्लीम होते. देशाला दिशा दाखवणाऱ्या गांधीबापूंचा मुलगा निराश्रितासारखा आपल्या हॉटेलात राहतोय, याची जाण त्यांना सुखविणारी होती. पाकिस्तानच्या निर्मितीच्या दृष्टीनं हरिलालना आपल्यात घेणं फार हिताचं ठरेल, असं विचक्षण मुस्लीम नेत्यांना वाटलं. त्यांनी अति उत्साहानं हरिलालना स्वीकारलं.

दोन दिवसांत पुरेसं जेवण पोटात गेलं नव्हतं. पोटभर जेवून हरिलाल झोपले. त्यांना जाग आली तेव्हा संध्याछाया उतरल्या होत्या. वजीर महंमदचे साथीदार त्यांच्या उठण्याची वाट बघत खोळंबले होते.

''फार थकलेले वाटताय हरिलाल!'' त्यांनी लटक्या सहानुभूतीचं प्रदर्शन मांडलं. ''चला आज मुजऱ्याला जाऊ. नाजनीन जनाना सहवासात तुमचा दिल तरोताजा बनेल.''

पण हरिलालच्या मनात अजूनही रणचंडीच्या स्वरूपात दिसलेल्या बलिबहेन आणि मनूचं काळीज फाटणारं आक्रंदन...ताजं होतं. नशेत असूनही पहिली थप्पड पडली तेव्हा मनूच्या तोंडून निसटलेली भयग्रस्त किंकाळी त्यांच्या अंगावर शहारा फुलवून गेली होती. आता क्रोधाचा आवेश ओसरल्यावर जाणवत होतं, बलिबहेनशीही आपण गैरच वागलो. गुलाबच्या मृत्यूनंतर त्याच तर मनूची 'आई' झाल्या होत्या. आई आणि बापाचं कर्तव्य करणाऱ्या मावशीवर आपण भलतेसलते आरोप केले. एका अबलेचा सात्त्विक संतापच तिला रणचंडी बनवतो, हे कळायला हवं होतं आपल्याला. असल्या हिडीस स्वरूपात अवेळी दारी आलेल्या मेहुण्याला पोरगी सोपवणं त्यांना कसं जमणार? पण तरीही शेवटी शुद्धीवर असताना, दिवसाउजेडी आलात तर चालेल हेच सुचवलं होतं नं? त्यांनी चालेल म्हटलं, तरी आपण कुठच्या तोंडानं त्यांच्याकडे जायचं? कसं मनूला भेटायचं?

पण...पण आपली ही दशा का झाली? कुणी केलं हे असं? हरिलालच्या मस्तकात ठिणग्या उडू लागल्या. रूपबाजारात जावंसं वाटत नव्हतं. त्यांनी नकार देताच साथीदार निघून गेले. अस्वस्थ हरिलाल अधिकाधिक सैरभैर होत होते. पिशवीत एक बाटली शिल्लक होती. सैरभैर अवस्थेचा अंत आणायला तिची मदत घेतली जाणं अपरिहार्य होतं. नशेत चूर असतानाही उद्ध्वस्तपण संपत नव्हतं. वजीर महंमदच्या 'निजामियाँ हॉटेला'त त्यांना काही कमी नव्हतं. दारूची शेवटची बाटली संपली म्हणून पूर्णविराम ठेवण्याची आवश्यकता नव्हतीच. सतत ते नशेत डुंबत होते. तरीही भान आणि बेभान अवस्थेच्या उंबरठ्यावर ठेचकाळत असताना

वाटत होतं...राजकोटला घडलेला प्रसंग बापूंना कळला असेल. बलिबहेननं त्यांना इत्थंभूत माहिती दिली असेल. काय वाटलं असेल बाला? आपला ज्येष्ठ पुत्र एका अबला स्त्रीच्या हातचा मार खातो ...सत्त्वशील स्त्रीकडून अवहेलना होते त्याची. हा कडू घोट गिळायचं सामर्थ्य बानं कुठून आणलं असेल?

बाचा विचार त्यांना खिन्न करीत होता. नशेत चूर असताना त्यांनी बापूंना पत्र लिहिण्याचा विचार केला; पण बोटांची पकड सैल होऊन पेन वेडंवाकडं होत होतं. अक्षरंही उभी-आडवी उमटत होती. कुठेतरी अक्षराऐवजी रेषाच उमटत होत्या. तरीही त्यांनी नेटानं पत्र लिहिलं. या पत्रात नव्हती मुद्देसूदपणाची सुसूत्रता की विचारांचं सातत्य! जेमतेम लिहिलेलं पत्र त्यांनी पोस्टात टाकलं.

राजकोटची घटना बलिबहेननं कळवली नव्हती, तरी मनूच्या पत्रानं कळलीच होती. हरिलालविषयी बापू चिंतित झाले होते. तरीही चिंता दिसू न देता हाती घेतलेलं काम त्यांना निपटावं लागत होतं. सकाळपासून मध्यरात्रीपर्यंत काम त्यांची पाठ सोडत नसे. जातीवादाच्या पेटणाऱ्या वणव्यात सरकार तेल ओतत होतं. बापू आणि त्यांचे सहकारी वणवा विझवायला अथक परिश्रम करीत होते. सर्व हिंदू आणि अस्पृश्य यांतही सरकार फूट पाडीत होतं. त्यातच 'गोलमेज परिषदे'ची तयारी चालू होती. शिवाय सत्याग्रह, आंदोलनं, धरपकड, लाठीचार्ज आणि तुरुंग हे चक्रही सरकार गरगर फिरवित होतं. हरिलालचं पत्र बापूंना तुरुंगातच मिळालं. तिथेही त्यांच्याबरोबर महादेवभाई होते. पत्रव्यवहाराचं काम तेच सांभाळीत.

हरिलालचं पत्र, पत्राची अवस्था हरिलालच्या उद्ध्वस्त मनःस्थितीचं दारुण दर्शन घडवणारी होती. संवेदनांवर विजय मिळवण्यासाठी धडपडणाऱ्या बापूंच्या पोटात कालवाकालव झाली. पत्राच्या शेवटी हरिलालना स्वतःची सही करण्याचीही शुद्ध राहिली नव्हती. बापूंच्या मिटल्या ओठांत व्यथित फडफड दिसली. महादेवभाई जवळच होते. बापूंचा चेहरा पाहून त्यांच्या काळजात कळ उठली. बापूंच्या चेहऱ्यावरच्या प्रत्येक रेषेशी ते परिचित होते.

'महादेव' बापूंनी वेदनासक्त सुरात हरिलालच्या पत्राविषयी सांगितलं. बापूंच्या हातांतील पत्रावरची वेडीवाकडी अक्षरंही महादेवभाईंना खूप काही सांगत होती. काय बोलावं ते न सुचून ते गप्प राहिले.

"मला वाटतं, मी प्रायश्चित्त घ्यायला हवं. माझा धर्म सांगतोय, माझ्या पापाची शिक्षा माझ्या पोराला भोगावी लागतेय. पापमुक्तीसाठी मी आत्मशुद्धी करायलाच हवी."

"बापू..." महादेवभाई कळवळले.

"हो महादेव! आत्ताच सरकारला पत्रानं कळवा!" ताठ बसून बापू म्हणाले, "सोमवारपासून मी एकवीस दिवस उपास करीन. या उपासासाठी राजकीय वा

सामाजिक कारण नाहीय. फक्त आत्मशुद्धीसाठी हे उपोषण असेल.''

''बापू, आधीच तुमची प्रकृती हल्ली खालावली आहे. रात्र फार झालीय. आता झोपा. सकाळी पत्राचं पाहू!''

महादेवभाईंच्या प्रयत्नाला यश मिळालं नाही. मध्यरात्री सरकारला पत्र लिहावंच लागलं. पत्रावरून नजर फिरवून बापू मांडी घालून बिछान्यावर बसले. हात जोडून त्यांनी शांत चित्तानं प्रार्थना केली. काही घडलंच नसावं, अशा निर्लेप मनानं ते आडवे झाले. बिछान्याला पाठ लागताच त्यांना गाढ झोप लागली.

बापू झोपले, पण महादेवभाईंना झोप येईना. विस्फारल्या नजरेनं ते अंधाराचा वेध घेत राहिले. तीन तास झोप घेऊन बापू उठले,तरीही महादेवभाई जागेच होते. बापूंच्या उपोषणाविषयी प्रत्येक वर्तमानपत्रात बातमी आली. सरकारला पाठविलेल्या पत्राचा तर्जुमा प्रसिद्ध झाला. महादेवभाई म्हणाले ते खरंच होतं. बापूंची प्रकृती हल्ली तोळामासा झाली होती. या उपोषणामुळे त्यांचं तुरुंगात काही बरं-वाईट झालं, तर देश पेटून उठला असता. सोमवारपासून उपोषण सुरू होणार होतं. रविवारी संध्याकाळी त्यांची तुरुंगातून मुक्तता करण्यात आली.

'निजामियाँ हॉटेल'च्या मळक्या पलंगावर लोळत असताना हरिलालनं ही बातमी वाचली. क्षणभर सारी नशा उतरली. अर्धबेभान अवस्थेत आपण बापूंना पत्र लिहिलं होतं, याची पुसटशी याद मनात ताजी झाली. हरिलाल ताडकन बिछान्यातून उठले. पत्रातील मजूकर त्यांना नीटसा आठवेना. राजकोटला जे घडलं ते बापूंना नक्कीच कळलं असणार! उपोषणाच्या बातमीबरोबरच सरकारने मुक्ततेची बातमीही प्रसिद्ध केली होती. बापूंच्या प्रकृतीविषयी सरकार चिंतित असल्याचाही त्यात उल्लेख होता. 'बापूंची प्रकृती बिघडवली,' असा आरोप सरकारलाही नको होता. देशातील थोर-सान बापूंच्या प्रकृतीच्या काळजीत व्यग्र असताना आपण मात्र....शून्य नजरेनं हरिलाल पेपरमध्ये छापून आलेल्या बापूंच्या फोटोकडे बघत राहिले. अंत:करणात खळबळ दाटली.

बापूंनी स्पष्ट लिहिलं होतं...उपोषणासाठी राजकीय वा सामाजिक कारण नाही. उपास फक्त आत्मशुद्धीसाठी आहेत. बापूंचा आत्मा कधीही मलिन झालेला नाही; मग आत्मशुद्धी कशासाठी? हरिलालच्या मनात चक्रीवादळ उठलं. त्या वादळात भूतकाळ उलगडला. मणिलालची चूक झाली म्हणून तीन दिवस उपोषण करणारे बापू! त्या चुकीची तीव्रता कमी हे स्वीकारलं असेल बापूंनी. आता एकवीस दिवसांच्या उपोषणानं आत्मशुद्धी करू बघणारे बापू! यामागे आपलं अमंगळ अशुद्ध जीवनच कारणीभूत असेल का? या उपोषणामुळे त्यांची प्रकृती ढासळली तर? त्यांचं काही बरं-वाईट झालं तर? पितृहत्येचं पातक मस्तकी घ्यायचं?

बापूंच्या मृत्यूच्या कल्पनेनं हरिलाल हादरले. बाथरूमधल्या नळाखाली त्यांनी

मस्तक धरलं. त्यांना थोडी तरतरी आली. कुणाला या उपासापाठचं कारण ठाऊक नसलं तरी काय? खुद्द आपल्याला तर जाणवलंय? बालाही कळलंच असेल. आपल्या पोटचा पोर कुंकवावर उठलाय, हे कळताच तिच्या अंत:करणाला इंगळ्या डसल्या असतील. बा घायाळ झाली असेल ही कल्पना हरिलालना सहन होण्यातली नव्हती. हे उपोषण संपवण्याचा मार्ग शोधायला ते आतुर झाले. खोलीतच त्यांनी दोन-चार फेऱ्या घातल्या. त्यांच्या खोलीत टेबल-खुर्ची नव्हतीच. उशीचं टेबल करून ते पलंगावर बसून लिहू लागले... 'आपल्या उपोषणानं माझ्या मनात माझा धर्म काय? हा प्रश्न निर्माण केलाय. खूप जणांना हा प्रश्न पडला असेल. आपल्या शुद्ध आत्म्याला आत्मशुद्धीची आवश्यकता नाही, हे प्रत्येक जण जाणून आहे. म्हणून सारे चक्रावले असतील.

या संदर्भात मी गोंधळून गेलोय. माझा पुत्रधर्म मला कळेनासा झालाय. तुमच्या वतीनं मी उपवास करू? माझ्या देहाकडून होऊ शकणारं कुठलंही काम मला सांगा. मी ते आनंदानं करीन. तुम्ही उपोषण सोडलंत तर त्यासारखा आनंद दुसरा नसेल. काही मार्ग काढा. मधल्या मार्गाचा शोध घ्याल तर बरं वाटेल. मी वाट पाहीन...आज्ञांकित बालके हरिलालचा साष्टांग दंडवत...'

हरिलाल सुधारण्याची आशा सोडू नका, असं बांना सांगणाऱ्या बापूंसाठीही हे पत्र अनपेक्षित होतं. पत्र वाचून बापू गहिवरले. बा तर गदगदून रडू लागल्या. एक अक्षरही न बोलता त्या पत्रावरून हात फिरवत बसल्या. प्रेमळ माता पुत्राला कुरवाळत असल्यागत होणारी त्यांची कृती बापू अनिमिष नेत्रानं बघत राहिले. प्रयत्नपूर्वक स्वत:ची नजर काढून घेत ते बोलू लागले,

"महादेव, हरिलालना लिहा...तुमचं पत्र वाचून बापू विरघळलेच. उपोषणामुळे माझ्याबरोबर तुमचीही आत्मशुद्धी होत असली, तर हा दुप्पट लाभ मी घ्यायलाच हवा. मला भेटायला या. प्रत्यक्ष भेटीत मार्ग शोधू..."

मजकूर पूर्ण करून बापूंनी परत बाकडे पाहिलं. त्यांच्या वेदनासक्त चेहऱ्यावरील तणावाच्या रेषा घटल्या होत्या. महादेवनं लिहिलेल्या पत्रावर बापूंनी सही केली. बाकडे बघत ते महादेवभाईंना उद्देशून म्हणाले, "हरिलाल परत येणार असेल तर मी बेचाळीस दिवस उपास करायला तयार आहे," हे ऐकून बांचेच नव्हे तर महादेवभाईंचेही डोळे पाणावले.

एक प्रकरण संपल्यागत बापूंनी चरखा सुरू केला.

बापूंचं हे पत्र आलं, त्यावेळी हरिलाल चार-पाच 'तळीरामां'च्या सान्निध्यात चकाट्या पिटत होते. पश्चात्तापाची लाट आणि त्या लाटेत बापूंना लिहिलेलं पत्र दोन्हीचं विस्मरण झालं होतं. पत्र न फोडता त्यांनी पिशवीत टाकलं. इथे वजीर महंमदची मेहरनजर होती. खिशात पैसे नसले तरी पोटाची खळगी बिनबोभाट भरत

होती. घसाही ओला होत होता. सारी मैफल संपल्यावर त्यांनी बापूंचं पत्र वाचलं. उलटटपाली त्यांनी पत्र लिहिलं... ''माझी आर्थिक स्थिती मला साबरमतीस येऊ देईल, अशी नाही. पत्रानंच मार्गदर्शन केलं असतंत तर बरं झालं असतं...तुमच्या उपोषणाच्या न्यायात मला श्रद्धा आहे. मी आजच हे स्थान सोडतोय, वगैरे वगैरे...''

पत्र पोस्टात टाकून ते सरळ बोरीबंदर स्टेशनवर गेले. सगळीकडे अजून रात्रीचं साम्राज्य होतं. हरिलाल स्टेशनच्या बाकावर पडून राहिले.

३२

सकाळ झाली. वर्तमानपत्र विकणारी पोरं तारसप्तकात किंचाळू लागली. ''महात्मा गांधींचं उपोषण अजूनही चालू'', ''बापूंची चिंताजनक प्रकृती. राष्ट्रपित्याच्या उपोषणामुळे सारा देश चिंतित...''

हरिलाल दचकून जागे झाले. त्यांच्या विचारांची दिशा आता बदलली होती. त्यांना वाटलं, आत्मा काय परस्त्रीच्या संगामुळेच मलिन होतो? स्वत:च्या मुलांशी दुष्ट वर्तन केल्यामुळेही आत्मा मलिन होतो. पत्नीची वंचना करण्यानंही आत्मा मलिन होतो. बापूंनी हे दोन्ही केलंय. त्यांनी आत्मशुद्धीसाठी उपोषण करायला हवं. क्षणार्धात त्यांच्या नजरेसमोर बॅरिस्टरीचं शिक्षण घेण्यासाठी गेलेले सोराबजी तरळले. चिमूटभर साखरेवरून बाची झालेली अवहेलना आठवली. 'नवजीवन'मध्ये प्रसिद्ध झालेलं जाहीर पत्र आठवलं. 'निजामियाँ हॉटेल' सोडलं ते बरं झालं असं वाटलं. बापूंचा कुणी सेवक तिथे येऊन धरून न्यायचा. यापुढे बापूंकडे जाणं नको. उगीच भावनेच्या भरात वाहून जाणं योग्य नाही. त्यापेक्षा इथून खूप दूर निघून जावं. निर्णयाच्या दिशेला हरिलाल भरकटत होते. समोरच उभ्या असलेल्या गाडीवर त्यांची नजर स्थिरावली. गाडी हैदराबादला जाणार होती. त्यांना आठवलं, मध्यंतरी 'निजामियाँ हॉटेला'त अब्बास अली नावाच्या व्यापाऱ्याशी ओळख झाली होती. बापूंचा पुत्र म्हणून हरिलालना ते आधीपासून ओळखत होते. त्यांच्या व्यापाराची मुख्य पेठ हैदराबादेस होती. काही दिवस त्याच्याकडे जावं या विचारानं हरिलाल उठले. पटकन गाडीत चढले. सुदैवानं कुठेही तिकीट तपासणी झाली नाही.

''हरिलाल!'' अब्बास अली भारावल्या स्वरात म्हणाले, ''मी मामुली व्यापारी आहे. माझ्याकडे आलात याचा मला कोण आनंद झाला आहे.''

स्वतःला मामुली व्यापारी म्हणवून घेणं ही अब्बास अलींची नम्रता नव्हती. तो खरंच सामान्य माणूस होता. त्याचं घरही प्रशस्त नव्हतं; पण तो स्वत: मूळचा सौराष्ट्रातील व्होरा व्यापारी होता. राष्ट्रपित्याच्या पुत्राला, शिवाय एका काठेवाडी

मित्राला नकार देणं त्याच्या जिवावर आलं. त्यानं हरिलालची व्यवस्था स्वतःच्या दुकानात केली. हरिलालनं आधीच सांगितलं की, ते नोकरीच्या शोधात इथे आलेत. म्हणून अब्बासला वाटलं, दिवसभर ते बाहेर असणार. रात्री निजायच्या वेळी दुकान मोकळंच असतं.

दिवसा दुकानात वर्दळ असल्यानं हरिलाल बाहेर भटकत राहिले. रखडपट्टी आणि मानसिक तणावानं आधीच त्यांच्या प्रकृतीची वाट लागली होती. शिवाय दारूही तिचं काम इमानेइतबारे करीत होतीच. कुठच्याही प्रकारची हलकी दारूही हरिलाल घेत. त्यामुळे तब्येत झपाट्यानं खालावत होती. त्यात दिवसभर केलेल्या निरुद्देश रखडपट्टीची भर पडली. रात्री ते परतले तेव्हा त्यांचं शरीर तव्यासारखं तापलं होतं. आजारी हरिलालची चाकरी अब्बासला जमणार नव्हती. जड मनानं त्यानं हरिलालना आपल्या असमर्थतेची जाणीव करून दिली.

हरिलालना आठवलं, ते जेव्हा गोदरेजचा सेल्समन म्हणून काम करीत होते, तेव्हा त्यांचा शेठ तुलसीरामशी परिचय झाला होता. तुलसीरामचा मोठा व्यापार होता. सेल्समन म्हणून ज्या दोन-तीन भेटी घडल्या होत्या, त्यात तुलसीरामना आपण आवडलोय, हे त्यांना कळलं होतं. पहिल्याच भेटीत ते म्हणाले होते, ''तुम्ही महापुरुषाचं बीज आहात. बापू एका क्षेत्रात महान आहेत. त्यांच्या तुमच्यात सैद्धांतिक मतभेद असले, तरी तुम्हीही ज्या क्षेत्रात जाल त्याचं सोनंच करणार.''

सारं आठवत हरिलाल ताप असूनही तुलसीरामच्या घरी गेले. त्यांनाही अब्बाससारखंच सांगून ते म्हणाले, ''शेठ, काल एका ठिकाणी नोकरीचं ठरल्यासारखंच होतं. आता, या तापानं मध्येच गाठलं त्याला काय करू? परक्या धरतीवर गोंधळलोय मी; शिवाय रिकाम्या खिशाची समस्याही छोटी नाहीच...''

तुलसीरामशेठनं लगेच घराच्या मागच्या भागाची एक खोली रिकामी करून दिली. पैशाच्या समस्येस ध्यानी घेऊन थोडे पैसेही दिले. नोकरीचं फायनल करण्यासाठी आपली मदत होणार असेल, तर आपण नक्की प्रयत्न करू असं आश्वासन दिलं. हरिलालना जागा तर मिळाली; पण तुलसीरामशेठच्या धंद्याचा व्याप मोठा होता. घरही प्रचंड होतं. एकमेकांची गाठभेट फक्त विचारपूस करण्याइतकीच शक्य होई. हरिलालची प्रकृती दिवसेंदिवस खालावत होती. नुसती विश्रांती पुरेना. तुलसीरामशेठ डॉक्टरची व्यवस्था करून निघून गेले. औषधाच्या परिणामामुळे ते तासन्तास झोपून काढत. या ग्लानीभरल्या अवस्थेचा शेवट दिसेना. अर्धबेभान अवस्थेत मनाचं मोकाट सुटणंही टाळता येत नसे.

तपासायला आलेल्या डॉक्टरनं सांगितलं, ''माझ्या औषधाचा परिणाम फार मंद गतीनं होतोय. औषधाबरोबर तुम्ही मोसंबीचा रस आणि ग्लुकोज घ्याल तर जरा वेगानं परिणाम साधता येईल.'' पण... पण हरिलालजवळ पैसे नव्हते आणि

तुलसीरामशेठ कामानिमित्त बाहेरगावी गेले होते. उठून पाणी पिण्याचे श्रमही आता त्यांना सहन होत नव्हते. वाढत्या तापावर उतारा म्हणून मिठाच्या पाण्याच्या घड्या घालायलाही कुणी नव्हतं. अस्वस्थ अवस्थेत ते पडून होते.

ग्लानीभरल्या अवस्थेत कुठूनसा झाडू मारण्याचा आवाज त्यांच्या कानी पडला. सरपटत ते दाराशी गेले. सतरा-अठरा वर्षांचा पोरगा गल्ली झाडत होता. त्यांनी प्रयत्नपूर्वक त्याला बोलावलं. मुलानं आत येऊन खोलीची दुर्दशा पाहिली. ''कंपाऊंड झाडायचं काम माझं नाहीय.'' त्यानं तिरसट स्वरात सांगितलं.

''मी त्यासाठी नाही बोलावलं तुला...'' धापा टाकीत हरिलाल म्हणाले.

''माझ्या जवळ ये. हे पाहा, माझ्याजवळ हे तीन कपडे आहेत. ते तू घे. तुला परवडतील तितके पैसे मला दे.''

भंग्याचा पोरगा आश्चर्यानं बघत राहिला. खूप जण त्याला कपडे देत. जुने कपडे देऊन उपकार केल्यासारखं दर्शविणारेही खूप बघितले होते; पण जुन्या कपड्यांचे कुणी पैसे मागितले नव्हते. तो थक्क होऊन या फटिचर माणसाकडे बघत होता.

''खरं सांगतो भाई!'' ते काकुळतीस येत म्हणाले, ''हा कोट वुलनचा आहे. थंडीत कामास येईल. तुला परवडतील तितके पैसे दे. माझा अमुक रकमेसाठी आग्रह नाही.''

''तुम्ही काय म्हणताय काय?'' अजून त्याचा विश्वास बसेना.

''भाई!'' हरिलाल मेटाकुटीस येत म्हणाले, ''मी आजारी आहे. औषधं वा फळं आणायला पैसे नाहीत म्हणून सांगतो. एक डझन मोसंबी, ग्लुकोज आणि एक टॉनिक आणायला पैसे हवेत. तू माझ्यावर उपकार कर...''

तीनही कपडे घेऊन तो मुलगा बाहेर धावला. तो परत आला तेव्हा हरिलालना शुद्ध नव्हती. त्यांच्याजवळ मोसंबी, टॉनिक आणि ग्लुकोज ठेवून तो निघून गेला. थोड्या वेळानं त्यांनी डोळे उघडले. औषध घेऊन ग्लुकोजही पाण्यात घालून प्यायले. मोसंबीचा रस काढणं जमणार नव्हतं. त्यांनी मोसंबी सोलून खाल्ली. रुमालाचा तुकडा भिजवून स्वतःच्या हातानं कपाळावर दाबून ते पुन्हा झोपी गेले.

उठले तेव्हा थोडं बरं वाटत होतं. पुन्हा औषधपाणी उरकून त्यांनी ओला रुमाल कपाळावर ठेवला. हा एकटेपणा त्यांना सहन होईना. स्वत:च स्वतःची मरणचाकरी करतोयसं वाटून ते शहारले. गुलाब आठवली. नेहमीच आठवायची; पण तिचा सहवास तरी कितीसा लाभला? तिच्या आठवणींवर जगता येत नाही, हे आपलं दुबळेपण! हे दुबळेपण स्त्रीसहवासातच संपू शकेल. रूपबाजारात मिळणारा हंगामी स्त्रीसहवास नव्हे, तर पत्नीच्या कुशीची ओढ दाटली. वाटलं...खरंच लग्न केलं तर सारा वनवास संपेल आणि...मुलांना जवळ आणता येईल... त्या स्वप्नानं त्यांच्या तापानं कोरड्या पडलेल्या ओठांवर स्मित फुलवलं. मनात जीवनाची ओढ दाटली.

कदाचित या इच्छाशक्तीचा परिणाम म्हणूनच दोन दिवसांत ताप उतरला.

ताप उतरताच त्यांनी बापूंना पत्र लिहिलं.. "एकटं राहून फार थकलोय. ही पोकळी मला गिळंकृत करतेयसं वाटतं. वाटतं, पुन्हा लग्न करून घर मांडावं– एखाद्या खेड्यात! ग्रामविकासाचं काम करत उरली उमर संपावी. मुलांना जवळ ठेवता यावं...'

'निजामियाँ हॉटेल' मधून हरिलाल गेल्यावर त्यांची खबरबात कळली नव्हती. त्यांचं पत्र पाहून बापूंचे डोळे हर्षानं चमकले; पण पुनर्लग्नाचा प्रस्ताव त्यांना आवडणारा नव्हता. ग्रामविकासाच्या कामात रस घेण्याची त्यांची इच्छा वाचून मात्र बापू हरखले.

"महादेव, हरिलालवर विश्वास ठेवणं उचित नाही हे कळलं, तरी पुत्रमोह विश्वास ठेवू बघतो. 'गीतेच्या अभ्यासका'ला हे शोभत नाही. तरी वाटतं, ग्रामविकासाचं काम हिरिरीनं करणाऱ्या, ज्येष्ठ पुत्राची मांडी मरताना मिळाली तर त्यापरतं सुख नाही." बापूंचा स्वर जड झाला. क्षणभर थांबून ते घसा खाकरत म्हणाले, "महादेव, तुम्ही हरिलालना पत्रानं कळवा...पत्नीची सोबत हवीशी वाटणारं वय आता उलटलंय. पन्नाशी झालीय. आता पत्नीचं अस्तित्व फक्त सोबतीसाठी असावं. गुलाब सुंदर होती. कुमारिका होती तरीही ती वा तिचा सहवास कुछंदावर मात करू शकला नव्हता, याची त्यांना स्पष्ट जाणीव करून द्या. गुलाबसारख्या स्त्रीशी निष्ठा नव्हती, तर यापुढे निष्ठा कशी प्रगटेल? विनाकारण दुसरं लग्न करून एका स्त्रीचं जीवन का दुःखी करायचं? तरीही कळवा, सहचाराच्या संकल्पनेस माझा तात्त्विक विरोध नाही. फक्त पन्नाशीनंतर लैंगिक भुकेसाठी लग्न करू नये, असं मला वाटतं. फक्त एकटेपणा नको यासाठी लग्न करायचं तर त्यांनी परित्यक्ता वा विधवा पसंत करून लग्न करावं..."

मजकूर सांगता सांगता बापू किंचित अडखळले... "महादेव, त्याला हेही लिही, की ग्रामविकासाच्या कामात त्यानं रस घेतलेला मला आवडेल आणि..." बापू पुन्हा अडखळले. महादेवभाईंनीही डोळे उचलून त्यांच्याकडे बघितलं. त्यांची नजर चुकवत बापू म्हणाले, "माझा विचार त्याला कळव; पण पत्राचं लिखाण माझ्या नावावर नको. पत्र तू तुझ्याच नावावर लिही. तोल सावरण्याच्या कामी तू त्याला मदतरूप झालास, तर माझी हरकत नसेल; पण यापुढे त्यानं खुद्द माझ्याकडून अपेक्षा ठेवता कामा नये, ही माझी इच्छा त्याला परखडपणे कळव. कारण माझा सल्ला नेहमीच त्याच्या विरुद्ध असतो, असा आजवरचा अनुभव आहे."

महादेवला सारं सांगून ते व्हॉइसरॉयच्या पत्रव्यवहाराकडे वळले. क्षणापूर्वी ते भाववश झाले होते, हे खरं न वाटावं इतक्या अलिप्तपणे ते पत्रव्यवहाराविषयी बोलू लागले.

३३

सविनय कायदेभंगाची देशव्यापी चळवळ, गांधी-आयर्विन करार, गोलमेज परिषद आणि अनेक खटपटींनंतर ब्रिटिश सरकार सामान्य जनतेचा विचार करू लागलं. स्वराज्याच्या संकल्पनेचा तात्त्विक स्वीकार केला आहे, हे दर्शविणाऱ्या काही सुधारणांची भेट सरकारनं जनतेसमोर धरली. सरकारी यंत्रणेत काही महत्त्वाच्या जागांवर हिंदी लोकांची नेमणूक केली. या सुधारणांमुळे स्वराज्यासाठी लढणाऱ्या लोकांत दुमत झालं होतं. या जागा स्वीकारून मुंगी होऊन साखर खावी, या मताची भलावण काही करीत, तर काहींना राज्य करण्यात सहभाग नव्हे तर अक्षत स्वराज्यच हवं होतं. काश्मीर ते कन्याकुमारी आणि कलकत्ता ते काठेवाडपर्यंत पसरलेल्या देशात अस्वस्थता वाढत होती. या खंडप्राय देशातील सान आणि थोर, सत्याग्रही आणि सरकारी नोकर साऱ्यांचे डोळे बापूंकडे होते.

बापूंच्या दोन्ही डोळ्यांतून अविरत धारा बरसत होत्या; पण दुर्दैवानं हे कुणाला दिसत नव्हतं. ते म्हणत होते, ''हिंदू-मुस्लीम बांधव माझ्या दोन डोळ्यांसारखे आहेत. कुणा एकाची बाजू घ्यायची म्हणजे, एक डोळा फोडून घेण्यासारखं आहे.'' असं म्हणणाऱ्या बापूंच्या एका डोळ्यावर 'मुस्लीम लीग' आणि जनाब जीना यांनी पत्थर मारला होता. दुसऱ्या डोळ्याचे धर्मांध हिंदू बांधवांनी धिंडवडे आरंभले होते. स्वातंत्र्याच्या ज्या अमृतकुंभाच्या अभिलाषेनं बापूंनी चळवळ सुरू केली होती त्या कुंभात विष मिसळण्यात इंग्रजांना यश मिळालं होतं. हिंदू-मुस्लीम प्रजेतील बंधुभावाची भावना नष्ट होऊ लागली होती. कराची, कलकत्ता यांसारख्या केंद्रांतच नव्हे तर छोट्या शहरांतील गल्ली-बोळांतही, 'पाकिस्तान लेके रहेंगे'चे उद्घोष अशिक्षित प्रजेच्या कंठातून निघत होते. त्यांच्या अज्ञानाचं भांडवल केलं जात होतं. कानठळ्या बसविणाऱ्या घोषणांच्या गोंगाटात धर्म गुदमरत होता. धर्म वा मजहबाच्या नावे राजकीय वा अन्य स्वार्थाची पोळी शेकत अनेक महाभाग रातोरात पुढारी बनत होते. समग्र वातावरण अत्यंत प्रक्षुब्ध होतं.

अशा प्रक्षुब्ध वातावरणात हरिलालच्या हाती बापूंचं पत्र आलं. पत्र वाचून ते अत्यंत निराश झाले. घर मांडायची, मुलं जवळ करण्याची आपली इच्छा या जन्मी तरी आता पूर्ण होणार नाही, या विचारानं ते हताश झाले. चिक्कार पैसे कमवण्याचं स्वप्न पूर्ण झालं नव्हतं. बॅरिस्टर होण्याच्या महत्त्वाकांक्षेवर पाणी सोडावं लागलं होतं. घर वसवण्याची वा मुलं जवळ ठेवण्याची साधी मामुली इच्छाही मारावी लागते म्हणजे काय? नेहमीप्रमाणे त्यांच्या हताश मनात बापूंवरील असंतोषाची ठिणगी पडली. रागाचा सारा ओघ बापूंकडे वळला. गोदरेज कंपनीत नीट काम मिळालं होतं. कुटुंब जवळ ठेवता आलं असतं, तर मुलांच्या सहवासात कधी बाई वा बाटली आठवली नसती; पण प्रत्येक ठिकाणी हरिलाल आणि सुख यामध्ये बापू नावाची भिंत उभी आहे, असं त्यांच्या मनानं घेतलं. जबरदस्त उद्वेग दाटला.

हैदराबादला राहणं कठीण होत होतं. तुलसीरामशेठनं त्यांना हाकलून दिलं नव्हतं; पण घराच्या कोपऱ्यात असणाऱ्या त्यांच्या खोलीकडे अगदी दुर्लक्ष केलं होतं. घराला तो कोपराच नसल्यागत हरिलालची उपेक्षा आरंभली होती.अशा स्थितीत फार काळ निभावता येईलसं वाटेना. बापू विरघळतील ही आशा फोल ठरली. आपण बापूंचा त्याग केलाय हा विचार तोवर हरिलालना आनंद देत होता; पण महादेवभाईंच्या पत्राद्वारे बापूंचा अभिप्राय कळला आणि जाणवलं, आपला त्याग बापूंनी केलाय. तीव्र पराजय झाला असल्यागत ते उद्ध्वस्त झाले. क्षणार्धात मनात क्रोध फुलला— 'ज्या बापूंनी आपला त्याग केलाय, त्या बापूंना काय वाटेल, याचा विचार आपण का करायचा? त्यांचं मन आपण का सांभाळायचं?'

भ्रमिष्ट अवस्थेत भरकटत ते हैदराबादचा निरोप घेऊन नागपूरला आले. 'डेली न्यूज' नावाच्या दैनिकाच्या मालकाशी त्यांची ओळख होती. महादेवभाईंमार्फत जे पत्र आलं होतं त्या पत्रात साधासुधा रोष नव्हे, तर तीव्र वैरभावना चेतवली होती. 'शत्रूचा शत्रू तो आपला मित्र,' या न्यायानं ते बापूंच्या विरोधी लोकांकडून स्वत:चा कसा फायदा करून घेता येईल, या विचारात पडले. शिवाच्या जटेतून उगम पावलेली गंगा हिमालयाच्या शुचिर्भूत वातावरणापासून ते कलकत्त्याच्या 'हुगळी' नाव पावलेल्या गटारगंगेपर्यंत पसरली होती. गांधींची शुचिताही अशीच उतरणीला लागली. हे पतन एका परखड जाहीर पत्राच्या रूपानं प्रगटलं. 'डेली न्यूज'च्या मालकाला भेटून त्यांनी स्वत:चे विचार (की अविचार) प्रकाशित करवून घेतले. जाहीर निवेदनात ते म्हणत होते...

'माझ्या पित्यानं माझा सर्वार्थानं त्याग केला आहे म्हणून त्यांचा पुत्र म्हणून मला जगता येत नाहीय. पिता-पुत्राचा संबंध पुसण्याशिवाय माझ्यासमोर गत्यंतरच उरलं नाहीय. आमचे मतभेद आजकालचे नाहीत. गांधीबापू 'राष्ट्रपिता' या पदाला पोहोचले नव्हते त्यावेळपासून-आफ्रिकेत त्यांचं वास्तव्य होतं तेव्हापासून आमच्यात मतभेद

आहेत. तेव्हापासून माझ्या पित्यानं माझं जीवन असह्य बनविण्याचा जसा विडाच उचलला आहे. त्यांच्याशी मतभेद कुणाला परवडणारे नसल्यानं कुणी मला दाराशी उभं करत नाही. माझं जीवन केवळ अपमान आणि वेदना बनत असताना मी व्यसनांच्या आधीन झालो, तर यात दोष कुणाचा? जसा मी पित्याचा त्याग केला नाही, मला करावा लागला; तसा मी हिंदुत्व त्यागणार नाही, पण हिंदूंनी मला लूत भरलेल्या कुत्र्यासारखी वागणूक दिली, सतत माझ्या पेकाटात लाथा पडल्या तर मी काय करावं...?'

हे जाहीर निवेदन एका अर्थानं बघितलं तर बापूंच्या विरुद्ध जनमानस भडकवणाऱ्या धर्मांधांसाठी आमंत्रणच होतं. दुसरा धर्म अंगीकारून बापूंवर सूड उगवायचा हा निर्णय घेऊन हरिलाल शांत झाले. हे निवेदन जनाब झकेरियांच्या वाचण्यात आलं आणि त्यांचे डोळे चमकले. जनाब झकेरिया कट्टर मुसलमान मजहबी तत्त्वांचे आग्रही होते. राष्ट्रवादी मुस्लिमांना ते आपले शत्रू समजत. जो प्रदेश पाकिस्तानच्या निर्मितीनंतरही भारतात राहणार होता, त्या प्रदेशातील मुलसमान प्रजेला धर्माच्या नावावर ते भडकवत होते. हरिलालचं निवेदन वाचून गांधींवर कुरघोडी करायला ते आतुर झाले. पाकिस्तानची निर्मिती म्हणजे, 'पाक-इस्लामचा जयजयकार,' असं तर ते सामान्य जनतेत सांगत होतेच. त्यात 'राष्ट्रपित्या'च्या गादीवारस पुत्राला मुसलमान करवून घेण्यात यश मिळालं, तर खुद्द झकेरियांचं महत्त्व वाढणार होतं.

बापू आणि हरिलाल यांचे खासगी संबंध जाहीर करणारी सारी निवेदनं त्यांनी चौकसपणे वाचली होती. चहूकडून चौकशी करून त्यांनी या विषयावर अधिक जाणकारी मिळवली. या संघर्षाच्या मुळाशी काय आहे, याची जाण करून घेणं चतुर झकेरियांना सहज जमलं. बापूंच्या ज्येष्ठ पुत्राला फितुर करून घेता आलं तर खुद्द बापूच नव्हे, तर काँग्रेस पक्ष आणि समग्र देशांतील करोडो हिंदू काळजांवर जीवघेणा प्रहार होणार होता. हरिलालच्या मनात 'नाणं' आणि 'नारी' दोन्हीची भूक आहे, हे त्यांनी अचूक टिपलं. हे दोन्ही मिळवून देणं फारसं अवघड नव्हतं. या घटनेला योजनाबद्ध प्रसिद्धी मिळाली, तर जनमानसात आपली प्रतिमा महंमद अली जीनांहूनही उंचावेल, या कल्पनेनं जनाब झकेरिया रंगात आले. ताबडतोब त्यांनी हरिलालशी संपर्क साधला.

निवेदनाद्वारे हरिलालनं परधर्मियांना एक प्रकारे निमंत्रण धाडलं होतं. तरीही जनाब झकेरियांसारखी विख्यात व्यक्ती महत्त्व देईल, अशी अपेक्षा नव्हती. स्वत: अगदी कफल्लक बनले होते तरी बापूंचा गादीवारस पुत्र म्हणून आपल्याला समाजात महत्त्व आहे, याची त्यांना कल्पना होतीच. जनाब झकेरियांनी भेटीची इच्छा व्यक्त केली आणि हरिलाल सुखावले. या अवस्थेत तरारून उठलेल्या अहंकाराने वैरभावना अधिकच तीव्र बनली. जनाब झकेरिया कट्टर जातीवादास मानणारे होते. बापू

महासभांचा तीव्र विरोध करतात या दोन्ही गोष्टी हरिलाल जाणून होते.

हरिलालना भेटतानाही झकेरियांनी मुत्सद्देगिरी कामास आणली. जुन्या सुहृदाला आसुसून भेटल्यागत त्यांनी हरिलालना कडकडून मिठी मारली. हरिलालचा हात हाती घेऊन ते चिंतित स्वरात म्हणाले, ''हरिलाल,तुम्ही इतके कैचीत सापडला आहात तरी बापू वा तुमचे जातवाले तुम्हाला मदत करीत नाहीत, याचं नवल वाटतं मला.

तुमची खालावली तब्येत मला चिंतित करते. तुमची दशा पाहून वाईट वाटतं फार! माणुसकीच्या नात्यानं आमचंही काही कर्तव्य आहे. ते कर्तव्य मला पार पाडू द्या. माझ्या कोठीत तुमचा पाहुणचार मी केला नाही, तर नापाक इस्लाम ठरणार मी! माझा मजहब तुम्हाला माझी मदत व्हावी, असं सांगतोय.''

''जनाब'', हरिलाल धूर्त स्वरात म्हणाले, ''तुमच्या मदतीबद्दल आभार. पण या मदतीची फरतफेड माझ्यानं होऊ शकणार नसेल, तर मी मदत स्वीकारू शकत नाही. तुमचे उपकार...''

''उपकार कसले हो?'' झकेरिया कळवळून म्हणाले, ''हे उपकार नाहीत. तुमच्या डोक्यावर छप्पर नाही. मुलंबाळं आणि पत्नी तुम्हाला मिळू शकत नाहीत, याचं मला वाईट वाटतं. खुदातालाच्या मेहरबानीनं तुम्हाला सारं मिळेल. तुमची दुवा हीच आमच्या लेखी परतफेड...''

''माझी दुवा सदैव तुमच्या पाठी असेल जनाब,'' हरिलाल गहिवरल्या स्वरात म्हणाले, ''पण दुव्याव्यतिरिक्त मी तुमच्यासाठी काय करू, तेही मोकळ्या मनानं सांगा.''

''हरिलाल, तुम्ही अडचणीत असताना बापूंनी वा तुमच्या जातवाल्यांच्या महासभेनं तुम्हाला मदत केलेली नाही. तुमच्या अत्यंत मामुली गरजाही पूर्ण होत नाहीयेत. खुद्द बापूच इतर हिंदूंनीही तुम्हाला मदत करू नये, असं कंठशोष करून सांगतायत. तुम्ही एकटे पडला आहात. अगदी एकटे! असहाय इन्सानाला पाक परवरदिगार इस्लामच्या कुशीत आश्रय मिळतो. या आश्रयाचा स्वीकार हेच तुमच्या दुःखदर्दावरचं अक्सीर औषध आहे. हरिलाल, पाक इस्लाममध्ये वर्णभेद, जातिभेदाला स्थान नाही. इथे कुणी लहान नाही की कुणी महान नाही. सर्व इस्लाम समान समजून एका थाळ्यात बिस्मिल्लाह करताना बंधुभाव हीच महंमदसाहेबांची शिकवण! तोच आमचा आदर्श!''

हरिलालच्या मनात आता शिकवण आणि आदर्शाला महत्त्व उरलं नव्हतं. धर्मपरिवर्तन केल्यामुळे आपल्याला कसला लाभ होईल, हेच त्यांना बघायचं होतं. बापूंचा सूड उगवून त्यांना असुरी समाधान मिळवायचं होतं. हा असुरी संतोष म्हणजे बापूंशी पुकारलेल्या बंडाची जीत असं त्यांना वाटत होतं. त्या दिवशी 'रात्री'

उशिरापर्यंत त्यांच्यात आणि जनाब झकेरियांच्यात वाटाघाटी चालू होत्या. वाटाघाटी संपल्या तेव्हा दोघं आपआपल्या परीनं खूश होते.

मे महिना संपत आला होता. मुंबई शहर घामानं निथळत होतं. जून महिना कधी येतोय आणि केव्हा पाऊस कोसळतोय, असं सर्वांना झालं होतं. चळवळीच्या कामात थोडी शिथिलता आली होती. प्रांतिक स्वराज्याच्या संकल्पनेचा प्रयोग सुरू झाला होता. त्याचे परिणाम दिसेतो वातावरण बदलणार नव्हतं. देशाबाहेर मात्र विश्वयुद्ध सुरू होईल, अशी लक्षणं दिसू लागली होती. आंतरराष्ट्रीय युद्धाची शक्यता समग्र मानवजातीस भयभीत करीत होती. अनेक अफवांना जन्माला घालत होती. हूल उठताच मुंबई महानगरात एकच कालवा उठे. लोक सैरावैरा पळत सुटत. एखाद्या कसब्यांत वा गावात मंदिराशी वा मशिदीपाशी मेलेली गाय वा डुक्कर सापडल्याची आवई उठे. त्या गावाचं नावही ऐकलं नसणारे लोक पेटून उठत. हातांत शस्त्र घेऊन धर्मरक्षणासाठी (?) धावत सुटत.

कुठल्या मंदिराच्या आरतीमुळे मशिदीत नमाज पढताना व्यत्यय येतो, असं कुणी म्हणू लागलं, तर कुठल्याशा मंदिराचा पुजारी मुल्लाची बांग देवाला मंगल आरतीआधीच उठवते, अशी कुरकुर करू लागला. पिढ्यान्‌पिढ्या शेजारी राहणारे, गुण्यागोविंदानं एकत्र सणवार साजरे करणारे एकमेकांकडे खुनशी नजरेनं पाहू लागले. जे कधीही पाकिस्तानात राहायला जाणार नव्हते, स्वतःचं वतन सोडू इच्छित नव्हते, असेही पाकिस्तानच्या निर्मितीचा आग्रह सोडायला तयार नव्हते. पाकिस्तानचं निर्माण म्हणजेच 'इस्लामची इबादत' असं मानत होते.

अशा तंग वातावरणात मुंबईच्या विख्यात जुम्मा मशिदीत एका शुक्रवारी नमाज पढताना सारे पाक स्तब्ध झाले. सामान्यपणे झवेरी बाजार, कापड बाजार, दवा बाजार आणि जुम्मा मशीद या साऱ्या व्यापारी मोहल्ल्यांत सतत कोलाहल असे. हे सारं वातावरण अचानक पालटलं. साऱ्यांनी जिवाचे कान केले. काही अमंगळ कानी पडताच बंड पुकारायचं, या विचारानं सारे उग्रवादी कंबर कसून होते. काय घडणार आहे ते कळत नव्हतं; पण महत्त्वाची घटना घडणार आहे, याविषयी कुणाच्याही मनात शंका नव्हती. कारण सकाळच्या नमाजनंतर होणाऱ्या बंदगीत खुद्द जनाब झकेरियांनी सांगितलं होतं...आज संध्याकाळच्या नमाजनंतर देशाला 'खास तर मुस्लीम जनतेला एक बेमिसाल खबर देणार आहे,' त्यांच्या या निवेदनानं समग्र जनतेत उत्तेजना व्यापली होती. मुस्लीम समाजातील उत्तेजना हिंदू समाजालाही उत्तेजित करीत होती.

नमाज संपला. बंदगीही झाली. पाक परवरदिगारच्या बंद्यांनी गुडघे टेकून मस्तक झुकवून अल्लामियांकडे दुवासाठी भीक मागितली. मस्तकं उंचावली तेव्हा साऱ्यांच्या नजरेचं लक्ष्य जनाब झकेरिया होते. मशिदीच्या उंच भागावर ते उभे होते. त्यांच्या

जवळ पाच मौलवींच्या गराड्यात हरिलाल उभे होते. पोखरल्या शरीराच्या हरिलालनं फिक्या पिवळ्या रंगाचा कोट, जाकीट आणि विजार घातली होती. त्यामुळे ते भणंग भिकारी वाटत नव्हते. तरीही जमावातील कुणी त्यांच्याकडे आवर्जून बघावं, असं लक्ष्यवेधी व्यक्तिमत्त्व त्यांचं नव्हतं. ज्यांनी कुणी हरिलालना आधी बघितलं होतं त्यांनाही नव्या कपड्यांतील हरिलालना ओळखता आलं नव्हतं.

"पाक परवरदिगारच्या बंद्यांनो..." भरदार आवाजात बोलू लागलेल्या झकेरियांच्या स्वरात विलक्षण उत्साह होता. त्यांची साद मशिदीच्या भिंतीवर आपटून परावर्तित झाली. गच्च भरलेल्या प्रांगणात नीरव शांतता पसरली. रोमहर्षक स्वरात ते बोलू लागले, "इस्लामच्या प्रगतीत यशाचा नवा तुरा शोभावा अथवा मजहबच्या विजयकूचामध्ये अतिमहत्त्वपूर्ण लांब उडी घेतली जावी, असा आजचा प्रसंग आहे.

'इंडियन नॅशनल काँग्रेस'चे अग्रगण्य पुढारी, स्वतःला 'राष्ट्रपिता' म्हणवून घेणारे, पण पोटच्या पोराशी खुन्नस ठेवून वागणारे श्री. मोहनदास करमचंद गांधी यांचे गादीवारस पुत्र हरिलाल आज आपल्यात उपस्थित आहेत. आज दुपारी त्यांनी पवित्र इस्लाम धर्म स्वीकारला असून इस्लामची सर्वतोपरिता त्यांनी मान्य केली आहे."

टाळ्यांच्या कडकडाटानं आकाश हादरलं. त्यात 'अल्ला हो अकबर' आणि 'पाकिस्तान जिंदाबाद'च्या घोषणा मिसळल्या. उत्साहपूर्ण वातावरणात झकेरिया बोलत होते... "हरिलाल गांधी आजपासून, 'अब्दुल्ला गांधी' बनले आहेत; कारण आजपासून ते आपले झाले आहेत. त्यांना फक्त पैसाच नकोय. घर आणि कुटुंबप्रेमाचेही ते भुकेले आहेत. हिंदू असताना त्यांना जे जे मिळालं नाही, ते सारं आपण त्यांना देणार आहोत. त्यांची शादी करून देऊन त्यांना इस्लामचा पाक रस्ता दाखवणार आहोत."

टाळ्यांच्या गजरात जनाब झकेरियांनी निवेदन संपवलं. पुन्हा एकदा 'अल्ला हो अकबर'च्या घोषणांनी मशिदीच्या भिंती हादरल्या. हरिलालनं अल्लामियांचे शुक्रगुजार असल्यागत मनापासून नतमस्तक होत बंदगी केली.

मशिदीबाहेर मुस्लिमेतर जनता अत्यंत तंग मन:स्थितीत खोळंबली होती. आज होणार तरी काय? या प्रश्नानं साऱ्यांची मनं चिंतित होती. पाकिस्तानची निर्मिती अटळ आहे, असं जाणवू लागलं होतं. त्यामुळे मुस्लीम जनता फुशारली होती. त्यात ही घटना घडली. मुस्लीम प्रजेत उत्साहाचं वारं वाहू लागलं. हिंदू समाजाच्या धमन्यांत फिरणारं रक्त गोठलं असल्यागत बाहेर नि:शब्दता दाटली. विस्मरणांत ढकलल्या गेलेल्या हरिलालनं अचानक महत्त्व मिळवलं. साऱ्या देशाचे डोळे त्यांच्याकडे लागले.

जुम्मा मशिदीत घडलेली घटना बापूंना कळली आणि क्षणभर त्यांनी डोळे

मिटले. व्यथित मनाशी अथक संघर्ष सुरू झाला. नागपूरच्या 'डेली न्यूज'मध्ये प्रगट झालेलं हरिलालचं निवेदन त्यांनी वाचलं होतं; पण हे निवेदन हरिलालना या दिशेला घेऊन जाईल, असं त्यांना वाटलं नव्हतं. त्यांचा चेहरा पांढरा फटफटीत पडला. तोल सावरण्यात त्यांना यश दिसण्यापूर्वीच तारवाला आला. बापूंनी प्रयासानं डोळे उघडले. मुस्लीम अंजुमनकडून तारेमार्फत बापूंसाठी संदेश आला होता...

'...तुम्ही स्वतःला 'सत्यशोधक' म्हणवता. तुमच्या बेट्याप्रमाणे तुम्हीही जगातील ज्येष्ठतम, सत्यतम, चिरंतन अशा इस्लाम धर्माचा अंगीकार कराल, अशी आशा आहे.'

३४

तारेतील मजकूर वाचून बापूंच्या मनात विषाद दाटला. चेतातंत्रावर कुणीतरी जोरदार प्रहार केला असावा, मस्तक रक्तानं न्हाऊन निघत असतानाही वेदनेची जाण हरवावी, अशी त्यांची अवस्था झाली. करोडो लोकांचे प्रश्न सोडवताना न डगमगणाऱ्या बापूंचं मन अत्यंत बधिर झालं. मस्तकावरील बोज चरमसीमा पार करीत असल्यागत अंतःकरणात शून्यावकाश दाटला. तारेच्या मजकुरात जो सणसणीत टोमणा मारलेला होता, तो बापूंच्या समग्र तपस्येची चेष्टा करणारा होता. जिव्हारी झोंबणाऱ्या घावाची कळ जिरवून बापूंनी डोळे उघडले.

"महादेव, हरिलालच्या धर्मांतरामुळे जे लोक हुलारले आहेत त्यांना त्यांची दिशाभूल होतेय ते कळत नाहीय," शांत स्वरात बापू म्हणाले.

"हरिलालनं धर्मांतर केलं यासाठी माझ्या मनात खेद नाही. कारण हे निरर्थक आहे ते मला कळतं; पण ज्यांना हरिलालची ही करणी म्हणजे इस्लामचा विजय आणि हिंदुत्वाची हार वाटतेय, ते इस्लामला समजू न शकणारे उथळ धर्मांध आहेत. दुर्दैवानं इस्लाम काय ते न जाणता स्वत:ला 'पाक इस्लाम' म्हणविणाऱ्यांची संख्या खूप मोठी आहे. अशा धर्मभ्रष्ट लोकांसाठी मला उत्तर देणं आवश्यक वाटतंय. 'नवजीवन'च्या आगामी अंकात हा लेख येऊ द्या."

महादेवभाईंनी लेखणी सरसावली. बापूंच्या कणीदार पण शांत आवाजात आज अनोखा झणका आहे, असं त्यांना वाटलं. बापूंच्यात आणि त्यांच्यात फार कमी अंतर होतं; तरीही त्यांना वाटलं फार दूरवरून-थेट स्वर्गलोकांतून कुणा देवदूताची अमृतवाणी ऐकायला येतेय. जिवाचे कान करीत ते लिहीत होते...

'...या समग्र घटनेनं मला विलक्षण दुखावलं आहे. माझं दुखावलेपण मला दडवायचं नाही, पण त्याबरोबरच एक स्पष्ट करावंसं वाटतं की, हरिलालच्या धर्मांतरानं मला दुःख झालेलं नाही. कारण तो हिंदू नसल्यामुळे हिंदू धर्माचं नुकसान होतंय वा त्याच्या मुसलमान होण्यानं इस्लामचा गौरव होतोय, असं मला वाटत

नाही. हरिलालसारख्या व्यक्तींना आवर्जून मुसलमान करून घेणं यात मी इस्लामचा अपमान झाला, असंच समजतो. माझ्या अनेक ज्ञानी साथीदारांना मला मनापासून सांगावंसं वाटतं, की हरिलालचा भूतकाळ चौकस नजरेनं तपासा. तुम्हाला वाटेल की हरिलालचं धर्मांतर आध्यात्मिक नाही. मोहवश होऊन भरण्यात आलेलं पाऊल कुठच्याही धर्माचा गौरव वाढवू शकत नाही. मोहापासून त्याला वाचवणं, ही आता मुस्लीम बांधवांची जबाबदारी ठरते.जे मला जमलं नाही ते त्यांना जमलं,तर माझ्यासाठी ही आनंदाची घटना ठरेल.'अब्दुल्ला'चा अर्थ सच्चा 'ईश्वरभक्त!' हरिलाल खऱ्या अर्थानं भक्त बनला तर तो कुठच्याही नावानं ओळखला गेला,तरी मला आनंदच वाटेल...'

स्वत:चे हृद्‌भाव अत्यंत नेटक्या भाषेत थोड्या, पण चपखल शब्दांत मांडून बापू स्वस्थ झाले. काळ्या मेघांतून वर्षाव झाल्यावर आकाश निरभ्र व्हावं, तसा त्यांचा चेहरा तणावमुक्त बनला. ज्या असंख्य प्रश्नांचं उत्तरदायित्व त्यांच्या विचारांसाठी खोळंबून होतं तशा प्रश्नांवर विचार करू लागले. विचारांबरोबर आवश्यक ती कृतीही घडू लागली. काही नवल विशेष घडलंच नसावं इतक्या सहजपणे ते कामात व्यग्र आणि व्यस्त झाले. व्यथेची सावलीही चेहऱ्यावर नसलेल्या बापूंकडे महादेवभाई अनिमिष नेत्रानं बघत होते.

जुम्मा मशिदीतून डोक्यावर लाल तुर्की टोपी घालून बाहेर पडलेले 'मिस्टर अब्दुल्ला गांधी' अनेक साथीदारांच्या गराड्यात हरवले होते. फार काळानंतर केंद्रस्थानाचं सुख लाभलं होतं. हरिलाल मनसोक्तपणे हे सुख उपभोगत होते. बापूंबर कुरघोडी करण्यात आपल्याला यश मिळालंय, या भ्रमात ते उत्साहानं जनाब झकेरिया सांगतील ते करीत होते.

"मियां अब्दुल्ला..." झकेरिया त्यांना हरभऱ्याच्या झाडावर चढवत म्हणाले, "इस्लाममध्ये तुमचं आगमन ही काही सामान्य घटना नव्हे. मजहब तुम्हाला मौलवीचा सन्मान देणार आहे. तुम्ही इस्लामचा प्रचार करणार आहात. या प्रचारकार्यासाठी तुमची चोख व्यवस्था प्रत्येक गावी झालेली आहे. अल्लाहचं तुम्हाला पाठबळ मिळेल."

झकेरियांच्या योजनेप्रमाणे हरिलाल दक्षिणेत उतरले. अर्नाकुलममध्ये एका मशिदीत ते धर्मप्रचार करीत असताना, 'नवजीवन'चा नवा अंक कुणीसा त्यांच्या हाती दिला. साऱ्या लेखावर सरसरती नजर टाकून ते कोडग्या स्वरात म्हणाले, "ज्या हरिलालविषयी बापूंनी हे लिहिलंय, तो मी नव्हेच! मी आहे अब्दुल्ला! परवरदिगारचा पाक उपासक! मला या पत्राचं सोयरसुतक नाही. अल्लाहविना माझा कुणी खुदा नाही."

बंदगीसाठी एकत्र झालेल्या समुदायानं अब्दुल्ला गांधींचा जयजयकार केला.

अब्दुल्ला भलतेच रंगात आले. उत्साहाच्या भरात ते झकेरियांच्या योजनेबरहुकूम कामं पार पाडीत होते. गावोगाव हिंडत होते. झकेरियांनी त्यांची कफल्लक अवस्था संपवली होती. कळमट-मळकट लक्तरासारख्या कपड्यांऐवजी कडक इस्त्रीचे कपडे ते वापरत होते. डोक्यावर गांधी टोपीऐवजी उंच तुर्की टोपीवर गोंडा डुलत होता. सारं कसं छान चाललं होतं. खाण्या 'पिण्या'ची चैन चालली होती. पण...

प्रवासाच्या पुढच्या टप्प्यात एक अनिच्छनीय घटना घडली. मद्रासला ज्या व्यापाऱ्याकडे ते उतरले होते तो अत्यंत श्रीमंत होता. पिण्याची ददात अब्दुल्ला झाल्यापासून नव्हतीच, पण इथे चांगलं उंची मद्य मिळालं. जरुरीपेक्षा ते अधिक प्रमाणात घेतलं गेलं. पाजणारे उत्साहानं पाजत होते. कारण त्यांना ठाऊक होतं, की मद्याच्या तारेत असताना ते बापू आणि हिंदू धर्मावर 'तेजाबी ताशेरे' झाडतात. त्यांच्या भाषणाला वर्तमानपत्रात स्थान मिळतं. म्हणजे ऐकणाऱ्यांच्या भावना चेतवल्या जातातच. त्याशिवाय ऐकायचं भाग्य न मिळालेले मुसलमान भाषण वाचून उद्दीपित होतात.

'त्या' दिवशी हरिलालनं असंच जोरदार भाषेत प्रक्षोभक भाषण ठोकलं. मद्रासला त्यांना बघण्यासाठी आणि त्यांना ऐकण्यासाठी चिक्कार लोक जमले होते. नमाज संपल्यानंतरही कितीतरी लोक त्यांच्या आसपास झुलत होते. कुणी मद्यपानाचा आग्रह केला. जोरदार भाषणाच्या थकव्यावर उतारा नको? असा प्रेमळ प्रश्न विचारला आणि हरिलाल पुन्हा प्यायला बसले. त्यांना बाटली मिळाली तरी या नव्या प्रचारकार्याच्या धुमश्चक्रीत बाई मिळाली नव्हती. कधीपासून गात्रं स्त्री-सहवासासाठी आसुसली होती. तीही भूक मद्रासच्या साथीदारांनी पूर्ण केली. मदिराक्षीच्या दारात सर्वांनी त्यांचा निरोप घेतला.

तृप्त मनाने ते रस्त्यावर आले. त्यावेळी मध्यरात्र झाली होती. मन तृप्त होतं तरी गात्रांवर ताबा उरला नव्हता. धमन्यांत रक्ताऐवजी दारू सळसळत होती. भोगलेल्या सुखाच्या आठवणी रोमांचित करणाऱ्या होत्या. अशा अवस्थेत घराची दिशा आठवेना. डोळे नाचवत ते रस्त्याचं रूप बघत राहिले. नि:शब्द रस्त्यावर रहदारी नव्हती. स्थिर उभं राहणं जमत नव्हतं. इलेक्ट्रिकच्या दिव्याच्या खांबाचा आधार घेत ते लटपटत उभे राहिले. "अरे, है कोई टॅक्सीवाला? कोई व्हिक्टोरियावाला?" स्वत:च्याच प्रश्नाचे पडसाद ऐकून हरिलाल खदखदून हसले. उत्तर मिळालं नाही म्हणून ते किंचाळत पुन्हा पुन्हा प्रश्न विचारत सुटले. आवाज चिरकत होता. चित्रविचित्र आवाजात ओरडायचं आणि खदाखदा हसायचं, हा मजेदार खेळ त्यांना भलताच भावला.असंबद्ध स्वरात खिदळणं आणि ओरडणं चालू झाल्यामुळे शांतता नष्ट झाली. झोपलेल्या लोकांनी खिडक्या उघडून बाहेर काय चाललंय, ते बघायला घरांतील दिवे लावले. ते पाहून हरिलाल चेकाळले. ओरडण्या-खिदळण्यात त्यांच्या विचित्र नाचण्याची भर पडली. या दंग्याला आळा घालायला बंगल्यांचे चौकीदार

रस्त्यावर धावले. त्यांनी हरिलालला पकडलं. त्या पकडीतून सुटणं हरिलालच्या शक्तिपलीकडचं होतं. तरी ते तारेत बडबडत होते...

"मला पकडताय? मला...?" छातीवर हात ठोकत त्यांनी डोळे गरगर फिरवत विचारलं. "मी कोण आहे ठाऊक आहे का? गेट आऊट यू फूल.. जता रहो... चोर साले कमीने कुत्ते...तुम्हारी ये मजाल?..." अनेक भाषांचं मिश्रण ते ओकत सुटले. तोवर कुणीतरी पोलिसात तक्रार दिली होती. दंगा करून थकलेले हरिलाल तोल जाऊन जमिनीवर अस्ताव्यस्त पडले होते. त्यांना जीपमध्ये टाकून पोलिसांनी ठाण्यावर नेलं.

दुसऱ्या दिवशी पोलीस कस्टडीत त्यांना जाग आली. नशा साफ उतरली होती. जे घडलं ते पुसटसं आठवत होतं. असं घडायला नको होतं, हे कळत होतं. बापूंनी 'नवजीवन'मध्ये दिलेल्या निवेदनाचं आपल्याला सोयरसुतक नाही; कारण आपण हरिलाल नसून 'अब्दुल्ला' आहोत, असं ठासून सांगितलं होतं. तरी मनाच्या कोपऱ्यात आपण बापूंचे पुत्र! आपल्याविरुद्ध कुणी कारवाई करू शकणार नाही, याची खात्रीही होती. बापूंचा मुलगा म्हणून लाभ उठवण्यात काही गैर न वाटण्याइतका कोडगेपणा अंगात मुरला होताच. अत्यंत स्वस्थ मनानं ते मॅजिस्ट्रेटसमोर उभे राहिले.

त्यांच्यावरील आरोपाची छाननी करताना मॅजिस्ट्रेट गोंधळला. सजापात्र गुन्हा घडला असताना आरोपीची निर्दोष सुटका शक्य होणार नव्हती आणि 'राष्ट्रपित्या'च्या मुलाला कडक शिक्षा फरमावण्याचं सामर्थ्यही त्याच्यात नव्हतं. तत्काळ निर्णय देऊन त्यांनी एक रुपयाचा दंड ठोकून हरिलालना मुक्त केलं.

हरिलालचं धर्मांतर बापूंनी पचवलं होतं. ही हार कामाच्या रगाड्यात तीव्रही भासत नव्हती; पण बा हे पचवू शकत नव्हत्या. ज्या ज्येष्ठपुत्रानं पित्याच्या खांद्यावरील जबाबदारीत मदतरूप व्हायचं, त्या पुत्राचं हे अघोरी वागणं त्यांना सहन होत नव्हतं. रोज वेगवेगळ्या गावांतून हरिलालविषयी काहीतरी सनसनाटी बातमी येई. वर्तमानपत्रात त्यांचं नाव अग्रभागी असे. सकाळी जाग येताच करदर्शन करून प्रभूचं प्रातःस्मरण करण्याची त्यांना सवय होती. सकाळच्या वेळी त्यांचं मन अत्यंत निर्लेप आणि ताजं असे, पण धर्मांतराच्या घटनेपासून झोप रुसली होती. सकाळचं ताजेपण संपलं होतं. यांत्रिकरीत्या प्रार्थना घडत होती; पण काळीज सतत भयभीत असे... आजच्या ताज्या वर्तमानपत्रात हरिलालविषयी काय असेल? हा प्रश्न प्रार्थनेचा आनंद नासवित होता.

तरीही आता त्याची उपासमार संपली आहे, हे कळून बरंही वाटत होतं. त्याचं बरं चाललं आहे. हरिलाल सुखी होत असेल तर तो कुठच्याही धर्मात असला तरी काय? म्हणत स्वतःचं समाधान करून घेत. मातेच्या मनात पुत्रसुखाइतकं धर्माचं महत्त्व नव्हतं. तरीही...तरीही असीम व्यथा काळजात कालवाकालव करीत होती.

ही व्यथा रक्ताच्या कणांतून शरीरभर फिरत होती. धसका घेतल्यागत त्या रोजचं वर्तमानपत्र आवर्जून बघत होत्या.

मद्रासच्या हमरस्त्यावर मध्यरात्री हरिलालनं जो धिंगाणा घातला त्याचा इत्थंभूत अहवाल छापून आला. कोर्टानं दंड फर्मावला त्याच दिवशी हरिलालनं मद्रास सोडलं. धर्मांध मुसलमान मोठ्या संख्येनं त्यांना निरोप द्यायला जमले. 'मौलवी अब्दुल्ला गांधी'च्या नावाचा जयजयकार केला. या आवाजात स्टेशन हादरलं. याही सर्व घटनेचा अहवाल वृत्तपत्रांत छापून आला.

वस्तुतः रोज प्रात:काळच्या भगवद्स्मरणानंतर आश्रमातील काम सुरू करायचा त्यांचा रिवाज होता; पण हरिलालनं धर्मांतर केल्यापासून त्या दुपारच्या निवांत वेळेची वाट पाहू शकत नसत. नामस्मरण संपताच त्या वर्तमानपत्रावर झडप घालत. इंग्रजी पेपर त्यांना वाचता येत नसत; पण देवदासजवळ पेपरमध्ये हरिलालविषयी काही आलंय का, याची चौकशी करीत. बांच्या मनातील काळजी देवदास समजू शकत. दिल्लीच्या वृत्तपत्रातही मद्रासची बातमी व्यवस्थित प्रसिद्ध झाली होती. हरिलालचं धर्मांतर जेमतेम पचवलेल्या बा या बातमीचा आघात सहन करू शकल्या नाहीत. त्यांचे डोळे सतत पाझरत होते.

देवदासनं जेव्हा सारी बातमी नीट वाचून दाखवली तेव्हा बांचं चित्त विचलित झालं. त्या स्वतःशीच पुटपुटत राहिल्या. समोर देवदास उभे आहेत, याचंही त्यांना भान उरलं नाही. "बा..बा..." देवदासनं त्यांचं लक्ष वेधून घ्यायचा प्रयत्न केला; पण बा पुटपुटतच राहिल्या...

"हरिलाल, बेटा आमच्या वृद्धापकाळी तू आम्हाला हे काय दाखवले आहेस...अरे का छळतोयस आम्हाला? का पीडतोस स्वत:ला?...हरिलाल, हरिलाल..."

देवदास अवाक् होऊन बघत होते. बाची नजर कशीशीच दिसत होती. तापात बरळल्यागत त्या जडभारी स्वरात बोलत सुटल्या होत्या.

"मला तर जगावंसंही वाटत नाही रे...तुझे बापू बोलत नाहीत... स्वतःला कामात आकंठ बुडवून घेतात, पण त्यांचं हृदयही रक्तबंबाळ झालंय रे. मला कळतंय, त्यांच्या मनात तुझ्याविषयी असीम माया आहे. परमेश्वरानं त्यांना जबरदस्त इच्छाशक्तीचं वरदान दिलंय; पण... पण माझं काय रे? मी एक दुबळी स्त्री आहे. बेटा माझ्या मुलांचं सारं सुरळीत चाललंय, हे इतकंच मला हवंय. आता माझ्यानं हे सहन होत नाही रे! पन्नाशी उलटली तुझी! आता किती काळ असा भरकटणार आहेस?..." बांना हुंदका आवरेना. देवदास बघत होते... साडीच्या पदरात तोंड लपवून बा रडत रडत बोलत होत्या...

"बेटा, तुझे बापू बदनामीचे सारे घोट हसतमुखानं पितात; पण माझ्या गळ्यात हुंदका अडकला तर तो गिळताही येत नाही रे मला! बदनामी पचत नाही मला...

लाजेनं अर्धमेली होते रे मी! तुला भेटावंसं वाटतं. तुझ्यावर माया कराविशी वाटते. असा उद्‌ध्वस्त होऊ नकोस रे, अशी विनवणी कराविशी वाटते... 'पुत्राचे सहस्र अपराध, माता काय मानी तयाचा खेद,' असं उगीच का म्हटलंय? असं म्हणत तुझ्यावर वात्सल्याचा विंझणवारा घालावासा वाटतो, पण...पण मी अबला ठरलेय रे! आताशा तर तुझ्या भेटीचीही भीती वाटते मला..."

देवदास बांच्या चेहऱ्यावरून निथळणारी व्यथा बघत होते. बांचा एक एक शब्द त्यांच्या पोटात कालवाकालव करणारा होता. त्यांचा प्रत्येक शब्द जसा देवदासच्या अंतःकरणात उतरत होता. काळजाचा ठाव सुटत होता तरी ते एकचित्तानं ऐकत होते...

"...तुझा जन्मदत्त धर्म तू का बदललायस, हे मला समजत नाही." खुद्द हरिलालसमोर उभे असल्यागत बा बोलत सुटल्या. उतरणीवरून धो धो पाणी धपापत असावं, तसे व्यथित शब्द कोसळत होते. "मी ऐकलंय की तू म्हणे लोकांना तुझ्या पावलांवर पाऊल टाकावं, यासाठी आव्हान देतोस. अरे, धर्माविषयी तुझ्याजवळ किती ज्ञान आहे, ते तरी मला कळू दे. स्वतःला प्रश्न विचार... खरंच तू धर्माचा प्रचार करण्यालायक निर्मळ माणूस आहेस का? दारू पिऊन गटारात लोळणारा तू? कुठच्या बळावर व्यासपीठावर माईकसमोर उभा राहतोस, हे तरी मला कळू दे. तू तुझ्या हातानं स्वतःच्या आत्म्याचा गळा घोटतो आहेस. आमचा विचार सोड, पण अरे, तुझ्या मुलाबाळांचा तरी विचार कर. तुझ्या मुलाला, मुलीला वा जावयाला काय वाटेल, याचाही विचार करावासा वाटत नाही तुला? मुलांना सुख द्यायचं होतं तुला असं ऐकतेय. ते जमलं नाही म्हणून अशी अवहेलना देतोस त्यांना? अक्षत दुःखच द्यायचं तू नक्की केलंयस का रे? काय आहे तुझ्या मनात हे तुझं तुला तरी कळतंय का? स्वतःचा आत्मा जागृत कर रे लेकरा... अजून वेळ गेली नाही. दारू सोड. सारं नीट होईल बघ. इडापिडा टळतील लेकरा. मातेची ममता तुला साद घालतेय रे... ये.. ये रे पोरा ये..."

अचानक बा गप्प झाल्या. त्यांचे मिटले डोळे झरत होते. ओठ अजूनही थरथरत होते. देवदास धसका घेतल्यागत डोळे विस्फारून बघत होते. बावरल्या मनानं त्यांनी बांच्या खांद्यावर हात ठेवला. त्यांच्या स्पर्शात विलक्षण कंप होता. बांनी डोळे उघडून बघितलं. देवदासच्या डोळ्यांत अनामिक भय थरथरत होते ते पाहून बा गोंधळल्या.

"काय झालं देवदास?" त्यांनी बावरल्या स्वरात विचारलं, "मी तुला काही म्हटलं का? रागावले तुला?"

"नाही बा! मला जराही रागावली नाहीयस तू! पण आधी तू शांत हो बा! तू जे जे बोललीस ते सारं मी नीट ऐकलंय बा! तुझा प्रत्येक शब्द मी मोटाभाईपर्यंत पोहोचवीन, तू निश्चिंत अस."

"म्हणजे.. म्हणजे मी हरिलालशी का बोलत होते?" बांनी लज्जित स्वरात विचारलं. "बेटा, खरंच तू सारं ऐकलं असशील तर माझी भावना तू जशीच्या तशी त्याला पोहोचव. म्हाताऱ्या आईची इतकी सेवा करशील नं तू? त्रास मानणार नाहीस नं?" बोलता बोलता बांचा गळा भरून आला.

"तू शांत हो बा?" देवदासही गदगदल्या कंठानं म्हणाले. "सारं तुझ्या मनासारखं लिहीन मी."

"आणि बेटा जे लोक त्याच्या भावना भडकवण्याचं क्रूर काम करतायत त्यांनाही माझा निरोप सांग." अचानक कणखर स्वरांत त्या बोलू लागल्या. "त्यांना सांगा, माझ्या मुलाला गैरमार्गाला नेणारे कुणीच पाक इस्लामला समजणारे नाहीत. कुठच्याही धर्मात दारुड्याला धर्मगुरूचा दर्जा मिळावा, असं लिहिलेलं नाही. हरिलालला मौलवी करून त्यांनी हिंदू धर्माचा नव्हे, तर त्यांच्या स्वतःच्या मजहबचा अपमान केला आहे. तुमच्या खुदाच्या नजरेतूनही तुम्ही यामुळे उतरला आहात..." पुन्हा त्यांचा कंठ दाटला. देवदास त्यांच्या पाठीवर हात फिरवित राहिले. किती तरी वेळ!

देवदासनं खरंच बांच्या प्रत्येक शब्दाला कागदावर उतरवलं. ते शब्द नव्हतेच. तो होता व्यथेचा संतत प्रवाह. हरिलालचा निश्चित ठावठिकाणा माहीत नसल्यामुळे या पत्राचं काय करावं, ते देवदासना कळेना. शेवटी त्यांनी देशातील सर्व वर्तमानपत्रांत हे निवेदन छापून आणलं. निवेदनाला शीर्षक दिलं— 'एका विव्हळ मातेचं वाट चुकलेल्या पाडसाला खुलं पत्र...'

हे पत्र वाचण्यात आलं तेव्हा हरिलाल कानपुरात होते. पत्र वाचून हरिलाल खळखळून हसले. त्यांना वाटलं, इतकं मुद्देसूद लिखाण का अशिक्षित बाचं असणार आहे? इतर कुणीतरी हे बाच्या नावावर लिहून पाठवलं असणार! कदाचित बाविषयी आपल्या मनात जी भावना आहे त्याचा फायदा घ्यावा, असं बापूंना तर...

हे काम बापूंचं असा संशय येताच पुन्हा मनात वणवा पेटला. त्या दिवशीच्या सभेत या पत्राचा उल्लेख करून ते म्हणाले, "मी हरिलाल नाही. अब्दुल्लाचा या पत्राशी काही संबंध नाही. माझी अशिक्षित आई इतकं छान पत्र लिहू शकणार नाही. इतर कुणी माझ्या भावना चेतवण्याचा प्रयत्न करू नये. तरीही हे पत्र माझ्या जन्मदात्रीनं लिहिलं असेल, तर मी म्हणेन- माझं कर्तव्य एकच! इस्लामसाठी कार्य करत मरण्याचं! असं असूनही माझी आई म्हणवून घेत ज्या कुणी माता कस्तुरबाच्या नावाचं भांडवल करून मला दारू सोडायला सांगितलं असेल, त्या व्यक्तीच्या विनंतीचा मी अव्हेर करणार नाही. मी दारू सोडेन; पण एका अटीवर. त्यासाठी माझे जन्मदाते-राष्ट्रपिता गांधी आणि माता कस्तुरबा यांनी पवित्र इस्लाम धर्माचा अंगीकार करावा." टाळ्यांच्या उन्मादाच्या सुखात हरिलाल मोहरत होते.

३५

सभागृहात अर्धशिक्षित, अशिक्षित लोकांसमोर टाळीची वाक्य फेकणं वेगळं आणि रात्रीच्या अंधकारात डोळ्यांत झोप नसताना बिछान्यावर तळमळणं वेगळं. नशापाणी तर रोजचं रुटीन होतं; पण शय्यासोबत काही रोज मिळत नसे. शिवाय ज्या घराची भूक मनात होती ते घर काही शय्यासोबत शोधल्यानं मिळत नव्हतं. झोपेची समस्या रोजचीच होती; पण आज तर मनावर खूप भार होता. मस्तक जड झालं होतं. वारंवार बाची करुण मूर्ती आठवत होती. मन अस्वस्थ होत होतं.

वर्तमानपत्राच्या पहिल्या पानावर कस्तुरबांच्या नावावर जे 'जाहीर निवेदन' प्रसिद्ध झालं होतं, त्यातील भाषा विद्वज्जड आहे, बा असं लिहू शकायची नाही, असं सुरुवातीस वाटलं. पत्रलेखकाची त्यांनी जाहीर सभेत चेष्टाही भरपूर केली; पण बिछान्यावर तळमळत असताना निरुद्देश नजरेनं छत न्याहाळत असताना अस्वस्थता शिगेस पोहोचत होती. वाटत होतं, खरंच बा प्रत्यक्ष समोर उभी राहून बोलतेय. ही बाचीच भाषा आहे. मनातील व्यथा सप्तपाताळांत दडवून कापऱ्या स्वरात पोटच्या पोराला विनवतेय. डोळ्यांतील आर्द्रता लपवायला बघतेय, तरी सारं कारुण्य चेहऱ्यावर साकळलंय, असं वाटत राहिलं. रात्रीच्या नीरव शांततेत त्यांना बाचा कणीदार आवाज कानी पडत असल्याचा भास झाला...

"हरिलाल , पोरा, असे आमच्या उतरत्या वयात हे असलं दुःख का देतोयस तू? मी एक दुबळी स्त्री आहे रे! हे सारं सहन करायची शक्ती माझ्यात नाही. तुला भेटायचंय, जवळ घ्यायचंय तुला; पण तू कुठेयस तेच कळत नाहीय, पण तुला तर मी कुठेय ते ठाऊक आहे नं? तरी माझ्या भेटीची ओढ वाटत नाही तुला? धावत यावंसं वाटत नाही तुला? इतका दूर गेलायस?"

नशेनं जडावल्या पापण्या कधी मिटत होत्या. त्या ग्लानीभरल्या अवस्थेत हे असलंच काही नजरेस पडत होतं. प्रयत्नपूर्वक डोळे उघडून बघायचा प्रयत्न करावा तर समोर अथांग अंधाराशिवाय कसलंही अस्तित्व नव्हतं. खोलीच्या चार भिंतीभरून

नुसता अंधकार दाटला होता. या अंधाराचं मनात भय दाटलं. अंधाराला धारदार स्पर्श आहे, तो चहूबाजूंनी टोचतोय, असं काहीसं मनात येत होतं. मनात उसळणारे विचार स्वैर उधळले होते. अस्वस्थ मनानं त्यांनी खोलीत दिवा लावला. दिव्याच्या प्रकाशात स्वत:ची दिसणारी सावली त्यांना कमालीची भेसूर वाटली. त्यांनी गपकन डोळे मिटले. प्रकाशाच्या झोतात ते अंगाचं मुटकुळं करुन पडून राहिले. डोळे उघडले तर अभद्र पडछायेचं पुन्हा दर्शन होईल, या भयानं ते निपचित पडून राहिले.

सकाळी उठून त्यांनी कानपूर सोडलं. इस्लामचा प्रचार, सभा, भाषणं सारं त्यांना निरस वाटू लागलं. धर्मांतर करताना बापूंवर सूड उगवण्याची जी आसुरी इच्छा मनात घर करून होती, ती आता शमली होती. जे कधी मनातही आलं नव्हतं असं कितीतरी हल्ली वाणीतून पाझरत होतं. चिरडीस येत काय वाटेल ते बोलत सुटताना वास्तवाचं भान सुटत होतं. धर्मांतराच्या वेळी जनाब झकेरियांनीही जी स्वप्नं दाखवली होती, जो उमाळा व्यक्त केला होता, तोही आता क्षीण झाला होता. गरजा भागत होत्या. नाही असं नाही, पण झकेरियांच्या वागण्या-बोलण्यातही आता कोरडेपणा आला होता, हे हरिलालना जाणवत होतं.

मुसलमान होताच आपली शादी होईल, आपण दुधातुपात लोळू, वैभवात राहू असं जे वाटत होतं, तसं काही घडलं नव्हतं. या साऱ्याची आठवण करायचा त्यांनी जेव्हा जेव्हा प्रयत्न केला होता, त्या प्रत्येक वेळी मूळ विषयाला बगल देऊन झकेरिया दुसरंच काही बोलत राहिले होते. वेगळ्या विषयावर गाडी आपोआप जात नसून शादीचा विषय हेतुपुरस्सर टाळण्यात येतोय, असं त्यांना खात्रीपूर्वक वाटू लागलं होतं. मन पुन्हा अशांत बनत होतं. अशा अवस्थेत हरिलालच्या हजेरीत धर्मांध अविचाऱ्यांची मंदिरं फोडण्याची योजना घडू लागली. क्षणभर हरिलाल थिजून गेले. दंगलींच्या दिवसांत उभयपक्षी अशी अविचारी कृत्यं खूपदा घडत; पण काही धर्मांध मुसलमानांनी यावेळी मंदिरं फोडण्याच्या कामात हरिलालचा सहभाग असावा, असा आग्रह धरला. हरिलाल दचकले.

"मियां अब्दुल्ला, तुमच्या हस्ते मंदिरावर पहिला प्रहार झाला, तर सोमनाथावर बूतशिकन महमूदनं विजय मिळवला, तसा काफिरांवर विजय मिळवल्यासारखा आनंद होईल.." हरिलालना ज्या सोयी उपलब्ध करून देण्यात येत होत्या त्यासाठी त्यांच्याकडून पुरेसं काम करून घेतलं जावं, असा खूप जणांचा आग्रह होता. त्यांनी अपेक्षेनं हरिलालकडे पाहिलं.

"मित्रांनो," किंचित विचार करून हरिलाल म्हणाले, "इस्लाममध्ये इतरांची देवळं तोडा, असं हजरत खलीफांनी कधीच सांगितलेलं नाही. देशासमक्ष फार वेगळा प्रश्न उभा आहे."

"मौलवींच्या तोंडी ही भाषा शोभत नाही. मजहबसाठी जीवही गहाण टाकण्याची

तयारी हवी. तुम्हीसुद्धा तशी प्रतिज्ञा घेतली आहे, हे विसरलात की काय?'' विचारणाऱ्याच्या स्वरांत नापसंती होती.

''मी काहीही विसरलेलो नाही.'' बेचैन स्वरात हरिलाल म्हणाले, ''पण या कामात मजहब आहे, असे मला वाटत नाही.'' नजर चुकविण्यासाठी हरिलाल तिथून निघून गेले.

'ते' पत्र बानं लिहिलेलं नाही, असं तोंडानं म्हटलं तरी ते पत्र वाचल्यापासून हरिलाल बेचैन होते. बेपर्वाईचं नाटक केलं तरी एकदाच वाचलेल्या त्या पत्रातील प्रत्येक शब्द त्यांच्या काळजात उतरला होता. त्यांनी धर्मांतर केलं त्यावेळी मुसलमान प्रजा रंगात आली होती. हिंदू लोक या पराजयानं निराश झाले होते; पण बांच्या पत्राला प्रसिद्धी मिळाली आणि पुन्हा त्यांच्या मनात आशेचा संचार सुरू झाला. मुसलमानांनी केलेल्या प्रहाराला शोभेसं प्रत्युत्तर द्यायची खुमखुमी मुस्लिमेतर जनतेत होती. हरिलाल कानपुराहून दिल्लीस आले तेव्हाच आर्यसमाजाचे काही कार्यकर्ते त्यांना उत्साहानं भेटले होते. पुन्हा धर्मांतर करून हिंदू धर्मात ते येऊ शकतील, असं त्यांनी आवर्जून सांगितलं होतं, याची त्यांना याद आली.

बांच्या पत्रानं बेचैन झालेल्या हरिलालच्या मनात मंदिर फोडण्यात आपल्या नेतागिरीची अपेक्षा आहे, हे कळताच वादळ उठलं. त्या कपटनाट्यात त्यांनी भाग घेतला नाही, याचे दुष्परिणाम ते भोगत होते. अस्पृश्यास मिळावी, तशी वागणूक त्यांना मुस्लीम जनतेकडून मिळू लागली. मुसलमान होण्यानं कशाची ददात उरणार नाही, लक्ष्मी पाणी भरेल ही अपेक्षा पूर्ण होणं तर दूर; उलट उपेक्षिताचं जिणं सुरू झालं. पोटाला कमी नव्हतं. पिताही येत होतं; पण या साऱ्यांत उपकाराची भावना मिसळली. अब्रूदार गृहस्थाचं जीवन मृगजळच ठरलं.

आर्य समाजाची माणसं खेटे घालीतच होती. परधर्म आता भयावह असल्याचं पटत होतं. बाच्या पत्रांत आपण आपल्या प्रिय मुलांना दुःख देतोय, अवहेलना देतोय याचा उल्लेख होताच. 'कांती', 'रामी', 'मनू' आपल्या तुर्की टोपीच्या हलणाऱ्या गोंड्याकडे व्यथित नजरेनं बघतायत, या भावनेनं हरिलाल घायाळ झाले. आपल्या धर्मांतरानं आपण बापूंवर सूड घेतलाय इतकंच कळलं आपल्याला. पोरं निरपराध असूनही आपण असं वागून त्यांना घायाळ करतोय, हे का कळलं नाही आपल्याला? ज्यांच्या सुखासाठी आपण काहीही करायला तयार होतो, त्यांना अक्षत अपमान का दिला आपण? हरिलाल झुरत होते. व्यथित प्रश्नांच्या वर्तुळात गरगरत होते.

त्याच अस्वस्थ अवस्थेत ते मुंबईत पोहोचले. मुंबई आर्य समाजाच्या दिल्ली शाखेनं हरिलालनं केलेली बातचीत कळवली होती. त्याचं 'फॉलो अप' करण्यासाठी सूचनाही होत्या. हरिलाल मुसलमानांच्या नव्या पवित्र्यानं हैराण झाले होते याची आर्यसमाजाच्या शाखेस कुणकुणही लागली होती. हरिलालच्या मनातील असंतोष

हाच आर्यसमाजासाठी उत्साहमय मुद्दा ठरला. इस्लामचा प्रचार करणं किती निरर्थक आहे, याची जाणीव झाल्यानंतर पुन्हा हिंदू होण्यानं मुसलमानांच्या भावनेवर जोरदार थप्पड पडणार होती. अशी थापड मारायला आर्यसमाजाच्या कार्यकर्त्यांचे हात शिवशिवत होते.

हरिलालना मुसलमान करून घेतल्यामुळे इस्लामचा गौरव वाढेल, या गौरवप्रद घटनेचं उत्तरदायित्व आपल्या नावावर जमा होऊन आपला भाव वाढेल, अशी जनाब झकेरियांची कल्पना होती ती फोल ठरली. भाव वाढणं तर दूर, पण बुद्धिप्रधान मुस्लीम समाजात या कृत्यानं त्यांच्याविरुद्ध तीव्र नापसंतीचा सूर उठला. इतर धर्मियांतही या कृत्यावर टीका झाली. हरिलालना महत्त्व देणारे मुसलमान स्वार्थांध, धर्मांध ठरू लागले आणि हळूहळू हरिलालपासून सारी माणसं दूर राहू लागली. त्यांच्यापासून विमुख होण्यात इस्लामचं हित असावं, असं त्यांनाही वाटू लागलं.

साऱ्याचा अपेक्षित परिणाम नजरेच्या टप्प्यात आला. पावसाळा संपला होता. हिवाळा सुरू व्हायचा होता. दोन ऋतूंमधील खुश्नुमा वातावरणात एका सुप्रभाती आर्यसमाजी धोरणांनुसार विधिवत हरिलाल पुन्हा हिंदू बनले. इस्लामचा त्याग आणि हिंदुत्वाचा पुनः स्वीकार यापाठची कारणमीमांसा देणारं हरिलालचं निवेदन दुसऱ्याच दिवशी वर्तमानपत्रात झळकलं. या निवेदनात ते म्हणत होते...

‘....सामान्य जनमानसात असलेली धर्माची प्रतिमा मूळ धर्माहून पराकोटीची भिन्न आहे. मूळ संकल्पनेत त्या त्या धर्मियांच्या नैतिकतेचे, संस्कृतीचे आणि विचारांचे पडसाद इतके बेमालूमपणे मिसळले आहेत, की धर्म काय आहे हे जाणणाऱ्याची दिशाभूल व्हावी. इस्लाम धर्माचा अंगीकार केल्यावर त्या धर्मियांच्यात मिसळणं झालं. त्या समाजात खोलवर उतरल्यानंतर जाणवलं, की वैदिक धर्मसिद्धान्त सामाजिक आणि नैतिक जीवनात काही त्रुटी शिरलेल्या असूनही वेदधर्म अजेय आहे. इस्लामातील अंशिक सत्य वेदधर्मातून आल्यासारखी वाटतात. माझ्या सहवासात आलेल्या मुसलमानांच्या सान्निध्यात मला सातत्यानं एकच जाणवत राहिलं... की सांप्रत काळात मुसलमान म्हणवणाऱ्या बहुतांशी लोकांची धर्माविषयीची कल्पना मूळ इस्लामशी किंचितही साम्य नसलेली, उग्रतायुक्त अशी काहीशी विचित्र आहे. अशा इस्लामची मी सेवा करू शकणार नसलो, तर स्वतःला ‘अब्दुल्ला’ म्हणवून घेणं मला निरर्थक वाटतं. जिन्यावरून खाली पडलेला अपयशी माणूस पुन्हा जिना चढायची इच्छा करतो, तसंच काहीसं माझं झालंय. वेदधर्माची, माझ्या जन्मदात्यांची वैचारिक खोली समजून न घेता मी वेदधर्माचा त्याग केला. जन्मदात्यांची उपेक्षा केली याची मनात असीम खंत आहे; पण धर्म मुळातच व्यापक असतो. क्षमाशील असतो. जन्मदात्यांची नजर तर नेहमीच अमृतवर्षाव करणारी असते, पुत्राचे सहस्त्र अपराध माफीला पात्र समजणारे असतात, या विश्वासानं, श्रद्धेनं मी परत येतोय.

माझ्या धर्मबंधूंकडे, माझ्या स्वजनांकडे मी मनापासून क्षमेसाठी याचना करतोय.'

जसे हरिलाल हिंदूतून मुसलमान झाले तेव्हा त्यांना नवं नाव धारण करावं लागलं, तसंच अब्दुल्ला हिंदू होताच त्यांनाही नाव बदलावं लागलं. हरिलाल गांधी, अब्दुल्ला गांधींचा टप्पा ओलांडून ते हिरालाल गांधी बनले. ''दिल्लीच्या भारतीय श्रद्धानंद शुद्धिसभे'नं हिरालाल गांधी यांना मिशनरीचा हुद्दा देऊ केला.

हरिलालच्या जीवनात घडणारी जलद स्थित्यंतरं बापूंना कळत होतीच. हिंदू धर्म स्वीकारल्यानंतर त्यांनी केलेलं निवेदन बापूंनी वाचलं आणि त्यांना गलबलून आलं. हरिलाल भ्रमिष्ट अवस्थेत स्वतःला पीडतायत, असं ते वारंवार म्हणाले. त्यांच्या कृतीनं बाच्या मनाची सतत पडझड होतेय, हेही त्यांना दिसत होतं. मुलाच्या विचित्र वर्तनापाठी आपल्यावरचा तीव्र रोष आहे, हे बापूंना कळत होतं. बांच्या मनाची पडझड होतेय, त्याच्या मुळाशी आपण आहोत याची त्यांच्या मनात खंत होती. हरिलालचं निवेदन सुखद असो वा दुःखद, ते वाचून बा घायाळच होत होत्या. हे टाळण्यासाठी निवेदनं देणं बंद करता येतील का? नाहीतरी ही सारी निवेदनं एक वा दुसऱ्या प्रकारच्या आवेगासारखी असतात. तो तो आवेग शमला, की ती निरर्थकही ठरतात. अशी निरर्थक निवेदनं टाळावी, या अर्थाचं सविस्तर पत्र बापूंनी हरिलालना लिहिलं. यापाठी फक्त बा दुखावल्या जाऊ नयेत, हाच हेतू असल्याचंही आवर्जून लिहिलं.

हे पत्र मिळालं आणि हरिलालच्या मनातील पश्चात्तापाची भावना अदृश्य झाली. बापूंवरचा रोष स्वभावाचा स्थायीभाव बनला होता. या माणसाला कधीच आपलं मन कळणार नाही. आपलं प्रत्येक कृत्य ते उलटा चष्मा लावूनच बघणार, असं वाटून ते पुन्हा भडकले. स्वतःचं मत सांगायला बापू, बा दुखावल्याचं भांडवल करताहेत, हे त्यांना आवडलं नाही. बाचं वेगळं अस्तित्वच बापूंनी कुठे राहू दिलंय? त्यांच्या मनात कडवट प्रश्न उमटला. बाचं व्यक्तित्व नष्ट करून त्यांनी तिला स्वतःच्या सावलीचं रूप दिलंय. सावली दुखावली जात नसते. स्वतःचं दुखावलेपण बाच्या नावावर खपवणाऱ्या बापूंवरचा राग वाढला. त्या तिरमिरीत त्यांनी बापूंच्या पत्राला उत्तर लिहिलं.

'परमपूज्य पिताजींच्या सेवेत

बालके हरिलाल साष्टांग दंडवत.

आपलं पत्र मिळालं. आपली पत्र लिहिण्याची एकच एक पद्धत आहे. दुसऱ्याचं हित दाखवत स्वतःची इच्छा पूर्ण करून घ्यायची, तुमची ही रीत मला कधीही आवडलेली नाही. अर्थात, तुम्ही स्वतःला रुचेल तेच करणार. आमच्या मनाची काळजी तुम्ही कधी केली, तर आता कराल?

ऐकलं होतं की, पूर्वी लढाईच्या वेळी हत्तीला वाचवण्यासाठी उंटांना मध्ये

ठेवण्यात येई. किल्ल्याच्या दरवाजाला जे अणकुचीदार खिळे असत ते हत्तींना टोचू नयेत, यासाठी उंटाला मध्ये घालून हत्ती करवी दरवाजाला धडक देऊन दरवाजा उघडण्याची प्रक्रिया करवून घेण्यात येई. यात उंटाचं मरण अटळ ठरत असलं, तरी हत्तीला वाचवण्यात यश मिळे. तुम्हीही सतत स्वतःला वाचवण्यासाठी माझ्या बाला उंटाचं स्थान देत आला आहात. बांच्या नावानं तुम्ही अपील केली असावी, असा संशय माझ्या मनात होताच. तुमच्या पत्रानं तो दुणावला.

खरा प्रश्न हा आहे, की बाला खरंच कोण दुखवतंय? तुम्ही की मी? बाला स्वत:चे विचार नाहीत. तुम्ही ते कधी राहूच दिलेले नाहीत. अशा वेळी तुम्ही जे आणि जसं चित्र तिच्यासमोर धराल ते तसंच तिला दिसणार. तिच्या स्वतंत्र व्यक्तिमत्त्वाचं दर्शन मला कधी घडल्याचं आठवत नाही. तिनं स्वत:नं मला कधीही पत्र लिहिलेलं नाही, असं का? पत्र तिनं लिहिलं नाही, की तिला कुणी लिहू दिलं नाही, याचं उत्तर माझ्याजवळ आहे...'

विचारांच्या वादळात गरगरत असताना प्रक्षोभक मन:स्थितीत मनाला येईल ते लिहीत सुटायचं, ही सवय हरिलालचा स्वभाव बनली होती. लिहून झालं, की मन हलकं होई. त्यांना मिशनरीचा हुद्दा मिळण्यापलीकडे काही सघन काम मिळालं नव्हतं. पुन्हा रिकाम्या मनात सैतानाचा संचार सुरू होणं अपरिहार्य होतं. मुस्लीम संघटनांच्या दृष्टीनं त्यांचं महत्त्व रेसच्या घोड्याचं होतं. काम संपताच अशा घोड्याचा पाय कापण्यापलीकडे त्यांनी त्यांच्या धर्मांतराला महत्त्व दिलं नाही. पुन्हा खिसे रिकामे हे वास्तवच पुढे ठाकलं. कुछंदांना अब्दुल्ला गांधींच्या अवतारानं खतपाणी घातलं होतं. जी थोडीफार रक्कम खिशात होती ती झपाट्यानं संपत होती.

निरुद्देश परिभ्रमण, अर्थहीन चर्चा, बेहद्द नशा आणि पैशाची चणचण या चक्रात पुन्हा आला दिवस संपू लागला. कधी इथे तर कधी तिथे! भटकणारे हरिलाल कुठेही लोकांच्या नजरेस पडत.

३६

फक्त देशातच नव्हे संपूर्ण जगाचा अत्यंत अस्वस्थ अवस्थेनं कब्जा घेतला होता. चौफेर प्रेतं मांडून एखादी डाकीण वा भानामती मुक्त संचार करीत असावी, असं वातावरण होतं. काल-परवापर्यंत महासत्ता म्हणवणाऱ्या सत्ता आता जीव वाचेल की नाही, या प्रश्नानं हैराण होत होत्या. दिल्लीचे राज्यकर्ते लंडनच्या धुरंधरांच्या हुकमाची वाट बघत होते. ब्रिटनमध्ये पेटलेल्या युद्धाच्या तणावात हिंदुस्थानात निर्माण होणारे तणाव मिसळत होते. गळ्यात हाडाचा तुकडा अडकला असावा, तो काढता येऊ नये की गिळताही येऊ नये, अशी गोऱ्या सरकारची गोची झाली होती.

ब्रिटिश सरकार अडचणीत आलं असलं, तरी हिंदी जनतेचा त्रास कमी झाला नव्हता. हिंदू-मुसलमानांतील अविश्वास पराकोटीस पोहोचला होता. पाकिस्तानचं आकर्षक स्वप्न मुसलमानांना वेडेचार करायला लावीत होतं. दंगली, जाळपोळ साऱ्यांना ऊत आला होता.'डिव्हाईड अँड रूल'ची पॉलिसी वापरत सरकार स्वातंत्र्याचं स्वप्न तोडून फोडून हसत होतं.

युरोपच्या परिसरात चाललेलं युद्ध कुठच्याही क्षणी हिंदुस्थानच्या दरवाजावर थाप मारण्याची शक्यता होती. मुंबई-कलकत्त्यासारख्या शहरांवर आकाशातून मृत्यू उतरण्याची तलवार सतत लटकत होती. मुंबई शहर वेगानं रिकामं होत होतं. लोकांची पळापळ चालू होती. विश्वयुद्धाची धग हिंदुस्थानपर्यंत पोहोचली, तर हिंदी लोकांच्या सहकाराशिवाय गोऱ्यांना तरणोपाय नव्हता. ते सहकार्य मिळावं, यासाठी हिंदी आणि गोरे अधिकारी प्रयत्नांची पराकाष्ठा करीत होते. पहिल्या विश्वयुद्धाच्या विश्वासघाताचा कडू अनुभव बापूंजवळ होता. 'पुन्हा फसगत नकोय,' असं स्पष्ट शब्दांत सांगणं त्यांनी पसंत केलं. 'स्वातंत्र्याविषयी निश्चित करार करणार असलात तर आणि फक्त तरच आमचा सहकार मिळेल,' असं निर्णायक भाषेत सुनावलं.

सहकार योजनेप्रमाणे पूर्वी जी प्रांतिक स्वराज्याची रचना झाली होती त्याप्रमाणे

देशातील अकरापैकी आठ प्रांतांत महासभेच्या सरकारचं शासन होतं. या सरकारनं विश्वयुद्धाच्या संदर्भात सुरू झालेल्या असहकाराच्या चळवळीस विचारात घेऊन धडाधड राजीनामे दिले होते. यासाठी गोऱ्या सरकारचे अधिकाऱ्यांच्या नावे अटक, लाठीमार, गोळीबार आणि जेलवास यासाठी हुकूम सुटले होते. जवाहरलालजींवर विद्रोहाचा आरोप ठेवण्यात आला. त्यांना न्यायमंदिरात खेचण्यात आलं. सत्याग्रह्यांच्या नीतिनियमांना अनुसरून त्यांनी बचाव केला नाही. त्यांना चार वर्षांची शिक्षा झाली. कालपर्यंत जे मद्रास प्रांताचे मुख्यमंत्री होते, त्या चक्रवर्ती राजगोपालचारींना अपराधी ठरवून त्याच शहरातील तुरुंगात ढकललं. त्यांची तब्येत बिघडली म्हणून घरचं खाण्याची परवानगी मागणारा त्यांचा अर्ज केराच्या टोपलीत पडला. जुलूम वाढत होते.

बापूंना क्षणाची उसंत नव्हती. कामं वाढत होती. दिवसाचे चोवीस तास पुरत नव्हते. वर्षानुवर्षांपासून अविरत श्रम आणि कारणपरत्वे उपोषणाचं चक्र फिरत होतं. साऱ्याचा परिणाम शरीरावर होणं टाळता येत नव्हतं. वयाची सत्तरी उलटली होती. आदल्या वर्षी झालेल्या शस्त्रक्रियेनंतर पुरेशी विश्रांती घेणं झालं नव्हतं. कस्तुरबा सावलीसारख्या सतत मागे असत. तरीही प्रकृती खालावत होती. त्यांत प्रवासही चालू होते. महादेवभाई म्हातारपणाची काठी बनले होते; पण स्वपुत्रांच्या सहवासाचा अभावच होता. मणिलाल आफ्रिकेस, तर रामदास नागपूरच्या आश्रमात स्थायिक झाले होते. हरिलालविषयी तर कधी काही सांगता येत नसे. देवदास साबरमती आश्रमाचं काम पाही. संध्याछाया उतरत असताना खूप एकटं वाटे; पण एकाकी अवस्थेचं कौतुक करायला उसंत नव्हती.

बापूंच्या अमृतवाणीनं उजळून निघणारं 'हरिजन' पत्र सरकारच्या डोळ्यांत खुपू लागल होतं. खुसपट काढून 'हरिजन'चं प्रकाशन सरकारनं बंद केलं होतं. स्वतःचे विचार बहुजन समाजात व्यक्त व्हावेत म्हणून-लोकजागृतीचा वसा घेऊन बापूंनी प्रवाससत्र आरंभलं होतं. देशाच्या प्रत्येक कोपऱ्यांत पोहोचून त्यांना जनमानसात स्वातंत्र्याच्या महेच्छेचा दीप प्रगटवायचा होता. लवकरच नवा संघर्ष सुरू करायचा होता. हा संघर्ष शेवटचा आणि विजय देणारा ठरावा, यासाठी बापू अथक परिश्रम करीत होते. लोकांना सर्वस्वाची आहुती देण्यासाठी मनोबळ पुरं पाडीत हिंडत होते. बापूंच्या शब्दासाठी प्रजा प्राणही काढून द्यायला तयार होती.

अशा दिवसांत बापू अलाहाबादहून वर्ध्यास जाणाऱ्या जबलपूर मेलच्या तिसऱ्या वर्गाच्या डब्यात प्रवास करीत होते. त्यांच्याबरोबर बा आणि महादेवभाईंव्यतिरिक्त इतर काही कार्यकर्ते होते. बापू या मेलनं वर्ध्यास जातायत, ही बातमी रस्त्यातील प्रत्येक गावच्या लोकांना कळली होती. बापूंच्या दर्शनासाठी लोक दूरवरूनही येत होते. बापूंच्या कंपार्टमेंटशी येण्यासाठी जिवाचं रान करीत होते. थकल्या बापूंनी

आपल्यासाठी उभं राहावं असा कुणाचा आग्रह नव्हता; पण हातांतील फुलं खिडकीतून तरी बापूंपर्यंत पोहोचावीत, असं त्यांना वाटे. या साऱ्या धुमश्चक्रीत थकणं टाळता येत नव्हतं. प्रत्येक स्टेशनवर गाडी थांबवावी लागल्यामुळे गाडी लेट होणंही टाळता येत नव्हतं. तरीही पुढच्या स्टेशनवर लोक धीरानं वाट बघत होते.

कटनी स्टेशन येऊ घातलं तेव्हा बापू जबरदस्त थकले होते. हिवाळा संपला होता. त्यामुळे दिवसाचा प्रवास गरमीमुळे असह्य ठरत होता. बांनी दिलेलं लिंबूपाणी पिऊन बापूंनी जरा डोळे मिटले. त्यांच्या मस्तकावर ओला कपडा ठेवताना बांना बापूंच्या चेहऱ्यावर पुसट वेदना दिसली.

"महादेव!" त्यांनी चिंतित स्वरात म्हटलं, "मला वाटतं बापूंना उठवू नये. लोकांना सांग, ते झोपलेत आणि तुम्हीसुद्धा आता जेवणं उरकावीत हे बरं! उशीर बराच झालाय."

"बा, लोकांच्या गोंगाटामुळे बापूंना झोप घेणं जमणार नाहीच. गोंगाटात ते जागे होतील. कटनी स्टेशन जवळ येतंय. ते येऊन गेलं कीच जेवणाचं काम बघता येईल."

बांनी होकार दिला. कटनीला थांबण्यासाठी गाडीचा वेग मंदावला. प्लॅटफॉर्मवरच्या गर्दीचा कोलाहल ऐकू आला. डोळे उघडून बापूंनी विचारलं, " महादेव कुठचं स्टेशन आलं?"

"कटनी! पण तुम्ही थकला आहात. उठू नका. मी लोकांना समजावतो." महादेव अदबीनं म्हणाले.

"नको बेटा! अरे कुठच्या कुठून लोक चालत येतात. तासन्तास ते उन्हात खोळंबले असतील. त्यांना थकवा नसेल का?"

बापू उठले तोवर गाडी प्लॅटफॉर्मला लागली होती. धीम्या पावलानं मार्गिकेमधून चालत बापू दरवाजाशी आले. गाडी थांबण्याचीही वाट न बघता लोक दरवाजाशी आले व बापूंवर पुष्पवर्षाव करू लागले. कुणी त्यांच्या कंपार्टमेंटमध्ये प्रवेश करता यावा, यासाठी जिवाचा आटापिटा करू लागले. 'महात्मा गांधीकी जय,'च्या घोषणांनी आसमंत दणाणला. महादेवभाईंच्या खांद्यावर हात ठेवून बापू उभे होते. थकल्या 'राष्ट्रपित्या'ला उभं राहण्याचे श्रम सहन होत नाहीयत, तरी लोकइच्छेचा आदर करून ते उभे आहेत, याची जाणीव लोकांना होती. आनंदानं जमावानं पुन्हा जयनादानं स्वत:चं प्रेम व्यक्त केलं. "महात्मा गांधीकी जय,"चा जयजयकार बुलंद होत असताना साऱ्या घोषणांत वेगळा वाटणारा कणखर; तरीही क्षीण आवाज वातावरणाचा भेद घेत कानी पडला... "माता कस्तुरबाकी जय..."

सारे जयनाद निर्लेप भावनेनं ऐकणाऱ्या बा दचकल्या. डोळे विस्फारून त्या जमावाकडे बघू लागल्या. 'तो' आवाज आता जवळून ऐकू आल्यासारखं वाटलं.

'माता कस्तुरबाकी जय...' त्यांनी चमकून बापूंकडे बघितलं. महादेवभाईंच्या खांद्यावरचा बापूंचा हात थरथरला. तोच पुन्हा तीच घोषणा कानी पडली.

"हा...हा आवाज नक्की हरिलालचा आहे!" त्या जेमतेम म्हणाल्या गळ्यात अडकणारा आवंढा त्यांना बोलू देत नव्हता...हरिलालविषयी खूप दिवसांत काही कळलं नव्हतं. पोर इथवर आलं असेल, केव्हापासून उन्हात खोळंबलं असेल, या जमावातून वाट काढून इथवर पोहोचेल का? त्याची भेट घडेल की...की त्यापूर्वीच गाडी सुटेल? बांच्या काळजात लकलकलं. व्यथित नजरेत चुकामूक होण्याची शक्यता हिंदकळली. त्यांनी अपेक्षेनं बापूंकडे बघितलं.

"हो! नक्कीच हा हरिलालचा आवाज!" बापू म्हणाले.

जमावाला मागे सारत हरिलाल सर्वशक्तिनिशी पुढे येण्याचा प्रयत्न करीत होते. पुढे येण्याच्या प्रयत्नात जमावाचे धक्के बसत होते. तोल जात होता. तरीही ते माता कस्तुरबांचा जयजयकार करीत पुढे येण्याचा प्रयत्न करीत होते. क्षणभर बा अवाक् होऊन त्यांच्याकडे बघत राहिल्या. किती वर्षांनंतर हरिलाल दिसत होते. तेही अशा भणंग भिकाऱ्यासारख्या अवस्थेत. त्यांच्या काळजात कळ उठली. अशा दरिद्री व्यक्तीला लोक आपल्यापर्यंत पोहोचू देतील का? त्यांच्या मनात भय दाटलं. त्या जिवाच्या करारानं ओरडल्या, "हरिलाल... पोरा ये रे ये..."

बांशी नजरभेट होताच हरिलालचे गढूळ डोळे आनंदानं हसले. ते पुन्हा अत्यानंदानं ओरडले, "माता कस्तुरबाकी जय..." लोकांनी त्यांना रस्ता करून दिला. आसुसून ते बांजवळ आले. बांच्या तोंडून शब्द फुटेना. फाटक्या सदऱ्याच्या खिशात हात घालून एक मोसंबी काढत हरिलालनं ती कस्तुरबांपुढे धरली. प्रसन्न हसत ते म्हणाले, "घे बा! मी खास तुझ्यासाठी मोसंबी आणलीय. ती तूच खायचीस हां! एकटीनं खायचीस."

"हरिलाल, अरे बेटा.." मोसंबी घेत बा दाटल्या स्वरात म्हणाल्या, "अरे... कशी अवस्था करून घेतलीयस स्वतःची?" त्यांच्या धूळभरल्या राठ केसांकडे, फाटक्या कपड्यांकडे बाच्यानं बघवेना. मोसंबीकडे बघत त्या प्रेमानं म्हणाल्या, "ही मोसंबी केव्हापासून तुझ्या हातांत होती? मला हेवा वाटतो रे तिचा."

"पण आता तर तुझ्या हातांत आहे नं बा? मला याचा फार आनंद वाटतो बा! माझी बा!" ते बांच्या पायाला बिलगले.

या भेटीत आपलाही सहभाग असावंसं वाटून बापूंनी प्रेक्षकाची भूमिका सोडून स्नेहल स्वरात विचारलं, "बेटा, बासाठीच तेवढी मोसंबी आणलीस आणि मला विसरलास? माझ्याशी बोलणारही नाहीयस?"

"तुम्हाला कसं विसरेन मी?" व्यंगपूर्ण स्मित करीत हरिलाल म्हणाले.

"तरी मोसंबी फक्त माझ्या बासाठीच आहे," त्यांच्या स्वरात आता कठोर

कोरडेपणा आला. "तुमच्याशी बोलायचं झालं तर एकच सांगावंसं वाटेल... आज तुम्ही जे काही आहात त्यामागे माझ्या बाची पुण्याई आहे. सारं मोठेपण तिच्यामुळे आहे."

"यांत मला तिळमात्र शंका नाही रे!" बापू मनापासून म्हणाले, "चल नं! आता आमच्याबरोबर वर्ध्याला चल!"

"नको. मला फक्त बाला भेटायचं होतं." ते तुटक स्वरात म्हणाले. बापूंकडे पाठ फिरवून त्यांनी म्हटलं, "बा, पण खरंच मोसंबी खा हं!" क्षणापूर्वी कोरड्या वाटणाऱ्या त्यांच्या आवाजात कंप दाटला.

"अरे, बेटा! मोसंबी कुठून आणलीस तू?" त्यांच्या कोरड्या पडलेल्या धूळभरल्या केसांत बोटं फिरवत बांनी विचारलं.

"कुठूनही आणली असेल बा; पण प्रेमानं आणली आहे. तुझ्यासाठी काही न्यावं या भावनेनं आणलीय बा! भीक मागून आणली असली, तरी प्रेमाची भेट आहे ती."

"हरिलाल ..." बा कळवळून ओरडल्या.

"हो बा! तुझ्याशी खोटं बोलणार नाही मी!" त्यांच्या पायांवर स्वत:ला झोकून देत हरिलालनं हुंदका दिला. "ती तू खाशील नं बा?"

"अवश्य खाईन बेटा!" त्यांना मिठीत घेत बा पाणावल्या डोळ्यानं त्यांच्याकडे बघत राहिल्या. "बेटा, अरे कुणाचा मुलगा तू! किती किती म्हणून दूर जायचं रे! आता चल नं आमच्याबरोबर..." त्या कापऱ्या स्वरात लेकाला विनवू लागल्या.

"तुमच्याबरोबर?" हरवल्या स्वरात हरिलाल म्हणाले. तिरक्या नजरेनं त्यांनी बापूंकडे बघितलं. मान झटकत उदास स्वरात ते म्हणाले, "आता ते जमण्यातलं उरलं नाही गं! फार दूर पोहोचलोय मी. हे अंतर संपण्यातलं नाही."

बांच्या गळ्यातून अनावर हुंदका निसटला. डोळ्यांना धार लागली. तोंडात पदराचा बोळा कोंबून त्यांनी जागीच बसकण मारली. गार्डानं शिटी वाजवली. प्लॅटफॉर्मवरची पितळी घंटा घणघणली. लोक कंपार्टमेंटपासून जरा दूर झाले. पुन्हा "महात्मा गांधीकी जय,"चा जयजयकार झाला. गाडीबरोबर फरपटल्या चालीनं चालत हरिलाल पुन्हा जिवाच्या आकांतानं म्हणाले, "बा, माझी मोसंबी खा हं!"

बांनी डोळे उघडून समोर बघितलं. गाडीनं वेग घेतला होता. गाडीमागे धावणारे मळकट फाटक्या धोतरातले, फाटक्या सदऱ्यातले हरिलाल आसावल्या नजरेनं बांचं रूप नजरेत साठवत होते. त्यांच्यासमोर बांनी मोसंबी तोंडाला लावली, न सोलता! आनंद, व्यथा, हरलेपण साऱ्याचं अजब मिश्रण हरिलालचा थकलेला चेहरा अधिकच भेसूर करणारं होतं. त्यांच्या ओठांवरून घरंगळणारं स्मित पाहून बा दचकल्या. कसलीशी जाण होताच त्या शहारल्या.

“काय झालं बा?” महादेवभाईंनी हळुवार स्वरात विचारलं.

“अरेरे! कशी आई रे मी?” त्या हुंदके देत म्हणाल्या, “अरे, त्या पोरानं माझ्यासाठी प्रेमाची भेट आणली. पण मी? मी त्याला काहीही दिलं नाही? इतक्या वर्षांनंतर आसुसून भेटणाऱ्या लेकराला काही द्यायचं भान का राहिलं नाही रे मला? अजून कुणी साखळी खेचा रे! त्याला काही देऊ द्या मला! उपाशी असेल तो...”

कस्तुरबांचा विलाप साऱ्यांच्या काळजाला घरं पाडीत होता; पण गाडीनं केव्हाच स्टेशन सोडलं होतं. साखळी खेचून मागे जाईतो हरिलाल प्लॅटफॉर्मवर असण्याची शक्यता नव्हती. भुकेजल्या पोराला जेवू घालायची संधी आपण गमावली, याचं दुःख काळीज जाळत होतं. गाडीच्या धडधडाटात इतरांचे बोलणे वा सहानुभूतीचे निरर्थक शब्द कस्तुरबांच्या कानापर्यंत पोहोचत नव्हते. कानात फक्त, ‘माता कस्तुरबाकी जय’चे पडसाद शहारा फुलवत होते.

३७

दुनियेनं धरणीकंप तर खूपदा बघितले असतील; पण १९४२ च्या ऑगस्ट महिन्याच्या नऊ तारखेस जे बघायला मिळालं ते खरंच अघटित होतं. हिंदुस्थानची धरणी स्थिर होती पण आकाश? आकाशाचे वारंवार तुकडे पडले असं वाटलं. चमचमणाऱ्या विजांच्या कडकडाटात बा-बापूंसकट असंख्य सत्याग्रहींना अटक करण्यात आली. तुरुंग ठासून भरले; नव्हे उतू गेले. अटक झाली नसणाऱ्यांना जसं दुःखानं घेरलं. पकडलं जाण्याची सत्याग्रहींची भूक संपूर्ण देशाला कारगृह बनवू बघत होती. तुरुंगात जाण्यासाठी प्रत्येक सत्याग्रही आतुर होता; पण तुरुंगात अक्षरश: जागा नव्हती.

बापूंना अटक झाली. त्यांना थेट पुण्याच्या 'आगाखान पॅलेस'मध्ये टाकलं. तोवर बापूंच्या हातांत पुढारीपणाचा झेंडा होता, पण त्यांना अटक झाली आणि प्रत्येक सत्याग्रह्याच्या अंगात पुढाऱ्याचे गुण संचारले. प्रत्येक व्यक्तीत जसे बापू अंशिक रूपानं प्रगट झाले. दमनाचा कोरडा विंझणाऱ्या गोऱ्या सरकारला धाप लागली. कोरड्यांची वेदना जाणवू नये, अशी ढाल-जसं कासवाचं कवच प्रजेच्या अंगावर तयार झालं होतं.

पण.. नंतरच्या आठवड्यांत ही कासवाची भरभक्कम पाठही छिन्नभिन्न होण्यासारखा वार नियतीनं केला. बापूंचा, 'उजवा हात' कलम झाला. महादेवभाई देसाईंनी तुरुंगातच इहलोकाची यात्रा संपवली. 'राष्ट्रपिता' बापू-करोडोंचं आशास्थान असणारे बापू खचले. अनाथ झाल्याची भावना बापूंना घायाळ करणारी होती. ज्यांना त्यांनी गादीवारस पुत्र समजलं होतं, ज्यांनी आपली अंतिमक्रिया करावी, असं बापूंना मनापासून वाटत होतं, त्या महादेवभाई देसाईंचं क्रियाकर्म करायची नियतीनं बापूंवर वेळ आणली. 'आगाखान महाला'तील तुरुंगात बापूंनी महादेवभाईंना विधिवत अग्निदाह दिला.

महादेवभाईंशी अनपेक्षितपणे फारकत झाली आणि बापू खऱ्या अर्थानं एकटे

पडले. बाहेर चळवळ जोरात चालू होती. कुत्र्यासमोर भाकरीचा तुकडा वा छोटं-मोठं हाडूक टाकून त्याला जिंकायला लंडनहून छोट्या-मोठ्या सुधारणांचे हुकूम घेऊन नवे अधिकारी रिंगणात उतरत होते; पण असले तुकडे तोडण्यात वा हाडकं चघळण्यात आता जनतेला रस उरला नव्हता. प्रत्येकाच्या मनात एकच एक आस होती-अक्षत स्वराज्याची! निरंकुश लोकशाहीची! सुधारणांच्या तुकड्यांचा मोह कुणाला पडत नव्हता. प्रसववेदनेतून जन्म होतो, हे साऱ्यांना पटत होतं. स्वातंत्र्याच्या जन्मासाठी उभा देश प्रसववेदनेला सामोरा जायला तयार होता.

महादेवभाई गेले. बापूंची काळजी घ्यायला बा सतत जागृत होत्या. मनात सेवाभाव आणि पातिव्रत्य भरपूर होतं; पण याशिवायही मनात अधिक काही होतं. अनंत कालाची माता पुत्राच्या आठवणीत झुरत होती. कटनी स्टेशनवर हरिलालचं जे रूप दिसलं होतं ते आठवून शहारत होती. कुठे असेल? कसा असेल? उपाशी असेल का? फार पीत असेल का? अशा असंख्य चिंतायुक्त प्रश्नांनी बांना पोखरून काढलं होतं. बापूंच्या चेहऱ्यावर उमटणारी वेदनेची लिपीही त्यांनाच घायाळ करीत होती. घाव बापूंवर झाला तरी वळ बांच्या मृदू मनावर उमटत होते. रामदास आणि देवदास भेटायला येत. हरिलालची धाकटी, बांच्या गळ्यातील ताईत बनलेली मनुडीही खूपदा येई; पण सारं असताना बांचा जीव हरिलालसाठी तिळतिळ तुटत होता. कटनी स्टेशनवरचं हरिलालचं भुकेकंगाल रूप क्षणभरही विसरता यायचं नाही. 'त्या' भेटीनंतर फक्त एकदा नव्या वर्षाच्या शुभेच्छा देण्यासाठी हरिलालचं पोस्टकार्ड आलं होतं. बस्स! त्यानंतर कधी पत्राद्वारेही भेट नव्हती. शेवटच्या शुभेच्छा देणाऱ्या छोट्या पत्रात त्यांनी लिहिलं होतं... ' बा! आज थोडा अपंग झालोय. अशा वेळी बेसत्या वर्षाच्या सकाळी (दिवाळीतील पाडवा-कार्तिकी पाडवा गुजराती लोकांत 'बेसतु वर्ष' नव्या वर्षाची सुरुवात- New year day म्हणून नावाजतात.) माझी काय प्रार्थना असेल ते सांगू? निदान दहा वर्षं तरी बा आणि बापूंची जोडी सलामत असावी. बाकी आता निव्वळ स्वत:साठी काही मागावंसं वाटत नाही. काही मिळेल, अशी आशाही उरली नाही. जिजीविषा (जगण्याची इच्छा) संपली आहे...'

हरिलालचं शेवटचं दर्शन, त्याची अवदशा आणि जीवनेच्छा संपली आहे, असं सांगणारं त्याचं उदासवाणं पत्र! सारंच बांना हादरवून सोडणारं होतं. त्यांचीही 'जिजीविषा' संपवणारं होतं. मनाची होणारी पडझड शरीराला सहन होण्यातली नव्हती. मन मौन राहू शकत असलं तरी तन वाचाळ होतं. शरीराची पडझड स्पष्ट दिसणारी होती. त्यांच्या छातीत वेदना सुरू झाली. तुरुंगाच्या अधिकाऱ्यानं डॉक्टरला पाचारण केलं. बांना तपासणाऱ्या डॉक्टरचा चेहरा गंभीर होता. बिछाना सोडायचा नाही (Bed rest), असं त्यांनी निक्षून सांगितलं. तनमन थकलं होतं.

“रामदास,” भेटायला आलेल्या रामदासला बांनी आर्जवी स्वरात म्हटलं, “आता इथले तीळ-तांदूळ संपलेत. तरी वाटतं, एकदा हरिलालना भेटावं. निदान त्याला पत्र तरी धाडायला सांग! जमव तेवढं!”

बाची प्रकृती फार वेगानं खालावतेय, याची जाण रामदासना झाली होती. बाच्या अंतरातला खरा रोग त्यांना कळत होता; पण त्याचा काय उपयोग होता? कुटुंबासाठी हरिलाल बेपत्ता होते. तरीही आर्यसमाजाच्या मिशनरीच्या हुद्द्यावर असणाऱ्या हरिलालसाठी त्यांनी समाजाच्या केंद्रावर निरोप पाठवले. इतरही जिथे जिथे ते असण्याची शक्यता होती, त्या प्रत्येक ठिकाणी तातडीचा निरोप पाठवला.

बांच्या प्रकृतीत सुधारणा नव्हती. जालिम औषधांचासुद्धा परिणाम दिसत नव्हता. साऱ्या देशाचं लक्ष तुरुंगाकडे लागलं होतं. आधीचा आजार होताच. त्यात न्यूमोनियाची भर पडली. यातून वाचण्याची शक्यता दिसेना. पेनिसिलीन मिळालं तर आणि फक्त तरच थोडी आशा आहे, असं डॉक्टर म्हणाले, पण पेनिसिलिन फक्त अमेरिकेच्या लष्कराला पुरेल इतकंच मिळत होतं. हे महागामोलाचं औषध बांसाठी हिंदुस्तानात यावं म्हणून देवदासनं जेल अधिकाऱ्यास भरीस घातलं होतं. इथल्या अधिकाऱ्यांनी त्या मागणीचा कधी उपयोग होईल, असा प्रश्न टाकला; पण याचं उत्तर कुणाजवळही नव्हतं.

रामदासचा निरोप हरिलालना मिळाला तेव्हा हरिलालच्या परिस्थितीत फरक नव्हता. अकिंचन दरिद्री अवस्थेत इथेतिथे भटकत जे मिळेल ते पोटात ढकलत ते वेळ घालवत होते. कुणा मित्राची सोबत लाभली तर त्याच्या उपकाराखाली दबत होते. त्यांच्या जीवनाची करुण चित्तरकथा सारे जाणून होते. जीवनपथावर कुणा सुहृदाची गाठभेट झालीच, तर ती व्यक्ती बापूंचे चिरंजीव म्हणून त्यांना मदतरूप व्हायचा प्रयत्न करायची; पण सैरभैर मनानं भरकटणारे हरिलाल फार काळ एका व्यक्तीचा सहवास घेऊ शकत नव्हते. स्थैर्य त्यांच्या स्वभावात नव्हतं म्हणून आणि एकाच व्यक्तीचं किती वेळ शोषण करायचं? म्हणूनही! ते जिथे जात तिथे त्यांचं पोट निघे. कुणी स्वार्थासाठी काही देत; पण पैसे दिसले की त्यांच्या वाईट सवयी उसळ्या मारीत. दारूविना जगणं यापुढे शक्य नव्हतं.

बाच्या प्रकृतीविषयी कळताच ते पुण्याला धावले. तुरुंगातील अधिकाऱ्यांची भेट घेऊन त्यांनी बांना भेटायची परवानगी मिळवली. तत्काळ ते आगाखान महालाकडे बाच्या भेटीसाठी धावले. त्यांना पाहून बांचे डोळे पाणावले. हरिलालनं त्यांच्या पायांवर डोकं ठेवताच त्यांचे आर्द्र डोळे पाझरू लागले. हरिलालच्या कोरड्या पडलेल्या राठ केसांना कधी नव्हे ते ओलसरपणाचा लाभ झाला.

“अरे, माझी कसली काळजी करतोस?” हरिलालच्या चिंतित चेहऱ्याकडे बघत बा कौतुकानं म्हणाल्या, “तू स्वत:च मला बरा दिसत नाहीयस. तुझी तब्येत

बघायला मी यायला हवं, असा झालायस. कसा धष्टपुष्ट होतास तू...'' बोलण्याचे श्रम बांना सहन होत नव्हते तरी त्या क्षीण स्वरात बोलत होत्या. हरिलालचाही गळा दाटून आला. त्यांच्यानं बोलवेना. बांच्या बिछान्यापाशी बापू जमिनीवर पालथी मांडी घालून बसले होते. मायलेकांचं हे मिलन बघताना त्यांचीही नजर आर्द्र होत होती.

''आता...आता मला सोडून जायचं नाही. हां...!'' प्रयत्नपूर्वक बा पुन्हा म्हणाल्या, ''रामदास, देवदास रोज भेटायला येतात तसं तू रोज यायचंस. तुला रोज बघता आलं तरी मला बरं वाटेल. खरंच बरं वाटेल मला!''

''पण बा...!'' त्यांची नजर चुकवत हरिलाल म्हणाले, ''सरकारनं फक्त आजच्या दिवस भेटता येईल, असं म्हटलंय.''

''ते का म्हणून?'' अशक्त बा उसळून म्हणाल्या. ''रामदास, देवदास रोज येऊ शकतात आणि हरिलालनं मात्र एकच दिवस भेटायचं. त्या जेलरसाहेबाला इथे आण! मी हडसून खडसून विचारीन त्याला...माझा हरिलाल बिचारा गरीब आहे म्हणून का हा भेदभाव? का त्याला आईला भेटायची परवनागी नाही? का सारीच त्याच्याशी असं वागतात? म्हणूनच सरकारच्याही मनात सापत्न भाव निर्माण होतो. किती सहन करायचं त्यानं? किती सहन करायचं मी...?'' बा रडकुंडीस आल्या. शक्ती नसूनही कधी नव्हे ते लांबच लांब बोलणाऱ्या बांकडे बापूंनी क्षणभर आर्द्र नजरेनं बघितलं. दुसऱ्याच क्षणी बांची नजर चुकवत ते हळुवार स्वरात बोलू लागले,

''हा मन:क्षोभ तुम्हाला सहन होत नाहीय. हरिलालही रोज भेट घेऊ शकेल, याची खात्री ठेवा. मी आजच समक्ष बोलतो; पण तुम्ही प्रकृतीस पेलवणार नाहीत इतके श्रम घेऊ नका.''

भेटीची वेळ संपली तेव्हा बांच्यातर्फे बापूंनी आणि डॉक्टरनंही हरिलालना रोज भेटायची परवानगी मिळावी, यासाठी जेलरला विनंती केली. पेनिसिलिन अजूनही मिळालं नव्हतं. बांच्या बिछान्याजवळ येऊन जेलरनं हरिलाल रोज भेटू शकतील, असं सांगितलं. ते ऐकून बांच्या सुकल्या चेहऱ्यावर स्मित फुललं. फिक्या दिसणाऱ्या बांना किंचित तरतरी आली. ही तरतरी दुसऱ्या दिवशीही ओसरली नव्हती. पेनिसिलिन मिळालं नसूनही केवळ हरिलालच्या भेटीनं हा चमत्कार घडवून आणला आहे, याची बापूंना जाणीव होती. सकाळची सारी कामं संपवून बापू बांजवळ आले.

''अजून हरिलाल कसा आला नाही?'' बांनी उत्सुक स्वरात विचारलं. ''त्याला तोंडदेखली परवानगी देऊन आज प्रत्यक्षात जेल अधिकाऱ्यानी अडवलं तर नसेल? भेटीची वेळ संपत आलीय..''

''तुम्ही काळजी करू नका.'' बापू आश्वासक स्वरात म्हणाले. ''तुमच्या भेटीसाठी हरिलालना ज्या प्रकारची परवानगी दिली आहे, त्यात काळवेळेचं बंधन नाही. कुठे कामात गुंतले असतील. त्यांच्या सोयीप्रमाणे ते अवश्य येतील.''

"तुमच्या तोंडात साखर पडो." बा विवश स्वरात म्हणाल्या. "पण माझा आता सरकारवर विश्वास उरला नाहीय. तुम्ही म्हणता तसं असलं तर बरंच आहे. त्याच्या वाटेकडे माझे डोळे लागलेत."

बा सतत हरिलालचं नाव जपत होत्या. देवदास, रामदासच नव्हे तर येरवड्याचेही अनुयायी भेटीस आले. बांच्या पथारीपाशी बसून त्यांनी भजनं म्हटली; पण हरिलालचा पत्ता नव्हता. बापूही स्वस्थ होते. भजनं म्हणत होते, पण सूर्यास्त झाला तरी हरिलाल आले नाहीत. बांचा जीव खाली-वर होत होता. सारेच हरिलालची वाट बघत होते. बापूंनी अधिकाऱ्याकडे विचारपूस केली; पण हरिलाल आले नसल्याचं कळलं. आगाखान महालातील प्रत्येक छोट्या-मोठ्या कर्मचाऱ्याला त्यांना आत सोडायची सूचना दिलेली आहे, असंही त्यांनी सांगितलं; पण रात्र झाली तरी हरिलाल आले नाहीत. हरिलालच्या प्रतीक्षेत बांचे डोळे थकले. आदल्या दिवशी हरिलालना पाहून हर्षानं नाचणाऱ्या डोळ्यांच्या बाहुल्या स्तब्ध झाल्या. त्यांचं बोलणं बंद झालं. हरिलाल कसा आला नाही? हा प्रश्नही त्यांच्या ओठांवर येईना.

बघता बघता त्यांची तब्येत बिघडली. अधूनमधून डोळ्यांवर झापड येत होती. डोळे उघडून त्या सर्वांवर नजर फिरवित. इच्छित व्यक्ती न दिसल्याची निराशा त्यांना छळत राही. पापण्या लवत, पण मिटले डोळेही विलक्षण व्यथित दिसत. त्यांचं मौन, त्यांचं व्यथित रूप सर्वांना घायाळ करीत होतं. सकाळी अकराच्या सुमारास जेल सुप्रिटेंडंट आले. बांकडे बघत ते हळुवार स्वरात म्हणाले, "वा! आज हरिलालभाई तुम्हाला भेटायला नक्की यायचेत, बरं का! आत्ताच त्यांचा फोन आला होता. तेव्हा आता चिअर अप!"

"हरिलालचा फोन?" बांनी क्षीण आवाजात विचारलं. "कुठून बोलत होता तो, साहेब?"

"पुण्यातच आहेत ते बा! काळजी करू नका."

"मग काल का आला नाही तो? की तुम्ही अडवलंत त्याला? बिचारा फार भोळा आहे हो तो. तुम्ही नको म्हणालात, तर भेट न घेता परत जाईल असा..." बांना उर्ध्व (मृत्यूपूर्वीची घरघर) लागला.

"तुम्हाला वाटलंय तसं काही घडलं नाहीय बा?" सुप्रिटेंडंट आश्वासक स्वरात म्हणाले, "आमच्यावर थोडा विश्वास ठेवा."

"मग काल का आला नाही तो? आता काही मी फार जगणार नाहीय. त्याला रोज येऊ द्या."

बांच्या व्यथित चेहऱ्याकडे बघवत नसल्यागत सुप्रिटेंडंट बापूंकडे वळून म्हणाले, "बापू, हरिलालभाईंचा फोन आला तेव्हा मी त्यांना हेच विचारलं. तर ते म्हणाले, की दुपारी त्यांना झोप लागून गेली. म्हणून त्यांना येता आलं नाही."

सारे ऐकत राहिले. बांनी डोळे मिटले. बंद डोळ्यांतून एक विवश अश्रूबिंदू ओघळला. बापू अविचल होते. बांची अवस्था बघितली असूनही, "झोप लागली," याचा अर्थ ते समजू शकत होते; पण बांसमोर ती शक्यता व्यक्त करण्याजोगी परिस्थिती नव्हती.

दुपारी खरंच हरिलाल आले. तोच वेष आणि तसाच अवतार...खांद्यावर एक पिशवी आणि...त्यांचे डोळे लालबुंद होते. पावलं नीट पडत नव्हती. दरवाजाचा आधार घेत ते बांच्या बिछान्याजवळ आले. स्थिर उभं राहता येत नव्हतं. भिंतीला धरून ते बाजवळ उभे राहिले. बांच्या खोलीत बरेच लोक असूनही वातावरणात शांतता दाटली. टाचणी पडली तरी आवाज यावा, असे सारे अवाक् झाले. मिटल्या ओठांत आणि विस्फारल्या डोळ्यानं सारे त्यांच्याकडे बघत होते.

"बा...?" बांच्या पावलांना स्पर्श करीत हरिलालनं अडखळत विचारलं,

"आता तब्येत कशी आहे, बा?"

बांनी डोळे उघडले. क्षणभर त्यांच्या निस्तेज डोळ्यांत चमक उमटली. हरिलाल थोडे पुढे आले. भिंतीचा आधार घेतला होता, तरीही त्यांचा झोक गेला. एका पावलाऐवजी दोन-तीन पावलं अडखळत पुढे पडली. हरिलालचं मस्तक बांजवळ पोहोचलं. स्वस्त देशी दारूचा तीव्र दर्प बांच्या नाकात घुसला. त्यांच्यानं हे सहन होईना. नाकावर आपोआप हात ठेवला गेला.

"हरिलाल ..." बांनी कळवळून म्हटलं, "अरे, याहूनही काल अधिक 'झोप' लागली होती कारे? दारू पिऊन तू इथे आलास? तुला या अवस्थेत बघावं लागण्याची सजा व्हावी, असं काय पाप केलंय रे मी?" बा रडू लागल्या.

"मी...मी..कुठे..द..दारू प्यायलोय?" अडखळत बोलणाऱ्या हरिलालच्या घाणेरड्या दातांचं दर्शन विलक्षण हिडीस वाटत होतं. धड बोलणंही त्यांना जमत नव्हतं.

"तू खोटं बोलतोयस हरिलाल! माझ्याशी खोटं बालणं आता तुला जमू लागलं बेटा?" बा धाय मोकलून रडत होत्या. तरी रडता रडताही विलाप चालू होता, "गोविंद! गोविंद! हे काय बघायचं भाग्यात लिहिलंय माझ्या?" बांचं रडं आवरण्याच्या प्रयत्नांत हरिलालचा तोल गेला. त्यांनी बिछान्याशी बसकण मारली. तोंड जवळ आणून काही बोलू बघणाऱ्या हरिलालचं तोंड दूर सारत बांनी अंगावरची चादर थेट गळ्यापर्यंत ओढली. दोन्ही हातांनी कपाळ कुटत त्या आक्रंदू लागल्या, "हरिलाल हरिलाल...हरिलाल अरे, इतका निर्दय तू कसा झालास? मी जायला निघाले तरी तू मला असलं दुःख देतोयस? का? का? सांग तरी?"

उर्ध्व लागत होता तरी बा दुर्बल हातांनी कपाळ कुटत आक्रंदत होत्या. मध्येच 'गोविंद! गोविंद'चा जप करीत होत्या. सारं दृश्य सर्वांना अवाक् करणारं होतं. या

धक्क्यातून बापूंना सर्वांत आधी भान आलं. बांचे हात धरायला ते पुढे धावले. मोठ्या प्रयत्नांनी त्यांनी बांना शांत केलं; पण हरिलाल? त्यांच्या नशिल्या लाल डोळ्यांवर झापड आली होती. डुलकी लागल्यागत ते डोळे मिटून बसून राहिले.

त्यांना अशा अवस्थेत बांसमोर ठेवण्यात धोका होता. दोन अनुयायी पुढे झाले. दोन बाजूंनी त्यांनी हरिलालना आधार देत उठवलं. दोघांनी हरिलालना बाहेर नेलं. बांचे हुंदके वाढले. लडखडत्या पावलानं फरपटत जाणाऱ्या हरिलालकडे त्यांच्यानं बघवेना. हरिलालची दुर्दशा आणि काळजाला घरं पाडणारा बांचा विलाप बघत बापू लाचार प्रेक्षकासारखे असहाय झाले. करोडो देशबांधव असंख्य समस्यांवर तोडगा मिळावा, यासाठी ज्यांच्याकडे आशेनं बघत होते, त्यांच्या वाणीतून झरणारे उपाय अमलात आणायला तत्पर राहत होते, त्या बापूंची वाणी हरवली. अवाक् होऊन ते बांचे हुंदके ऐकत राहिले. कितीतरी वेळ!

रडता रडता बांची शुद्ध हरपली. शुद्धीतील बेचैन अवस्थेपेक्षा बेशुद्धीत लाभणारा आराम कमी दुःखद आहे. निदान त्यांना शांती तरी आहे, असं हताश बापूंना वाटलं. बा शुद्धीवर नसताना जेल अधिकाऱ्यांकडून पेनिसिलिन मिळाल्याची बातमी आली. बांची नाडी पाहून डॉक्टरांनी आशा सोडली होती. पेनिसिलिनच्या मदतीनं बा काही श्वास अधिक घेऊ शकल्या असत्या; पण ही इंजक्शनं त्यांची वेदना वाढवण्याची शक्यता होती. बांचा देह विलक्षण दुर्बल झालाय असं डॉक्टरांनी स्पष्ट शब्दांत सांगितलं. धाकट्या देवदासच्या डोळ्यांत पाणी तरळलं. "बांना जगवण्यासाठी शक्य ते सारे प्रयत्न करा," असं ते कळवळून सांगत होते.

"देवदास! पेनिसिलिनमध्ये तुझ्या बाला दुःखमुक्त, वेदनामुक्त करायचं सामर्थ्य नाहीय," बापू धीरगंभीर स्वरात म्हणाले.

"दोन दिवसांत तिच्या पोटात पाण्याचा थेंबही गेलेला नाहीय. अशा अवस्थेत पेनिसिलिनच्या मदतीनं तिनं अजून दोन-तीन दिवस वेदनामय जीवन जगावं, असा तुझा आग्रह असेल, तर मी माझं मत तुझ्या इच्छेवर लादणार नाही; पण...पण मला वाटतं, आपण सारं ईश्वरेच्छेवर सोडावं. चार-सहा तासांच्या अंतरानं तिच्या दुबळ्या शरीरात वेदनादायी इंजक्शनं खुपसावी, असं खरंच वाटतं का तुला? मला वाटतं, तू फेरविचार करावास."

देवदास काही बोलले नाहीत. इंजक्शनांचा उपयोग नाही. आता फार उशीर झालाय, हे त्यांनाही कळत होतं; पण पचवता येत नव्हतं.

रात्रभर बा बेशुद्ध होत्या. पहाटे त्यांनी महाप्रयत्नानं डोळे उघडले. बापूंसह सारे अनुयायी धिम्या आवाजात, 'रामधून' म्हणत होते. बापूंचं सारं लक्ष बांवर केंद्रित झालं होतं. त्यांच्या व्यथित नजरेत डोकावणारा थकवा बांनी त्याही अवस्थेत टिपला. मधूनच 'रामधून' थांबवून बापू 'तुलसीरामायणा'तील एखादी 'चौपाई' तिच्या विवरणासह

सांगत होते-बांना अर्थ समजावून सांगत असल्यागत! त्यांच्या अलिप्त स्वराला असणारी कारुण्याची किनार शुद्धी-बेशुद्धीच्या उंबरठ्यावर अडखळणाऱ्या बांच्या कानात उतरत होती. प्रयत्नांची पराकाष्ठा करून त्यांनी बापूंवर नजर स्थिर केली. सर्व शक्ती पणास लावून त्या क्षीण स्वरात म्हणाल्या,

"तुम्ही...तुम्ही थोडा वेळ झोपा नं?" बांच्या खोल जाणाऱ्या स्वरात कमालीचं आर्जव उमटलं, "शेवटच्या क्षणी मी तुम्हाला साद घालीन. तुम्ही येईतो श्वास टिकवून धरीन मी. तसं वचन देते मी तुम्हाला, पण थोडी विश्रांती घ्या. माझी शेवटची इच्छा अव्हेरू नका..." धाप लागली म्हणून बा क्षणभर थांबल्या. जवळच असलेली मनू त्यांच्या वेदनाजर्जर छातीवर हात फिरवू लागली.

"मनू आहे नं माझ्याजवळ?" बांनी पुन्हा आसावल्या नजरेनं बापूंकडे बघितलं. बापू उठताच पापण्यांचा भार उचलणं सहन होत नसल्यागत पुन्हा त्यांना झापड आली. बापू विश्रांतीसाठी गेलेत या खात्रीनं त्यांनी डोळे मिटले.

सकाळी हरिलाल आले तेव्हा नशा उतरली होती. संकोच आणि पश्चात्ताप नजर उचलून वर बघू देत नव्हता. कुणी काहीही बोलत नव्हतं तरी काळजाला टोचणी लागली होती. औषधोपचार बंद करण्यात आले होते. गंगाजल भरलेली पंचपात्री बांच्या मस्तकाजवळ ठेवली होती. त्यांचे ओठ फडफडताच पळीपळीनं गंगाजल तोंडात जात होतं. दुपारची तलखी संपली. संध्याछाया उतरल्या तरी बांच्या परिस्थितीत फरक पडला नव्हता. डोळ्यांवर सतत झापड येत होती. खोलीत मरणछाया घिरट्या घालीत होती.

मोठ्या प्रयत्नानं बांनी डोळे उघडले. बापूंचे सारे अनुयायी अर्धवर्तुळाकारात बसले होते. पावलाशी हरिलाल दिसले. नितळ डोळ्यांचे-लाजेनं अर्धे होणारे! जवळच देवदास होते. हाताशी लाडकी मनू बसली होती. साऱ्यांवरून फिरणारी बांची क्षीण नजर बापूंवर स्थिरावली. त्यांचे ओठ किंचित फडफडले. बापू बांजवळ झुकले. त्यांच्या ओठांशी त्यांनी कान धरला. बुडत्या आवाजात बांचे शब्द ऐकणं त्यांना कठीण वाटलं... "मी निघतेय. कधीतरी जायचं असतंच सर्वांना. कुणी आधी कुणी मग! जोडी तुटतेय तो क्षण धीरानं पराजित करा. चुकलं असेल ते विसराल नं?" बापूंच्या नजरेत हिंदकळलेला सागर चष्म्याच्या काचांचा बंध न जुमानता गालावर उतरला. त्यांनी बांचा कृश हात हाती घेतला.

"धीरानं घ्यायचं..." त्या अस्पष्ट आर्जवी स्वरात म्हणाल्या. डोळे मिटून त्या क्षीण आवाजात पुटपुटू लागल्या..."गोविंद...गोविंद...गोविंद..." बापूंचा हात त्यांनी घट्ट धरलेला होता. बापू अनिमिष नेत्रानं जात्या सहधर्मचारिणीला निरोप देत होते.

सारे बांकडे बघत होते. पुटपुटणारे बांचे ओठ किंचित वाकडे होत स्थिरावले. बापूंच्या हातावरची पकड सैलावली. बापूंच्या मुखातून लांब सुस्कारा निसटला.

थरथरत्या स्वरात ते 'रामधून' पुटपुटले. इतर अनुयायांना जाणवलं....बांचा प्राण परमगती प्राप्त करून अनंताच्या प्रवासास निघून गेलाय. बापूंनी सुरू केलेली 'रामधून' साऱ्यांनी पुढे चालू ठेवली. देवदास आणि मनू बांच्या देहावर कोसळले. अविचल नजरेनं बापू बासष्ट वर्षांचं सहजीवन संपुष्टात आणणारा क्षण अंतरात उतरवत होते. हरिलालनं नजर उचलून बाकडे बघायचं धाडस केलं नाही. आवेगानं बांच्या पायांवर हात फिरवत शून्यात बघत बसून राहिले.

३८

आधीच उद्ध्वस्त असणारे हरिलाल बांच्या निधनानं अगदी खचले. बांना अग्निदाह देऊन जसा एक अत्यंत बुड्ढा माणूस स्मशानातून परतला. कित्येक वर्षं जोपासलेल्या कुछंदांनी शरीर पोखरलं होतं. मनाच्या पोखरलेपणाची तर सीमाच नव्हती. निराशा, हताशपण आणि बेचैनी मनाचे अविभाज्य पैलू बनले होते.

मुलांची लग्नं तर बापूंनी बांच्या हयातीतच उरकली होती. 'रामी'च्या लग्नातच फक्त हरिलाल उपस्थित होते. कांतिलालला स्वत:जवळ ठेवावं, असं त्यांना फार वाटलं होतं. त्याला डॉक्टर करावं, त्यानं बरिस्टर व्हावं अथवा त्याच्या इच्छेनुसार शिकावं असं वाटणाऱ्या हरिलालची बहुतेक स्वप्नं तुटून फुटून गेली होती; पण त्यातलं एक स्वप्नं अनपेक्षितरित्या सत्यात अवतरलं होतं. बापूंची इच्छा नव्हती तरी हरिलालच्या कांतीनं मोठ्या वयात का होईना मॅट्रिकचा किल्ला सर केला होता. पुढे म्हैसूरच्या मेडिकल कॉलेजात त्यांनी प्रवेश मिळवला होता. कांतिलाल आणि त्यांची पत्नी सरस्वती दोघं म्हैसूरला असत. दोघंही स्वत: शिकत आणि संध्याकाळी आसपासच्या स्त्री-पुरुषांना एकत्र करून सूतकताईचे वर्ग घेत. या वर्गात प्रार्थना वगैरे आश्रमीय प्रवृत्तींचा समावेश असे. बापूंच्या इच्छेविरुद्ध कांतिलाल निरर्थक वाटणाऱ्या शिक्षणपद्धतीचं शिक्षण अवश्य घेत होते; पण तरीही त्यांची जीवनप्रणाली बापूंच्या पौत्राला साजेशी होती.

एका संध्याकाळी सरस्वतीनं वर्गाचे कार्यक्रम संपवले. 'रामधून' संपवून सारे आपापल्या घरी गेले. मेडिकल कॉलेजच्या वेळापत्रकाप्रमाणे कधी कधी कांतीलाल या वर्गात वेळेवर येऊ शकत नसत. तशीच ती संध्याकाळ होती. वर्गाचं काम संपवून सरस्वती त्यांची वाट बघत होती. दूरवर तिला कांतीलाल दिसले. त्यांच्याबरोबर मळकट कपड्यांत एक वृद्ध व्यक्तीही येत होती. सरस्वतीला याचं आश्चर्य वाटलं नाही. एखाद्या गांधीवादी कार्यकर्त्याला खूपदा कांतीलाल बरोबर घेऊन येत. आसपासच्या परिसरात खादी ग्रामोद्योग वा अस्पृश्यता निवारणासारख्या प्रवृत्तींत गुंतलेल्या कार्यकर्त्यांना

मदतरूप होण्यात सरस्वतीला आनंद मिळे. तशाचपैकी कुणी घरी आलंय असं समजून सरस्वतीनं आगंतुक वृद्धाचं स्वागत केलं. औपचारिक बोलून तिनं पतीच्या हातातून बॅग आणि पुस्तकं घेतली. सरस्वती पाठ फिरवून आत जाऊ लागताच कांतीलालनं तिला साद घालून म्हटलं, ''सरू, यांचे पाय शिव.''

सरस्वतीनं चमकून मागे वळून पाहिलं. त्या वृद्धाच्या चेहऱ्यावर मिश्कील हास्य होतं. हातातील फाटकी पिशवी खाली ठेवून ते म्हणाले, ''तू मला ओळखलं नाहीस. बेटी माझी तशी अपेक्षाही नाही. माझी ओळख मीच देतो तुला. मी तुझा सासरा! कांतीचं पालनपोषण माझ्याकडून झालेलं नाही; पण मी त्याचा जन्मदाता आहे.'' शेवटचं वाक्य त्यांनी उतावीळ स्वरात पूर्ण केलं.

सरस्वती चमकली. यापूर्वी एकदा हरीलालना फार दुरून बघण्याचा योग आला होता. कुणीसं त्यांच्याकडे बोट दाखवून 'ते तुझे सासरे' असं सांगितलं होतं. त्यांच्याविषयी बरंच काही ऐकलं होतं. कधी थोडंफार वाचनातही आलं होतं; पण अशा अवस्थेत त्यांची भेट होईल, असं कधी वाटलं नव्हतं. तिनं गोंधळून पतीकडे बघितलं. कांतीलालही बावरले होते. पटकन ती पुढे झाली. हरीलालच्या चरणाला स्पर्श करून बाजूला होणाऱ्या सरस्वतीच्या मस्तकावर हरीलालनं आशीर्वादाचा हात ठेवला.

गुलाबचा मृत्यू होऊन सुमारे दोन दशकांपेक्षाही जास्त काळ लोटला होता. या काळात हरीलालच्या जीवनात कुटुंबाचा सहवास वा प्रेम यांना कुठं जागा मिळाली नव्हती. निरुद्देश जीवन संघर्ष, बेचैन मनातील उसळ्या मारणारा असंतोष आणि त्यामुळे घडून येणारं विचित्र वर्तन, लागलेल्या वाईट सवयी आणि सतत रखडपट्टी यामुळे हरीलाल अकाली म्हातारे झाले होते. पंचावन्न-छप्पन्न वर्षांच्या वयाला ते अगदी बुड्ढे वाटत होते. अशा आपल्या थकलेल्या पित्याला शोधून स्वतःजवळ ठेवण्याच्या कांतीलालच्या खटपटीला यश मिळालं होतं.

हरीलालचे पाय शिवून सरस्वती उतावळ्या पावलानं घरात गेली. तान्ह्या मुलाला घेऊन ती बाहेर आली. स्वतःचं बाळ तिनं हरिलालच्या पायांवर ठेवलं.

''भाई...'' कांतिलाल म्हणाले, ''हा तुमचा नातू...''

हरिलाल गदगदले. नातवाला उचलून घेत त्यांनी छातीशी धरलं. त्याच्या लोण्यासारख्या गालांवर त्यांनी ओठ टेकले आणि त्या कोवळ्या स्पर्शानं ते शहारले. त्यांची अवस्था सरस्वती चकित नजरेनं बघत होती. जी व्यक्ती अत्यंत छंदीफंदी, दुर्गुणी आणि व्यसनाधीन म्हणून प्रसिद्ध होती, ती प्रत्यक्षात इतकी भावनाप्रधान असलेली पाहून ती थक्क झाली. शिवाय मुळात सासरा दुष्ट असता तर आपल्या पतीनं त्याला शोधून घरात आणायचे श्रम घेतले नसते, असंही वाटत होतं. सरस्वतीच्या नजरेत तरीही कुतूहल होतं. हरिलाल खिसे चाचपत होते; पण खिसे

रिकामेच नव्हे तर फाटकेही होते, याचं दुःख हरिलालच्या तरल चेहऱ्यावर उमटलं. केविलवाणं हसत ते त्या बाळाला उद्देशून म्हणाले, "तुझ्या हातांत काही ठेवायचं तर तुझ्या आजोबाच्या खिशात काही नाहीय बेटा! तुझ्या या दुर्दैवी आजोबाला माफ कर."

त्या रात्री खूप वर्षांनतर हरिलाल शांत व स्वस्थ झोपले. मनात अस्वस्थता, बेचैनीचा लवलेश नव्हता. सकाळी जाग आली तेव्हा जन्मभराचा थकवा उतरलाय, असं वाटलं.

दुसऱ्याच दिवसापासून हरिलाल घरात इतक्या सहजपणे वावरू लागले, की जसे वर्षानुवर्षांपासून ते कांतिलालबरोबर राहत असावेत. अत्यंत स्वस्थ स्वरात सरस्वतीला ते म्हणाले, "सरू, कांतिला हिरव्या भाज्या फार आवडतात बरं का? आणि रस्सेदार झणझणीत भाजीचंही त्याला फार कौतुक आहे. रोज मी तुला ताज्या भाज्या आणून देत जाईन. स्वयंपाकातही तुला मदत करीन आणि बाळाची काळजी तर तू करूच नकोस. ती जबाबदारी माझी."

क्षणाक्षणाला सरस्वती चकित होत होती. हरिलालविषयी जे ऐकलं होतं आणि जे दिसत होतं त्यात अजिबात साम्य नव्हतं. नातवाला खेळवण्यात मश्गूल असणाऱ्या सासऱ्यात तिला सतत प्रेमळ आजोबांचं दर्शन होई. त्यांच्या चेहऱ्यावरची बेचैनी अदृश्य होऊन ते स्वस्थ आणि प्रसन्न वाटतायत, या विचारानं कांतिलाही बरं वाटे. त्यांना इथे आणलं ते सार्थकी लागलं, असं वाटे.

"कांती..." चार-पाच दिवसांनंतर ते म्हणाले, "बाकी सगळं राहू दे, पण सिगरेटही मिळाली नाही तर फार अस्वस्थ वाटतं रे..."

"भाई, सिगरेट फारसं नुकसान करत नसली तरी तीही एक प्रकारे नशाच आहे. ती सवय बरी नाही."

"तुझं खरंय बेटा! पण आता या वयात साऱ्या सवयी कशा सुटतील रे? ही सवय बरी नाही हे पटतं मला; पण आजवर मी काय बरं केलंय म्हणून..."

"असू द्या!" हरिलालचा केविलवाणा स्वर सहन न होऊन कांतिलाल म्हणाले, "मी तुम्हाला रोज सहा गोल्ड फ्लेक देत जाईन. त्या मात्र पुरवायच्या बरं का! चालेल नं?"

होकार देणाऱ्या पित्याच्या चेहऱ्यावरचं समाधान कांतिलाल बघत राहिले. खरंच ते रोज सहा सिगरेट त्यांना देऊ लागले. सिगरेटचे कश घेताना त्यांचे डोळे भूतकाळाचा वेध घेत. धूम्रवलयांकडे बघत ते कधी भूतकाळातील सुखद तर बहुतांशी दुःखद क्षण आठवत राहत; पण त्यांचं इतर वागणं नीट होतं. नातवाचा सांभाळ ते आनंदानं करीत. घरकामातही सरस्वतीला बरीच मदत करीत. कधी प्रार्थनावर्गात बसत, सूत कातत तर कधी नातू कडेवर झुलवत फिरायला जात.

म्हैसूरमध्ये त्यांच्या ओळखीचे लोक होते. हरिलाल अधूनमधून त्यांच्याकडे जात. कधी घरी कुणी परिचित व्यक्ती आली तर औपचारिक गप्पा मारत. येणाऱ्या व्यक्तीला कधी राहण्याचा आग्रह करीत. सुनेचं कौतुक करीत म्हणत, "सरू छान स्वयंपाक करते. जेवल्याविना जाऊ नका. आज ती शिरा करील. आपण बरोबर जेवू."

मधली विचित्र वर्षे जशी आयुष्यातून पुसली गेली होती. बापूंना जेव्हा हरिलालच्या नव्या जीवनाविषयी कळलं तेव्हा त्यांना खूप आनंद झाला. हल्ली ते दारू पीत नाहीत, हे कळून त्यांनी आवर्जून नातसुनेला पत्र लिहिलं... 'चि. अ. सौ. सरू, जे मला जमलं नाही ते तुम्हाला जमलंय ते पाहून मला फार आनंद होतोय. तू जिंकलीस मी हरलो. सासऱ्याचा सांभाळ करणं तुला नीट जमो. माझे तुम्हा दोघांना मनापासून आशीर्वाद आहेत."

"सरू," एका रात्री सिगरेट ओढत असताना हरिलाल म्हणाले, "कांती अजून आला नाही."

"आज उशीर होईल, असं ते म्हणाले होते. काही काम होतं?"

"हो!" जोरदार कश घेत हरिलालनं म्हटलं. धूम्रवलयाकडे बघत ते म्हणाले, "तुझ्याकडून काही लिहून घ्यायचं होतं."

सरस्वतीला वाटलं, त्यांना कुणा सुहृदाला पत्र लिहावंसं वाटत असेल. ती कोरा कागद आणि पेन घेऊन आली. हरिलाल विचारात हरवले होते. त्यांच्या चेहऱ्यावर अनाकलनीय भाव होते. वेगानं चेहऱ्यावरच्या रेषांत बदल होत होता. सरस्वतीनं गोंधळून त्यांच्याकडे बघितलं. ती नजर टोचल्यागत हरिलाल भानावर आले. स्वतःला सावरत म्हणाले, "लिही बेटा. शीर्षकाच्या वर मथळा लिही...माझ्या पित्याविषयी माझी तक्रार..."

सरस्वती दचकली. क्षणभर पेनमधील शाई थिजल्यासारखा तिचा हात अडखळला. तिच्याकडे बघत हरिलाल म्हणाले, "लिही! जे सांगतोय ते बुद्धिपूर्वक समजून सांगतो आहे. कदाचित भविष्यात तुम्हाला थोडा उलगडा व्हायला ते मदतरूप होईल. सुरुवात कर...पित्याविषयीची माझी तक्रार नवी नाही..." सरस्वती लिहू लागली.

"असू दे बेटा!" अचानक हताश स्वरात ते म्हणाले, "असल्या तक्रारींचा आता काही उपयोग नाहीय. संपलंच सारं! निसटलेले ते दिवस अशा तक्रारी केल्यानं कधी परत यायचे नाहीत, मग काय अर्थ आहे कबरीतील माती खोदण्यात?" त्यांचा स्वर जडावला. सिगरेट विझवून पटकन ते उठले. झोपण्यासाठी आवेगानं ते घरात निघून गेले.

सरस्वती बावरली. कितीतरी वेळ हातात पेन धरून ती बसून राहिली. सासऱ्याच्या

चेहऱ्यावरचे झपाट्यानं बदलणारे भाव आठवताना तिचं तिलाच दचकायला होत होतं. मधूनच ती त्यांच्या हालचालींचा वेध घेत होती; पण आवाज येत नव्हता. हरिलाल बिछान्यावर झोपेची आराधना करीत होते. मनात पुन्हा आंतरिक युद्ध चालू झालं होतं. मन सैरभैर होणं टाळता येत नव्हतं. मनातील वादळ पूर्णपणे शमलं नाहीय, हे सरस्वतीला जाणवलं. तरी काही करणं तिच्या सामर्थ्यापलीकडचं होतं.

सकाळी उठून ते रोजच्यासारखंच वागत होते. तरीही त्यांचा चेहरा तणावमुक्त वाटत नव्हता. कांतिबरोबर ते आले त्यापेक्षा त्यांच्या तोंडावर तेज आलं होतं. राहणीही स्वच्छ आणि व्यवस्थित झाली होती. तरीही अस्वस्थ मनाचं प्रतिबिंब सरस्वतीला दिसत होतं. ते काही बोलत नसले तरी लवकरच स्फोट होईल, अशी सरस्वतीची अपेक्षा होती. स्फोट तर झाला नाही, पण एकदा रात्रीचे ते तिघं गप्पा मारीत असताना विचारू की नको, या द्विधेचा शेवट करण्यासाठी त्यांनी उत्सुक स्वरात विचारलं, 'कांती, औपचारिक शिक्षणपद्धतीविषयी बापूंच्या मनात आदर नाही; तरीही तू शिकतोयस हे कसं? तू स्वतःचं म्हणणं त्यांना कसं पटवलंस?''

''पटवलं कसलं? त्यांना नाराज करून मी मॅट्रिकची परीक्षा दिली. माझं शिकणं त्यांना कधीच आवडलं नाही, भाई!''

''अरे वा! पस्तीस वर्षांपूर्वी मला जे जमलं नाही, ते तुला जमलं म्हणायचं!'' हरिलाल कौतुकानं म्हणाले.

''तसंच म्हणता येणार नाही, भाई!'' नम्र स्वरात कांतिलाल म्हणाले.

''तुमच्यासारखा मी एकट्या हातानं लढत नव्हतो म्हणून हे जमलं मला! हे श्रेय माझं एकट्याचं नाही.''

''म्हणजे? काय म्हणायचंय तुला?'' त्यांनी गोंधळून विचारलं.

''त्याचं काय झालं भाई, तुमच्याप्रमाणेच माझ्याही मनात शिकायची हौस होती. मी डॉक्टर व्हावं, अशी तुमची इच्छा मला अंधूक आठवत होती. मी मॅट्रिकच्या परीक्षेसाठी आग्रही सूर लावला, तेव्हा माझं वय बरंच वाढलं होतं. मी माझा निश्चय ओठी आणला तेव्हा बापूंना फार दुःख झालं. विरोध करीत ते म्हणाले, ''कांती, तुझा हा निर्णय ऐकताना मला कुणी माझ्या छातीवर गोळी मारत असल्यागत वेदना होतेय. हा वेडा हट्ट सोड.'' खरं म्हणजे मी त्यांचे बोल ऐकून हादरलो होतो. तरी मी हट्ट सोडला नाही...

''मग...मग कसं जमवलंस रे?'' हरिलालच्या अधीर स्वरातही व्यथा होती.

''तुम्हाला आठवत जमवलं भाई!'' कांतिलाल भावुक स्वरात म्हणाले आणि हरिलाल दचकले. हा भावुक स्वर त्यांच्या मनावर कोरडा ओढत असल्यागत ते कण्हले.

''हो भाई! त्यावेळी आम्ही शेगावच्या आश्रमात वर्ध्याजवळ राहत होतो...''

कांतिलालची नजर भूतकाळ भेदून अंतराळात उतरली.

"परीक्षेसाठी मी ढोरमेहनत केली होती; पण परीक्षा द्यायला मुंबईस जाणं आवश्यक होतं. त्यासाठी मी बापूंकडे गाडीभाड्यापुरते पैसे मागितले. अवघे पन्नास रुपये मागितले मी! मुंबईत राहण्या-जेवण्यासाठीही मला पैसे लागतील म्हणून! पण बापू म्हणाले, 'कांती, मी माझं सर्वस्व अर्पण केलंय. माझ्याजवळ माझी म्हणता येईल, अशी फुटकी कवडी नाही, हे तू जाणतोस. अशावेळी मी तुझ्यासाठी इतक्या मोठ्या रकमेचा बंदोबस्त कसा करू?"

"बापू असं म्हणाले?" हरिलालनं ताठ होत विचारलं.

"हो! तरीही मी त्यांना विनवित राहिलो. तेव्हा त्यांनी मला स्पष्ट शब्दांत सांगितलं, कांती तुझा निश्चय पक्का असला तर तुला चालत मुंबईला जाऊनही परीक्षा देता येईल. गाडीभाड्यात पैसे खर्चावे लागू नयेत, यासाठी आफ्रिकेस आम्ही मैलोन्मैल चालत असू. तू सुद्धा तसं करू शकतोस."

हरिलाल थक्क होऊन सारं ऐकत होते. नजरेसमोर आफ्रिकेतील चालत केलेले प्रवास, त्याचा विलक्षण थकवा तरळत होता. घर सोडण्याच्या इच्छेत अशा कष्टमय प्रवासाचाही भाग होता. कांतिलालचं कथन चालूच होतं.

"...पण महादेवकाकांनी पैशाची सोय करून दिली. मॅट्रिक होऊन मी डॉक्टर होण्याचा निर्णय जाहीर केला. त्यावेळी बा माझ्या पाठीशी उभ्या राहिल्या. लग्न झालेलं होतं माझं. अशा वेळी घरखर्च आणि शिक्षण दोन्हीचा खर्च मोठा होता. पैशाविना काहीही जमणार नव्हतं. म्हणून बांनी देवदासकाकांना सांगितलं, 'देवदास, अरे तुम्हाला कुणाला शिकता आलं नाही. हा कांती धीरानं शिकू बघतोय, तर त्याची तरी इच्छा पूर्ण होऊ द्या. शिकण्याच्या हट्टापुढे माझं एक भोळं भाबडं पोर गमावलंय मी! आता हे दुसरं पोर गमावण्याचं सामर्थ्य माझ्यात उरलं नाहीय रे!"

हरिलाल एकचित्तानं ऐकत होते. मनात प्रचंड वादळ उठलं.

" ...आणि देवदासकाकांनी बांच्या इच्छेला मान देऊन मला महिना शंभर रुपये मिळतील, अशी व्यवस्था करवून दिली..." कांतिलालनं उत्तररंग सुरू केला.

"पण म्हैसूरच्या घराचं भाडं, घरखर्च आणि मेडिकल कॉलेजचं महागडं शिक्षण शंभर रुपयात निभेना म्हणून मी बिर्लाजींना पत्र लिहिलं. त्यांच्या एखाद्या ट्रस्टकडून मला शिष्यवृत्ती मिळेल का? असं विचारलं. बिर्लाजींनी माझ्या इच्छेचा मान ठेवला. महिना पन्नास रुपये स्कॉलरशिप देण्याचं त्यांनी कबूल केलं आणि माझी गाडी रुळाला लागली." कथन पूर्ण करून कांतिलालनं हरिलालकडे बघत म्हटलं, "म्हणून मी म्हटलं, मी एकट्या हातानं लढत दिली नाही."

हरिलालच्या मनातलं वादळ वाढलं. अस्वस्थ स्वरात ते म्हणाले, "तुला मदत करणाऱ्या हातांत बापाचा हात मात्र नव्हता. गोदरेज कंपनीत कामाला लागलो तेव्हा

तुम्हाला जवळ ठेवायची इच्छा बापूंजवळ व्यक्त केली होती. त्यांनी नकार दिला म्हणून चिडून आता कुणासाठी कमवायचं? म्हणत जीवन उधळून द्यायचा आततायी निर्णय घेतला, हे बरीक चुकलंच. दूर राहून तुम्हाला आर्थिक मदत करून तुमच्या शिक्षणाची हौस भागवता येईल, हा विचार मनात का आला नाही? तेच कळत नाहीय..''

कधी नव्हे ते हरिलालना जे घडलं त्यात आपणही चुकलो, असं वाटत होतं. स्वतःच्या चुकीचा स्वीकार कुटुंबातील सुहृदाजवळ करायची संधी प्रथमच मिळत होती. त्यांच्या पश्चात्तापावर प्रतिक्रिया व्यक्त करायला कांतिलाल वा सरस्वतीजवळ शब्द नव्हते. निरर्थकपणे मान हलवत हरिलाल त्यांच्या खोलीकडे वळले. त्यांच्या चेहऱ्यावर काळीज फुटून जाणारा विषाद दाटला होता. कांतिलाल आणि सरस्वती डोळे विस्फारून त्यांच्या पाठमोऱ्या आकृतीकडे, झुकल्या खांद्यांकडे बघत राहिले.

दुसऱ्या दिवशी सकाळीही आपण मुलांच्या शिक्षणासाठी काही केलं नाही, याची बोच मनात तीव्र होती. कांतिलाल कॉलेजात जाताच ते सरस्वतीस म्हणाले, ''सरस्वती, म्हैसूरचे माजी दिवाण मिरझा ईस्माईल माझे मित्र आहेत. मी त्यांना भेटायला जातोय. उशीर झाला तरी काळजी करू नकोस.'' हरिलाल खूपदा एकटे वा नातवाला घेऊन बाहेर जात. कधी कुणा जुन्या परिचिताकडेही जात. त्यामुळे सरस्वतीनं विरोध केला नाही.

संध्याकाळी कांतिलाल परतण्यापूर्वीच ते परतले. टांग्यातून त्यांनी दोन करंड्याही उतरवल्या. उत्साहानं त्यांनी सरस्वतीला साद घातली. ती बाहेर येताच ते म्हणाले, ''हे आत ने. यात कांतीला आवडणारी फळं आणि भाज्या आहेत...'' सरस्वतीनं दचकून त्यांच्याकडे बघितलं. हरिलालच्या डोळ्यांतील लाली पाहून ती घाबरली. तोवर तिनं कधी दारू प्यायलेली व्यक्ती बघितली नव्हती. मिरझा ईस्माईलनं त्यांना पाजली असावी, हे तिला कळलं. जड पुतळ्यासारख्या उभ्या राहिलेल्या सरस्वतीकडे बघत ते प्रेमानं म्हणाले, ''घे बेटा! तू तर मला माझ्या मनूसारखी! संकोच करू नकोस. घे...'' खिशात हात घालून त्यांनी भरलं पाकीट काढून सरस्वतीसमोर धरलं. पाकिटात ठासून भरलेल्या नोटा दिसत होत्या.

''भाई...भाई!'' त्या नोटांकडे बावरल्या नजरेनं बघत सरस्वती किंचाळली. ''हे पैसे आपले नाहीत ते कसे घ्यायचे? भाई तुम्ही दारू पिऊन आला आहात? तुमचे चिरंजीव आत्ता येतील. त्यांना काय वाटेल याचा तरी विचार करायचात...'' ती रडू लागली.

''सरू बेटी...'' हरिलालचे डोळेही पाणावले. फळाच्या करंड्यावर पैशाचं पाकीट ठेवून ते अजीजीनं म्हणाले, ''ही मिरझासाहेबांची भेट आहे. त्यावर तुमचा हक्क आहे. मला कळतंय बेटा की, माझ्या पिण्यामुळे तुमच्या काळजावर कातर

चालेल; पण काय करू गं? समोर प्याला आला आणि संयम सुटला माझा. फार वाईट माणूस आहे गं मी! तुमची नि:स्वार्थ सेवा घ्यायची लायकी नाही माझी. मला कळतंय, कांती मला जन्मभर अंतर देणार नाही; पण...पण माझा नाइलाज आहे. जमलं तर या बुढ्ढ्या माणसाला माफ कर, कांतीला सुद्धा सांग...माफ कर, तुझ्या दुर्गुणी बापाला..."

सरस्वतीला हुंदके आवरेनात. तिच्या मस्तकावर हात ठेवत ते म्हणाले, "हे पैसे तुझ्याजवळच बरे. बेटा, माझ्या खिशातून ते कुमार्गाला धावतील. तू घरखर्चासाठी वापर. कांतीच्या शिक्षणासाठी वापर. कधी तुझ्यासाठी रेशमी साडी वा पावडर आण त्यातून. मला फार आनंद होईल..!" सरस्वती ओले डोळे विस्फारून दारू प्यायलेल्या सासऱ्याचे सुसंबद्ध विचार ऐकत होती. हरिलालचे डोळे गढूळ झाले तसं तिला वाटलं. अंगरख्याआत हात घालून त्यांनी गंजिफ्रॉकच्या खिशातून एक फोटो बाहेर काढला. त्यांची भावुक नजर क्षणभर त्या फोटोवर स्थिरावली. दुसऱ्याच क्षणी तो फोटो सरस्वतीला दाखवत ते बोलू लागले...

"बघ बेटा! ही तुझी सासू! तुझ्या कांतीची आई- गुलाब!" स्वत:शी बोलत असल्यागत ते म्हणाले, "छान आहे नं? डोळे तर किती सुरेख आहेत बघ! मनानंही फार भाबडी होती ती! फार प्रेम केलं तिनं...ती जगती तर.." गालावर ओघळलेले अश्रू टिपून ते बळेच हसत म्हणाले, "हे मात्र उगीच हा! ती असताना तरी तिच्या नवऱ्यानं तिला कधी सुख दिलं?"

पटकन त्यांनी टेबलावरचं पेन उचललं. फोटोच्या मागे सुवाच्य अक्षरात त्यांनी लिहिलं, "माझ्या प्रिय पुत्रवधूस (सुनेस) सप्रेम..." तो फोटो सरस्वतीच्या हाती देऊन त्यांनी पाठ फिरवली.

"भाई...!" सरस्वतीला रडू फुटलं. मागे वळून हरिलालनं प्रेमानं सुनेकडे बघितलं.

"बेटी, कांतिला सांग." हरवल्या स्वरात निरोप घेत ते म्हणाले, "माझी पुसटती याद त्यानं सांभाळली आहे, मुलाला डॉक्टर करायची इच्छा त्यानं मनात ठेवली आहे, याचं कोण अप्रूप वाटतंय मला. बापाचा नाकर्तेपणा डावलून पोर डॉक्टर होणार माझं.." महाप्रयत्नांनी त्यांनी आवंढा गिळला. सरस्वतीच्या मस्तकावरून हात फिरवत त्यांनी निरोप घेतला. पाठ फिरवून ते निघून गेले. कधीही परत न येण्यासाठी!

३९

३१ जानेवारी १९४८

दोन हजार वर्षांपूर्वी येशू ख्रिस्ताला क्रॉसवर टांगून माणुसकीला कलंक लावण्याचं अघोरी कृत्य करण्यात आलं होतं. काहीसं तसंच किंवा त्याहूनही भयंकर घडलं होतं. ब्रह्मांडातील मानवता नष्ट झाली असावी, असं जडत्व वातावरणात दाटलं होतं. आदल्या दिवशीच्या संध्याकाळपासून देशात वावरणारे करोडो प्रजाजन काष्ठवत पुतळ्यांसारखे निष्प्राण हालचाली करीत होते. करोडो लोकांनी आदली रात्र जागून संपवली होती. लाखो घरांत काल संध्याकाळपासून चूल पेटली नव्हती. श्वास चालू होता म्हणून माणसं निवांत आहेत, असं म्हणता येत होतं. बाकी सर्वांच्या देहातील चेतना नष्ट झाली होती.

आदल्या संध्याकाळी एका अविचारी माणसानं बापूंवर गोळी झाडली होती. बापूंनी हात जोडून प्रणाम करीत, 'हे राम'च्या उत्तरानं प्राण सोडला होता. देशाच्या कोपऱ्याकोपऱ्यांत ही बातमी पोहोचली होती. या जबरदस्त फटक्यानं सारा देश बधिर झाला होता. रेडिओच्या माध्यमातून एक कापरा व्यथित आवाज उमटला. स्वत:शीच बोलत असल्यागत पंडित जवाहरलाल बोलत होते... ''देशबंधूंनो! आपल्या जीवनातील दीपक विझला आहे. सर्वत्र अंधकार पसरला आहे. या निराशेच्या अंधकाराला कुठेही रुपेरी किनार नाही.''

या आवाजापाठोपाठ एक भक्कम, पण भिजलेला स्वर रेडिओतून उमटला ''आपण धीर सोडायचा नाहीय. जे घडलं त्याचा राग धरून आपण वाटेल तसं वागलो, तर जात्या आत्म्याला वेदना होतील याचं आपण भान ठेवून वागू...'' हा आवाज होता सरदार वल्लभभाई पटेलांचा!

ज्याला जे वाहन मिळालं त्या वाहनात बसून जो-तो दिल्लीच्या दिशेनं धावत सुटला.संध्याकाळी बापूंचा पार्थिव देह पंचमहाभूतांत विलीन होणार होता. त्यापूर्वी त्यांचं दर्शन व्हावं, त्यांच्या पायांवर पुष्पांजली अर्पण करता यावी, यासाठी धडपड

सुरू झाली. देशातीलच नव्हे, तर देशोदेशीचे लोक दिल्लीला पोहोचले. लाखो माणसं दिल्लीस जमली होती.

ठीक साडेअकरा वाजता 'बिर्ला हाऊस'मधून फुलांनी सजवलेला बापूंचा देह एका पालखीतून बाहेर आला. बाहेर लष्करी वाहन तयार होतं. 'राष्ट्रपित्या'च्या देहाचं वहन चार खांद्यांऐवजी लष्करी वाहनाद्वारे व्हायचं होतं. पालखी त्यावर ठेवण्यात आली. अंत्ययात्रा सुरू झाली. "महात्मा गांधीकी जय", "बापू अमर रहे." आणि 'रामधून' सतत चालू होती. दुतर्फा बापूंच्या दर्शनासाठी माणसं उभी होती. मुंगीला शिरकाव करता येऊ नये, इतकी माणसं साडेपाच मैलांच्या रस्त्यावर जमली होती. अंत्ययात्रेत देशातील सर्व पुढारी आणि बापूंच्या परिवारातील मंडळी उपस्थित होती. पाच तासांनंतर ही विशालयात्रा राजघाटावर पोहोचली. बापूंनी प्राण सोडल्याला तोवर चोवीस तास होऊन गेले होते. बापूंचे दोन पुत्र रामदास आणि देवदास बापूंजवळ उभे होते. मणिलाल आफ्रिकेस होते आणि अग्निदाह देण्याचा ज्यांचा अधिकार ते हरिलाल कुटुंबीयांच्या लेखी बेपत्ता होते.

राजघाटावर तीन फूट उंच आणि बारा फूट लांबीची चंदनकाष्ठांची चिता व्यवस्थित रचून तयार होती. रात्रीच चितेसाठी चौथरा बांधण्याचं काम करण्यात आलं होतं. या चौथऱ्यापाशी लष्करी दलं उभी होती. बापूंचा देह चितेवर ठेवण्यासाठी या चौथऱ्यापाशी आणला, तेव्हा लष्करी स्कॉड्रन तोडून लोक बापूंचे चरणस्पर्श करायला धावले. सतत रडणारे जवाहरलाल, गंभीर सरदार पटेल, राजेंद्र प्रसादजींसारख्या भारतीय पुढाऱ्यांव्यतिरिक्त शेवटचे लॉर्ड माऊंट बॅटनही स्वतःची जागा सोडून लोकांना आवरायला धावले. दोन्ही हात पसरून ते लोकांना आवर घालीत होते. मृतदेहापाशी फक्त बापूंच्या कुटुंबातील लोकच होते. एकमेकांच्या आधारानं हा अनपेक्षित घाव जिरवण्याचा ते प्रयत्न करीत होते. केशवलाल गांधींची नजर बापूंच्या चेहऱ्यावरून हलत नव्हती. 'टॉलस्टॉय फार्म' आणि 'फिनिक्स' आश्रमात बापूंबरोबरचं वास्तव्य नजरेसमोर तरळत होतं. कटनी स्टेशनवर बांसाठी मोसंबी आणणाऱ्या हरिलालकाकांची यादही मनात उसळ्या मारीत होती.

एकच गर्दी उसळली आणि केशवलाल सुन्न मनानं बेकाबू जमावाकडे बघत होते. जमावात धक्काबुक्की, चेंगराचेंगरी चालू असताना चेंगरणाऱ्या एका दरिद्री वृद्धावर त्यांची नजर स्थिरवली आणि ते दचकले. डोळे विस्फारून त्यांनी पुन्हा बघितलं...अश्रूदाटल्या डोळ्यांनी बघितलं ते खरंच कशावरून? याचं उत्तर मिळवायला त्यांनी डोळे पुसून पुन्हा बघितलं. तो भ्रम नव्हे याची खात्री झाली.... तोच बांधा, तोच चेहरा..तीच व्यथा आणि तीच बेचैनी! सारं तेच तर होतं. हे नक्की हरिलालकाका! बापूंचं अंतिम दर्शन घेऊन त्यांनी पायावर फुलं ठेवली. नमस्कारासाठी त्यांनी हात जोडले. गर्दीमुळे त्यांना तोल सावरणं जमत नसावं.

केशवलाल शहारले. दुसऱ्याच क्षणी गर्दीच्या लाटेत हरिलालचा चेहरा हरवला. पुन्हा दिसला...पुन:पुन्हा दिसला. बगलेत दाबलेल्या पिशवीत अजूनही थोडी फुलं असावीत. केशवलालची खात्री पटली. हो.. हो नक्कीच हरिलालकाका!

"देवदासकाका..." किंचित सरकून ते देवदासच्या कानी लागले. "मी आत्ता हरिलालकाकांना बघितलं." हातानं दिशा दाखवित केशवलाल म्हणाले. "त्या गर्दीत चेंगरत होते ते. बापूंच्या पायांवर फुलं ठेवताना त्यांना पाहिलं मी! अगदी कफल्लक अवस्थेत. तरी माझी खात्री आहे, की ते हरिलालकाकाच होते. माझी नजर दगा द्यायची नाही..."

देवदासनं चमकून त्या दिशेस बघितलं. जमाव हटवण्याच्या प्रयत्नांना तोवर यश दिसलं होतं. माणसं पुन्हा विखुरली होती. हरिलाल नजरेस पडले नाहीत; तरीही देवदासला बाची मरणघडी आठवली. दारू पिऊन झिंगल्या अवस्थेत आलेले हरिलाल आठवले. ती याद झटकून त्यांनी समोर बघितलं...बापूंचा देह आता चितेवर व्यवस्थित ठेवण्यात आला होता. मंत्रघोष सुरू झाला होता. हेलिकॉप्टरमधून पुष्पवर्षाव होत होता. देश-विदेशांतून आलेले पुढारी नतमस्तक होऊन चौथऱ्याभोवती उभे होते. या साऱ्या गंभीर वातावरणात हरिलालनं झिंगून प्रवेश केला तर... या कल्पनेनंही देवदासना घायाळ केलं. पाणावल्या डोळ्यांत अश्रूंची अधिकच गर्दी झाली.

"केशू..." डोळ्यांवर धोतराचा सोगा दाबत गुणगुणावं इतक्या हळू आवाजात ते म्हणाले, "भाई, बापूंच्या जीवनातील ते दु:खद अपयशी प्रकरण आता आठवू नकोस. मोटाभाई आत्ता कशा अवस्थेत असतील ते कुणी सांगावं? इथे आत्ता साऱ्या मान्यवरांच्या उपस्थितीत त्यांनी धिंगाणा घातला, तर समग्र गंभीर वातावरणाचा विचका होईल. ते आपल्याला सहन व्हायचं नाही..." पुन्हा देवदासनं डोळ्यांवर सोगा दाबला. केशवलाल गप्प झाले.

रामदास, देवदास, केशवलाल आणि आप्त चितेशी उभे होते. जवाहरलाल, सरदार पटेल, राजेंद्रबाबू आणि इतर ज्येष्ठ मंडळी चितेभोवती उभी राहिली. केशवलालची चुकार नजर पुन:पुन्हा जमावाकडे वळत होती. हरिलाल पुन्हा नजरेस पडले नाहीत. रामदास हातात अग्नी घेऊन चितेभोवती प्रदक्षिणा घालीत होते. जमावाकडे वळणारी नजर बापूंकडे वळवून केशवलालनं हात जोडले. प्रदक्षिणा पूर्ण करून रामदास नतमस्तक झाले. बापूंच्या उजव्या पायाच्या अंगठ्यावर त्यांनी अग्नी ठेवला. त्यांच्या गळ्यातून अस्पष्ट हुंदका निसटला. बापूंच्या उजव्या पायाच्या अंगठ्यातून एक छोटी अग्निशिखा प्रगटली. आकाशाकडे धावणाऱ्या अग्निशिखेकडे पाहून जनसागर हेलावला. विराट हुंदक्याच्या भारानं आकाश भरून गेलं.

रात्र झाली होती. पंचमहाभूतांत विलीन झालेल्या बापूंच्या देहावर जलधारा सिंचण्याचं काम संपवून सारे आप्त देवदासच्या घरी परतले. कुणाच्या तोंडून शब्द

फुटत नव्हता. चेतनाहीन वातावरण नि:शब्द होतं. म्हैसूरहून बापूंच्या दर्शनासाठी आलेली सरस्वती वेळेवर पोहोचू शकली नव्हती. पुरुषमंडळी स्मशानातून परतली त्यावेळी सरस्वती देवदासच्या घरी पोहोचली. स्मशानयात्रेचा वृत्तान्त ऐकून तिच्या डोळ्यांना धार लागली. साऱ्या आप्तजनांच्या तोंडून बापूंच्या आठवणी ऐकत असताना रडू आवरत नव्हतं. इतक्यात मुख्य दरवाजापाशी फरपटत्या पावलानं कुणाची तरी चाहूल लागली. ती हरली पावलं परिचित वाटली म्हणून सरस्वतीनं समोर बघितलं. दाराशी थकलाभागला जराजर्जर देह उभा होता. बगलेत पिशवी आणि पायांत तुटकी चप्पल! अत्यंत कळकट कपड्यांतही तिनं सासऱ्याला ओळखलं. शेवटची रात्र आणि निरोपाचा क्षण आठवून ती पुढे झाली. पटकन पाय शिवायला सासऱ्यासमोर झुकली. हरिलालनं थरथरता हात तिच्या मस्तकी ठेवला. ते कमालीचे थकले होते. जवळच्या खुर्चीत ते धबकन बसले. धापा टाकत क्षणभर गप्प बसून राहिले.

"सरू...!" थोड्या वेळानं बगलेतील पिशवी सरूसमोर धरत ते म्हणाले, "बेटी, आत माझे दोन कपडे आणि रुमाल आहेत. फार मळलेत कपडे. जरा धुऊन देशील?"

सरस्वती त्यांच्या कृश कायेकडे बघत होती. बोलण्याचे श्रमही त्यांना सहन होत नसावेत. चेहरा ओढलेला होता. कवटीच्या हाडावर चामडी ताणून बसवली असावी, असे ते भेसूर दिसत होते. सरस्वतीच्या पोटात कालवाकालव झाली. पिशवी घेऊन ती कपडे धुवायाला आत गेली. खुर्चीला टेकून बसत हरिलालनं डोळे मिटले.

कपडे धुऊन वाळत घालून सरस्वती परतली तेव्हा हरिलाल तिथे नव्हते. तपास करता कळलं, की देवदास त्यांना घेऊन अभ्यासिकेत गेलेत. त्यांच्या जेवणाची व्यवस्था करावी, या उद्देशानं ती अभ्यासिकेकडे वळली. दरवाजा बंद होता. इतक्या रात्री थकल्याभागल्या सासऱ्यांना घेऊन देवदास बंद दारामागे काय करत असतील? भाईंचं अजून स्नानही बाकी आहे. कदाचित दोन-तीन दिवसांत त्यांनी काही खाल्लंही नसेल. ते सारं बघण्याऐवजी देवदास त्यांना सर्वांपासून दूर नेऊन एकांतात काय बोलत असतील? सरस्वतीला नवल वाटलं. ती हळूच दरवाजापाशी उभी राहिली. आतून देवदासचा अधिकारी स्वर ऐकू येत होता. मध्येच हरिलाल दबल्या स्वरात काहीतरी बोलत होते; पण एकूणच देवदास विशेष बोलत होते. हरिलालना ते बोलू देत नसावेत. दरवाजा बंद असल्यामुळे स्पष्ट काही ऐकू येत नव्हतं. तरी मामला गंभीर आहे, याची जाण सरस्वतीला होत होती. तिच्या मनात गोंधळ उडाला.

हरिलाल झिंगून आलेत असं तिला वाटत नव्हतं, कारण नशापाणी केलं असताना ते तारसप्तकात काहीशा चिरक्या आवाजात बोलतात. त्यांची जीभ जड होते, याची तिला जाणीव होती. झिंगल्या अवस्थेत ते बोंबाबोंब करून तमाशा

करतात, असंही तिनं ऐकलं होतं. तसं काही ते बोलत नव्हते; उलट देवदासच ओरडून बोलत होते. देवदासकाका त्यांना लागट बोलत असतील का? तिच्या मनात सासऱ्याविषयी काळजी आणि कणव दाटली. तिच्यानं राहवेना. अभ्यासिकेच्या दारावर हळूच टकटक करीत तिनं दबल्या आवाजात विचारलं, "भाई, तुम्ही इथे आहात?"

आत देवदासनं वाक्य अर्धच सोडलं. क्षणभर शांतता दाटली. सरस्वतीनं पुन्हा दारावर टकटक करून प्रश्न विचारला. थोड्या वेळानं थोडा दरवाजा उघडून देवदास दारात उभे राहिले.

"सरस्वती..." नापसंतीदर्शक उग्र स्वरात त्यांनी विचारलं, "आत्ता अशा अवेळी तुला मोटाभाईंचं काय काम आहे? ते इथे आहेत आणि फार थकलेत."

सरस्वती खट्टू झाली. तरी तिनं सांगण्याचा प्रयत्न केला. "त्यांचं जेवण, स्नान सारं बाकी आहे म्हणून विचारायला आले मी! त्यांनी कपडे धुवायला दिले होते त्याविषयीही सांगायचं होतं..."

"ठीक आहे." तिला अडवत देवदास तुसड्या स्वरात म्हणाले, "हे सारं बघायला आम्ही मोठी माणसं आहोत. कपडेही आत्ता नकोयत त्यांना. सकाळी दे. आता तू जाऊ शकतेस. आम्ही जरा कामात आहोत."

इतकं सांगून देवदास थांबले नाहीत. सरस्वतीची प्रतिक्रिया न बघता त्यांनी दरवाजा बंद केला. कितीतरी वेळ सरस्वती त्या बंद दरवाजाकडे बघत राहिली. कुणी थोबाडीत मारली असावी, असं मन बधिर झालं होतं. भानावर येऊन ती पाठ फिरवून चालू लागली. तेव्हा मात्र तिच्या मनात स्वतःच्या अपमानाची जाण नव्हती. सुनांना सासऱ्यानं तोडून बोलणं नवलाचं कोण वाटून घेणार? पण हरिलालच्या विषयी मात्र मनात काळजी दाटली. मनातील विषाद आणि बापूंचा अनपेक्षित मृत्यू! प्रयत्नांची पराकाष्ठा केल्यावरही त्यांचं अंत्यदर्शन होऊ शकलं नाही, याची बोच! झोप उडवायला पुरेशी कारणं होती. रात्रभर ती तळमळत होती. हरिलालच्या काळजीनं अस्वस्थ होती.

सकाळी उठताच सरस्वती शोधक नजरेनं सासऱ्याला धुंडाळू लागली. बैठकीच्या खोलीत खुर्चीवर डोळे मिटून ते बसले होते. काल बघितलं तशाच अवस्थेत! समोरच्या खुर्चीत देवदास वृत्तपत्र वाचत होते. क्षणभर काय करावं ते तिला सुचेना. शेवटी धीर करून तिनं हरिलालचं लक्ष वेधून घ्यायचं ठरवलं.

"भाई..." ती त्यांच्याजवळ जात हळुवार स्वरात म्हणाली.

"अं.." म्हणत हरिलालनं डोळे उघडले. सरस्वती दोन पावलं मागे सरली. त्यांचे लालभडक डोळे अत्यंत भीतिदायक दिसत होते. असे डोळे तिनं कधी बघितले नव्हते. सारी शक्ती एकवटून त्या डोळ्यांत उमटणाऱ्या प्रश्नचिन्हाला तिनं उत्तर दिलं.

"तुमचे कपडे आणि पिशवी धुऊन आणलीय भाई!" ती चाचरत म्हणाली.

"आण बेटा... बरं झालं तू आठवण केलीस. मी विसरलो असतो!"

सरस्वतीनं त्यांच्या हातांत पिशवी देत तिरक्या नजरेनं देवदासकडे बघितलं. वर्तमानपत्रावरची नजर उचलून ते इकडे बघत असणं अपेक्षितच होतं. हरिलालनंही धाकट्या भावाकडे बघितलं. त्यांच्या लाल डोळ्यांत उतरणारा केविलवाणा भाव सरस्वतीला कमालीचा करुण वाटला. देवदासवरची नजर काढून त्यांनी सरस्वतीकडे बघितलं. त्यांच्या स्वरांतील स्नेह सरस्वतीला जाणवला. पिशवी बगलेत मारत उभे होत ते म्हणाले, "सरू बेटा, निघतोय मी! सुखात राहा बरं का..."

सरस्वती अवाक् झाली. क्षणभर ते काय म्हणतायत ते तिला कळेना. अजून तर बापूंचे दिवस व्हायचे होते. क्रियाकर्म बाकी असताना हे कुठे निघाले? कशासाठी जातायत हे? बापूंच्या क्रियाकर्माहून अधिक महत्त्वाचं काय असणार आहे, हे तिला कळेना. तिनं बावरल्या नजरेनं देवदासकडे बघितलं. देवदासही उठून उभे राहिले होते. म्हणजे... म्हणजे हे त्यांना निरोप देतायत? तिच्या मनात प्रश्न दाटला. पण चुलत सासऱ्याला काही सांगण्याचा अधिकार आपल्याजवळ नाही, तर देवदासकाकांना प्रश्न कसा विचारणार? त्यांना जाऊ नका असं म्हणावंसं वाटत असूनही काही न करता येण्याचं असहायपण तिला रडवून गेलं. पाठ फिरवून तिनं जोरात हुंदका दिला.

"मोटाभाई!" देवदास कोरड्या स्वरात म्हणाले, "तुमची प्रकृती बरी नाहीय. आजारी आहात तुम्ही."

"आजारी?" भेसूर हसत हरिलाल म्हणाले, "देवदास, माझ्या आजारपणाची काळजी कसली? रखडपट्टी, आजारपण, कुछंद हे सारं माझ्या पाचवीला पुजलंय. त्या विषयावर बोलण्यासारखं आता अजून काही उरलंय का?" ते पुन्हा हसले.

डोळे विस्फारून देवदास मोठ्या भावाकडे बघत राहिले. सरस्वती दोन भावांतील संवाद (?) ऐकून थक्क झाली. डोळे पुसायचं सुद्धा तिला भान उरलं नाही. क्षणभर बैठकीच्या खोलीत काचणारी शांतता दाटली.

हरिलालनं तुटक्या चपलेत पाय सरकवले. कुणाशीही अधिक न बोलता, कुणाला न भेटता ते पाठ फिरवून चालू लागले. काल रात्री आले होते तसेच! फरपटत्या पावलानं! बगलेत कपडे नावाच्या चिंध्यांची पिशवी दाबून! तेच त्यांचं शेवटचं दर्शन!

अवघे पाच-साडेपाच महिने तर झाले होते या घटनेला! 'विश्ववंद्य राष्ट्रपित्या'च्या देहाला पंचमहाभूतांत विलीन केलं ती गोष्ट फार जुनी झाली नव्हती. राष्ट्रानं नतमस्तक होत दुःखी अंतःकरणानं ज्यांना निरोप दिला होता, त्या विभूतीचा ज्येष्ठ पुत्र आता मोजक्या माणसांच्या हजेरीत निरोप घेत होता. स्मशानातील माणसं बोटाच्या पेरावर कशाला, बोटावर मोजली असती तरी बोटं उरणार होती; माणसं

नव्हे, याची विदारक जाणीव केशवलालचं काळीज जाळीत होती. कशातरी रचलेल्या चितेवर हरिलाल नावाचा हाडाचा सांगाडा आणि त्यावर चामडीचं कवच जेमतेम ठेवलं होतं. मंत्र नावाचा उपचार यथातथाच. बाकी भडाग्नीसारखाच घाट!

अग्निज्वाळांतून धूर निघू लागला. लाकडातून तडतड असा आवाज उमटला.

"सुरेंद्र!" सुरेंद्रच्या खांद्यावर हात ठेवत केशवलाल म्हणाले, "जन्मभर हरिलालकाका अस्वस्थ राहिले. शेवटच्या भेटीत ते म्हणाले ते खरं वाटावं, हे सारे भोग त्यांच्या पाचवीला पुजले असावेत, असे जन्मभर चिकटले त्यांना! नुसतं अशांत जीवन हेच प्राक्तन ठरलं."

"पण..पण असं का घडलं? कसं घडू शकलं हेच कळत नाही मला!" जावयाच्या मनात कधीचा प्रश्न घोळत असावा. केशवलालनं उत्तरात आकाशाकडे हात उडवले.

"ईश्वरेच्छा दुसरं काय?" ते विषादपूर्ण स्वरात म्हणाले, "बापूंसारखे बापू जिथे काही करू शकले नाहीत, तिथे आपण काय बोलणार? आपली कल्पनाशक्तीच तोकडी!"

"दारू वाईट असते हे स्वीकारलं तरीही सुरेंद्र, गांधींचे वारसदार म्हणवणाऱ्या कित्येकांना दारूहून वाईट व्यसनं आहेत," कडवट स्वरात केशवलाल म्हणाले. "त्यांचं अहंकारी-अतिरेकी वागणं आपण बघतोय नं? हरिलालकाकांना मी लहानपणापासून बघितलंय. जग समजतं तसे ते नव्हते सुरेंद्र! मला वाटतं, परिस्थितीनं त्यांच्याशी उभा दावा मांडला."

"काय म्हणता केशुभाई तुम्ही?"

"खरंच सांगतो. परिस्थिती अनुकूल असती तर ते आपल्या सर्वांहून तेजस्वी निपजले असते. स्वतःच्या बुद्धिमत्तेच्या जोरावर त्यांनी गगनाला गवसणी घातली असती. मला राहून राहून वाटतं..." केशवलाल अडखळले. त्यांच्या गळ्यात आवंढा दाटला.

"काय वाटतं केशुभाई?"

"वाटतं, जगानं काय वाटेल ते म्हणावं. ते कसंही जगले असतील आणि कसेही मृत्यूला सामोर गेले असतील; पण ते मनानं वाईट नव्हते. मी तर म्हणतो आपण दुर्दैवी, म्हणून आपण दुसऱ्या बापूंपासून वंचित राहिलो. हे आपलं कमनशीब नाही तर काय?" केशवलालनं नजर फिरवून डोळे टिपले. सुरेंद्र डोळे विस्फारून बघत राहिले.

स्मशानातील भंगी लांब काठी घेऊन चितेबाहेर येणारी लाकडं आत ढकलत होता. शरीराला-मृतदेहाच्या भागांनाही योग्य दिशा दाखवत होता. कुणीतरी मूठभर तीळ आणि मीठ चितेत टाकलं. तडतड आवाज उमटला आणि अग्निशिखा आकाशाकडे झेपावल्या...

■